കണ്ണാടിയും കുമ്പസാരവും

കണ്ണാടിയും കുമ്പസാരവും

Nadakkavu, Kozhikode, Kerala, 673011
www.insightpublica.com
e-mail: insightpublica@gmail.com

KANNADIYUM KUMBASARAVUM

Dr. Anil K. M

(Malayalam)
First Edition: September 2024
Copyright © Reserved
All rights reserved.
Printed and Published by
InsightinPublica Printers & Publishers Pvt. Ltd.
ISBN 978-93-5517-729-2

₹380

കണ്ണാടിയും കുമ്പസാരവും

ഡോ. അനിൽ. കെ. എം

മലപ്പുറം ജില്ലയിലെ ചേലേമ്പ്ര സ്വദേശി. ആന്ധ്രാപ്രദേശിലെ കുപ്പം ദ്രാവിഡ സർവകലാശാല, കാലിക്കറ്റ് സർവകലാശാല എന്നിവിടങ്ങ ളിൽ അധ്യാപകനായിരുന്നു. നിലവിൽ മലയാള സർവകലാശാലയിൽ പ്രൊഫസറാണ്.

പാന്ഥരും വഴിയമ്പലങ്ങളും, മുല്ല പൂക്കുന്ന കല്ക്കരി വണ്ടികൾ, കാലത്തി ന്റെ ആകാശ ഗോപുരങ്ങൾ, കടങ്കഥ: സൗന്ദര്യവും സംസ്ക്കാരവും, നാടോ ടിക്കഥ : ഉടലും ഉയിരും, ഫോക്ലോർ : ജനസംസ്കൃതിയുടെ വേരുകൾ എന്നിവ പ്രധാന കൃതികൾ.

മികച്ച സാഹിത്യ നിരൂപണത്തിനുള്ള അബ്ദാബി ശക്തി തായാട്ട് അവാർഡ്, കുറ്റിപ്പുഴ എൻഡോവ്മെന്റ് അവാർഡ്, കേരള സാഹിത്യ അക്കാദമി അവാർഡ് എന്നിവ ലഭിച്ചിട്ടുണ്ട്.

ഡോ. കെ.എം. അനിൽ

അച്ഛന്

ആമുഖം

സാഹിത്യപാഠങ്ങളെല്ലാം ഒരു തരത്തിൽ കുമ്പസാരക്കുറിപ്പുക ളാണ്. ഒരു എഴുത്തുകാരനോ എഴുത്തുകാരിയോ തന്നോട് നടത്തുന്ന ഏറ്റുപറച്ചിൽ എന്ന് അവയെ വിശേഷിപ്പിക്കാം. തനിക്ക് ചുറ്റും ഇരമ്പി മറിയുന്ന ജീവിതത്തോട്ടുള്ള കലഹവും അമർഷവും അയാൾ ഒരു കണ്ണാടിക്ക് മുമ്പിൽ നിന്ന് പറഞ്ഞുതീർക്കുന്നു. സാഹിത്യരചന മാത്രമല്ല സാഹിത്യപാരായണവും ഈ അർത്ഥത്തിൽ കുമ്പസാരം ആണെന്ന് പറയാം. പ്രവേശിക്കാനും പുറത്തു കടക്കാനും ഒരു പാഠത്തിൽ എത്രയോ വഴികളുണ്ട്. ഇതിനകം പാഠത്തിലൂടെ നടന്നുപോയവർ അശേഷിപ്പിച്ച പാട്ടുകൾ അതിൽ പതിഞ്ഞു കിടപ്പുണ്ട്. അതൊക്കെ പുതിയ വായനയെ സ്വാധീനിച്ചേക്കാം. വായന സന്ദിഗ്ധവും അവ്യവസ്ഥിതവുമാകുന്നത് ഇങ്ങനെയാണ്. ഇന്ന് ഏറെക്കുറെ സ്ഥാപിക്കപ്പെട്ട ഈ സങ്കല്പം ഇതിൽ ഉൾപ്പെടുത്തിയിരിക്കുന്ന കുറിപ്പുകൾക്കും ബാധകമാണ്.

ചെറുകാട്, എം.ടി, മുകുന്ദൻ, എം. സുകുമാരൻ, താരിഖലി എന്നി വരുടെ രചനകൾ വായിച്ചപ്പോൾ ഉണ്ടായ അനുഭവങ്ങളാണ് ഈ കൃതിയുടെ പ്രധാന ഉള്ളക്കം. ഇതുകൂടാതെ സാഹിത്യത്തെ സംബന്ധിച്ച ചില സാമാന്യ നിരീക്ഷണങ്ങളും ഇതിൽ ഉൾച്ചേർത്തിട്ടുണ്ട്. ഇവയിൽ ചില കുറിപ്പുകൾ വളരെക്കാലം മുമ്പ് എഴുതിയതാണ്. അവയിൽ തിരു ത്തലുകൾ ഒന്നും വരുത്തിയിട്ടില്ല. കാലം മാറുന്നതിനനുസരിച്ച് നമ്മുടെ കാഴ്ചയും മാറുമല്ലോ. ഇതിലെ ലേഖനങ്ങൾ മറ്റൊരു തരത്തിൽ ആവാ മായിരുന്നു എന്ന് സമാഹരണ സമയത്ത് തോന്നിയിട്ടുണ്ട്. എങ്കിലും നിലവിലുള്ള രൂപത്തിൽത്തന്നെ അവയ്ക്ക് പ്രസക്തിയുണ്ട് എന്ന് തോന്നിയതുകൊണ്ടാണ് അവ ഇതിൽ ഉൾപ്പെടുത്തിയിരിക്കുന്നത്. പെരിന്തൽമണ്ണയിൽ നടന്ന ടി.പി. ഗോപാലൻ അനുസ്മരണ സമ്മേ ളനത്തിൽ അവതരിപ്പിച്ച പ്രബന്ധമാണ് 'അഗ്നിയിൽ നിന്ന് ടി.പി. ഗോപാലനിലേക്കുള്ള ദൂരം' എന്നത്. ഏതാണ്ട് 20 വർഷം മുമ്പാണ്

അത് അവതരിപ്പിച്ചത്. ലോകത്തെ പുറത്തിട്ട് വാതിലടച്ച കോവിഡ് കാലത്തെഴുതിയതാണ് 'യന്ത്രക്കിടാങ്ങളും എണ്ണപ്പഴക്കളും' എന്നത്. കാലം കൊണ്ട് അകന്നിരിക്കുമ്പോഴും അവ ഒരേതരം ഉത്കണകൾ പങ്കുവെക്കുന്നുണ്ടെന്ന് തോന്നുന്നു. അതേസമയം ചെറുകാടിന്റെ നോവലുകൾ പങ്കുവെക്കുന്ന ഭാവപരിസരത്തിൽ നിന്ന് തീർത്തും വ്യത്യസ്തമാണ് 'ഫിയർ ഓഫ് മിറേഴ്സി'ലേത്. അങ്ങിനെ തുടർച്ചയും വിടർച്ചയുമുള്ളതാണ് ഇതിലെ കുറിപ്പുകൾ. എഴുത്ത് ഒരു ചിതറലാണ ല്ലോ. അതിവിടെയും കാണാം.

അച്ഛൻ ഞങ്ങളെ വിട്ടുപോയിട്ട് 9 വർഷമായി. ഓർമ്മകൾക്ക് മുന്നിൽ മരവിച്ച നിന്ന ആ ദിവസം ഇനി അച്ഛനു വേണ്ടി എന്തുചെ യ്യാൻ കഴിയുമെന്ന് ഞാൻ എന്നോടുതന്നെ ചോദിച്ചു. വർഷത്തിലൊരു പുസ്തകം അദ്ദേഹത്തിനായി സമർപ്പിക്കണം എന്നത് അന്നെടുത്ത തീരു മാനമാണ്. അത് ഇതുവരെയും മുടങ്ങിയിട്ടില്ല. അച്ഛൻ ഒരിക്കലും കൂടെ ഇല്ലാതിരുന്നിട്ടില്ല. കരുണയായും സാന്ത്വനമായും ഇപ്പോഴും അച്ഛനുണ്ട്.

പതിവുപോലെ സുരേഷും മഞ്ജുവും ഈ പുസ്തകത്തിന്റെ പ്രാരംഭം മുതൽ ഇടപെട്ടിട്ടുണ്ട്. ദിവ്യയും കൃഷ്ണ കെ.പി.യും പ്രൂഫ് വായനയിൽ സഹായിച്ചു. അവരോടൊപ്പം സഹോദരസംഘം, നമ്പീശൻ മാസ്റ്റർ സ്മാ രകസമിതി എന്നിവയിലെ അംഗങ്ങളെയും സ്നേഹപൂർവ്വം അഭിവാദ്യം ചെയ്യുന്നു. സാഹിത്യലോകം, ഗ്രന്ഥാലോകം എന്നിവയുടെ പത്രാധി പർ, വിവിധ പഠന വകുപ്പുകളിൽ പ്രബന്ധാവതരണത്തിന് ക്ഷണിച്ച സുഹൃത്തുക്കൾ എന്നിവരെ പ്രത്യേകം ഓർക്കുന്നു. ഗ്രന്ഥാലോകത്തിലെ എസ്.ആർ.ലാൽ, സാഹിത്യ അക്കാദമിയിൽ പ്രസിദ്ധീകരണച്ചുമതല വഹിച്ചിരുന്ന ഡേവിസ് കാസർഗോഡ് കേന്ദ്ര സർവ്വകലാശാലയിലെ ഡോ. പ്രസാദ് പന്ന്യൻ എന്നിവരുടെ പേര് പരാമർശിക്കാതെ പോകുന്നത് അനുചിതമായിരിക്കും. ഗ്രന്ഥാലോകത്തിന്റെ പത്രാധിപ രായിരുന്ന പാലക്കീഴ് നാരായണ മാഷ് ഇന്ന് നമ്മോടൊപ്പം ഇല്ല. ആ വാത്സല്യത്തിന് മുന്നിലും അഭിവാദ്യമർപ്പിക്കട്ടെ. ഈ പുസ്തകത്തിന്റെ പ്രസാധനം ഏറ്റെടുത്ത ഇൻസൈറ്റ് പബ്ലിക്കയുടെ സുമേഷിനോടുള്ള സ്നേഹവും രേഖപ്പെടുത്തുന്നു.

ഉള്ളടക്കം

മണ്ണിന്റെ മാറിൽ :
ഭാവനയുടെ മേഘരൂപങ്ങൾ

1909-ൽ ഹംഗേറിയൻ മാർക്സിസ്റ്റായ ഗ്യോർഗി ലൂക്കാച്ച് രചിച്ച *ദി എവല്യൂഷൻ ഓഫ് മോഡേൺ ഡ്രാമ* എന്ന കൃതിയിൽ ഇങ്ങനെ എഴുതി: "യഥാർത്ഥത്തിൽ സാഹിത്യത്തിലുള്ള സാമൂഹിക ഘടകം രൂപമാണ്." ഒറ്റനോട്ടത്തിൽ ഇത് ഒരു മാർക്സിസ്റ്റ് സമീപനമല്ല എന്ന് തോന്നാം. കാരണം രൂപാധിഷ്ഠിതവാദത്തോട് കണക്കുതീർത്തുകൊണ്ടാണല്ലോ മാർക്സിസം ആദ്യഘട്ടത്തിൽ നിലയുറപ്പിച്ചത്. സാങ്കേതികമായ സവിശേഷതകളിൽ മാത്രം ശ്രദ്ധ യ്യുന്നകയും കൃതിയുടെ ചരിത്രപരമായ മൂല്യത്തെ ചോർത്തിക്കളയുകയും അതിനെ സൗന്ദര്യാത്മകമായ ഒരു കേളിയായിമാത്രം ന്യൂനീകരിക്ക കയും ചെയ്യുന്ന പ്രവണതയെയാണ് നാം രൂപാധിഷ്ഠിതവാദം എന്ന് പറയുന്നത്. ഇത്തരത്തിലുള്ള ഒരു സങ്കേതവും വികസിത മുതലാളിത്ത സമൂഹത്തിന്റെ സവിശേഷതകളും തമ്മിലുള്ള ബന്ധം മാർക്സിസ്റ്റ് നിരൂപകർ ചൂണ്ടിക്കാണിച്ചിട്ടുണ്ട്. അതുകൊണ്ടാണ് ലൂക്കാച്ചിന്റെ നിരീക്ഷണം എത്രമാത്രം മാർക്സിസ്റ്റ് സ്വഭാവമുള്ളതാണ് എന്ന സംശയം ഒറ്റ മാത്രയിൽ ജനിക്കുന്നത്.

ചെറുകാടിന്റെ നോവലുകളെ മുൻനിർത്തിയുള്ള ഒരു ചർച്ചയിൽ രൂപത്തെപ്പറ്റിയുള്ള ചർച്ചക്ക് വലിയ പ്രാധാന്യമുണ്ട്. കാരണം ചെറുകാട് എഴുതിക്കൊണ്ടിരുന്ന കാലത്തും അതിനുശേഷവും അദ്ദേ ഹത്തെ ജീവൽസാഹിത്യകാരൻ എന്ന പേരിലാണ് സാഹിത്യചരിത്രം പരിഗണിച്ചിട്ടുള്ളത്. കമ്മ്യൂണിസ്റ്റ് പാർട്ടിക്കവേണ്ടി സാഹിത്യം പടയ്ക്കു ന്നവരെ വിളിച്ചിരുന്ന ഒരു ശകാരപദമാണ് ജീവത്സാഹിത്യകാരൻ എന്നത്. ഉള്ളടക്കത്തിൽ മാത്രം ശ്രദ്ധിക്കുകയും രൂപഭംഗിയെ പാടേ ത്യജിക്കുകയും ചെയ്യുന്ന സാഹിത്യമാണ് ജീവൽസാഹിത്യമെന്നതും

സാമാന്യമായി അംഗീകരിക്കപ്പെട്ട 'യാഥാർത്ഥ്യ'മായിരുന്നു. എന്നാൽ രൂപം എന്നത് സാഹിത്യത്തിന്റെ ഉള്ളടക്കത്തെ കയറ്റിവെക്കാനുള്ള ഒരു പാത്രമല്ല എന്നും ചരിത്രപരമായി നോക്കിയാൽ രൂപമാണ് പ്രധാനമെന്നും മനസ്സിലാക്കിത്തുടങ്ങുന്ന ഒരു കാലത്ത് നാം എങ്ങനെയാണ് ചെറുകാടിനെ വിലയിരുത്താൻ പോകുന്നത് എന്ന ചോദ്യം പ്രസക്തമാകുന്നു.

രൂപവും ഭാവവും തമ്മിലുള്ള ഐക്യത്തെപ്പറ്റി മാർക്സ് തന്നെ സൂചനകൾ നൽകിയിട്ടുണ്ട്. അനിയന്ത്രിതമായ വികാരപ്രകടനമായതിനാൽ തന്റെതന്നെ ആദ്യകാല കവിതകളെ മാർക്സ് തള്ളിക്കളയുകയുണ്ടായി. അതേ സമയം അമിതമായി രൂപത്തിൽ ശ്രദ്ധിക്കുന്ന കവിതകളേയും അദ്ദേഹം സംശയത്തോടെയാണ് വീക്ഷിച്ചത്. ശൈലിക്കുവേണ്ടി നടത്തുന്ന അമിതമായ അഭ്യാസങ്ങൾ ഉള്ളടക്കത്തെ വികൃതമാക്കുമെന്ന് മാർക്സ് ഭയപ്പെട്ടു. ഉള്ളടക്കത്തിന്റെ ഒര്പ്പന്നമാണ് രൂപമെന്നും അതേസമയം രൂപം ഉള്ളടക്കത്തിന്മേൽ പ്രവർത്തിക്കുമെന്നും മാർക്സ് കരുതി. ഇവ്വിധം രൂപവും ഉള്ളടക്കവും തമ്മിലുള്ള വൈരുദ്ധ്യാത്മക ബന്ധത്തിലാണ് മാർക്സിന്റെ ഊന്നൽ. ഉള്ളടക്കത്തിന്റെ രൂപം എന്നല്ലാതെ കേവലരൂപം എന്ന ആശയം മാർക്സും അംഗീകരിക്കുന്നില്ല.

സാഹിത്യത്തിന്റെ രൂപഭാവങ്ങളെ ബന്ധപ്പെടുത്തിയുള്ള മാർക്സിസ്റ്റ് ധാരണകൾക്ക് ഹെഗലിയൻ ചിന്തയുമായുള്ള ബന്ധം മൂടിവെക്കാനാവില്ല. *ഫിലോസഫി ഓഫ് ഫൈൻ ആർട്ട്* എന്ന പുസ്തകത്തിൽ എല്ലാ ഉള്ളടക്കങ്ങളും അവയുടേതായ രൂപത്തെ നിർണയിക്കുന്നു എന്ന് നിരീക്ഷിക്കുന്നുണ്ട്. രൂപത്തിലെ കുറവുകൾ ഉള്ളടക്കത്തിലെ കുറവുകൾ തന്നെയാണ്. ഹെഗലിന് കലയുടെ ചരിത്രം തന്നെ രൂപ ഭാവങ്ങൾ തമ്മിലുള്ള ബന്ധത്തിന്റെ ചരിത്രമാണ്. കേവലാത്മാവിന് നൽകുന്ന വിവിധ രൂപങ്ങളാണ് കലാസൃഷ്ടികൾ എന്നാണ് ഹെഗൽ കരുതുന്നത്. പ്രാചീനസമൂഹങ്ങളിൽ ഈ കേവലാത്മാവിന് കൃത്യമായ രൂപം നൽകാൻ മനുഷ്യർക്ക് കഴിഞ്ഞിരുന്നില്ല. അതുകൊണ്ടതന്നെ അത്തരം രൂപങ്ങൾ ഇന്ദ്രിയപരതയുടെ ആധിക്യംകൊണ്ട് വീർപ്പുമുട്ടുന്ന വയായിരുന്നു. നിയതമായ ഒരുടലിലേക്ക് ആവാഹിക്കപ്പെടാനാവാത്ത കേവലാത്മാവിന്റെ പിടച്ചിൽ പ്രാചീനകലകളിൽ കാണാം. എന്നാൽ ഗ്രീക്ക് ക്ലാസിക്കൽ കലകളുടെ സന്ദർഭത്തിൽ രൂപവും ഭാവവും തമ്മിലുള്ള സൗഹാർദപരമായ പൊരുത്തം നാം ദർശിക്കുന്നു. അക്കാലത്തുമാത്രമാണ് കേവലാത്മാവിന് അനുരൂപമായ ഒരുടൽ കലയിൽ സൃഷ്ടിക്കപ്പെട്ടത്. ആധുനികകാലത്ത് പ്രത്യേകിച്ചും കാൽപ്പനികതയുടെ

     കണ്ണാടിയും കുമ്പസാരവും

ഘട്ടത്തിൽ ഉള്ളടക്കം രൂപത്തെ ആഴത്തിൽ മുക്കിക്കളയുകയാണ് ചെയ്തത്. മാർക്സിന്റെ ഭാഷയിൽ പറഞ്ഞാൽ ഉൽപ്പാദനശക്തികൾ അധ്വാനരൂപങ്ങളെ തകർത്ത് മുന്നേറുന്നതുപോലെയാണത്.

ഇത്രയും പറഞ്ഞതിനർത്ഥം മാർക്സ് പൂർണമായും ഹെഗലിന്റെ ആശയങ്ങളെ അതേവിധം സ്വീകരിക്കുന്നു എന്നല്ല. ഹെഗലിന്റേത് ആശയവാദമാണ്. സൗന്ദര്യശാസ്ത്ര പ്രശ്നങ്ങളെ അത് വലിയൊര ളവിൽ ലളിതവൽക്കരിക്കുന്നുണ്ട്. പരിമിതമായ ഒരു മണ്ഡലത്തിൽ മാത്രമേ അതിന് വൈരുദ്ധ്യാത്മകമാവാൻ കഴിയൂ. കലയെക്കുറിച്ചുള്ള മൂർത്തമായ പല പ്രശ്നങ്ങളിലും മാർക്സ് ഹെഗലുമായി വിയോജിച്ചു. പക്ഷേ രണ്ട് ചിന്തകരും അംഗീകരിച്ച ഒരു വസ്തുത കലയുടെ രൂപം എന്നത് കലാകാരൻ സ്വന്തമായി സൃഷ്ടിക്കുന്ന വക്രോക്തിയല്ല. ഉള്ളട ക്കം സ്വീകരിക്കുന്ന 'ഉടൽ' എന്നത് ചരിത്രപരമായി നിർണയിക്കപ്പെട്ട ന്നതാണ്. അവ മാറുകയും പരിഷ്കരിക്കപ്പെട്ടുകയും തകർക്കപ്പെട്ടുകയും വിപ്ലവകരമായ പുനഃസൃഷ്ടിക്ക് വിധേയമാവുകയും ചെയ്യുന്നുണ്ട്.

ഇത്തരത്തിൽ പരിശോധിച്ചാൽ ഉള്ളടക്കം രൂപത്തിന്റെ മുന്നോടിയാണ്. മാർക്സിന്റെ പരികൽപ്പനയിലുള്ളതുപോലെ ഒരു സമൂഹത്തിന്റെ ഭൗതികമായ ഉള്ളടക്കമാണ്, അതായത് ഉൽപ്പാദ നസമ്പ്രദായമാണ് അതിന്റെ ഉപരിഘടനക്ക് ആധാരം. ഫ്രെഡറിക് ജെയിംസൺ ഇക്കാര്യം കുറേക്കൂടി ശരിയായ രീതിയിൽ അവതരിപ്പി ക്കുന്നുണ്ട്. ഉള്ളടക്കത്തെ മേൽപ്പുരയുടെ അതിരുകൾക്കെത്തുവെച്ച് രൂപപ്പെടുത്തിയെടുക്കുകയാണ് ചെയ്യുന്നത്. രൂപത്തെ ഭാവത്തിൽനി ന്ന് വേർപെടുത്താനാവില്ലെന്ന് അക്ഷമയോടെ വാദിക്കുന്നവരുണ്ട്. പ്രായോഗികമായി ഇത് ശരിയാണ്. എന്നാൽ സൈദ്ധാന്തികമായി അവയെ വേർതിരിച്ച് മനസ്സിലാക്കേണ്ടിവരും. അതുകൊണ്ടാണ് രൂപ ഭാവങ്ങൾ തമ്മിലുള്ള വിവിധ ബന്ധങ്ങളെക്കുറിച്ചുള്ള വ്യതിരിക്തമായ ചർച്ച സാധ്യമാകുന്നത്.

എന്നാൽ ഈ ബന്ധങ്ങൾ എളുപ്പത്തിൽ ഗ്രഹിക്കാൻ കഴിയുന്ന ഒന്നല്ല. മാർക്സിസ്റ്റ് കലാനിരൂപണം രൂപഭാവങ്ങൾ തമ്മിലുള്ള വൈരുദ്ധ്യാത്മകതയിലാണ് ഊന്നുന്നതെങ്കിലും ആത്യന്തികമായി ഉള്ളടക്കത്തിന്റെ പ്രാഥമ്യത്തെ തിരസ്കരിക്കുന്നില്ല. എന്നാൽ ഉള്ളട ക്കമാണ് പ്രഥമമെങ്കിലും രൂപം ഉള്ളടക്കത്തിൻമേൽ പ്രതിപ്രവർത്തി ക്കുന്നു എന്ന വസ്തുത പ്രധാനമാണ്. ഈ സങ്കൽപ്പം ഒരു വശത്ത് ഫോർമലിസത്തിന്റെ ധാരണകളേയും മറ്റവശത്ത് വരട്ടതത്ത്വവാദപര മായ മാർക്സിസ്റ്റ് സമീപനങ്ങളേയും നിരാകരിക്കുന്നു. ഫോർമലിസം

 രൂപത്തിന്റെ ധർമ്മം മാത്രമാണ് ഉള്ളടക്കം എന്ന് ധരിക്കുന്നു. മാർക്സി സ്റ്റ് വരട്ടതത്വമാകട്ടെ ഉള്ളടക്കത്തിന്റെ ബാഹ്യാകാരം മാത്രമാണ് രൂപം എന്ന് വിശ്വസിക്കുന്നു. ഇതിനെ രണ്ടിനേയും തള്ളിക്കളയാനാണ് സമകാല മാർക്സിസ്റ്റ് സൗന്ദര്യശാസ്ത്രം ശ്രമിക്കുന്നത്.

ഉദാഹരണമായി ക്രിസ്റ്റഫർ കാഡ്‌വെല്ലിന്റെ വിശകലനങ്ങൾ വരട്ടതത്വവാദപരമാണ്. കാരണം അദ്ദേഹം സാമൂഹികമായ ഉൺമയെ രൂപരഹിതമായ ഒന്നായിക്കാണുകയും രൂപത്തെ നിയന്ത്രണാധീന മായ ഒന്നായി മനസ്സിലാക്കുകയും ചെയ്യുന്നു. രൂപവും ഉള്ളടക്കവും തമ്മിലുള്ള വൈരുധ്യാത്മക ബന്ധത്തെയാണ് അദ്ദേഹം ഇതുവഴി കയ്യൊഴിയുന്നത്. മാർക്സിസത്തെ സംബന്ധിച്ചിടത്തോളം ഉള്ളടക്കം എന്നത് രൂപരഹിതമായ ഒന്നല്ല. രൂപരഹിതമായി ഒന്നും നിലനിൽക്ക ന്നില്ല. ഏത് ഉള്ളടക്കത്തിനും സവിശേഷമായ ഘടനയുണ്ട്. ഈ വസ്തുത കാണാതിരിക്കുകവഴി, ബൂർഷ്വാ സൗന്ദര്യശാസ്ത്രത്തിന്റെ യുക്തിയെ അറിയാതെ പിൻപറ്റുകയാണ് കാഡ്‌വെൽ ചെയ്യുന്നത്. അവ്യവസ്ഥി തമായ യാഥാർത്ഥ്യത്തെ വ്യവസ്ഥപ്പെടുത്തുന്നതാണ് കല എന്ന് പല ബൂർഷ്വാ ചിന്തകരും സൂചിപ്പിച്ചിട്ടുണ്ട്. എന്നാൽ യാഥാർത്ഥ്യം അവ്യവ സ്ഥിതമാണെന്ന സങ്കൽപ്പം പ്രത്യയശാസ്ത്രവിമുക്തമായ ഒന്നല്ല. അതു കൊണ്ടാണ് ഉള്ളടക്കത്തിന് ഒരാന്തരിക യുക്തിയുണ്ടെന്നും അതാണ് അതിന്റെ രൂപമെന്നും പ്രെഡറിക് ജെയിംസൺ സൂചിപ്പിച്ചത്. ഈ ധാരണയില്ലാത്തതുകൊണ്ട് 1930-കളിലെ മാർക്സിസ്റ്റ് വിമർശനം കലയിലെ ഉള്ളടക്കത്തെ പ്രത്യയശാസ്ത്രപരമായ ഒന്നായിക്കാണുകയും അതിനെ നേരിട്ട് വർഗസമരവുമായി കണ്ണിചേർക്കാൻ ശ്രമിക്കുകയും ചെയ്തത്. ഇതിനെതിരെ ജാഗ്രതയോടെ ഇരിക്കണമെന്നാണ് ലൂക്കാച്ച് ഓർമ്മിപ്പിക്കുന്നത്. യഥാർത്ഥത്തിൽ കലയിലെ പ്രത്യയശാസ്ത്രപരമായ ഘടകം രൂപമാണെന്ന് അദ്ദേഹം പറയുന്നത് അതുകൊണ്ടാണ്.

രൂപം പ്രത്യയശാസ്ത്രപരമാണെന്ന് പറയുന്നതെന്തുകൊണ്ടാണ്? ലിറ്ററേച്ചർ ആൻഡ് റവല്യൂഷൻ എന്ന കൃതിയിൽ ട്രോട്സ്കി പറയുന്നത് നോക്കുക. "ആന്തരികമായ ഒരാവശ്യത്തിന്റെ സമ്മർദ്ദത്തിൽനിന്നാണ് ഒരു പുതിയ രൂപം കണ്ടെത്തുന്നതും രൂപപ്പെടുന്നതും. ഇതുതന്നെയാണ് രൂപവും ഉള്ളടക്കവും തമ്മിലുള്ള പുതുക്കിയ ബന്ധത്തിന്റെ ആധാരം. അത് സംഘമനസ്സിന്റെ (കലക്ടീവ് സൈക്കോളജി) ആവശ്യമായിരുന്നു. അതുകൊണ്ടുതന്നെ കലയുടെ രൂപത്തിന് സാമൂഹ്യമായ വേരുകളുണ്ട്. അതുകൊണ്ടാണ് പ്രത്യയശാസ്ത്ര വിവക്ഷകൾ മാറുന്നതിനനുസരിച്ച് കലയുടെ രൂപം മാറുന്നുവെന്ന് പറഞ്ഞത്."

 കണ്ണാടിയും കുമ്പസാരവും

നോവലിന്റെ ചരിത്രംതന്നെ മേൽപ്പറഞ്ഞ വസ്തുതക്ക് അടിവര യിട്ടന്നതാണ്. നോവൽ, മാറിയ പ്രത്യയശാസ്ത്ര താൽപ്പര്യങ്ങളുടെ രൂപമാണെന്ന് ഇയാൻവാട്ട് സൂചിപ്പിക്കുന്നുണ്ട്. ഉള്ളടക്കം വ്യത്യാസ പ്പെട്ടിരിക്കുമ്പോഴും ഒരു നോവൽ മറ്റൊരു നോവലുമായി രൂപപരമായ നിരവധി സാദൃശ്യങ്ങൾ പലർത്തുന്നു. കാൽപ്പനികവും അതിഭൗതിക വുമായ താൽപ്പര്യങ്ങളിൽനിന്ന് വ്യക്തിമനസ്സിലേക്കും വൈയക്തി കാനുഭവങ്ങളിലേക്കും വ്യക്തിസ്വഭാവത്തിലേക്കുമുള്ള ഒരു ചുവടുമാറ്റം നോവലുകളിൽ പ്രകടമാണ്. പ്രവചനാതീതമായി ഉരുത്തിരിഞ്ഞുവ രുന്ന രേഖീയാഖ്യാനത്തിലൂടെ നായകൻ നടത്തുന്ന സഞ്ചാരമാണ് ആധുനിക നോവൽ. പ്രഭുത്വത്തിന്റെ കാലത്തെ സാഹിത്യരൂപങ്ങ ളേക്കാൾ ഫലപ്രദമാണ് നോവൽ എന്ന ആത്മവിശ്വാസം ബ്ർഷ്വാ വിഭാഗങ്ങൾക്ക് അനുഭവപ്പെട്ടു. കാരണം പ്രഭുവാഴ്ചയുടെ കാലത്തുനിന്ന് വിഭിന്നമായി കൂടുതൽ ശിഥിലമായ ബോധമാണ് ബ്ർഷ്വാസിയുടെ ലോകത്തെ നായകനുണ്ടായിരുന്നത്. ക്ലാസിക്കൽ ട്രാജഡികളിൽനി ന്ന് വൈകാരികമായ കോമഡികളിലേക്ക് ഫ്രഞ്ച് ഭാവുകത്വം പരിണമി ച്ചത് പ്രഭുത്വത്തിൽനിന്ന് ബ്ർഷ്വാ വ്യവസ്ഥയിലേക്ക് പ്രസ്തുത സമൂഹം കയറിവന്നപ്പോഴാണ് എന്ന് പ്ലഖ്നോവ് പറയുന്നുണ്ട്. നാച്ചുറലിസത്തി ൽനിന്ന് എക്സ്പ്രഷണിസത്തിലേക്ക് യൂറോപ്യൻ നാടകവേദി സഞ്ചരി ച്ചതും ഇതേ ഘട്ടത്തിൽത്തന്നെ. ഓരോ കാലഘട്ടത്തിന്റെ അനുഭൂതി ഘടനയാണ് ആ കാലത്തെ സാഹിത്യരൂപം എന്ന് റെയ്മണ്ട് വില്യംസ് സൂചിപ്പിക്കുന്നതും അതുകൊണ്ടാണ്. അതായത് യാഥാർത്ഥ്യത്തെ ദർശിക്കാനും അതിനോട് പ്രതികരിക്കാനുമുള്ള മാർഗമാണ് 'അനുഭൂതി ഘടനകൾ'. നാച്ചുറലിസം സ്വയം പിളർന്ന ബ്ർഷ്വാ മനസ്സിനെ മൂടി വെക്കുകയും ബ്ർഷ്വാസിയുടെ ലോകത്തെ സുഘടിതമായ ഒരു ഖരവ സ്തുവായി അവതരിപ്പിക്കുകയും ചെയ്യുന്നു. ഇത് അപര്യാപ്തമാണെന്നും ഈ ഖരാവസ്ഥയെ കീറിമുറിക്കാനും അതിലെ സാമൂഹ്യബന്ധങ്ങളെ ലയിപ്പിച്ചുകളയാനും പ്രതീകങ്ങളുടേയും ഭാവനയുടെയും സഹായം തേടണമെന്നും തിരിച്ചറിഞ്ഞപ്പോഴാണ് എക്സ്പ്രഷണിസം എന്ന കലാ സങ്കേതം രൂപപ്പെട്ടത്. രംഗവേദിയിലെ സങ്കേതത്തിൽ വരുന്ന ഒരു വ്യതിയാനം യഥാർത്ഥത്തിൽ ബ്ർഷ്വാ പ്രത്യയശാസ്ത്രത്തിന് വരുന്ന രൂപമാറ്റത്തെയാണ് പ്രതിനിധീകരിക്കുന്നത്. കാരണം മുതലാളിത്ത പ്രതിസന്ധിക്കൊപ്പം ശിഥിലമായിക്കൊണ്ടിരിക്കുന്ന വ്യക്തിയേയും സാമൂഹിക ബന്ധങ്ങളേയും ചിത്രീകരിക്കാൻ പുതിയ സങ്കേതങ്ങൾ വേണ്ടിവരും.

ഇതിനർത്ഥം സാഹിത്യരൂപങ്ങളും പ്രത്യയശാസ്ത്ര വ്യതിയാന
ങ്ങളും തമ്മിൽ നിർണയനപരമായ ഒരു ബന്ധം നിലനിൽക്കുന്നു
എന്നല്ല. സാഹിത്യരൂപങ്ങൾക്ക് അവയുടേതായ സ്വാധികാരമുണ്ട്.
പ്രത്യയശാസ്ത്രപരമായ ഭാവമാറ്റങ്ങളെ ചെറുക്കാനും പരാജയപ്പെട്ട
ത്താനും പലപ്പോഴും സാഹിത്യരൂപങ്ങൾ ശ്രമിക്കും എന്ന വസ്തുതയും
മറന്നുകൂടാത്തതാണ്. കാലഹരണപ്പെട്ട ഉൽപ്പാദന വ്യവസ്ഥയുടെ
അടയാളങ്ങളെ പുതിയ വ്യവസ്ഥ വഹിക്കുന്നുണ്ട് എന്ന മാർക്സിന്റെ
നിരീക്ഷണം കലാസൃഷ്ടികളുടെ കാര്യത്തിലും പ്രസക്തമാണ്. പഴയ
കലാരൂപങ്ങളുടെ അവശിഷ്ടങ്ങൾ പുതിയ രൂപങ്ങളിലും അതിജീവി
ക്കുന്നത് കാണാം.

എന്തെല്ലാമാണ് നോവൽ എന്ന ജനുസ്സിന്റെ രൂപപരമായ സവി
ശേഷതകൾ? അത്യഗാധവും അടരുകളുള്ളതുമായ രാഷ്ട്രീയാബോധ
ത്തിന്റെ ശക്തമായ അവബോധം നോവലിനുണ്ടായിരിക്കും. വ്യത്യസ്ത
കാലങ്ങൾ, വ്യത്യസ്ത കാഴ്ചപ്പാടുകൾ, കർത്തൃത്വങ്ങൾ എന്നിവ തമ്മിൽ
ഇടയുന്ന ബഹുസ്വരമായ മണ്ഡലമാണ് നോവലിന്റെ അബോധം.
ഈ അബോധത്തെ വ്യാഖ്യാനത്തിലൂടെ മാത്രമേ മനസ്സിലാക്കാൻ
കഴിയൂ. ചരിത്രവുമായി നോവൽ സൃഷ്ടിക്കുന്ന ബഹുതല സ്പർശിയായ
ബന്ധങ്ങളാണ് നോവലിലെ രാഷ്ട്രീയാബോധത്തിന്റെ ഉള്ളടക്കം.
ഇതിവൃത്തത്തെ തൃജിച്ച് നോവലിന്റെ ഖണ്ഡങ്ങളെ വ്യാഖ്യാനിക്കാൻ
നടത്തുന്ന യത്നമാണ് നോവലിന് പുതിയ മാനങ്ങൾ നൽകുന്നത്.

മലയാളത്തിലെ നോവലുകളുടെ ചരിത്രം പരിശോധിച്ചാലും
ഇക്കാര്യം വ്യക്തമാകും. ജീർണിച്ചുകൊണ്ടിരുന്ന ജന്മി-നാട്ടുവാഴി വ്യവ
സ്ഥയുടെ കപ്പലിൽനിന്ന് കിട്ടിയതുംകൊണ്ട് രക്ഷപ്പെടാൻ ശ്രമിക്കുന്ന
നായികാനായകന്മാരുടെ കഥയാണ് ഇടക്കം മുതലേ മലയാള നോവൽ
പറയാൻ ശ്രമിച്ചത്. ഇംഗ്ലീഷ് നോവൽ മാതിരിയിൽ അവരെഴുതാൻ
ശ്രമിച്ച കഥകൾക്ക് വീണ്ടുവിചാരപരമായ ഒരു നോട്ടമുണ്ടായിരുന്നു.
ആത്മകഥാപരമായ ഒരംശം എല്ലായ്പ്പോഴും നോവലിലുണ്ട്. നാട്ടുവാഴി
ത്തത്തിൽനിന്ന് മുതലാളിത്തത്തിന്റെ യുക്തിയിലേക്ക് ചുവടുറപ്പിക്കാൻ
ശ്രമിക്കുന്ന ഒരു സമൂഹത്തിലെ നായികാനായകന്മാർ (നോവലിസ്റ്റ്
ൾപ്പെടെ) കടുത്ത സംഘർഷങ്ങളിലൂടെ കടന്നുപോകുന്നുണ്ട്. തനിക്ക
ണ്ടായിരുന്നുവെന്ന് അവർ കരുതിയ ഏകാഗ്ര വ്യക്തിത്വം തകരുന്നതും
ശിഥിലമാകുന്നതും ഉൾക്കിടിലത്തോടെ മാത്രമേ അവർക്ക് കാണാൻ
കഴിഞ്ഞുള്ളൂ. തകർന്നുപോയ തങ്ങളുടെ ഉണ്മയെ സമഗ്രതയോടെ
വീണ്ടെടുക്കാനുള്ള ശ്രമമാണ് ഓരോ നോവലും. അതൊരു പാഴ്വേ
ലയാണെങ്കിലും അടങ്ങാത്ത ആഗ്രഹത്തിന്റെ ഇരമ്പം നമുക്കതിൽ

കേൾക്കാം. അതുകൊണ്ട് നോവലിലെ യഥാർത്ഥ കഥാപാത്രം ജീവിക്ക ന്നത് നോവലിന് പുറത്താണ്. നീത്ഷേയുടെ 'എറ്റേണൽ റിട്ടേൺ' എന്ന യുക്തിയാണ് ഓരോ നോവലിലും പ്രവർത്തിക്കുന്നതെന്ന് ഒരാൾക്ക് തോന്നിയാൽ അതിൽ തെറ്റില്ല. അതുകൊണ്ട് ചെറുകാടിന്റെ നോവലു കളിലെ സമരോത്സുകമായ സമൂഹം ഭൂതകാല സ്മരണയല്ല. അതൊരു ഭാവനാസമൂഹമാണ്. താൻ ജീവിക്കുന്ന കാലഘട്ടത്തിലിരുന്നുകൊണ്ട് അതിന്റെ ശൈഥില്യത്തോട് പ്രതികരിക്കുകയാണ് ഏതൊരു നോവ ലിസ്റ്റിനേയും പോലെ ചെറുകാട്ടും ചെയ്യുന്നത്. അതുകൊണ്ടുതന്നെ മണ്ണിന്റെ മാറിൽ എന്ന നോവലിനേയും ദേവലോകത്തേയും വേറിട്ട യുക്തികൾകൊണ്ട് പരിശോധിക്കുന്നതിൽ അപകടമുണ്ട്. ഏകാഗ്രത ക്കുള്ള ശ്രമവും ശൈഥില്യത്തിലേക്കുള്ള പതനവുമാണ് നോവലിന്റെ മൗലിക രൂപം. ശൈഥില്യം നോവലിന്റെ അബോധമാണ്. ഫ്രോയ്ഡി ന്റെ ഫോർത്ത് - ദാ - ഗെയ്മിലെന്നതു പോലെ ശൈഥില്യവും ഏകാഗ്ര തയും നോവൽ ശരീരത്തിൽ മറഞ്ഞും തെളിഞ്ഞും വരുന്നതുകാണാം. ചെറുകാടിന്റെ നോവലുകളെ പരിശോധിക്കുമ്പോൾ നോവൽ എന്ന രൂപത്തിന്റെ രാഷ്ട്രീയത്തെ അദ്ദേഹം എത്രത്തോളം മൗലികമായി കൈകാര്യം ചെയ്തു എന്നാണ് പരിശോധിക്കേണ്ടത്. അനുഭവങ്ങളുടെ സങ്കീർണ്ണതയും അതിനകത്തെ സംഘർഷവും കണക്കിലെടുക്കാ ത്ത ആഖ്യാനം കപടമായ ഒരേകാഗ്രതയിലേക്ക് സ്വയം ചുരുങ്ങും. അത്തരമൊരു നോവലിനെ പ്രചാരണാംശം കൂടിയ നോവൽ എന്ന് വിളിക്കാം. ജീവത്സാഹിത്യകാരന്മാർ ഏറ്റവുമധികം ശകാരിക്കപ്പെ ട്ടത് അതിന്റെ പേരിലായിരുന്നല്ലോ. അത്തരം സാഹിത്യ രചനകൾ ചെറുകാട്ടും നടത്തിയിട്ടുണ്ട്. അദ്ദേഹത്തിന്റെ ഓട്ടൻ തുള്ളലും മറ്റും ഇക്കൂട്ടത്തിൽപ്പെട്ടും. എന്നാൽ നോവലുകൾ അങ്ങനെയല്ല. സമരം, സംഘടന, വ്യക്തിയുടെ ക്രമമായ വളർച്ച എന്നിങ്ങനെ ഏകാഗ്ര മായ ഒരു കഥാതന്തുവിലേക്ക് ആവാഹിക്കാൻ ശ്രമിക്കുമ്പോഴും അതിന് പിടികൊടുക്കാതെ വഴുതിമാറിയ നിരവധി അംശങ്ങൾ ആ നോവലുകളിൽക്കാണാം. അതായത് വ്യാഖ്യാനങ്ങളില്ലൂടെ പുറത്തെ ടുക്കാൻ കഴിയുന്ന ലാകാനിയൻ യാഥാർത്ഥ്യത്തിന്റെ നിരവധിയായ തലങ്ങൾ ചെറുകാടിന്റെ നോവലുകളെ കാലത്തോടൊപ്പം നടത്തുന്ന എന്നർത്ഥം. നോവൽ എന്ന ജനുസ്സിന്റെ ജൈവികതയെ മുറുക്കിപ്പിടിച്ച കൊണ്ടാണ് ചെറുകാട് ഇക്കാര്യം നിർവഹിച്ചിട്ടുള്ളത്. നോവൽ എന്ന രൂപത്തിൽത്തന്നെയാണ് അദ്ദേഹത്തിന്റെ സിദ്ധിയും സാധനയും.

രണ്ട്

സമകാലികമായ എല്ലാ ചിന്തകളും വിശദീകരിക്കാൻ ശ്രമിക്കുന്ന ആശയമാണ് സംസ്കാരം എന്നത്. ഒരു ഘട്ടത്തിൽ സാമൂഹികം, രാഷ്ട്രീയം, സാമ്പത്തികം എന്നെല്ലാം വേർതിരിച്ച് കാണാനും പരിഗ ണിക്കാനുമാണ് നാം അനുശീലിച്ചത്. എന്നാൽ ഇന്ന് ഇവയെല്ലാം പരസ്പരം ബന്ധിപ്പിക്കുന്ന ഒരു വിപ്ലവീകൃത ആശയമായി സംസ്കാരം വളർന്നിരിക്കുന്നു. പൗരസമൂഹത്തിൽ ഭരണകൂടത്തിന്റെ കങ്കാണി നോട്ടം തട്ടിയിട്ടില്ലാത്ത സ്വച്ഛന്ദസ്ഥലികളിൽ മാത്രമേ സംസ്കാരം അതിന്റെ മൗലികതയെ സ്പർശിക്കുന്നുള്ളൂ. അന്യവൽക്കരണത്തിന്റെ നരച്ച കണ്ണുകൾ വീഴാത്ത ഇടത്തിൽ മാത്രമേ സ്വച്ഛന്ദമായ അധ്വാനവും ഭാഷയും സാധ്യമാകുകയുള്ളൂ. ഭരണകൂടത്തിന്റേയും ചട്ടങ്ങളുടേയും ഭാരമില്ലാതെ മനുഷ്യർ സൃഷ്ടിക്കുന്ന നിരവധിയായ ബന്ധങ്ങളുടെ ഒരു ലോകത്ത് മാത്രമേ സൗന്ദര്യാത്മകമായ സംസ്കാരം നിലനിൽക്കൂ. ഒരു വർഗവിഭജിത സമൂഹത്തിൽ ഇത്തരം ഇടങ്ങളും ബന്ധങ്ങളും വളരെ കുറവായിരിക്കും. പരസ്പരം പോരടിക്കുന്ന വർഗ താൽപ്പര്യങ്ങൾ സംസ്കാരത്തിന്റെ ലോകത്തെ അസ്ഥിരവും സന്ദിഗ്ധവുമാക്കുന്നു. ഉൽപ്പാദനമണ്ഡലത്തിൽ നിലനിൽക്കുന്ന ചൂഷണത്തോടൊപ്പംതന്നെ വളരെ വ്യത്യസ്തവും വൈവിധ്യമുള്ളതുമായ ചൂഷണവ്യവസ്ഥ സംസ്കാ രത്തിന്റെ മണ്ഡലത്തിൽ നിലനിൽക്കുന്നു. അനുഭവങ്ങൾക്ക് പ്രാഥമ്യം കൽപ്പിക്കുന്ന ഒരു ദർശനത്തിലൂടെ മാത്രമേ അവയെ തിരിച്ചറിയാനും വ്യാഖ്യാനിക്കാനും കഴിയൂ. അന്യവൽക്കരിക്കപ്പെടാത്ത അധ്വാനത്തി ന്റേയും ഭാഷയുടേയും ലോകത്തു നിലനിൽക്കുന്ന സംസ്കാരം അതി നാൽത്തന്നെ മനുഷ്യരുടെ ജൈവമായ ഒരു ഭാവനയാണ്. അനുഭവ ങ്ങളുടെ വൈവിധ്യത്തെ ചെറുകാട് തന്റെ രചനകളിൽ കേവലമായി ഉൽപ്പാദന ബന്ധങ്ങളിലേക്ക് വെട്ടിച്ചുരുക്കുന്നില്ല. സംസ്കാരത്തിന്റെ വിപുലമായ ഒരു ലോകത്തുവച്ചാണ് അദ്ദേഹം നോവലിലെ കഥാത്ത വിനെ പരിചരിക്കുന്നത്. ഉൽപ്പാദന മേഖലയിലുണ്ടാകുന്ന ചട്ടലമായ മാറ്റങ്ങളെ അടയാളപ്പെടുത്തുമ്പോഴും അദ്ദേഹം അനുഭവത്തിന്റെ സൂക്ഷ്മതകളെ, വൈവിധ്യത്തെ അനന്യമായിത്തന്നെ പരിചരിക്കുന്നു. അതിനാൽ അന്യവൽകൃതമാകാത്ത അനുഭവങ്ങൾകൊണ്ട് സൃഷ്ടിച്ച നാഗരികത ചെറുകാടിനെ വല്ലാതെ പ്രലോഭിപ്പിക്കുന്നുണ്ട്. അത്തരം നാഗരികതകളുടെ മോട്ടീഫുകൾ നിറഞ്ഞതാണ് അദ്ദേഹത്തിന്റെ നോവലുകളിലെ ഉൾലോകം.

സംസ്കാരത്തെക്കുറിച്ച് ചെറുകാട് നടത്തുന്ന സവിശേഷമായ ഒരു നിരീക്ഷണം ജീവിതപ്പാതയിലുണ്ട്. അതിങ്ങനെയാണ്: "കക്കന്നും

ചെറുകാട്ടുകുന്നം ചെറുകാട് ദേശവും ചെമ്മലദേശവുംകൂടി ഏറിയാൽ രണ്ടുനാഴിക വിസ്താരമുള്ള നാട്ടിൽ ജനങ്ങളധികമില്ല. എങ്കിലും നാട്ടുവാഴി നാട്ടുവാഴി തന്നെയാണല്ലോ. മറ്റ് നാട്ടുവാഴികളുടെ നാട്ടില ള്ളതൊക്കെ തന്റെ നാട്ടില്ും വേണമെന്ന് കയ്മൾക്ക് വാശിയുണ്ടായി. മറ്റ് നാട്ടുവാഴികൾക്കൊക്കെ അമ്പലമുണ്ട്. അമ്പലമുണ്ടായാലേ സംസ്കാരമുള്ള നാടാകൂ. അതുകൊണ്ട് മഹാബ്രാഹ്മണരുടെ അനുഗ്രഹാശിസ്സുകളോടെ ചെറുകാട് ദേശത്ത് ചെറുകാട് കുന്നിന്റെ കിഴക്കേചെരുവിൽ പുലാമന്തോൾ പുഴയുടെ വക്കത്ത് കയ്മളും ഒരമ്പല മുണ്ടാക്കി. ഒരു ശിവലിംഗം പ്രതിഷ്ഠിച്ചു. ചെറുകാട്ടമ്പലത്തിൽ ശാന്തിക്ക് ബ്രാഹ്മണരെ കിട്ടാതെ കർണാടകക്കാരനായ ഒരു എമ്പ്രാന്തിരിയെ കൊണ്ടുവരേണ്ടി വന്നു. ജാതിയുടെ മാറ്റ് കുറഞ്ഞാല്ും കഴകപ്രവൃത്തി കഴിച്ച് ജീവിക്കാനാഗ്രഹിച്ച ഒരു പിഷാരസ്യാരെ കഴകത്തിനം കിട്ടി. കഴകപ്പുര കയ്മൾ തന്നെ കെട്ടിച്ചുകൊടുത്തു. അങ്ങനെ അമ്പലത്തിൽ ശാന്തിയും കഴകവുമായി നാട്ടിൽ സംസ്കാരമുണ്ടാക്കിക്കൊണ്ട് കയ്മൾ വിജയിച്ചു. അവിഞ്ഞിക്കാട് ഭട്ടതിരിപ്പാട്, പൊൽപ്പായ ഭട്ടതി രിപ്പാട്, പൊഴുവായ ഭട്ടതിരിപ്പാട്, വെള്ളാനി നമ്പൂതിരി, ആറ്റുപുറത്ത് ഭട്ടതിരിപ്പാട്, ചൊവ്വര നമ്പൂതിരിപ്പാട്, പുലാമന്തോൾ മൂസ്സ് തുടങ്ങി ചുറ്റവട്ടത്തുള്ള ബ്രാഹ്മണർ പാഴൂർ കീഴ്ത്തുക്കോവിൽ അമ്പലത്തിൽ കേന്ദ്രീകരിച്ച് സംസ്കാരം നിലനിർത്തി. നമ്പൂതിരിയുടെ സഹായമി ല്ലാതെ നാട്ടുവാഴിക്ക് സംസ്കാരം പ്രചരിപ്പിക്കാൻ പ്രയാസമാണെന്ന് കയ്മൾക്ക് ഇടക്കിടയ്ക്ക് തോന്നാതിരുന്നില്ല" (പുറം 21-22). ഈ പ്രകരണ ത്തിൽ തുടർച്ചയായി കടന്നുവരുന്ന പദമാണ് സംസ്കാരം എന്നത്. ആക്ഷേപഹാസ്യത്തോടെയാണ് ഈ വാക്ക് ചെറുകാട് ആവർത്തി ക്കുന്നത്. ആദ്യത്തെ കൈമളിനുശേഷം വന്ന കൈമൾ ദുർമാർഗിയും ബ്രാഹ്മണരേയും മറ്റം അപമാനിക്കുന്നവനുമായിരുന്നു. മേൽപ്പറഞ്ഞ കഥയിൽ പരാമർശിച്ച കൈമളും വാരസ്യാരും ഇതിനിടയിൽ ഒരു കിടപ്പിനുള്ള വട്ടം കൂട്ടി. എമ്പ്രാന്തിരിക്ക് വേറെ ഭാര്യയും കുട്ടികളുമുണ്ടാ യിരുന്നെങ്കില്ും അന്നത്തെ നാട്ടനടപ്പനുസരിച്ച് ചെല്ലുന്നിടത്തൊക്കെ കിടപ്പിനുള്ള വട്ടം കൂട്ടുന്നതിൽ തെറ്റുണ്ടായിരുന്നില്ല. എന്നാൽ വാരസ്യാ രുടെ സൗന്ദര്യത്തിൽ ആകൃഷ്ടനായ കൈമൾ അവരുമായി ശാരീരിക വേഴ്ചയിലേർപ്പെടാൻ ആഗ്രഹിച്ചു. തന്റെ ഇംഗിതത്തിന് വഴങ്ങാത്ത വാരസ്യാരെ ഒരു ദിവസം കൈമൾ കടന്നുപിടിക്കുകയും ഇതുകണ്ട് കടന്നുവന്ന എമ്പ്രാന്തിരിയെ വെട്ടിക്കൊല്ലുകയും ചെയ്തു. തന്റെ ദുർവിധി യിൽ മനംനൊന്ത വാരസ്യാർ കഴകപ്പുരയുടെ വിട്ടത്തിൽ കെട്ടിത്തൂങ്ങി മരിച്ചു. ചെറുകാട് ദേശത്ത് നാട്ടുവാഴി കൊണ്ടുവന്ന സംസ്കാരത്തിന്റെ

ആത്യന്തികമായ സ്വരൂപമാണ് ചെറുകാട് അവതരിപ്പിക്കുന്നത്. ക്ഷേ ത്രമാണ് സംസ്കാരമെന്ന് കരുതിയ നാട്ടുവാഴിത്തം ചെറുകാട്ടേക്ക് കൊണ്ടുവന്നത് ഹിംസയുടെയും ആണധികാരത്തിന്റേയും സവർണ പ്രത്യയശാസ്ത്രത്തിന്റേയും യാന്ത്രികരൂപങ്ങളെയാണ്. സംസ്കാരത്തി ലേക്ക് സ്ഥാപനങ്ങളേയും ചട്ടങ്ങളേയും പറിച്ചനടുമ്പോൾ മനുഷ്യർ ഹിംസയുടെ യന്ത്രങ്ങളായിത്തീരുന്നു. അതാണ് ചെറുകാട്ട് സംഭവിച്ചത്. പ്രേമസുരഭിലവും മൗലികവുമായിത്തീരേണ്ട സ്ത്രീപുരുഷ ബന്ധങ്ങൾ ഈ സംസ്കാരത്തിൽ കാമവികാരം ചുരമാന്തുന്ന അനാഗരിക ശരീരങ്ങ ളുടെ നിസ്സഹായമായ നിലവിളികളായിത്തീരുന്നു.

എന്നാൽ 'മണ്ണിന്റെ മാറിൽ' എന്ന നോവലിൽ ഇതിൽനിന്ന് ഭിന്നമായ മറ്റൊരു സംസ്കാരം പച്ചനാമ്പുകൾ നീട്ടി തെഴുത്ത് നിൽക്ക ന്നുണ്ട്. അധ്വാനത്തിൽ പരസ്പരം പങ്കാളികളാകുന്ന ആണും പെണ്ണും വ്യവസ്ഥയുടെ എല്ലാ കങ്കാണിനോട്ടങ്ങളിൽനിന്നും അകന്നുമാറി സ്വയം ആചരിക്കുന്ന ജീവിതസന്ദർഭങ്ങളുടെ ചില ആർദ്രനിമിഷ ങ്ങൾ ഈ നോവലിലുണ്ട്. അത്തിക്കോട്ട താമസമുറപ്പിച്ച് പാഴ്ഭൂമി കൃഷിഭൂമിയാക്കാൻ രാപ്പകൽ അധ്വാനിക്കുന്ന കൊണ്ടേരനുവേണ്ടി ഭാര്യ കാളി കഞ്ഞിയുമായി വരുന്നു. അവളുടെ ഒക്കത്ത് മകന്റെ കുട്ടി യുമുണ്ട്. കൊണ്ടേരന്റെ കഠിനാധ്വാനത്തിൽ കാളിക്കുള്ള ഉൽക്കണ്ഠ യും ചെറുമകന്റെ കൈവെള്ളയിൽ പൊള്ളലേറ്റതിന്റെ പ്രയാസവും അത്തിക്കോടിനെക്കുറിച്ചുള്ള കൊണ്ടേരന്റെ സ്വപ്നങ്ങളും അവരുടെ സംഭാഷണത്തിൽ കടന്നുവരുന്നു. ഒടുവിൽ അന്ന് രാത്രി മക്കളെയാരെ യെങ്കിലും കാവലേൽപ്പിച്ച് കുടിയിലേക്ക് വരാൻ കാളി കൊണ്ടേരനോട് പറയുന്നു. ഈ ഭാഗം നോവലിസ്റ്റ് അവതരിപ്പിക്കുന്നതിങ്ങനെയാണ്: "ങ്ങനെ രാവും പകലും കാട്ടിൽക്കിടക്കണതു കാണുമ്പോഴാണ്. ന്ന് മറ്റോര് പോന്നോട്ടെ. ങ്ങളങ്ങട്ട് വരുണ്ട്. തല നരച്ച്, കവിളൊട്ടി, കണ്ണി കുണ്ടിൽപ്പോയി നിൽക്കുന്ന കാളിയിൽ ആ പുഞ്ചിരിയിൽ, പ്രാർത്ഥനയിൽ, കൊണ്ടേരനൊരു രതീദേവിയെ കണ്ടു. കൊണ്ടേരൻ കുട്ടിയെ കൊട്ടക്കുന്ന തഞ്ചത്തിൽ തന്റെ പ്രേമഭാജനത്തിന്റെ ഇടത്തേ കവിളത്ത് സൂത്രത്തിലൊരു ചുംബനം സമർപ്പിച്ചു'' (പുറം 17-18). പ്രകൃതിയുമായി അധ്വാനത്തിലൂടെ നിരന്തരം ഇടപെടുന്ന മനുഷ്യർ വില മാത്രമല്ല സംസ്കാരം കൂടിയാണ് സൃഷ്ടിച്ചെടുക്കുന്നത്. അവിടെ ഹിംസയല്ല കാരുണ്യമാണ് പ്രണയബന്ധത്തിനാധാരം. മക്കളോടും ചെറുമക്കളോടും തോന്നുന്ന അതേ വാത്സല്യം വിളയോടും കന്നിനോട്ടും തോന്നുക, അധ്വാനംകൊണ്ട് ചതഞ്ഞുപോയ തന്റെ ഇണയുടെ ശരീ രത്തോടു തോന്നുക എന്നത് അന്യവൽക്കരിക്കപ്പെട്ട ബന്ധങ്ങളുടെ

ഒരു ലോകത്തുനിന്ന് വായിക്കുമ്പോൾ പ്രലോഭിപ്പിക്കുന്ന ഒരു ഭാവന യായിത്തീരുന്നു. ചെറുകാട് ചരിത്രസംഭവങ്ങൾകൊണ്ട് ഇതിവൃത്തം മെനയുമ്പോൾ അദ്ദേഹം അവ്യവസ്ഥിതമായ ഒരു ഭാവിലോകത്തെ ആഖ്യാനത്തിന്റെ അബോധത്തിലേക്ക് പ്രത്യാനയിക്കുന്നുണ്ട്. വൃവ സ്ഥാപിതമായ ഒരു ഭാവിസമൂഹത്തെ നോവലിന്റെ അബോധമാക്കി മാറ്റാൻ കഴിയുന്നതുകൊണ്ടാണ് ചെറുകാടിന്റെ നോവലുകൾ കൂടുതൽ പ്രസക്തമായി നമുക്കിന്ന് തോന്നുന്നത്. അടിയാളന്റെ സംസ്കൃതി നിർമാണാത്മകമാണ്. ഉടമയുടേത് നാശകാരിയും. അവർണർ എന്ന് വിളിക്കപ്പെട്ടിരുന്നവരുടെ മനുഷ്യബന്ധങ്ങൾ കാരുണ്യത്തിന്റേയും പരസ്പരവിശ്വാസത്തിന്റേയും നിലാവ് പരന്നവയാണ്. എന്നാൽ മുഖ്യധാരയെ നിർണയിക്കുന്ന ബ്രാഹ്മണ്യത്തിന്റെ സംസ്കാരം ഹിംസയുടേയും പരസ്പര നിരാസത്തിന്റേയുമാണ്. ജീവിതം തന്നെ ആരാധനയാക്കി മാറ്റുന്ന കീഴാളസംസ്കൃതിയിൽനിന്നാണ് നാം ഭാവനയുടെ അപരലോകങ്ങൾ സൃഷ്ടിക്കേണ്ടതെന്ന് ചെറുകാടിന്റെ നോവലുകൾ നമ്മെ ഓർമ്മിപ്പിക്കുന്നുണ്ട്.

ദിവ്യശക്തിയുള്ള മഴ കടലിൽനിന്ന് പൊക്കിയെടുത്തതല്ല നാം അധിവസിക്കുന്ന ഭൂമി. മനുഷ്യവാസയോഗ്യമായ ഓരോ സാംസ്കാരിക ഭൂഖണ്ഡവും കീഴാളർ നിർമിച്ചെടുത്ത പ്രകൃതിയാണ്. മനുഷ്യന് പ്രകൃതിയെ നശിപ്പിക്കാൻ മാത്രമല്ല നിർമിക്കാനും കഴിയുമെന്നത് പ്രകൃതിയും മനുഷ്യനും തമ്മിലുള്ള ചയാപചയ ബന്ധത്തിന്റെ സഹജ ഭാവത്തെയാണ് ഓർമ്മിപ്പിക്കുന്നത്. ഭാഷയിലൂടെയാണ് വസ്തുക്കൾ അവയുടെ ഉണ്മയെ പ്രകാശിപ്പിക്കുന്നതെന്ന് പറയാറുണ്ട്. അതേവിധം പ്രകൃതി മനുഷ്യാധ്വാനത്തിലൂടെ അതിന്റെ ഉണ്മയെ പ്രകാശിപ്പിക്കുക യാണ് ചെയ്യുന്നത്. അത്തിക്കോട് 'ചങ്കരമ്പള്ളാല്' ആയിത്തീരുമ്പോൾ സംഭവിക്കുന്നതിതാണ്. പ്രകൃതി അതിന്റെ ശേഷിയേയും സൗന്ദര്യ ത്തെയും മനുഷ്യാധ്വാനത്തിലൂടെ വെളിപ്പെടുത്തുകയാണ് ചെയ്യുന്നത്. ഭൂപ്രകൃതിയിൽ വരുന്ന ഈ മാറ്റത്തെ ചെറുകാട് വളരെ സൂക്ഷ്മമായി വരച്ചിട്ടുന്നുണ്ട് (പുറം 14-15).

എന്നാൽ ഇതിൽനിന്ന് വ്യത്യസ്തമായ ഒരു മനുഷ്യ - പ്രകൃതി ബന്ധം ഈ നോവലിൽ കാണാം. മൂപ്പിൽനായർ ചാമിയേയും കൂട്ടി ഒരു രാത്രിയിൽ വെടിക്ക് പോകുന്നുണ്ട്. തോക്കാണ് ആയുധം. ഒരുപക്ഷേ ഈ നോവലിലെ ഏറ്റവും ഉയർന്ന സാങ്കേതികവിദ്യ ഈ തോക്കാണ്. പ്രകൃതിക്ക് നേരെ ചെണ്ടുന്ന സംഹാരാത്മകമായ ഈ യന്ത്രം ഒടുവിൽ മനുഷ്യന്റെ ജീവൻ തന്നെയാണ് കവരുന്നത്. ആവശ്യവും ആർത്തിയും മനുഷ്യാധ്വാനത്തിന് വ്യത്യസ്തമായ അർത്ഥമാണ് നൽകുന്നത്.

ആവശ്യം പ്രകൃതിയെ അർത്ഥപൂർണമാക്കുമ്പോൾ ആർത്തി അതേ പ്രകൃതിയെ അനർത്ഥമാക്കുന്നു. മനുഷ്യനെ നിശ്ശബ്ദമാക്കുന്ന യന്ത്രത്തിന്റെ സംസ്കാരത്തെയാണ് ചെറുകാട് 'ശബ്ദമുണ്ടാക്കാത്ത വെടി' എന്ന് വിശേഷിപ്പിക്കുന്നത്. പ്രകൃതിക്കുനേരെ തിരിഞ്ഞിരിക്കുന്ന ആണധികാരത്തിന്റെ യുക്തി കൂടിയാണ് ഈ തോക്ക്. യന്ത്രത്തോക്ക് മാത്രമല്ല ഭരണകൂടത്തിന്റെ നാടകീയത കൂടിയാണ് വടക്കമ്പാട്ടെ മനുഷ്യരെ നിശ്ശബ്ദരാക്കുന്നത്. ഇങ്ങനെ നിശ്ശബ്ദമാക്കപ്പെട്ട ചാമിയെയും അവരുടെ പിൻമുറക്കാരെയുമാണ് നാം പിന്നീട് കോവിലന്റെ ഭരതനിലും ആനന്ദിന്റെ മരണസർട്ടിഫിക്കറ്റിലും ഗോവർധന്റെ യാത്രകളിലുമൊക്കെ കണ്ടത്. വേട്ട ആർത്തിയാണെങ്കിൽ കൃഷി ആവശ്യമാണ്. മൂപ്പിൽനായരുടെ വേട്ട ഉണ്ടു കഴിഞ്ഞ നായർക്ക് തോന്നുന്ന വിളിയാണ്. എന്നാൽ കൃഷി ചെയ്യുന്ന കൊണ്ടേരന് ഭീഷണിയാകുന്ന വന്യമൃഗങ്ങളുണ്ട്. അവയോട് മണ്ണിനെ സ്നേഹിക്കുന്ന ആ കർഷകൻ പെരുമാറുന്നതെങ്ങനെയെന്ന് ചെറുകാട് വിവരിക്കുന്നുണ്ട്.

കൊണ്ടേരൻ ചുമ്മാ കാവലിരിക്കുകയല്ല ചെയ്തത്. ഒരു വെട്ടുകത്തി, പിക്കാസ്, കൈക്കോട്ട്, മഴു അങ്ങനെ മണ്ണിനോട് മല്ലിടാൻ വേണ്ട പണിയായുധങ്ങളും അവൻ സമ്പാദിച്ചുവച്ചു. കാട്ടുവെട്ടി, കുറ്റി പുഴക്കി, വരമ്പു കണ്ടങ്ങളാക്കി. പറ്റുന്ന വിറകു വെട്ടിക്കീറി തളികപ്പുറത്തിട്ടു. വല്ല പശുക്കളോ പോത്തുകളോ വിളയുടെ അടുത്തെങ്ങാനമെത്തിയാൽ കവിണയിൽ കല്ലുതൊട്ടെറിഞ്ഞു. മൂളിപ്പറക്കുന്ന കവിണക്കല്ലിനെ 'പുല്ലുകുസാത്ത' മനക്കലെ തമ്പുരാന്റെ കുറ്റനോ മറ്റോ വന്നാൽ അവനവറ്റയോടൊരു ഭീകര സമരംതന്നെ നടത്തി പന്നിക്കോടൻ മല കടത്തിവിട്ടു (പുറം 18-19). മൃഗങ്ങളെ ആട്ടിപ്പായിക്കുകയല്ലാതെ അവയെ കൊണ്ടേരൻ ആയുധത്തിനിരയാക്കുന്നില്ല.

ഭാഷയുടെ സൂക്ഷ്മമായ പ്രയോഗങ്ങളിലുമുണ്ട് പ്രകൃതിയുമായി മനുഷ്യർ സൃഷ്ടിക്കുന്ന വൈരുധ്യാത്മകബന്ധത്തിന്റെ ഈ മഴവിൽ സൗന്ദര്യം. ''പനങ്കുലയിൽനിന്ന് മുട്ടിപ്പാനി നിറയെ മധുരക്കള്ള വാർന്നുനിൽക്കുന്നതു കണ്ടപോലെ കൊണ്ടയുടെ മുഖത്തൊരു പുഞ്ചിരി പടർന്നു'' എന്ന ഏറെക്കുറെ ദീർഘിച്ച അലങ്കാരവാക്യത്തിൽ ഉപമാനവും ഉപമേയവും മനുഷ്യന്റെ മുഖംതന്നെയാണ്. മറ്റൊരുതരത്തിൽ പറഞ്ഞാൽ ഇവിടെ ഉപമാനവും ഉപമേയവും കൊണ്ടയുടെതന്നെ മുഖമാണ്. ഒന്ന് കള്ള് ചെയ്യുന്ന കൊണ്ട, മറ്റൊന്ന് നിലമുഴന്ന കൊണ്ട. കൊണ്ടയുടെ ജീവിതത്തിലെ ഒന്നാം ഘട്ടത്തെയാണ് ചെത്ത് സൂചിപ്പിക്കുന്നതെങ്കിൽ അതിന്റെ രണ്ടാം ഘട്ടത്തെയാണ് ഉഴവ് സൂചിപ്പിക്കുന്നത്. ഒന്നിൽനിന്ന് മറ്റൊന്നായി അധ്വാനരൂപം മാറുമ്പോഴും

അടിസ്ഥാനപരമായ സൗന്ദര്യാംശം മാറ്റുന്നില്ല. അതായത് അധ്യാ
നത്രപങ്ങളിലും ഉൽപാദനശക്തികളിലും മാറ്റം സംഭവിക്കുമ്പോഴും
മനുഷ്യനും പ്രകൃതിയും തമ്മിലുള്ള ബന്ധം ഉപകരണാത്മക യുക്തിയി
ലേക്ക് ന്യൂനീകരിക്കപ്പെടുന്നില്ല.

മനുഷ്യന്റെ അധ്വാനം പ്രകൃതിയെ അർഥപൂർണമാക്കുന്നുവെന്ന്
സൂചിപ്പിച്ചുവല്ലോ. അതിന്റെ തികഞ്ഞ ദൃഷ്ടാന്തമാണ് മുത്തപ്പായിപ്പി
ലാവ്. ആരാന്റെ ഭൂമിയിൽ പ്ലാത്തൈ നട്ടുന്നത് പോഴത്തമാണെന്ന്
കൊണ്ടേരന് തോന്നുന്നുണ്ട്. എന്നാൽ അതിനെ സാധൂകരിക്കാനുള്ള
യുക്തി അയാൾക്ക് കിട്ടുന്നത് വിഷുപ്പക്ഷിയുടെ പാട്ടിൽനിന്നാണ്.

അത്തിക്കോട്ടിലേക്കുവേണ്ടി നട്ടുണ്ടാക്കിയ ഫലവൃക്ഷങ്ങളുടെ തയ്യ
കളൊക്കെ എന്തുചെയ്യണം? കൊണ്ടേരൻ കുറെയേറെ ആലോചിച്ചു.
അടുത്തകൊല്ലം ഒഴിഞ്ഞുകൊട്ടക്കേണ്ട ഭൂമിയിൽ പ്ലാത്തയ്യവെച്ചാൽ
ചക്കയിട്ടു തിന്നാൻ ആരാവും? ആ കർമയോഗിയായ കൃഷിക്കാരൻ
തീരുമാനിച്ചു. വെച്ചുപിടിപ്പിക്കുകതന്നെ. ആരാച്ചാൽ ചക്കയിട്ടു തിന്നട്ടെ.

'വിത്തും കൈക്കോട്ടം

കള്ളൻ ചക്കേട്ടേ

കണ്ടാ മുണ്ടണ്ടാ

കൊണ്ടെത്തിന്നോട്ടെ' ആ വിഷുക്കാലത്ത് പാടുന്ന പക്ഷിയുടെ
ശബ്ദം കൊണ്ടേരനെ ആവേശം കൊള്ളിച്ചു (പുറം 25).

മനുഷ്യസമൂഹത്തിന്റെ അതിജീവനത്തെ പ്രധാനമായി ഗണിക്കുന്ന
ഒരു ജീവിതദർശനം കൊണ്ടുമാത്രമേ ചെറുകാടിന്റെ കഥാപാത്രങ്ങളെ
മനസ്സിലാക്കാനാവൂ. അഞ്ചുരൂപ വരുമാനമുള്ളവന് പത്തുരൂപാ വരു
മാനമുള്ളവനോട് വൈരാഗ്യമുണ്ടാക്കുന്ന തത്വചിന്തയായല്ല ചെറുകാട്
മാർക്സിസത്തെ കണ്ടത്. മനുഷ്യനും പ്രകൃതിയും തമ്മിലുള്ള ജൈവ
ബന്ധത്തിൽനിന്നാണ് അദ്ദേഹം ആരംഭിക്കുന്നത്. അദ്ദേഹത്തിന്റെ
ഭാഷയും ഭാവനയും വരുന്നത് അതിൽനിന്നാണ്. മുത്തപ്പായിപ്പിലാവ്
വികാരങ്ങളുടെ നിക്ഷേപംകൊണ്ട് നിർഭതമാണ്. അത് തലമുറകളെ
അതിജീവിക്കാൻ പ്രേരിപ്പിക്കുന്ന ഒരു ഉദാത്ത ഭാവനയാണ്. വടക്ക
മ്പാട്ടെ കർഷക സമരത്തിനും ഭ്രബന്ധങ്ങളുടെ മാറ്റത്തിനും നിമിത്ത
മാകുന്നത് മുത്തപ്പായിപ്പിലാവാണ്. ഈ രൂപകത്തിൽ അധ്വാനവും
ഭാഷയും പ്രകൃതിയും ഭാവനയും ഒന്നായിത്തീരുന്നു.

നോവലിന്റെ അബോധത്തിൽ മൗലികമായ മനുഷ്യാസ്തിത്വത്തി
ന്റെ പിടച്ചിലുകൾ ഇരമ്പിമറിയുന്നതു കൊണ്ടാണ് ചെറുകാടിന്റെ

നോവലുകൾ കാലത്തെ അതിജീവിച്ചും വായിക്കപ്പെട്ടുമെന്ന് നാം ഉറപ്പിച്ചു പറയുന്നത്. കർഷക കലാപത്തിന്റെ ചരിത്രരേഖയല്ല മണ്ണിന്റെ മാറിൽ. ഉപരിതലത്തിൽ അതങ്ങനെ പ്രത്യക്ഷപ്പെടുമ്പോഴും അതിന്റെ വ്യാഖ്യാനക്ഷമത അനുഭവത്തിന്റെ /അനുഭൂതിയുടെ നിരവധി ഘടനക ളെയാണ് പുറത്തു കൊണ്ടുവരുന്നത്. വണ്ടി ഓടിക്കഴിഞ്ഞതിനുശേഷ വും ബാക്കിയാവുന്ന പെട്രോളാണത്.

 കണ്ണാടിയും കുമ്പസാരവും

നെല്ലും മനുഷ്യരും വിളയുന്ന പാടങ്ങൾ

യൂറോപ്പിലെ വ്യവസായ വിപ്ലവത്തിന്റെ ഫലമായി സൃഷ്ടിക്കപ്പെട്ട മധ്യവർഗത്തിന്റെ കലയാണ് നോവൽ. സ്വതന്ത്ര വ്യക്തിസ ങ്കൽപ്പം, മതേതര സാമൂഹ്യജീവിതം എന്നിവയുമായി നേരിട്ട് ബന്ധ പ്പെട്ടന്ന സാഹിത്യ ജനുസ്സാണിത്. വ്യവസായ പൂർവസമൂഹത്തിലെ മാമൂലുകളോട് കലഹിച്ച് സ്വതന്ത്രമാവാനായി പിടഞ്ഞുകൊണ്ടിരിക്ക ന്നവരാണ് ആദ്യകാല സാമൂഹ്യ നോവലുകളിലെ കഥാപാത്രങ്ങൾ. ആത്മീയതയുടെയോ ആശയലോകത്തിന്റെയോ പിൻബലത്തിലല്ല നോവലെഴുതപ്പെടുന്നത്. തിളച്ചമറിയുന്ന ഭൗതികജീവിതത്തിൽനി ന്നാണ് ഈ സാഹിത്യരൂപം പിറക്കുന്നത്. വ്യക്തിജീവിതത്തെ സ്വാധീ നിക്കുന്നതും എന്നാൽ വ്യക്തികളാൽ നിർണയിക്കാനാവാത്തതുമായ ബാഹ്യലോകമാണ് ഏതൊരു നോവലിലെയും സമൂഹം. ഭൗതിക നിയ മങ്ങളാൽ വികസിക്കുകയും പരിണമിക്കുകയും ചെയ്യുന്ന ഒന്നാണ് ഈ ബാഹ്യലോകം. അതിനാൽ ചരിത്രനിരപേക്ഷമായ നോവൽ വായന അസാധ്യമായിത്തീരുന്നു.

വിരസവും അനുഭവരഹിതവുമായ ബൂർഷ്വാ സാമൂഹിക ജീവിതത്തെ ഒരു കലാവസ്തുവായി പരിണമിപ്പിക്കാനുള്ള ശ്രമമാണ് നോവലിൽ നടക്കുന്നത്. ഏകതയും സമഗ്രതയുമാണ് മുതലാളിത്ത പൂർവസമൂഹ ങ്ങളിലെ സാഹിത്യജനുസ്സുകളുടെ സവിശേഷത. അത് അക്കാലത്തെ സമൂഹത്തിന്റെ തന്നെ സവിശേഷതയായിരുന്നു. എന്നാൽ ആധുനിക വ്യവസായ സമൂഹം സമഗ്രത നഷ്ടപ്പെട്ട ഒന്നാണ്. പക്ഷേ ഏകാഗ്രത യും സമഗ്രതയുമില്ലാതെ കലാസൃഷ്ടി സാധ്യമല്ല. അതുകൊണ്ട് സമൂഹ ത്തിലില്ലാത്ത ഏകത്വവും സമഗ്രതയും തന്റെ സാഹിത്യ സൃഷ്ടിയിൽ ഉണ്ടാക്കിയെടുക്കാനാണ് ഒരു നോവലിസ്റ്റ് ശ്രമിക്കുന്നത്. ഇതാണ്

നോവലിൽ അന്തർഭവിച്ചിരിക്കുന്ന കല. 'ആധുനിക ബൂർഷ്വാസമൂഹ ത്തിന്റെ ഇതിഹാസം' എന്ന് നോവൽ വിശേഷിപ്പിക്കപ്പെടാൻ ഇതു തന്നെയാണ് കാരണം(Swinge Wood, 1975: 2627).

എന്നാൽ മുതലാളിത്തപൂർവ സമൂഹങ്ങളിലെ ഇതിഹാസങ്ങൾക്ക് പകരംവയ്ക്കപ്പെട്ട ഒരു സാഹിത്യജനുസ്സല്ല നോവൽ. കാരണം ഇതിഹാ സനായകൻ സാമൂഹ്യമായ സമഗ്രതയെ പ്രതിനിധാനം ചെയ്യുന്ന ഒരു വ്യക്തിയായിരിക്കും. അയാൾ ഇതിഹാസത്തിന്റെ ആഖ്യാനത്തിനായി സൃഷ്ടിക്കപ്പെട്ട കഥാപാത്രമല്ല. മറിച്ച് സമൂഹത്തിന്റെ അതിജീവനത്തി നായി സ്വയം സമർപ്പിച്ച നായകനാണ്. സാമൂഹിക മൂല്യങ്ങളെയോ വ്യവസ്ഥയെയോ അയാൾ ചോദ്യം ചെയ്യുന്നില്ലെന്ന് മാത്രമല്ല, അതിന്റെ പരൽരൂപമാണ് അയാളുടെ സ്വത്വമായി പ്രകാശിക്കുന്നത്.

നോവലിലെ നായകനാകട്ടെ, സാമൂഹ്യസന്ദർഭങ്ങളിൽ അന്യവ ൽക്കരണം അനുഭവിക്കുന്ന ഒരാളാണ്. സാർവലൗകിക നിയമങ്ങളാൽ ബന്ധിക്കപ്പെട്ട ഒരു സാമൂഹ്യസമഗ്രത നോവലിലില്ല. നോവലിലെ വ്യക്തികൾ ഏതെങ്കിലും അടുത്ത സാമൂഹ്യവ്യവസ്ഥയോട് തീർത്തും ബന്ധിക്കപ്പെട്ടവരുമല്ല. ഇതിഹാസനായകന് ഒരു ആന്തരിക ജീവിത മില്ല. എന്നാൽ ആധുനിക നോവലിലെ നായകനെ അനന്യമാക്കുന്നതു തന്നെ, അയാളുടെ ആന്തരിക ജീവിതമാണ്. സ്വന്തം ജീവിതത്തിന്റെ അർഥം അന്വേഷിക്കുകയും ആന്തരികമായി ഒറ്റപ്പെടുകയും ചെയ്യുന്ന വ്യക്തികളാണ് നോവലിലെ കഥാപാത്രങ്ങൾ. ഇവരുടെ ഓരോ പ്രവൃ ത്തിയും സാമൂഹ്യവ്യവസ്ഥയും കൂടുതൽ വിവൃതവും സാഹിത്യരൂപത്തെ അപൂർണവുമാക്കിത്തീർക്കുന്നു. ഉണ്മ(beingness)യും ആയിത്തീരലിനും (becoming) ഇടയിൽ ആന്ദോളനം ചെയ്യുന്ന കലാരൂപമാണ് നോവൽ എന്ന് പറയാം. പൂർണതയെ സ്വപ്നം കാണുകയും സമഗ്രമായ ഒരു സാമൂഹ്യവ്യവസ്ഥയിൽ ആന്തരികമായ അർത്ഥത്തെ അന്വേഷിക്ക കയും ചെയ്യുന്ന മനുഷ്യരെയാണ് ആധുനിക നോവൽ പ്രശ്നവൽക്ക രിക്കുന്നത്. ഈ അർത്ഥത്തിൽ നോവലിലെ കേന്ദ്രകഥാപാത്രത്തെ 'പ്രശ്നവൽകൃത നായകൻ/നായിക' (problematic hero/heroin) എന്ന് വിശേഷിപ്പിക്കാറുണ്ട്. അയാൾ പ്രകൃതിക്കും സമൂഹത്തിനും ഇടന്ത ടിച്ച് നിൽക്കുന്ന ഒരാളായിരിക്കും. നിരർഥകവും നിർജീവവുമായ ഒരു സാമൂഹ്യ സന്ദർഭത്തിനകത്താണ് ആധുനിക നോവലിലെ നായകൻ സാർഥകമായ ഒരു ജീവിതം മെനഞ്ഞെടുക്കാൻ ശ്രമിക്കുന്നത്. ഈ യത്നം പലപ്പോഴും അയാളെ അസ്വസ്ഥതയുടെ നെരിപ്പോടുകളിലേ ക്ക് വലിച്ചെറിയുന്നു. ഇക്കാരണത്താലാണ് അന്യവൽക്കരിക്കപ്പെട്ട

വ്യക്തികളുടെ ആന്തരികമായ സാഹസങ്ങളാണ് നോവൽ എന്ന പറയുന്നത്.

ചെറുകാടിന്റെ *മുത്തശ്ശി* എന്ന നോവൽ പ്രസിദ്ധീകരണത്തിന്റെ അമ്പത് വർഷം പിന്നിടുന്ന ഘട്ടത്തിൽ, അതിനെ ഒരു ആധുനിക നോവൽ എന്ന നിലയിൽ വിലയിരുത്താനാണ് ഈ കുറിപ്പിൽ ശ്രമി ക്കുന്നത്.

മുത്തശ്ശി : കാലവും കഥാപാത്രവും

1930കളോടെ രാഷ്ട്രീയ പരിവർത്തനങ്ങളുടെ വേലിയേറ്റത്താൽ മുഖരിതമായ വള്ളുവനാടൻ സമൂഹമാണ് *മുത്തശ്ശി* യുടെ പശ്ചാത്തലം. ഇക്കാലമായപ്പോഴേക്കും മദിരാശിയിൽ രാജാജിയുടെ കോൺഗ്രസ് മന്ത്രിസഭ അധികാരമേൽക്കുകയും കൊച്ചിയിൽ പ്രജാമണ്ഡലവും തിരുവിതാംകൂറിൽ സ്റ്റേറ്റ് കോൺഗ്രസ്സും പ്രക്ഷോഭങ്ങളുമായി രംഗത്തു വരികയും ചെയ്തിരുന്നു. കർഷകത്തൊഴിലാളി സംഘങ്ങളും അധ്യാപക സംഘടനകളും കമ്യൂണിസ്റ്റ് പാർട്ടിയും ജനങ്ങൾക്കിടയിൽ പ്രവർത്തി ക്കാൻ തുടങ്ങി. 1939ൽ രണ്ടാം ലോകയുദ്ധം പൊട്ടിപ്പുറപ്പെട്ടു. പ്രവിശ്യാ കോൺഗ്രസ് മന്ത്രിസഭകൾ രാജിവച്ചു. കമ്യൂണിസ്റ്റ് പാർട്ടിയുടെ മേലുള്ള നിരോധനം പൂർവാധികം രൂക്ഷമായി. 1940 സെപ്തംബർ 15 ന്റെ മലബാറിലെ സാമ്രാജ്യവിരുദ്ധ ദിനാചരണവും സംഘട്ടനങ്ങളും മർദ്ദന വാഴ്ചയുടെ കരാളമുഖം വ്യക്തമാക്കി. കമ്യൂണിസ്റ്റ് പാർട്ടി സഖാക്കൾ ഒളിവിൽ പോയി. 1941 ജൂണിൽ ഹിറ്റ്ലർ സോവിയറ്റ് യൂണിയനെതിരെ യുദ്ധം തുടങ്ങിയതോടെ രണ്ടാം ലോകയുദ്ധത്തിന്റെ ഫാസിസ്റ്റ് വിരുദ്ധ ജനകീയ സ്വഭാവം വ്യക്തമായി. കമ്യൂണിസ്റ്റ് പാർട്ടി ഫാസിസ്റ്റ് വിരുദ്ധ യുദ്ധത്തിന് അനുകൂലമായി പ്രചാരവേല തുടങ്ങി. 1942-ൽ കമ്യൂണിസ്റ്റ് പാർട്ടി നിയമവിധേയമായി. തുടർന്നുവന്ന നാലഞ്ചു കൊല്ലക്കാലം പാർട്ടി ജനങ്ങൾക്കിടയിൽ സജീവമായി പ്രവർത്തിച്ചു. 1947 ആഗസ്റ്റ് 15-ന് ഇന്ത്യക്ക് സ്വാതന്ത്ര്യം കിട്ടി. എന്നാൽ അധികാരത്തിൽ വന്ന കോൺഗ്രസ്, ബ്രിട്ടീഷുകാരെപ്പോലും നാണിപ്പിക്കുംവിധം കമ്യൂണിസ്റ്റു കാരെ വേട്ടയാടി. ജനങ്ങളുടെ ജീവിതം തീർത്തും ദുഷ്കരമായിത്തീർന്നു. ഏറെ പ്രയാസമേറിയ ഘട്ടത്തിലും കമ്യൂണിസ്റ്റ് പാർട്ടി സഖാക്കൾ സമൂഹത്തിൽ അലിഞ്ഞുചേർന്ന് ജനങ്ങൾക്കൊപ്പം നിന്ന് പ്രവർത്തിച്ചു. ജനങ്ങളുടെ കോടതിയിൽ ഇരുട്ടിന്റെ എല്ലാ ശക്തികളെയും പരാജയ പ്പെടുത്തി കമ്യൂണിസ്റ്റ് പാർട്ടി വർധിത വീര്യത്തോടെ ഉയിർത്തെഴുന്നേറ്റു. ഏതാണ്ട് കാൽ നൂറ്റാണ്ട് വരുന്ന ഈ ചരിത്രഗതിയാണ് *മുത്തശ്ശിയിൽ* പ്രതിപാദിക്കപ്പെടുന്നത്.

നാണിമിസ്സസ് എന്ന അധ്യാപികയുടെ ജീവിതത്തിലൂടെയാണ് നോവലിലെ ആഖ്യാനസന്ദർഭം ചുരുൾ നിവർത്തുന്നത്. അമാനുഷികത യുടെ പരിവേഷങ്ങളോ അതിഭൗതിക സമസ്യകളുടെ സംഘർഷങ്ങളോ ഇല്ലാത്ത കഥാപാത്രമാണിത്. ഈ കുറിപ്പിന്റെ മുഖവുരയിൽ സൂചിപ്പിച്ച വിധം ഉണ്മയും ആയിത്തീരലിനുമിടയിൽ നിരന്തരം സംഘർഷമനുഭ വിക്കുന്നവളാണ് നാണിമിസ്സസ്. പഠിക്കാനുള്ള അതിയായ ആഗ്രഹ മാണ് നാണിയുടെ ബലപ്രകൃതിയെ സവിശേഷമാക്കുന്നത്. ഒരുതരം പിടിവാശി ആ കുട്ടിയുടെ പെരുമാറ്റത്തിൽ എല്ലായ്പ്പോഴും ഉണ്ടായി രുന്നു. എന്നാൽ ചരിത്രപരമായ സാമൂഹ്യവികാസത്തിൽ അലിഞ്ഞു ചേരാത്ത ഈ വാശി മീശമുളച്ച ഒരു സ്ത്രീരൂപത്തെ സൃഷ്ടിക്കുക മാത്രമേ ചെയ്യൂ എന്നവൾ തിരിച്ചറിയുന്നു. ഉണ്മയെ നവീകരിക്കുന്ന ഒരു പ്രക്രിയ യിലൂടെയാണ് നാണി ഈ തിരിച്ചറിവിലേക്ക് ഉണരുന്നത്.

"നിങ്ങൾക്കൊരു വിഡ്ഢിത്തം പറ്റിയിരിക്കുന്നു. നിങ്ങളിപ്പോൾ നിങ്ങളുടെ വംശത്തിൽനിന്ന് ഭ്രഷ്ടയായിരിക്കുകയാണ്. സ്ത്രീയല്ലാതാ യിരിക്കുന്നു. പുരുഷന്മാരായ കുറെ അധ്യാപകരുടെ ഇടയിൽ പെട്ടിരി ക്കുകയാണ്. അതുകൊണ്ട് യാഥാസ്ഥിതികത്വത്തിൽ ഉറച്ച നിൽക്കുന്ന സ്ത്രീകളും നിങ്ങൾക്ക് മീശമുളച്ചിട്ടുണ്ടെന്നുപോലും കളിയാക്കുന്നുണ്ടാവും" (പുറം 277).

കമ്മ്യൂണിസ്റ്റ് നേതാവായ കിടാവ് ഇത്രയും പറയുമ്പോഴാണ്, നാണി സ്വയം തിരിച്ചറിയുന്നത്. ചരിത്രഗതിക്കുമുന്നിൽ, സ്വന്തം ഇച്ഛാശക്തി യുടെ ഔന്നത്യവുമായി 'ഇതാ ഇതിലേ ഒരാൾ കടന്നുപോയിരിക്കുന്നു' എന്ന മട്ടിൽ വീരനായികാപട്ടം ലഭിച്ചതുകൊണ്ട് എന്ത് കാര്യമെന്ന് അവൾ ചിന്തിക്കുന്നു. സാമൂഹ്യപരിണാമം യാഥാർത്ഥ്യമാവണമെങ്കിൽ ഗണപരവും ഗുണപരവുമായ മാറ്റം സംഭവിക്കണം. വ്യത്യസ്തയായ നാണിയെയല്ല വ്യത്യസ്തമായ ഒരു സമൂഹത്തെയാണ് കാലം ആവശ്യ പ്പെടുന്നത്. ധിഷണാപരമായ ഈ പ്രഹേളികയ്ക്ക് മുമ്പിൽ നാണിയെ കൊണ്ടുനിർത്താൻ കിടാവിന്റെ 'മീശമുളച്ച പെണ്ണ്' എന്ന പ്രയോഗ ത്തിന് കഴിഞ്ഞു.

"കിടാവ് പറഞ്ഞത് ശരിയാണെന്ന് എനിക്ക് തോന്നി. എനിക്ക് മീശ മുളച്ചതുപോലെ ഞാൻ ഒറ്റപ്പെട്ട നിൽക്കുകയാണ്. ഞാൻ സാധാരണ സ്ത്രീകളിൽനിന്ന് ഒറ്റപ്പെട്ട് നിൽക്കുന്നു. ഒരു പുരുഷമണ്ഡലത്തിൽ തലയും മുലയുമുള്ള പുരുഷനായി ജീവിക്കുന്നു. ഈ നില മാറ്റാതിരു ന്നാൽ മോശമാണ്. ഞാൻ തീരുമാനിച്ചു." (പുറം : 227-28)

നാണി പരിണമിച്ചുകൊണ്ടേയിരിക്കുന്ന കഥാപാത്രമാണ്.

 കണ്ണാടിയും കുമ്പസാരവും

തനിക്കുള്ളിൽ ഉറങ്ങിക്കിടന്നിരുന്ന ജാതീയവും ലിംഗപരവുമായ നിരവധി പരിമിതികളെ അവൾ മറികടക്കുന്നുണ്ട്. ചരിത്ര പ്രക്രിയയ്ക്ക് മുന്നിൽ സ്വയം സമർപ്പിക്കുന്നതിലൂടെയാണ് ഇത് സംഭവിക്കുന്നത്. ഇനി ആ മുത്തശ്ശിയെത്തന്നെ ഒന്നു നോക്കൂ! കുട്ടപ്പൻ നായരെക്കൊണ്ട് സംബന്ധം കഴിപ്പിച്ച് നാണിയിൽ ഒരു സന്തതിയുണ്ടാവാൻ വേണ്ടി പാട്ടുപെട്ട ആ വൃദ്ധമാതാവ്, കമ്യൂണിസ്റ്റ് പാർട്ടിയുടെ പൊതുയോഗത്തി ൽവച്ച് തിരഞ്ഞെടുപ്പ് ഫണ്ടിലേക്ക് ഒരു പവൻ സംഭാവന ചെയ്യുന്നിട ത്തേക്ക് നടന്നെടുക്കാൻ എന്തെല്ലാം കടമ്പകൾ കടന്നു! ചരിത്രത്തിന്റെ ശീഘ്രഗതിയിൽ ഓരോത്തരും കൂടുതൽ കരുത്തുറ്റ നന്മനിറഞ്ഞ മനുഷ്യരായിത്തീരുന്ന ഒരു മഹാപ്രവാഹത്തിന്റെ ഗാഥയാണ് *മുത്തശ്ശി*. ബാലനും ചാത്തനായരും മുസ്ലിയാരും കലന്തരും കുട്ട മാളവും തുടങ്ങി എല്ലാവരും സഹനത്തിന്റെ കനൽനിലങ്ങളിലൂടെ ഉരുകിത്തെളിഞ്ഞ് കടന്നുവരുന്നു എന്നതാണ് ഈ നോവലിനെ അനന്യമാക്കുന്നത്. ചരി ത്രത്തിന്റെ സ്പർശമേൽക്കാത്ത ഒന്നും ഇവിടെയില്ല. മഹാവിപ്ലവകാരി യായ ചാത്തനായരുടെ മനസ്സിൽ, മരുമക്കത്തായ സമ്പ്രദായത്തിന്റെ ജീർണതകൾ പതുങ്ങിക്കിടന്നിരുന്നുവെന്ന് നാണി മനസിലാക്കുന്നു. സമൂഹത്തോടെന്നപോലെ കുടുംബത്തോടും പ്രതിബദ്ധത വേണമെന്നും ഈ സമരത്തിൽ തോളോട് തോൾ ചേർന്ന് സമരം ചെയ്യേണ്ടവരാണ് ഭാര്യാഭർത്താക്കന്മാരെന്നും നാണി ചാത്തനായരെ പഠിപ്പിക്കുന്നു. പുറത്തേക്ക് തെളിയാത്ത ചാത്തനായരുടെ അപകർഷബോധവുമായി നാണി കൊമ്പുകോർക്കുന്നു. ഒടുവിൽ ചാത്തനായർ ഇങ്ങനെയാണ് പ്രതികരിച്ചത്.

"നേരു പറയട്ടെ, നാണക്കേടുകൊണ്ടതന്നെയാണ് ഞാൻ നാണി യെക്കൂടി ഇങ്ങോട്ട കൊണ്ടുവരാതിരുന്നത്. എന്നെ മനുഷ്യനാക്കേണ്ട ഭാരം ഞാൻ നാണിയെ ഏൽപ്പിച്ചു. ഞാൻ പ്രവൃത്തിയെടുക്കാം. കിട്ടു ന്നത് കൊണ്ടുവന്നു തരാം" (പുറം 331).

കുടുംബത്തെ മാറ്റിവച്ചുള്ള വിപ്ലവപ്രവർത്തനമല്ല ചെറുകാടിന്റെ മണ്ണിൽ നടക്കുന്നത്. പ്രകൃതി - മനുഷ്യൻ, ജന്മി - കുടിയാൻ, മാനേജർ - അധ്യാപകൻ, കൊളോണിയൽ യജമാനൻ - പ്രജ, ഹിന്ദു - മുസ്ലിം, സവർണൻ - അവർണൻ, ഭാര്യ - ഭർത്താവ്, സ്ത്രീ - പുരുഷൻ എന്നി ങ്ങനെ നിലനിൽക്കുന്ന എല്ലാ ദ്വന്ദ്വാത്മക ബന്ധങ്ങളെയും മാറ്റിപ്പ ണിയുന്ന സമൂലപരിവർത്തനത്തെയാണ് അദ്ദേഹം വിപ്ലവം എന്ന് വിളിക്കുന്നത്. മാറാത്തതായി അവിടെ ഒന്നുമില്ല. വിപ്ലവത്തെക്കുറിച്ചുള്ള ഈ ദർശനമാണ് *മുത്തശ്ശി*യിലെ കഥാതന്തുവിനെ സമഗ്രവും ഏകാഗ്ര വുമാക്കുന്നത്.

ആധുനിക മലയാളനോവലിൽ ഏറെ വാഴ്ത്തപ്പെട്ട പല നോവലു കളിലും കഥാനായകൻ ചരിത്രത്തിനും സാമൂഹ്യപരിണാമങ്ങൾക്കും മുകളിൽ നിൽക്കുന്നവനാണ്. എല്ലാറ്റിനും അതീതനായ ഈ നായകൻ തന്റെ വ്യഥകളുടെ എട്ടുകാലി വലയിൽപ്പെട്ട് ശ്വാസം മുട്ടുന്നതാണ് നാം കാണുന്നത്. രവി ഖസാക്കിലേക്ക് വരുമ്പോഴും പോകുമ്പോഴും അയാൾക്ക് ഒരു പരിണാമവും സംഭവിക്കുന്നില്ല. കാലത്തിന്റെ ചുഴലി ക്കാറ്റിൽ നിന്ന് സ്വയം അകന്ന് മാറി നിൽക്കുന്ന ഒരു പൊട്ടക്കളമാണ് ഖസാക്ക് എന്ന ഗ്രാമം. രവിയുടെ അസ്തിത്വദുഃഖത്തിന്റെ അമിതഭാരം കൊണ്ട് കുനിഞ്ഞവരാണ് അവിടെയുള്ള കഥാപാത്രങ്ങളെല്ലാം. രവിയാൽ നിയന്ത്രിക്കപ്പെടുന്നതും ഏകസ്വരാത്മകവുമായ വ്യവഹാര ങ്ങൾ മാത്രമാണ് ഖസാക്കിന്റെ ഇതിഹാസത്തിൽ നമ്മെ അഭിമുഖീകരി ക്കുന്നത്. എന്നാൽ *മുത്തശ്ശി*യിലെ ലോകം ബഹുസ്വരമാണ്. ആരുടെയും അഭിലാഷങ്ങൾ ചരിത്രത്തിന് മേൽ കെട്ടിവയ്ക്കപ്പെടുന്നില്ല.

നാണിയും മുത്തശ്ശിയും ബാലനും ചാത്തനായരും ചരിത്രത്തിന്റെ ഒരു സവിശേഷ സന്ദർഭത്തിൽ വിദഗ്ധമായി ഇടപെടുന്നവർ മാത്രമാണ്. അവർക്കെല്ലാം അവരവരുടേതായ പ്രതിഭയും ശേഷിയുമുള്ളവരാണ്. എന്നാൽ നിയതമായ ഒരു ചരിത്രസന്ദർഭമാണ് അവരുടെ വ്യക്തിത്വ ത്തിന് മിഴിവ് നൽകുന്നത്. വ്യക്തിയും സാമൂഹ്യസന്ദർഭവും തമ്മിലുള്ള പരസ്പരാശ്രിതത്വമാണ് ഓരോ മനുഷ്യന്റെയും അഭിലാഷങ്ങളെ ചരി ത്രത്തിന്റെ ഇന്ധനമാക്കിത്തീർക്കുന്നത്.

"മഹാനായ വ്യക്തി ശരിക്കുമൊരു ആരംഭകർത്താവാണ്. എന്തെ ന്നാൽ അയാൾ മറ്റുള്ളവരെക്കാൾ ദൂരത്തിൽ ദർശിക്കുന്നു. മറ്റുള്ളവ രെക്കാൾ ശക്തമായി ആഗ്രഹിക്കുന്നു. സമുദായത്തിന്റെ ബൗദ്ധിക വികാസത്തിന്റെ മുൻകാലഗതിയാൽ ഉന്നയിക്കപ്പെട്ട ശാസ്ത്ര പ്രശ്ന ങ്ങൾ അയാൾ പരിഹരിക്കുന്നു. സാമൂഹ്യബന്ധങ്ങളുടെ മുൻകാല വികാസത്താൽ സൃഷ്ടിക്കപ്പെട്ട പുതിയ സാമൂഹ്യാവശ്യങ്ങളെ അയാൾ ചൂണ്ടിക്കാണിക്കുന്നു. അയാൾ ആ ആവശ്യങ്ങളുടെ നിർവഹണത്തിന് തുടക്കമിടുന്നു. അയാൾ വീരനാണ്. അയാൾ വീരനായിരിക്കുന്നത് സംഗ തികളുടെ സ്വാഭാവികഗതിയെ പിടിച്ച് നിർത്താനോ അതിനു മാറ്റം വരുത്താനോ അയാൾക്ക് കഴിയുമെന്ന് കരുതുന്നതിനാലല്ല, അയാളുടെ പ്രവർത്തനം ആവശ്യവും അബോധപൂർവവുമായ ഗതിയുടെ ബോധ പൂർവവും സ്വതന്ത്രവുമായ പ്രകടനം ആയതിനാലാണ്. അതിലാണ് അയാളുടെ പ്രാധാന്യം മുഴുവൻ. അതിലാണയാളുടെ മുഴുവൻ ശക്തിയും. എന്നാൽ അത് ഗംഭീരമായ പ്രാധാന്യമാണ്. ഭയങ്കര ശക്തിയാണ്." (പ്ലഹ്നോവ്, 1976:51-52).

*മുത്തശ്ശി*യിലെ പ്രധാന കഥാപാത്രങ്ങളെല്ലാം ആരംഭകർത്താക്ക
ളാണ്. അവരുടെ വ്യക്തിത്വത്തിലെ സവിശേഷതകളും ചരിത്രസന്ദ
ർഭത്തിന്റെ ആവശ്യകതയും പരസ്പരപ്പൂരകങ്ങളായിത്തീർന്നു. അതി
ൽക്കവിഞ്ഞ മഹത്വമാരോപിച്ച് ചെറുകാട് ഒരു കഥാപാത്രത്തെയും
വീരനായക പദവിയിലേക്ക് ഉയർത്തുന്നില്ല. എന്നാൽ ചരിത്രത്തിന്റെ
കൈപ്പിടിയിലൊതുങ്ങിയ കേവല ഉപകരണങ്ങളായി അവർ അധഃ
പതിക്കുന്നുമില്ല.

മുത്തശ്ശി : സോഷ്യലിസ്റ്റ് റിയലിസത്തിന്റെ ഉത്തമ മാതൃക

സോഷ്യലിസ്റ്റ് റിയലിസത്തിന്റെ ഉത്തമമാതൃകയാണ് *മുത്തശ്ശി*
എന്നു പറയാൻ മടിക്കേണ്ടതില്ല. ഇത്തരമൊരു കലാസിദ്ധാന്തത്തെ
ക്കുറിച്ച് സംസാരിക്കുന്നതുതന്നെ നാണക്കേടായി കരുതുന്നവരാണ്
'ആധുനികോത്തര' കാലത്തെ സൗന്ദര്യാസ്വാദകർ. എന്നാൽ ആഗോ
ളവൽക്കരണം സൃഷ്ടിച്ച പുതിയ തൊഴിൽ സാഹചര്യം മനുഷ്യനെ
മുമ്പെന്നത്തേക്കാളേറെ അപമാനവീകരിച്ച് കൊണ്ടിരിക്കുകയാണ്.
വ്യക്തിവാദം സാമൂഹ്യജീവിതത്തിൽ പ്രബലമായിക്കൊണ്ടിരിക്കുന്നു.
മനുഷ്യന്റെ സംഘടിത പ്രയത്നത്തെ കൊഞ്ഞനം കുത്തുന്ന കലാവി
ഷ്കാരങ്ങളാണ് ചുറ്റിലും.

"സാങ്കേതിക വിജ്ഞാനം വളർന്നതോടെ മത്സരം വർധിക്കുകയും
മുതലാളി കൂടുതൽ ധനമോഹിയാവുകയും ചെയ്തു. ഫിലിസ്റ്റൈനകളിൽ
വളർന്നു വന്ന അധീശത്വബോധം എക്കാലവും അവരുടെ മേധാവിത്വം
നിലനിർത്താനുള്ള മാർഗങ്ങൾ തേടി. അവർ തോക്കിന്റേയും പൊന്നി
ന്റേയും ശക്തിയിലേക്ക് തിരിഞ്ഞു. ഉൽപ്പാദനരംഗത്തു വളർന്നുവന്ന
അരാജകത്വം പ്രശ്നങ്ങൾ പരിഹരിക്കുന്നതിന് പകരം അവയെ
കൂടുതൽ സങ്കീർണമാക്കുകയായിരുന്നു. ഇതിന്റെയെല്ലാം ഫലമായി
വിടവ് വർധിച്ചു. വ്യക്തിയുടെ കഴിവും അവൻ നിർവഹിക്കേണ്ട
ആവശ്യങ്ങളും തമ്മിലുള്ള വിടവ്. ആ വിടവ് വർദ്ധിക്കുന്നതോടൊപ്പം,
അധികമായ പ്രയത്നം അവന്റെ ഞരമ്പുകളെ തളർത്തുന്നുണ്ടായി
രുന്നു. ബുദ്ധിയുടെ ഒരു ഭാഗം മാത്രം എപ്പോഴും പ്രവർത്തിക്കുന്നതു
കൊണ്ട് അതിന് ഇലനം തെറ്റി. അതുകാരണം ഞരമ്പ് രോഗങ്ങളും
കുറ്റകൃത്യങ്ങളും മുതലാളിവർഗത്തിനുള്ളിൽ വ്യാപകമായിക്കൊണ്ടിരു
ന്നു." (ഗോർക്കി, 1988 : 43-44)

മുതലാളിത്ത ഉൽപ്പാദനക്രമം സൃഷ്ടിച്ച അപമാനവീകരണത്തെക്ക
റിച്ച് ഒരു നൂറ്റാണ്ട് മുമ്പ് ഗോർക്കിക്കുണ്ടായ തിരിച്ചറിവ് ഇന്ന് കൂടുതൽ
മൂർത്തവും ഭീഷണവുമായിത്തീർന്നിരിക്കുകയാണ്. ഈ സന്ദർഭത്തിൽ

'സംഘസൃഷ്ടിയായ ആശയങ്ങളുടെ സംഘടിത സ്വാധീനത്തിൽ വ്യക്തിമനസ്സ് അതിന്റേതായ ഒരു സ്വരച്ചേർച്ചയിലേക്കും ഐക്യബോ ധത്തിലേക്കും വികസിക്കുന്ന'തിന്റെ ഗാഥകൾ പാടിയ സോഷ്യലിസ്റ്റ് റിയലിസ്റ്റ് കൃതികൾ മറ്റെന്നത്തേക്കാൾ പ്രസക്തവും പ്രധാനവുമാണ്. *മൃത്തശ്ശിയിലെ* പിണ്ടാരി കേശവൻനായരുടെ ജീവിതം തന്നെ ഇതിന് ദൃഷ്ടാന്തം. ജന്മിത്തത്തിന്റെ ശൈഥില്യം അയാളെ ഒരു റൗഡിയാക്കി മാറ്റിയിരുന്നു.

"ഒട്ടും സാമൂഹ്യവികാരമില്ലാത്ത ഒരു ജീവിയാണ് റൗഡി. ചുറ്റപാടുമുള്ള ലോകവുമായി അവനൊരു ബന്ധവും തോന്നാറില്ല. വ്യക്തി ആ നില യിലെത്തുമ്പോൾ ആത്മസംരക്ഷണത്തിനുള്ള അന്തഃപ്രേരണപോലും ക്രമേണ നഷ്ടപ്പെടുന്നു. ജീവിതത്തിന് എന്തെങ്കിലും വിലയുള്ളതായി അവന് തോന്നുന്നില്ല." (ഗോർക്കി, 1988 : 35)

ഇപ്രകാരം ദൂഷിതനായ കേശവൻനായർ കമ്യൂണിസ്റ്റ് പ്രസ്ഥാ നത്തിന് അഭിമാനിക്കാൻ കഴിയുന്ന ഒരു കേഡർ ആയി മാറുന്ന ചിത്രം എത്ര ഹൃദയാവർജകമാണ്! ജന്മിത്തവും മുതലാളിത്തവും മനുഷ്യരെ അപമാനവീകരിക്കുമ്പോൾ തൊഴിലാളിവർഗ്ഗ പ്രസ്ഥാന ങ്ങളും മുന്നേറ്റങ്ങളും അവരെ പ്രതിബദ്ധരായ സാമൂഹ്യജീവികളാക്കി മാറ്റുന്നു. അനുഭവസ്വത്തും ആശയങ്ങളെ സമ്മേളിപ്പിക്കാനുള്ള കഴിവും അയാൾക്ക് നൽകുന്നത് തെക്കും മുറിയിലെ കമ്യൂണിസ്റ്റ് പ്രസ്ഥാന മാണ്. അതുവരെയും പാരമ്പര്യാനുഭവങ്ങളിൽ ഒരട്ടയെപ്പോലെ പറ്റി ക്കൂടിയിരുന്ന കേശവൻനായർ, സ്വയം അതിൽനിന്ന് വേർപെടുന്നു. തന്റെ കഴിവും കാലത്തിന്റെ ആവശ്യവും തമ്മിലുള്ള പരസ്പരപൊരുത്തം കേശവൻ നായരെ ഉദാത്തമായ മാനസികതയിലേക്കയർത്തുന്നു. ശിഥിലമായ അയാളുടെ സാമൂഹ്യബോധം ഉദ്ഗ്രഥിതവും ഊർജ്ജസ്വ ലവുമായിത്തീരുന്നു.

"വികാസ സാധ്യതകളെ അങ്ങേയറ്റത്തോളം കണ്ട് അവയെ സമൂ ർത്തമായി ആവിഷ്കരിക്കണം എന്ന നിർബന്ധം ബൂർഷ്വാ റിയലിസ ത്തിന്റെ അപചയത്തോടെയാണ് നോവൽ സാഹിത്യത്തിൽനിന്ന് നിഷ്ക്രമിച്ചത്. ആ നിർബന്ധത്തെ പുനരവരോധിച്ചിരിക്കുകയാണ് സോഷ്യലിസ്റ്റ് റിയലിസം." (അരവിന്ദാക്ഷൻ, 1997 : 165).

മനുഷ്യന്റെ വികാസ സാധ്യതകളുടെ പരമമായ അവസ്ഥയെ അന്വേ ഷിക്കുന്ന ആഖ്യാനമാണ് ഒരു സോഷ്യലിസ്റ്റ് റിയലിസ്റ്റ് കൃതി. ആദർശാ ത്മക സാഹചര്യങ്ങളിൽ ആദർശാത്മക പാത്രങ്ങളെ അവതരിപ്പിക്ക കയാണ് ഒരു സോഷ്യലിസ്റ്റ് റിയലിസ്റ്റ് കൃതി ചെയ്യുന്നത്. സാമൂഹിക

വികാസത്തിന്റെ നിയമങ്ങളെയും പരിപ്രേക്ഷ്യങ്ങളെയും സംബന്ധിച്ച ഞാനമാണ് ആദർശാത്മകത്തിന്നാധാരം. ബൂർഷ്വാ കലയ്ക്ക് കടക വിരുദ്ധമാണിത്. 'ബൂർഷ്വാ കല മനുഷ്യനെ സമൂഹത്തിനെതിരാക്കി നിർത്തുകയും അവനെ അവന്റെ സാമൂഹ്യമായ ചുറ്റുപാടുകളിൽനിന്ന് പിടിച്ച മാറ്റുകയും വ്യക്തിയെ ഒരു അമൂർത്തകരണമോ വെറുമൊരു ജീവ ശാസ്ത്ര ഇനമോ ആക്കി മാറ്റുകയും പൂർണത കൈവരിക്കാനുള്ള കഴിവും പുരോഗമനപരമായ സാമൂഹ്യമാറ്റങ്ങൾ വരുത്താനുള്ള അവകാശവും അവന് നിഷേധിക്കുകയും ചെയ്യുന്നു." (ക്ലിക്കോവ, 1984: 136)

മുത്തശ്ശിയെ പോലീസുകാർ അറസ്റ്റ് ചെയ്തുകൊണ്ടു പോകുന്നത് നാണിയുടെ പേടിസ്വപ്നങ്ങളിലൊന്നായിരുന്നു. എന്നാൽ അതിനുള്ള സാധ്യത അന്നദിനം ഏറി വന്നു. തന്റെ അനിയനും സ്ഥലത്തെ കർഷക സംഘം നേതാവുമായ ബാലനെ പിടികൂടുന്നതുവരെ മുത്തശ്ശിയെ തടവി ലിട്ടേക്കാമെന്ന് നാണി ആവശ്യപ്പെട്ടു. ഈ സന്ദർഭത്തിൽ മുത്തശ്ശിയുടെ മനസറിയാൻ അവൾ ഒരിക്കൽ ചോദിച്ചു.

"മുത്തശ്ശിയെ പോലീസ് പിടിച്ചാലും മുത്തശ്ശി ധൈര്യമായിട്ടിരിക്കും?" ഞാൻ തുടർന്ന ചോദിച്ചു: "നമ്മുടെ ബാലൻ എവിടെയാണ് ഇരിക്കുന്ന തെന്ന് മുത്തശ്ശിക്ക് നിശ്ചയമുണ്ടെങ്കിലും മുത്തശ്ശി പറയില്ല?"

'പറയില്ല'

'മുത്തശ്ശിയെ തച്ചകൊല്ലും എന്ന് പറഞ്ഞാലോ?'

'കൊന്നാലും ശരി ചട്ടാലും ശരി ഞാൻ പറയില്ല. അതിനുള്ള ഉറപ്പൊ ക്കെ എനിക്കുണ്ട്. നൊന്ത വിളിച്ച പെറാൻ ധൈര്യമുള്ള ഒരു പെണ്ണ് ഒന്നുറച്ചാൽ ഉറച്ചതു തന്നെയാണ്.'

ഞാനൊന്നു നെടുവീർപ്പിട്ടു. മുത്തശ്ശിയുടെ ആ ദൃഢനിശ്ചയത്തിൽ ഞാനഭിമാനം കൊണ്ടു" (പുറം : 439).

മുത്തശ്ശിയുടെ ദൃഢനിശ്ചയത്തിന് ഉപോൽബലമായ വസ്തുതയെ ന്താണ്? സ്ത്രീത്വം, മാതൃത്വം എന്നൊക്കെ വിശേഷിപ്പിക്കുന്ന പാരമ്പ ര്യമൂല്യങ്ങളാവാം. എന്നാൽ സാമൂഹ്യപരിണാമത്തിന്റെ അന്തരാള ഘട്ടത്തിൽ അവർ സ്വന്തം പേരക്കുട്ടിയെ ഒറ്റുകൊടുക്കാതിരിക്കുക വഴി, ഒരു നിശ്ചിത ചരിത്രസന്ദർഭങ്ങളിലെ തൊഴിലാളിവർഗ്ഗത്തിന്റെ ഇച്ഛകൾക്കും അഭിലാഷങ്ങൾക്കുമാണ് കാവലാളാകുന്നത്. വ്യക്തിയെ സമഷ്ടിയിലേക്ക് വിലയിപ്പിക്കുന്ന ഈ കലാവിദ്യയാണ് സോഷ്യലിസ്റ്റ് റിയലിസത്തിന്റേത്.

സംഘടന എന്ന ജനകീയ പാഠശാല

എന്നാൽ ഈ വിളക്കിച്ചേർക്കൽ കേവലമായി സംഭവിക്കുന്നതല്ല. വ്യ ക്തിക്കും സമഷ്ടിക്കുമിടയിൽ മാധ്യമികത(mediation) തീർത്തുകൊണ്ട് സംഘടനകളുടെ സാന്നിധ്യമുണ്ട്. ഒരു വർഗസമൂഹത്തിൽ, തൊഴിലാ ളിവർഗത്തിന്റെ അധീശത്വം(hegemony) സ്ഥാപിച്ചെടുക്കണമെങ്കിൽ രാഷ്ട്രീയ - സംസ്കാരിക സംഘടനകൾ വേണം. ചെറുകാടിന്റെ ദേശം നിരവധി സംഘടനകൾ തെഴുക്കുകയും വളരുകയും ചെയ്ത മണ്ണാണ്. ഇന്ത്യൻ നാഷണൽ കോൺഗ്രസ് മുതൽ കമ്യൂണിസ്റ്റ് പാർട്ടി വരെ നിരവധി സംഘടനകൾ, കർഷക സംഘം, അധ്യാപകപ്രസ്ഥാനം തുടങ്ങിയ വർഗസംഘടനകൾ. ഈ സംഘടനകളാണ് വ്യക്തികളെ അവരുടെ സാമൂഹ്യവും ജീവശാസ്ത്രപരവുമായ പരിമിതികളിൽനിന്ന് മോചിപ്പിച്ചത്.

മർദ്ദക ഭരണകൂടങ്ങൾക്ക് കീഴിൽ സംഘടന കെട്ടിപ്പടുക്കുക എന്ന അതിസാഹസിക ദൗത്യത്തിന് ഇറങ്ങിറങ്ങിയവരാണ് ലോകത്തെ മഹാന്മാരായ വിപ്ലവകാരികളിലേറെയും. ഇക്കൂട്ടത്തിൽ പ്രാതഃസ്മരണീ യനാണ് മഹാനായ വി.ഐ.ലെനിൻ. രണ്ട് പ്രശ്നങ്ങളെ അതിജീവിച്ച കൊണ്ടാണ് ലെനിൻ റഷ്യയിൽ ബോൾഷെവിക് പാർട്ടിക്ക് നേതൃത്വം നൽകിയത്. വർഗാവബോധം വികസിച്ച കഴിഞ്ഞിട്ടില്ലാത്തവരായിരു ന്ന തൊഴിലാളികൾ ഏറെയും. തങ്ങളുടെ സ്വാർത്ഥതാൽപ്പര്യത്തിൽ കവിഞ്ഞ ഒരു രാഷ്ട്രീയ ലക്ഷ്യം അവരിൽ പലർക്കുമുണ്ടായിരുന്നില്ല. ഇവരെ കേന്ദ്രീകൃതമായ ഒരു സംഘടനയുടെ കീഴിൽ കൊണ്ടുവരിക എന്നത് തീർത്തും സാഹസികമായിരുന്നു. മറ്റൊരു പ്രശ്നം ഭരണകൂട ഭീകരതയായിരുന്നു. പോലീസും പട്ടാളവും ഒറ്റകാലം പൗരസമൂഹ ത്തിലെമ്പാടും ഭയത്തിന്റെ വിത്തുകൾ വിതറിയിരുന്നു. ഈ രണ്ട് പ്രതിസന്ധികളെയും അതിജീവിച്ചുകൊണ്ടാണ് തെക്കുംമുറിയിലും വർഗസംഘടനകൾ സംഘടിപ്പിക്കപ്പെട്ടത്. വ്യക്തമായ നേതൃത്വവും തുടർച്ചയുമില്ലാത്ത വിപ്ലവപ്പാർട്ടിയുടെ അഭാവത്തിൽ, വിപ്ലവം അസാധ്യമാണെന്ന് ലെനിൻ സൂചിപ്പിക്കുന്നുണ്ട് (CPSU, 1938: 24) പൊട്ടുന്നനെയുള്ള വികാരാവേശത്താൽ സമരത്തിലെത്തിച്ചേരുന്ന വിവിധ വർഗതാൽപ്പര്യമുള്ളവരെ വിപ്ലവകാരികളാക്കി മാറ്റണമെങ്കിൽ കൂടുതൽ കെട്ടുറപ്പും വ്യാപ്തിയുമുള്ള ഒരു സംഘടന ആവശ്യമാണ്. പൂർണ സമയ പാർട്ടി പ്രവർത്തകരാണ് ഈ സംഘടനയുടെ ഊർജം. പാർട്ടി യിലും പ്രസ്ഥാനത്തിലും ആകർഷിക്കപ്പെടുന്നവരുടെ എണ്ണത്തിലുള്ള വർധനവ് വിപ്ലവപ്രവർത്തനത്തെ കൂടുതൽ വേഗതയുള്ളതാക്കിത്തീ ർക്കും. *മുത്തശ്ശി*യിലെ ഗോപാലനും കിടാവും അച്ചുതൻ നായർ എന്ന

  കണ്ണാടിയും കുമ്പസാരവും

രാഘവൻമാസ്റ്ററും ലെനിനിസ്റ്റ് മാതൃകയിൽ സംഘടന കെട്ടിപ്പടുക്കാൻ മുൻകയ്യെടുത്തവരായിരുന്നു.

വർഗാവബോധവും രാഷ്ട്രീയ പ്രവർത്തനവും തമ്മിലുള്ള ബന്ധത്തിൽ മാധ്യസ്ഥത വഹിക്കുന്നത് പ്രത്യയശാസ്ത്രമാണ്. വളർന്നുവരുന്ന ഒരു വർഗമെന്ന നിലയിൽ തൊഴിലാളി, കർഷകാദി ജനവിഭാഗങ്ങൾക്ക് അധീശത്വം നേടണമെങ്കിൽ മേൽപ്പറഞ്ഞ പ്രത്യയശാസ്ത്രത്തെ കൂടുതൽ മൂർത്തവും സംഘടിതവുമാക്കേണ്ടതുണ്ട്. ഈ ദൗത്യമാണ് സംഘടനകൾ ഏറ്റെടുത്തത്. പൗരസമൂഹത്തിന്റെ മുക്കിലും മൂലയിലും ഇറങ്ങിച്ചെല്ലാൻ കഴിയുംവിധം തൊഴിലാളിവർഗ പ്രത്യയശാസ്ത്രത്തെ സുസജ്ജമാക്കിയത് സംഘടനാപ്രവർത്തനമാണ്.

1942-ലെ ക്വിറ്റിന്ത്യാ സമരത്തിൽ ഇന്ത്യയിലെ കമ്മ്യൂണിസ്റ്റ് പാർട്ടി സ്വീകരിച്ച നിലപാട്, ദൂരക്കാഴ്ചയോട്ട കൂടിയ ഒന്നായിരുന്നെങ്കിലും അത് സാമാന്യജനതയ്ക്ക് ബോധ്യപ്പെടുത്തിക്കൊടുക്കുക എന്നത് തീർത്തും ശ്രമകരമായ ഒന്നായിരുന്നു. അന്നുവരെ ബ്രിട്ടീഷുകാരെ എതിർത്തു നടത്തിയ പ്രചാരവേല പൊടുന്നനെ നിർത്തി വച്ച് ബ്രിട്ടീഷ് സഖ്യ ത്തിനനുകൂലമായ നിലപാട് സ്വീകരിച്ചതിനെ പലർക്കും ഉൾക്കൊ ള്ളാൻ കഴിഞ്ഞിരിക്കില്ല. ഗോപാലന്റെ വലംകയ്യായിരുന്ന രാധാകൃ ഷ്ണമേനോന്റെ നിലപാട് തന്നെ ഇതിനുള്ള ദൃഷ്ടാന്തം. നല്ല ഉശിരൻ സഖാവായിരുന്ന രാധാകൃഷ്ണമേനോൻ കമ്മ്യൂണിസ്റ്റ് പാർട്ടിയിൽനിന്ന് പോയത് 1942-ലെ ക്വിറ്റിന്ത്യാ സമരത്തോട് പാർട്ടി സ്വീകരിച്ച നില പാടുമായി ഒത്തുപോകാൻ കഴിയാതിരുന്നതുകൊണ്ടാണ്. എന്നാൽ ആശയപരമായ ഈ പ്രതിസന്ധി നിലനിൽക്കുമ്പോഴും കമ്മ്യൂണിസ്റ്റ് പാർട്ടി ഉത്തരോത്തരം ജനങ്ങളുടെ ഹൃദയങ്ങളിലേക്ക് വേരുകളാഴ്ത്തി പടർന്നു പന്തലിച്ചു. എന്താണിതിന് കാരണം? ചെറുകാട് അതിനുള്ള മറുപടി കണ്ടെത്തുന്നുണ്ട്. നെല്ലുപിടി സമരം തന്നെ. യുദ്ധം വരുത്തി വച്ച ക്ഷാമത്തെ മുതലെടുക്കാൻ കോൺഗ്രസുകാരുടെ ഒത്താശയോടെ കരിഞ്ചന്തക്കാരും പൂഴിവെപ്പുകാരും രംഗത്തുവന്നു. കമ്മ്യൂണിസ്റ്റ് പാർട്ടി ഇവരെ വെല്ലുവിളിച്ചുകൊണ്ട് ജനങ്ങൾക്ക് വേണ്ടി പ്രവർത്തിച്ചു. ധാന്യ ശേഖരങ്ങൾ ആക്രമിച്ച്, പൂഴിവച്ച അരിയും സാധനങ്ങളും സാധാര ണക്കാർക്കിടയിൽ വിതരണം ചെയ്തു. കോൺഗ്രസുകാരും ബ്രിട്ടീഷ് ഉദ്യോഗസ്ഥരും ഇതിന്റെ പേരിൽ കമ്മ്യൂണിസ്   റ്റുകാരെ വേട്ടയാടി. ഫലത്തിൽ കമ്മ്യൂണിസ്റ്റുകാർ ജന്മിത്വത്തിനും സാമ്രാജ്യത്വത്തിനും എതിർ നിൽക്കുന്നവരും ജനങ്ങൾക്കുവേണ്ടി പ്രവർത്തിക്കുന്നവരുമാണെന്ന് തെളിയിക്കപ്പെട്ടു. അന്തർദേശീയ തലത്തിൽ ബ്രിട്ടൻ കൂടി പങ്കാളിയായ ഫാസിസ്റ്റ് വിരുദ്ധ മുന്നണിയെ പിന്തുണയ്ക്കുമ്പോൾത്തന്നെ, നെല്ലുപിടി

സമരത്തിന്റെ പേരിൽ, കമ്യൂണിസ്റ്റ് പാർട്ടി ബ്രിട്ടീഷ് പോലീസുമായി ഏറ്റുമുട്ടി. 1942-ലെ ക്വിറ്റ് ഇന്ത്യാസമരവും അതിനോടുള്ള കമ്യൂണിസ്റ്റ് പാർട്ടിയുടെ നിലപാടും സൃഷ്ടിച്ച വാദകോലാഹലങ്ങളല്ല നെല്ലുപിടി സമരത്തിന്റെ പ്രാദേശിക രാഷ്ട്രീയമാണ്, കമ്യൂണിസ്റ്റുപാർട്ടിയെ ജനമ നസ്സിൽ പിടിച്ചു നിർത്തിയത്. കമ്യൂണിസം പ്രയോഗത്തിന്റെ സൈദ്ധാ ന്തിക രൂപമാണെന്ന് ഈ സമരം തെളിയിച്ചു. സംഘടനകൾ ബഹുമുഖ പ്രവർത്തനം നടത്തിയതു കൊണ്ടുമാത്രമാണ് ഇത് സാധ്യമായത്. മികച്ച വിപ്ലവകാരികളായി സ്വയം പ്രഖ്യാപിച്ച് രംഗത്തുവരുന്നവർക്ക് ഈ താക്കീതാണ് നെല്ലുപിടി സമരത്തിന്റെ അനുഭവം. സംഘടനയെ തകർത്തുകൊണ്ട് കമ്യൂണിസ്റ്റാശയത്തിന് വളരാനാവില്ല. കാരണം പ്രായോഗിക രാഷ്ട്രീയത്തിലൂടെയാണ് ഓരോരുത്തരും കൂടുതൽ മെച്ച പ്പെട്ട വർഗാവബോധത്തിലേക്ക് വളരുന്നത്.

നെല്ലുപിടി സമരത്തിന് നേതൃത്വം നൽകിയത് കർഷകസംഘമാണ്. ബാലൻനാടാരാണ് ഈ സമരത്തിന് മുന്നിൽനിന്ന് പ്രവർത്തിച്ചത്. ഈ ഊർജമാണ് പോലീസിനും കോൺഗ്രസ്സിനും തലവേദനയാ യത്. നാണിയുടെ കുടുംബത്തിൽ പഠിക്കാനും തൊഴിലെടുക്കാനുമുള്ള അവളുടെ ആഗ്രഹത്തെ പിന്തുണച്ചത് ബാലൻ മാത്രമായിരുന്നു. അവന് വലിയ വിദ്യാഭ്യാസം നേടാനായില്ല. ചെറുപ്പം മുതലേ ബാലൻ കൃഷി ക്കാരനാണ്. പക്ഷേ ഒരു ഉദ്ബുദ്ധമായ മനസ്സ് അവനില്ലുണ്ടായിരുന്നു. അതിനെ സാമൂഹ്യമായി വളർത്തിയെടുത്തത് കർഷകസംഘമാണ്. ബ്രിട്ടീഷ് വിദ്യാഭ്യാസമല്ല ബാലൻനായരെ ആധുനികനാക്കുന്നത്, കർഷകസംഘമാണ്. ഏത് പ്രതിസന്ധി ഘട്ടത്തെയും തരണം ചെയ്യാനും ജനങ്ങൾക്കൊപ്പം നിന്ന് പ്രവർത്തിക്കാനും ബാലനെ പ്രാപ്തനാക്കിയത് കർഷകസംഘമാണ്. ഒരു ഘട്ടത്തിൽ ബ്രിട്ടീഷ് വിദ്യാഭ്യാസത്തിലൂടെ ആധുനികതയുടെ മൂല്യങ്ങൾ സ്വായത്തമാക്കിയ നാണിയെക്കാൾ ഒരു പടിക്കടി ഉയർന്ന നീതിബോധം സൂക്ഷിക്കുന്നവ നായി ബാലൻ നോവലിൽ കടന്നുവരുന്നുണ്ട്.

"മുത്തശ്ശിയുടെ ആവലാതിയൊന്നും ബാലൻ വകവച്ചില്ല. അവൻ നിയമപ്രകാരം നെല്ലുമുഴുവനും കൊടുത്തു പട്ടിണികിടക്കാൻ ഞങ്ങളെ പഠിപ്പിച്ചു. കണ്ണിൽക്കണ്ട പച്ചക്കറികൾ വച്ചതിന്ന് ഞങ്ങൾ ഒരു കൊല്ലം ഉന്തിനീക്കി.

'ഇത്ര ആത്മാർത്ഥതയൊന്നും വയ്യ' ഒരു കൊല്ലത്തെ അനുഭവം കൊണ്ടും മുത്തശ്ശിയുടെ ആവലാതികൊണ്ടും ഞാൻ ബാലനോട് പറഞ്ഞു: 'നമുക്ക് മുന്നൂറ്റിയറുപത്തഞ്ചുദിവസത്തേക്കും ഭക്ഷണത്തിന്

വേണ്ട നെല്ലു സൂക്ഷിച്ചവച്ച് ബാക്കിയുള്ളതേ സൊസൈറ്റിയിൽ കൊട്ട ക്കാനാവൂ.'

എന്താ ഏടത്തി പറയണത്?' ബാലൻ ചോദിച്ചു. "നമ്മൾ തന്നെ ഇങ്ങനെ ചെയ്യുന്നെങ്കിൽ അത്ഭുതമുണ്ടോ? നിയമപ്രകാരമുള്ള നെല്ല് കഴിച്ച് ബാക്കിയുള്ളത് മുഴുവൻ കൊട്ടക്കണം." (പുറം : 268)

ജനങ്ങൾ ഷെയറെടുത്ത് സ്ഥാപിച്ച നെല്ലെടുപ്പ് സഹകരണസം ഘത്തിന്റെ ഡയറക്ടറായ ബാലൻ പ്രകടിപ്പിക്കുന്ന ഈ നൈതികത തീർത്തും ആധുനികമായ ഒന്നാണ്.

ഇന്ത്യയുടെ ദേശീയചരിത്രത്തിൽ കേരളം വേറിട്ട് നിൽക്കുന്നതും പലപ്പോഴും മാതൃകയാകുന്നതും രാഷ്ട്രീയസമൂഹത്തിന്റെ പരിഷ്കരണ യത്നങ്ങളില്ലൂടെയല്ല. ജനങ്ങളുടെ സർവകലാശാലകൾ എന്ന് വിളി ക്കാവുന്ന പുരോഗമന രാഷ്ട്രീയ പ്രസ്ഥാനങ്ങൾ വളർത്തിയെടുത്ത ആധുനിക മനുഷ്യരുടെ ഇച്ഛാശക്തിയില്ലൂടെയാണ്.

അധ്വാനത്തില്ലൂടെയാണ് ഒരു വർഗസമൂഹത്തിലെ ബഹുഭൂരിപ ക്ഷം അംഗങ്ങളും സ്വന്തം ലോകത്തെ സൃഷ്ടിച്ചെടുക്കുന്നത്. എന്നാൽ അധ്വാനത്തില്ലൂടെ സമൂഹവുമായി സൃഷ്ടിക്കുന്ന ഈ ബന്ധത്തെ രാഷ്ട്രീയവൽക്കരിക്കുന്നതിന് സംഘടനകളുടെ മാധ്യമികത ആവശ്യ മാണ്. നിലവില്ലുള്ള സാമൂഹ്യവ്യവസ്ഥകൾ മാറ്റിത്തീർക്കാനുള്ള നിരന്തരപോരാട്ടത്തില്ലൂടെയാണ് സംഘടന അതിലെ വ്യക്തികളെ രാഷ്ട്രീയവൽക്കരിക്കുന്നത്. ഒരു സമൂഹത്തിലെ പൗരരുടെ പ്രവർത്തന ങ്ങളിലെല്ലാം അന്തർലീനമായി കിടക്കുന്ന ഭാവി സമൂഹത്തെക്കുറിച്ചുള്ള സങ്കൽപ്പങ്ങളെ സമാഹരിക്കാനും അവയെ ബോധതലത്തിലേക്ക് കൊണ്ടുവരാനും ശ്രമിക്കേണ്ടത് സംഘടനകളാണ്.

ഫ്യൂഡൽ കുടുംബജീവിതത്തിൽ സംഘർഷമനുഭവിക്കുന്ന സ്ത്രീകൾ, സാമൂഹ്യജീവിതത്തിൽ നിരന്തരം പീഡനമനുഭവിക്കേണ്ടിവരുന്ന കീഴാ ളജനങ്ങൾ, വർഗച്ചൂഷണത്തിന് വിധേയമാവുന്ന തൊഴിലാളികൾ, ജീർണിക്കുന്ന ജന്മിത്വത്തിനകത്ത് ശ്വാസം മുട്ടുന്നവർ തുടങ്ങി പൗരസ മൂഹത്തിലെ വിവിധ കോണകളിൽ കാണുന്ന അസ്വസ്ഥതകളെല്ലാം ഒരു ഭാവി സമൂഹത്തിന്റെ സൃഷ്ടിക്കുള്ള ഊർജമാണെന്ന് തിരിച്ചറിയു കയും നിരന്തരമായ ഇടപെടലില്ലൂടെ ഈ 'സുന്ദരഭാവി'യെക്കുറിച്ചുള്ള സങ്കൽപ്പം കൊണ്ട് ഫ്യൂഡൽ പൊതുബോധത്തെ പകരം വയ്ക്കകയും ചെയ്യുക എന്ന ദൗത്യമാണ് സംഘടനയ്ക്ക് ഏറ്റെടുക്കാനുള്ളത്.

സാമ്പത്തികമായ സങ്കീർണതകൾ സ്വയമേ വളർന്ന് ഒരു പുത്ത ൻസമൂഹത്തിന് ജന്മം നൽകുമെന്ന് ഇറ്റാലിയൻ കമ്മ്യൂണിസ്റ്റായ

അന്തോണിയോ ഗ്രാംഷി കരുതുന്നില്ല. പകരം ഈ പ്രതിസന്ധി ഘട്ടത്തിൽ പുതുലോക സൃഷ്ടിക്ക് നേതൃത്വം നൽകേണ്ട വർഗത്തിന് 'അധീശത്വം' നേടാൻ കഴിയണം. ഇതിനായി പൗരസമൂഹത്തിൽ പടർന്നു കത്തുന്ന സംഘടനകൾ ഉണ്ടാവണം. നിലവിലുള്ള അധീശത്വ ത്തെ തകർത്തു തരിപ്പണമാക്കാനും പുതുതായൊന്നിനെ സൃഷ്ടിക്കാനും ഒരു വർഗത്തിന് കരുത്തു നൽകുന്നത് സംഘടനകളാണ്.

ഒരു സമൂഹത്തിൽ സാമ്പത്തിക ഘടകങ്ങൾക്ക് പിന്നിലാണ് പ്രത്യയശാസ്ത്ര ഘടകങ്ങളുടെ ഗതി. സാമ്പത്തിക പ്രതിസന്ധി സൃഷ്ടിച്ചേക്കാവുന്ന വർഗ വൈരുധ്യത്തെ പലപ്പോഴും മൂടിവെയ്ക്കാനോ കാണാമറയത്ത് നിർത്താനോ പ്രത്യയശാസ്ത്രം ശ്രമിക്കും. അതായത് സാമൂഹ്യവികാസത്തിന്റെ ജൈവസ്വഭാവത്തെ (organic) മറച്ചപിടിക്ക ലാണ് പ്രത്യയശാസ്ത്രത്തിന്റെ ധർമം. സാമ്പത്തിക പ്രതിസന്ധിയുടെ യഥാർത്ഥ ദൈന്യം വെളിപ്പെടുത്താൻ കഴിയുംവിധം പ്രത്യയശാസ്ത്ര ഭാരത്തിൽ നിന്ന് പൗരസമൂഹത്തെ വേർപ്പെടുത്താൻ സംഘടന യില്ലാതെയുള്ള രാഷ്ട്രീയ വിദ്യാഭ്യാസം അനിവാര്യമാണെന്ന് ഗ്രാംഷി സൂചിപ്പിക്കുന്നു. (Adamson, 1980 : 141).

സ്കൂൾ വിദ്യാഭ്യാസവും മാനേജ്മെന്റും കൊളോണിയൽ ഭരണ ത്തിന്റെ സംഭാവനയാണ്. ഒരു പുത്തൻ സാമ്പത്തിക വ്യവസ്ഥയുടെ സ്ഥാപനമായിരുന്നു അത്. ഫ്യൂഡൽ സമ്പദ്ഘടന അതിദ്രുതം പ്ര തിസന്ധിയിലേയ്ക്ക് കൂപ്പുകുത്തുന്ന ഗ്രാമീണ ജീവിതത്തിലേക്ക് പക്ഷേ സ്കൂൾ കടന്നുവരുന്നത് ഫ്യൂഡൽ പ്രത്യയശാസ്ത്രത്തിന്റെ പിൻബല ത്തോടെയാണ്. മാനേജർ - അധ്യാപകൻ ബന്ധത്തെ ജന്മി - കുടിയാൻ ബന്ധമായാണ് പൗരസമൂഹം തെറ്റിദ്ധരിച്ചത്. ഈ പൊതുബോധത്തെ മറികടക്കാൻ സ്കൂൾ എന്ന ബൂർഷ്വാ സ്ഥാപനത്തെ പൊതിഞ്ഞുനി ന്നിരുന്ന ഫ്യൂഡൽ പ്രത്യയശാസ്ത്രത്തിന്റെ കണ്ണികളെ അറുത്തുമാറ്റേണ്ട തുണ്ട്. തെക്കം മുറിയിലെ അധ്യാപക പ്രസ്ഥാനം അനിവാര്യമാകുന്നത് ഈ സന്ദർഭത്തിലാണ്.

രാഷ്ട്രീയ പ്രസ്ഥാനങ്ങൾ നൽകിയ വിദ്യാഭ്യാസം അമൂർത്തവും സങ്കേ തബന്ധവുമായ ഒന്നായിരുന്നില്ല. ഈ പ്രസ്ഥാനങ്ങൾ ഉണ്ടാവുന്നതിനും മുമ്പ് സമൂഹത്തിലെ ഒരു തലമുറ അടുത്ത തലമുറയിലേക്ക് കൈമാറിയി രുന്ന രാഷ്ട്രീയ വിദ്യാഭ്യാസത്തിന്റെ ഇടർച്ച നിലനിർത്തിക്കൊണ്ടാണ് അവ ഇത് സാധിച്ചെടുത്തത്. പൊതുബോധത്തെ നിരാകരിച്ചുകൊ ണ്ടോ അതിനെ തച്ചടച്ചുകൊണ്ടോ ഈ പ്രക്രിയ പൂർത്തീകരിക്കാനാ വില്ല. രാഷ്ട്രീയ വിദ്യാഭ്യാസത്തിന്റെ ജൈവികമായ ഇടർച്ച സൂക്ഷിക്കാൻ

തെക്കും മുറിയിലെ വർഗബഹുജന സംഘടനകൾക്ക് കഴിഞ്ഞു.

രണ്ടാംലോകയുദ്ധത്തിൽ കമ്യൂണിസ്റ്റ് പാർട്ടി ജാപ്പ് വിരുദ്ധ മുദ്രാ വാക്യം ജനങ്ങളിൽ പ്രചരിപ്പിച്ചു. അതിനവർ പിന്തുടർന്ന വഴിയോ? ജനങ്ങളുടെ ഹൃദയത്തിൽ കുടികൊള്ളുന്ന ചിഹ്നങ്ങൾ ഉപയോഗിച്ച് ഒരു പുതിയ അർത്ഥമണ്ഡലം സൃഷ്ടിച്ചെടുക്കാനാണ് സംഘടനകൾ ശ്രമിച്ചത്.

"ചിക്കിപ്പരത്തിയിട്ട മുടി, നെറ്റിയില്ലും മാറത്തും കൈകളിലും പൂശിയ ചന്ദനം, കഴുത്തിൽ വലിയൊരു തെച്ചിമാല, പട്ടുകൊണ്ടുള്ള ഒരുത്ത രീയം, ഒക്കവച്ചെടുത്തതിന്റെ മേലെ ചുറ്റിയ പട്ടിന്റെ പുറമെ ചുറ്റിയ അരമണി, കാലിൽ ചിലമ്പ്, വളഞ്ഞവാള്, അങ്ങനെ ജാപ്പ് വിരോധ വെളിച്ചപ്പാട് രംഗത്തുവന്നു." (പുറം 263)

ആ വെളിച്ചപ്പാട് നിന്ന് വിറച്ചു. കൽപ്പന പുറപ്പെട്ടുവിച്ചു "ഏം.... ഏം' .... 'ഹഹ!ഹഹ! സൂക്ഷിച്ചോളണം. ഹഹ! നമ്മുടെ തട്ടകത്ത് - ജപ്പാ നീകാരനെ - കടത്താതെ സൂക്ഷിച്ചോളണം - ഹഹ ..... ഹഹ ..... ഹഹ" അയാൾ നെറ്റിയിൽ ആഞ്ഞ് വെട്ടി. ചോര കുടുകുടാ ഒഴുകി. വെളിച്ചപ്പാട് കുഴഞ്ഞു വീണു." വാഴയിൽ കുഞ്ഞൻ എന്ന കർഷക തൊഴിലാളിയാണ് വെളിച്ചപ്പാടായി രംഗത്ത് വന്നത്.

'വെളിച്ചപ്പാട്' എന്ന പഴയ ചിഹ്നത്തിന് പുതിയ അർഥം നൽകാന ുള്ള ശ്രമമാണ് ഇവിടെ നടക്കുന്നത്. പ്രതീകങ്ങൾക്ക് മേൽ നടന്ന ഈ രാഷ്ട്രീയ പ്രയോഗത്തിന് എല്ലാ ചിഹ്നങ്ങളെയും പുതുക്കിപ്പണിയാൻ കഴിഞ്ഞു. ഫ്യൂഡൽ കാലത്തിന്റെ അർഥമുൽപ്പാദിച്ചിരുന്ന മുത്തശ്ശിയുടെ ആ പവന് വർഗാവബോധത്തിന്റെ പുതിയ വെളിച്ചത്തിൽ ലഭിക്കുന്ന അർഥപരിണാമം നോക്കൂ! രാഘവൻ മാസ്റ്റർ വായിക്കുന്ന 'ഭഗവദ്ഗീത' യ്ക്കും അദ്ദേഹം നാണിക്ക് നൽകുന്ന 'അമ്മ'യ്ക്കും തൊഴിലാളിവർഗത്തിന്റെ പുത്തൻ വസന്തത്തിൽ പുതിയ അർത്ഥമാണുള്ളത്. സംഘടനയില്ലൂടെ നടക്കുന്ന ഈ വിദ്യാഭ്യാസം ഒരു പുതിയ നാഗരികതയിലേക്കുള്ള കാൽവയ്പ്പാണ്. നാണിമിസ്ട്രസ്സും ഗോപാലനും നാടകക്കാരും കലാകാ രന്മാരുമെല്ലാം ജൈവബുദ്ധിജീവികൾ എന്ന നിലയ്ക്കാണ് ജനങ്ങൾക്കി ടയിൽ പ്രവർത്തിച്ചത്. ഒരു ചരിത്രഘട്ടത്തിൽ, തൊഴിലാളിവർഗത്തിന് ആത്മവിശ്വാസവും നേതൃത്വപദവിയും നൽകാൻ ശേഷിയുള്ളവരാണ് ജൈവബുദ്ധിജീവികൾ.

ഒരിക്കൽ അയമ്മുവിന്റെ ആദ്യ ഭാര്യയും പിന്നീടൊരിക്കൽ മുസ്ലിയാരും ബാലന് ഒളിസങ്കേതം നൽകുന്നു. കലന്തർ ബാലനും കർഷക സംഘത്തിനും നൽകിയ വാക്ക പാലിക്കാനായി മരണത്തെ സ്വയം

വരിക്കുന്നു. പങ്കജവല്ലിയും കുട്ടിമാളവും ജീവിതത്തെ വിപ്ലവകരമായി പുതുക്കിപ്പണിയുന്നു. എവിടെനിന്നാണ് ഈ മനുഷ്യർക്കെല്ലാം ആത്മ വിശ്വാസവും തന്റേടവും ലഭിച്ചത്. ജൈവബുദ്ധിജീവികളാൽ നേതൃത്വം നൽകപ്പെട്ട സംഘടനകളില്ലൂടെ മാത്രം തെക്കും മുറിയിലെ ഓരോ മനുഷ്യനും കൂടുതൽ വിപ്ലവും സ്വാധീനശേഷിയുള്ളതുമായ ബൗദ്ധിക നിലവാരത്തിലേക്കുയരുന്നു. ഒരു ജനതയൊന്നാകെ ജൈവബുദ്ധിജീ വികളുടെ നിലവാരത്തിലേക്കുയരുന്ന ചരിത്രത്തിന്റെ കുതിപ്പിനാണ് നാം *മുത്തശ്ശിയിൽ* സാക്ഷിയാവുന്നത്. ബുദ്ധിജീവികളും അവർ പൗര സമൂഹത്തിൽ ഒറ്റക്കെട്ടായി ഒരു ബൗദ്ധിക - നൈതിക സംഘമായി (intellectual - moral bloc) പ്രവർത്തിക്കുകയും ചെയ്യുന്നു.

മേൽപ്പറഞ്ഞ സംഘടിത ശക്തിയുടെ സ്ഥാപന രൂപങ്ങളാണ് പാർട്ടിയും ബഹുജന സംഘടനകളുമെന്ന് ഗ്രാംഷി സൂചിപ്പിക്കുന്നുണ്ട്. ഭാവിയിൽ സൃഷ്ടിക്കപ്പെടാൻ പോകുന്ന സമൂഹത്തിന്റെ ഭ്രൂണാവസ്ഥ യെയാണ് ബുദ്ധിജീവികളും ജനതയും ചേർന്ന് സൃഷ്ടിക്കുന്ന സംഘം പ്രതിനിധീകരിക്കുന്നത്. മനയ്ക്കലെ കുട്ടിത്തമ്പുരാൻ മുതൽ സ്മാലൻ എന്ന കർഷകത്തൊഴിലാളിവരെ ചരിത്രപരമായ സംഘശക്തിയിൽ അംഗങ്ങളാണ്.

യൂറോപ്യൻ പ്രബുദ്ധതാസങ്കൽപ്പത്തിൽനിന്ന് വ്യത്യസ്തമായ ആധുനീകരണമാണ് ഇവിടെ നടക്കുന്നത്. മതാത്മകമായ ഒരു പ്ര ക്രിയയായിരുന്നില്ല അത്. ജ്ഞാനവും തിരിച്ചറിവും ഏതെങ്കിലും ഒരു കേന്ദ്രത്തിൽനിന്ന് മറ്റിടങ്ങളിലേക്ക് വ്യാപിക്കുകയായിരുന്നില്ല. മറിച്ച് സമൂഹത്തിലെ ഓരോ മനുഷ്യനും സ്വയം തിരുത്തുകയും ചരിത്രത്തിലെ തിരുത്തൽ ശക്തിയായി പ്രവർത്തിക്കുകയും ചെയ്യുന്നതാണ് നാം *മുത്ത ശ്ശിയിൽ* കാണുന്നത്. തങ്ങളുടെ ഇച്ഛയ്ക്ക് മൂർത്തരൂപം നൽകുകയാണ് ഇതിലെ കഥാപാത്രങ്ങൾ. സംസ്കാരം/ഉൽപ്പാദനം, അടിത്തറ/ മേൽപ്പുര എന്നിങ്ങനെയുള്ള ദ്വന്ദ്വങ്ങളെ അവയുടെ വൈരുദ്ധ്യാത്മകത യോടെ ഉൾക്കൊള്ളുന്ന ഒരു ഘട്ടമാണിത്. അതിനിർണയവാദങ്ങളോ ആശയവാദപരമായ പ്രഹേളികയോ ഈ പ്രായോഗിക ഘട്ടത്തിൽ നാം കാണുന്നില്ല.

കൃഷി എന്നത് തെക്കുംമുറിയിലെ പ്രധാന ഉൽപ്പാദനമാർഗമാണ്. എന്നാൽ ഒരു സമരായുധമെന്ന നിലയ്ക്ക് കൃഷിക്ക് ചില പുതിയ സാം സ്കാരികാർഥങ്ങൾ *മുത്തശ്ശിയിൽ* ലഭിക്കുന്നുണ്ട്. ബ്രിട്ടീഷ് ബ്യൂറോക്ര സിയിൽനിന്ന് പുറന്തള്ളപ്പെട്ടവരെല്ലാം കൃഷിയിലേക്ക് മടങ്ങുന്നത് നാം കാണുന്നു. സ്കൂളിൽനിന്ന് പിരിച്ചുവിടപ്പെട്ടപ്പോൾ ചാത്തുനായർ

 കണ്ണാടിയും കുമ്പസാരവും

കൃഷിക്കാരനാവാൻ തീരുമാനിക്കുന്നു. നാണി മിസ്ട്രസും കുട്ടിമാളവും ജീവിതത്തിന്റെ വിവിധഘട്ടങ്ങളിൽ കൃഷിയിലേക്ക് തിരിയുന്നുണ്ട്. പക്ഷേ വയലിലും സ്കൂളിലും അവർ പോരാടിക്കൊണ്ടിരുന്നു. ഭാവിയുടെ പുലരിയിലേക്ക് തലനീട്ടുന്ന കതിരുകളമായി.

മനുഷ്യർക്കും ദൈവങ്ങൾക്കും ഇടമുള്ള ചരിത്രം

*മുത്തശ്ശി*യുടെ ആഖ്യാനത്തിലെവിടെയും കടന്നുവരാത്ത ഒന്നാണ് മതം. പലപ്പോഴും കഥാപാത്രങ്ങളുടെ പേരിൽനിന്നുമാത്രമേ അവരുടെ മതം മനസിലാക്കാൻ കഴിയൂ. 'മലബാർ കലാപ'ത്തിന ശേഷമുള്ള ഒരു തെക്കേ മലബാർ ഗ്രാമമാണ് നോവലിന്റെ പശ്ചാത്തലം. മലബാർ കലാപം മാപ്പിളമാരുടെ നേതൃത്വത്തിൽ നടന്ന വർഗീയലഹളയാ ണെന്ന് ബ്രിട്ടീഷ് ചരിത്രകാരന്മാർ പലവട്ടം രേഖപ്പെടുത്തിവെച്ച. അതേതാണ്ട് വേരുറച്ച ഒരാശയമായിത്തീരുകയും ചെയ്തു. മലബാർ കലാപത്തെത്തുടർന്ന്, രണ്ടു പതിറ്റാണ്ടിനിടയിലാണ് *മുത്തശ്ശി*യിലെ കഥ തുടങ്ങുന്നത്. എന്നാൽ നാട്ടുമൊഴികളിലും പൊതുബോധത്തിലും വേരോടിയിട്ടുള്ള മതസ്പർധ, ഈ നോവലിൽ നിഴലിക്കുന്നതേയില്ല.

'മതം' വിഷയമല്ലെങ്കിലും 'മതാത്മകത' ഈ നോവലിൽ പരിചയ പ്പെടുത്തുന്നുണ്ട്. ഒരർത്ഥത്തിൽ മതാത്മകതയുടെ പുറന്തോട്ട പൊട്ടിച്ച്, പുത്തൻ മാനവികതയുടെ ആകാശങ്ങളിലേക്ക് ചിറക് വിരിക്കുന്നവ രാണ് ഈ നോവലിലെ കഥാപാത്രങ്ങളെല്ലാം. ഈ പ്രക്രിയയിൽ ഹിന്ദുക്കളും മുസ്ലീങ്ങളും ഒരുപോലെ പങ്കാളികളാകുന്നു. മതത്തെ കേന്ദ്രീകരിച്ചുകൊണ്ടുള്ള വ്യവഹാരത്തെ യാന്ത്രിക യുക്തിവാദത്താൽ പകരംവെച്ച് വെല്ലുവിളി ഉയർത്തിയ സാമൂഹ്യപരിഷ്കർത്താക്കൾ നമു ക്കുണ്ട്. എന്നാൽ മൗലികമായ സാമൂഹ്യവിപ്ലവം സൃഷ്ടിക്കാൻ അവരുടെ ദർശനങ്ങൾക്കോ പ്രവർത്തനങ്ങൾക്കോ സാധിച്ചില്ല. തമിഴ്നാട്ടിലെ പെരിയാർ പ്രസ്ഥാനം ഇതിന് തെളിവാണ്. ദൈവം ഉണ്ട് എന്നും ഇല്ല എന്നും സമർത്ഥിക്കാൻ ശ്രമിക്കുന്ന വ്യവഹാരങ്ങളുടെ കേന്ദ്രം 'ദൈവം' തന്നെയാണ് എന്നതാണ് ഇതിന് കാരണം. ഇതിനുപകരം ഒരു പുതിയ വ്യവഹാരകേന്ദ്രം സൃഷ്ടിക്കാനാണ്, കേരളത്തിലെ തൊഴിലാളി-കർഷ കാദിപ്രസ്ഥാനങ്ങൾ ഇരുപതാം നൂറ്റാണ്ടിന്റെ ആദ്യപകുതിയിൽ ശ്രമിച്ചത്. ദൈവത്തെക്കുറിച്ചോ മതത്തെക്കുറിച്ചോ ഉള്ള ചോദ്യങ്ങൾ ഉന്നയിക്കാനല്ല, ജീവിതത്തെ കേന്ദ്രീകരിച്ചുകൊണ്ടുള്ള ചില വ്യവഹാ രങ്ങൾ വളർത്തിയെടുക്കാനാണ് അവർ ശ്രമിച്ചത്. *മുത്തശ്ശി*യിലെ തെക്കംമുറി പഞ്ചായത്തിൽ നടന്ന സമരങ്ങളൊന്നും ആശയമണ്ഡ ലത്തിൽ അമൂർത്തമായി നടന്നതല്ല. മറിച്ച് ഭൗതികജീവിതത്തിന്റെ

മൂർത്തസന്ദർഭങ്ങളെ മാറ്റിത്തീർക്കാനാണ് ആ പോരാളികൾ ശ്രമിച്ചത്. 'സമരം തന്നെ ഒരാരാധന'യാക്കി മാറ്റിയ അവർക്ക് ദൈവത്തെക്കുറിച്ചുള്ള തർക്കങ്ങളിൽ ഏർപ്പെടാൻ സമയമുണ്ടായിരുന്നില്ല. *മുത്തശ്ശി*യിലെ മതനിരപേക്ഷതയുടെ പശ്ചാത്തലം ഇതാണെന്ന് സാമാന്യമായി പറയാം.

മതനിരപേക്ഷതയെ മുൻനിർത്തി നടന്നുകൊണ്ടിരിക്കുന്ന സംവാ ദങ്ങളുടെ സമകാലീന പശ്ചാത്തലത്തിലാണ് *മുത്തശ്ശി*യിലെ മതനിര പേക്ഷ ദർശനത്തെക്കുറിച്ചുള്ള ഒരു വിചാരത്തിന് ഇവിടെ മുതിരുന്നത്. 'സെക്കുലറിസം' പാശ്ചാത്യമായ ഒരാശയമാണെന്നും ഇത് ഇന്ത്യയിൽ പ്രായോഗികമല്ലെന്നുമുള്ള വാദം ഒരു കോണിൽ ശക്തിപ്പെട്ടുകൊ ണ്ടിരിക്കുകയാണ്. ഇന്ത്യൻ പൊതുജീവിതം മതവിശ്വാസങ്ങളുടെ പിൻബലത്തിൽ കരുപ്പിടിപ്പിച്ചതാണെന്നും സെക്കുലറിസം എന്നത് മതവിശ്വാസികളായ ഭൂരിപക്ഷത്തിന് മേൽ മതവിശ്വാസികളല്ലാത്ത ന്യൂനപക്ഷം നടത്തുന്ന കടന്നുകയറ്റമാണെന്നും വാദിക്കുന്ന ബുദ്ധിജീ വികൾ ഈ സംവാദമുഖത്ത് നിലയുറപ്പിച്ചിട്ടുണ്ട്. സെക്കുലറിസത്തെ 'ആധുനികത' എന്ന ബൃഹദാഖ്യാനത്തിന്റെ ഭാഗമായി കാണുകയും അതുകൊണ്ടുതന്നെ ബൃഹദാഖ്യാനത്തിന്റെ ഭാഗമായി 'ഉത്തരാധുനിക ദർശനം' മതനിരപേക്ഷത എന്ന ആശയത്തെ തള്ളിക്കളയുകയും ചെയ്യുന്നു. മാത്രമല്ല 'സെക്കുലറിസം' എന്നത് വിശാലമായ അർഥത്തിൽ ഒരു ക്രിസ്തീയ ആശയമാണെന്ന ധാരണയും ഇതിന്റെ ഭാഗമായി രൂപ പ്പെട്ടു വരുന്നുണ്ട്. നമ്മുടെ പൊതുജീവിതത്തിൽ കുടെക്കൂടെയുണ്ടാകുന്ന വർഗീയകലാപങ്ങൾ, 'സെക്കുലറിസം' എന്ന പാശ്ചാത്യാശയം അടി ച്ചേൽപ്പിക്കാൻ ശ്രമിക്കുന്നതിന്റെ ഫലമാണെന്നപോലും വാദിക്കാൻ മടിക്കാത്തവരുണ്ട്.

സമകാലീന പ്രശ്നങ്ങൾക്കെല്ലാം 'കൊളോണിയൽ' ഭൂതകാല ത്തെയും ആധുനികതയെയും കാരണമായിക്കാണുന്ന 'സംസ്കാര മാത്രവാദം' ഇന്ന് ശക്തമായിക്കൊണ്ടിരിക്കുകയാണ്. ടി.എൻ.മദൻ, ആഷിഷ് നന്ദി എന്നിവരുടെ രചനകളെ ഉദ്ധരിച്ചുകൊണ്ട് സഹീർ ബാബർ ഇക്കാര്യം വിശദീകരിക്കുന്നുണ്ട്. പുനരുത്ഥാനവാദത്തിന് പിൻബലം നൽകാൻ മാത്രമേ ചരിത്രനിരപേക്ഷമായ ഇത്തരം വിശ കലനങ്ങൾ ഉപകരിക്കൂ എന്നദ്ദേഹം നിർദേശിക്കുന്നു.

ആധുനികതയ്ക്കെതിരെ വിമർശനവുമായി വരുന്നവരിൽ പലരും പ്രാചീനഭാരതത്തിന്റെ സുവർണകാലത്തെ നിർമിച്ചെടുക്കാൻ ശ്രമിക്കു ന്നത് കാണാം. ആധുനികതയ്ക്കും ശാസ്ത്രീയതയ്ക്കുമെതിരായി പരമ്പരാഗത

മൂല്യങ്ങളെ ഉയർത്തിപ്പിടിക്കുകയെന്നതാണ് തീവ്രമായ വാദമുഖങ്ങൾ മുന്നോട്ടവെക്കുന്ന ഉത്തരാധുനിക ശാസ്ത്രവിമർശകരുടെ പ്രത്യയശാ സ്ത്രത്തിന്നടിസ്ഥാനം. കൊളോണിയൽ ആധുനികതയോട്ടം പരമ്പരാ ഗതമായ ജീവിതദർശനത്തോട്ടം കലഹിച്ചുകൊണ്ട് സമൂഹത്തിന്റെ അടിത്തട്ടിൽ ഉറവകൾ കണ്ടെത്താൻ ഇനിയും നമുക്ക് കഴിഞ്ഞിട്ടില്ല. അത്തരമൊരു സ്രോതസ്സിലേക്കാണ് 'മുത്തശ്ശി' നമ്മെ കൊണ്ടുചെല്ലു ന്നത്.

മനുഷ്യസത്തയുടെ ഏറ്റവും പ്രധാനപ്പെട്ട സവിശേഷത, അതിന്റെ സാമൂഹ്യപരതയാണ്. ഓരോ വ്യക്തിയും സമൂഹത്തിലെ മറ്റള്ളവരി ലേക്ക് എത്തിച്ചേരാൻ ശ്രമിക്കുകയും അതിലൂടെ പൂർണത നേടാൻ യത്നിക്കുകയും ചെയ്യുന്നു. ഇത്തരം യത്നങ്ങൾക്ക് ഒരു സംഘടിത രൂപം കൈവരുമ്പോഴാണ്, മാനവസത്ത ചരിത്രത്തിന്റെ ഒരു ഇന്ധ നമായിത്തീരുന്നത്. ഇതാണ് ഓരോ സന്ദർഭത്തിലേയും സമൂഹരൂ പീകരണത്തിന്റെ പുറകിൽ പ്രവർത്തിക്കുന്നത്. ചരിത്രത്തിന്റെ ചില ഘട്ടങ്ങളിൽ മതവും മതവിശ്വാസവുമാണ്, മാനവസത്തയുടെ പ്രകാ ശനത്തിന് സഹായിച്ചത്. മലബാർ കലാപത്തിന്റെ ഘട്ടത്തിൽ മതം വഹിച്ച ഇത്തരമൊരു ധർമത്തെ ഇ.എം.എസ്. ചൂണ്ടിക്കാണിക്കുന്നുണ്ട് (സഞ്ചിക 5). എന്നാൽ ചെറുകാടിന്റെ *മുത്തശ്ശി*യിൽ മതമല്ല, ജന്മിത്ത ത്തിനും സാമ്രാജ്യത്വത്തിനും എതിരായ സമരമാണ് മാനവസത്തയെ അതിന്റെ പൂർണതയിലെത്തിക്കാൻ സഹായിച്ചത്.

ഏതൊരു ചരിത്രസന്ധിയിലും വ്യക്തികളുടെ അഭിലാഷങ്ങളും ആശങ്കകളും അനന്യമായി നിലനിൽക്കുന്നുണ്ട്. അതേ സമയം ആ ചരിത്രസന്ദർഭത്തെ നിർണയിക്കുന്ന 'സംഘബോധ'വും നിലനിൽക്ക ന്നുണ്ട്. ഈ സംഘബോധമാകട്ടെ, സമൂഹത്തിന്റെ വർഗഘടനയെ ആശ്രയിച്ചിരിക്കുന്നു. ഈ വർഗബോധം, ഒരു സവിശേഷ വർഗത്തിൽ പങ്കാളികളായ വ്യക്തികളുടെ ബോധത്തിന്റെ ആകത്തുകയോ ശരാശരിയോ അല്ല. മറിച്ച്, പ്രസ്തുത സമൂഹത്തിലെ ഓരോ ചലന ത്തെയും നിയന്ത്രിക്കുന്ന ശക്തിയാണ്. പലപ്പോഴും തന്റെ അനന്യമായ ബോധവും വർഗാവബോധവും വേർതിരിഞ്ഞ് നിൽക്കുന്നതായാണ് വ്യക്തിക്ക് അനുഭവപ്പെടുക. സാമ്പത്തികവും സാമൂഹികവുമായ ഘടകങ്ങളാൽ നിർണയിക്കപ്പെട്ട ഒരു ചരിത്രസന്ദർഭത്തിലെ വർഗ ഘടന സൃഷ്ടിക്കുന്ന അബോധത്തെയാണ് ല്യൂക്കാച്ച് വർഗാവബോധം എന്ന് വിളിക്കുന്നത്. ഏതൊരു സമൂഹത്തിനും നിയതമായ ഘടന നൽകുന്നത് ഈ വർഗാവബോധമാണ്. വ്യക്തിയും സമഷ്ടിയും തമ്മിലുള്ള ബന്ധത്തെ നിയന്ത്രിക്കുന്ന ഈ വർഗാവബോധത്തെ

സ്ഥാപിച്ചെടുക്കാൻ വ്യക്തികൾക്ക് ഏറെ പണിപ്പെടേണ്ടിവരും. ഈ ബന്ധം സ്ഥാപിച്ചെടുക്കാൻ കഴിയാത്ത വർഗം ചരിത്രത്തിൽ കീഴാള പദവിയിൽ ഇടരേണ്ടിവരും. വർഗ താൽപ്പര്യവും വർഗാവബോധവും തമ്മിൽ സമൈക്യത്തിൽ വരുമ്പോൾ മാത്രമേ, ഒരു വിപ്ലവശക്തിയായി ഏതൊരു വർഗത്തിനും വികസിക്കാൻ കഴിയൂ. ഓരോ ചരിത്രസന്ദർഭ ത്തെയും നിർണയിക്കുന്ന ചോദ്യം ഇതാണ്. ഏത് വർഗത്തിനാണ് മേൽപ്പറഞ്ഞ വിധം തങ്ങളുടെ താൽപ്പര്യത്തെയും ബോധത്തെയും സമന്വയിപ്പിക്കാൻ കഴിയുന്നത്?

പ്രാചീന സമൂഹത്തിന്റെ തകർച്ചയിലേക്ക് നയിച്ച വസ്തുതകളെക്കുറി ച്ച് ല്യൂക്കാച്ച് പറയുന്ന അഭിപ്രായം ഈ സന്ദർഭത്തിൽ പ്രസക്തമാണ്. അടിമത്തത്തിന് മേൽ കെട്ടിയുയർത്തപ്പെട്ട ഒരു വ്യവസ്ഥിതിയുടെ സാമ്പത്തിക പ്രതിസന്ധികളാണ് പ്രസ്തുത സമൂഹത്തെ തകർച്ച യിലേക്ക് നയിച്ചത്. എന്നാൽ ഇക്കാര്യം മനസിലാക്കുന്നതിൽ അടിമവർഗവും ഉടമവർഗവും ഒരുപോലെ പരാജയപ്പെട്ടു. ഇതാണ്, സാമൂഹ്യഘടനയുടെ തകർച്ചയിലേക്ക് നയിച്ചത്.

ഫ്യൂഡൽ/കർഷക സമൂഹത്തിൽ, വർഗാവബോധവും വർഗസാഹ ചര്യവും തമ്മിലുള്ള ബന്ധം വളരെ സരളമായ ഒന്നാണെങ്കിലും ഈ അവബോധത്തെ പ്രവൃത്തിയുടെ മണ്ഡലത്തിൽ തിരിച്ചറിയുക എന്നത് ഏറെ ശ്രമകരമാണ്. കാരണം വർഗാവബോധം തന്നെ ഇത്തരം സമൂഹങ്ങളിൽ നെട്ടകെ പിളർന്നാണ് നിലനിൽക്കുന്നത്. അതായത് സാമ്പത്തിക മേഖലയിലെ പോരാട്ടങ്ങളും രാഷ്ട്രീയമേഖലയിലെ പോരാട്ടങ്ങളും തമ്മിൽ പരസ്പരബന്ധമില്ലാത്തതുപോലെയാണ് വർഗാ വബോധത്തിൽ നിഴലിക്കുന്നത്. താൽക്കാലിക ലക്ഷ്യങ്ങളും അന്തിമ ലക്ഷ്യവും തമ്മിലുള്ള വൈരുദ്ധ്യാത്മകമായ അകലം, തൊഴിലാളി വർഗവിപ്ലവത്തിനകത്തുതന്നെ വിള്ളൽ സൃഷ്ടിക്കും. വിപ്ലവപ്രവർത്ത നത്തിൽ തങ്ങൾക്കുള്ള പങ്കിനെ തിരിച്ചറിയുന്നതിൽനിന്ന് ഇത് തൊഴി ലാളിവർഗത്തെ തടയുന്നു. താൽക്കാലികമായ ആവശ്യങ്ങളെ ആത്യ ന്തികമായ ലക്ഷ്യങ്ങളുമായി ബന്ധിപ്പിക്കാനും, അതുവഴി വിപ്ലവത്തിന്റെ ശീഘ്രഗതിയിൽ നിൽക്കാനും തൊഴിലാളിവർഗത്തിന് കഴിയുമ്പോൾ മാത്രമാണ്, സമൂഹം സമൂലമായി പരിഷ്കരിക്കപ്പെടുന്നത്.

വർഗാവബോധത്തെ സംബന്ധിച്ച് സാമാന്യം ദീർഘിച്ച ഈ പ്രകരണം, *മുത്തശ്ശി*യുടെ ഇതിവൃത്തത്തെ വിലയിരുത്തുന്നതിൽ പ്രധാ നമാണ്.

നാണി മിസ്സസ് ഉൾപ്പെടുന്ന അധ്യാപകവർഗത്തിന്റെ അടിയ
ന്തിര താൽപ്പര്യങ്ങളും സമൂഹത്തിന്റെ ആത്യന്തികലക്ഷ്യവും തമ്മിൽ
ജൈവികമായിത്തന്നെ ഐക്യപ്പെടുന്നതാണ് നാം ഈ നോവലിൽ
കാണുന്നത്. ജന്മിത്തത്തിനെതിരെ ബാലൻനായരുടെ നേതൃത്വ
ത്തിൽ കിസാൻസംഘം നയിക്കുന്ന സമരങ്ങളുടെ കാര്യത്തിലും
ഈ സമരൈക്യം കാണാം. ചുരുക്കത്തിൽ സമൂഹത്തിലെ വിവിധ
തൊഴിലാളി വിഭാഗങ്ങളുടെ വർഗാവബോധത്തിനകത്തു നിലനിന്നി
രുന്ന വൈരുധ്യാത്മകമായ അകലം പരിഹരിക്കപ്പെടുകയും രാഷ്ട്രീ
യസമരവും സാമ്പത്തികസമരവും ഒന്നായിത്തീരുകയും ചെയ്യുന്ന ഒരു
ചരിത്രസന്ദർഭത്തെയാണ് *മുത്തശ്ശി* അടയാളപ്പെടുത്തുന്നത്. മതാത്മ
കജീവിതത്തിന് സാമൂഹ്യമണ്ഡലത്തിൽ പ്രസക്തി നഷ്ടപ്പെടുന്ന ഒരു
ഘട്ടമാണിത്.

ഉദാഹരണമായി നാണി മിസ്സസ്സിന്റെ കുടുംബവും സ്മാലന്റെ
കുടുംബവും തമ്മിലുള്ള ബന്ധം ഉൽപ്പാദനവ്യവസ്ഥയിലൂടെ നിർണയി
ക്കപ്പെട്ട ഒന്നാണ്. ഈ രണ്ട് കുടുംബങ്ങൾ തമ്മിലുള്ള ബന്ധത്തെക്കു
റിച്ച് ചെറുകാട് ഇങ്ങനെ സൂചിപ്പിക്കുന്നു.

'കുഞ്ഞിക്കദീജ്ജമ്മ വെളുത്തു തടിച്ച നല്ല മുഖശ്രീയുള്ള ഒരുമ്മയാണ്.
ഉമ്മറത്തെ രണ്ട് പല്ല് തേഞ്ഞിട്ടുണ്ട്. എപ്പോഴും മുറുക്കും. അവർക്കെന്നെ
വലിയ കാര്യമാണ്. ഞാനുണ്ടായിട്ടാണ് അവരും നാലു കുട്ടികളും പട്ടി
ണിയില്ലാതെ കഴിഞ്ഞുകൂടുന്നതെന്നാണവരുടെ വിശ്വാസം. സ്മാലന്റെ
വീട്ടുകാർക്ക് അടിയന്തിരാവശ്യമുള്ളതെന്തും ഞങ്ങൾ കടം കൊടുക്കും.
പലിശയൊന്നുമില്ലാതെ സംഖ്യ മടക്കിത്തരും. ഞങ്ങളുടെ വീട്ടിലെന്തു
വിശേഷിച്ചിട്ടുണ്ടെങ്കിലും സ്മാലന്റെ വീട്ടുകാർക്ക കൊടുക്കും. അങ്ങനെ
തന്നെ, സ്മാലന്റെ വീട്ടിൽ പിറന്നാളുണ്ടാവുമ്പോൾ പപ്പടവും വെളിച്ചെ
ണ്ണയും കൂട്ടാൻവെക്കാനുള്ള സാധനങ്ങളും ഒരു തൊട്ടിക്കൊട്ടയിലാക്കി
തേഞ്ഞ കുറ്റിപ്പല്ല് കാട്ടി ചിരിച്ചുകൊണ്ട് ഉമ്മ കൊണ്ടുവന്നതരും. ഒരു
കുടുംബംപോലെ നാരകത്തെ വീട്ടുകാരും സ്മാലന്റെ വീട്ടുകാരും കഴി
ഞ്ഞുകൂടി' (പുറം 255).

ബാലൻനായർ ഒളിവിൽപ്പോയതിനെത്തുടർന്ന് തെക്കുംമുറിയിൽ
നടന്ന പോലീസ് നരനായാട്ടിൽ സ്മാലന്റെ അടിപതറി. നാണിമിസ്സ
സിന്റെ കുടുംബവുമായുള്ള ബന്ധം വിഛേദിക്കാൻ അയാൾ തീരുമാ
നിച്ചു. എന്നാൽ ആ കർഷകത്തൊഴിലാളിയുടെ ഭാര്യയും മകനും ഈ
സന്ദർഭത്തിൽ കൂടുതൽ ധൈര്യം പ്രകടിപ്പിക്കുന്നതാണ് കാണുന്നത്.
സ്മാലനോട് പണിക്ക് വരാൻ പറഞ്ഞിട്ടും കാണാതിരുന്നപ്പോൾ,

നാണി മിസ്ട്രസ് അയാളെ തിരഞ്ഞ് വീട്ടിൽച്ചെല്ലുന്നു. ബാലൻനായരു മായി ബന്ധം പുലർത്തിയതിന്റെ പേരിൽ, ബ്രിട്ടീഷ് പോലീസ് അയാളെ മർദിച്ചവശനാക്കിയിരിക്കുകയാണ്. നാണിമിസ്ട്രസിനെ അഭിമുഖീകരി ക്കാൻ മടിക്കുന്ന സ്മാലനോട്, അയാളുടെ ഭാര്യ പറയുന്നതിതാണ്: "ഇള്ളക്കുട്ടികളെപ്പോലെ ഒളിച്ചുകളിക്കൊന്നും വേണ്ട - എന്താച്ചാലങ്ങട്ട് പറഞ്ഞൂടി. ഓലടെ കയ്യിൽ കായും പണവും ഉണ്ടെങ്കിൽ ഓലിക് പണി ക്കാരെയൊക്കെ കിട്ടും. ഈ പറയണ പ്രമാണികളൊന്നും നമ്മക്ക് പണിണ്ടാക്കിത്തര്വല."

സ്മാലന്റെ ഉമ്മ, സ്വയം തിരിച്ചറിയുന്നത് ഒരു തൊഴിലാളിയായാണ്. പാരമ്പര്യമായി നിലനിൽക്കുന്ന ബന്ധമൊന്നും കൂലിപ്പണിയിൽ പ്രസക്തമല്ലെന്നും, തൊഴിലെടുക്കാൻ തയ്യാറുള്ളവർ കായും പണവു മുള്ളവരുടെയടുത്ത് പണിക്ക പോകുമെന്നും പറയുന്ന ഉമ്മ മതപരവും ലിംഗപരവുമായ പരിമിതികൾക്കപ്പുറം തൊഴിലാളി എന്ന സംവർഗ ത്തിലേക്കാണ് കയറിനിൽക്കുന്നത്.

"ഏറിയാൽ കൊല്ലല്ലേ ചെയ്യൂ. ഉമ്മ തുടർന്നു. "ഞാൻ ന്റെ മൊയ മ്മുട്ടി വന്നാലങ്ങട്ട് പറഞ്ഞയക്കണ്ട്. നാളെ ഓൻ പണിക്ക വരും" എന്ന് പറഞ്ഞ് ഉമ്മ നാണിമിസ്ട്രസിനെ യാത്രയാക്കുന്നു. തങ്ങൾ കക്കാനൊന്നും പോണില്ലെന്നും അധ്വാനിച്ച ജീവിക്കുക മാത്രമേ ചെയ്യൂ ന്നുള്ളവെന്നും ഉമ്മ കൂട്ടിച്ചേർക്കുന്നുണ്ട്. മതാത്മകമായ നൈതികതയെ വർഗപരമായ നൈതികതകൊണ്ട് പകരം വെക്കുകയാണ് ഇവിടെ ഉമ്മ ചെയ്യുന്നത്.

മുത്തശ്ശിയിലെ സമൂഹത്തിൽ എല്ലാ മണ്ഡലങ്ങളിലും ജാതിമതങ്ങ ൾക്കതീതമായ കർത്തൃത്വങ്ങൾ ഇടപെടുന്നതു കാണാം. നാണി മിസ്ട്രസ് ആദ്യമായി തൊഴിലിൽ പ്രവേശിക്കുന്നത് മുസലിയാർ നടത്തുന്ന തെക്കുംമുറി എയ്ഡഡ് മാപ്പിള സ്ക്കൂളിലാണ്. ഈ മുസലിയാർ കഥാന്ത്യം വരെ നാണിമിസ്ട്രസിനൊടൊപ്പമുണ്ട്. ബാലനെ ഒളിവിൽ പാർപ്പിക്കുന്നതും അതത് സമയത്ത് നാണിമിസ്ട്രസിന് വിവരം നൽകു ന്നതും മുസലിയാർ ആണ്. ബാലൻ ഒളിവിൽ താമസിക്കുന്നത് അയമ്മു വിന്റെ ആദ്യ ഭാര്യയുടെ വീട്ടിലാണ്. അയമ്മുവിന്റെ മകൻ കലന്തൻ ബാലന്റെ സന്തതസഹചാരിയാണ്. ബാലനെ കാണാൻ ഒരു ദിവസം നാണിമിസ്ട്രസ് അയമ്മുവിന്റെ ആദ്യ ഭാര്യ നഫീസയുടെ വീട്ടിൽ പോകു ന്നുണ്ട്. രാത്രിയിൽ കുഞ്ഞാമിനയുടെ മുസ്ലിംവേഷം ധരിച്ചാണ് അന്ന് അയമ്മുവിന്റെ വീട്ടിൽനിന്ന് നാണിമിസ്ട്രസ് രക്ഷപ്പെടുന്നത്. ഇവിടെ മുസ്ലിം വസ്ത്രം സ്വത്വത്തിന്റെ അടയാളമായല്ല സമരത്തെ പിന്തുണയ്ക്കുന്ന

 കണ്ണാടിയും കുമ്പസാരവും

ചിഹ്നമായാണ് കടന്നുവരുന്നത്. ഹിന്ദുക്കളും മുസ്ലിങ്ങളും അവരവരുടെ ജീവിതസാഹചര്യങ്ങളിൽനിന്ന് തൊഴിലാളി എന്ന വർഗബോധത്തി ലേക്ക് ഉയരുന്നതിന്റെ ഭാഗമായി, സാംസ്കാരിക ചിഹ്നങ്ങൾക്ക് പുതിയ അർത്ഥങ്ങളുണ്ടാകുന്നു. നാണിമിസ്ട്രസ് അറസ്റ്റ് വരിച്ച് ജയിലിൽ പോകുമ്പോൾ, ജയിൽ വാർഡൻ കുഞ്ഞായിശുമ്മ അനുകമ്പയോട്ടുകൂടി പെരുമാറുന്നുണ്ട്.

നാണിമിസ്ട്രസിന്റെയും അനിയൻ ബാലന്റെയും വിവാഹം ഒരുമി ച്ചാണ് നടന്നത്. വിവാഹാനന്തരം, അതുവരെ പതിവില്ലാത്തവിധം ഒരു ടീപ്പാർട്ടി സംഘടിപ്പിക്കുന്നുണ്ട്. ഈ ടീപ്പാർട്ടിയെക്കുറിച്ച് ചെറുകാട് നൽകുന്ന വിവരണം ഇപ്രകാരമാണ്: "ജാതിഭേദമെന്യേ നാട്ടുകാർ പങ്കെടുത്തിരുന്നു. മുഹമ്മദും അബ്ബബക്കറും വന്നിട്ടുണ്ട്. സബ് ഇൻസ്പെ ക്ടറാണ് അബ്ബബക്കറെങ്കിലും അവൻ എന്നോട്ടുള്ള ബഹുമാനംകൊണ്ട് അന്ന് ടീപ്പാർട്ടിയിൽ പങ്കെടുക്കാൻ വന്നിരുന്നു."

ചുരുക്കത്തിൽ കർഷകത്തൊഴിലാളി മുതൽ സബ് ഇൻസ്പെക്ടു രവരെ വിവിധ രംഗങ്ങളിൽ അധ്വാനിക്കുന്ന മുസ്ലീം കഥാപാത്രങ്ങളെ നാം ഈ കഥയിൽ കണ്ടുമുട്ടുന്നു. കലന്തനെപ്പോല്ലുള്ള രക്തസാക്ഷിക ളും മുസ്ലീം സമുദായത്തിലുണ്ട്. അവരെല്ലാം ഹിന്ദു വിഭാഗത്തിൽപ്പെട്ട നാണിമിസ്ട്രസിനോട്ടും ബാലൻനായരോട്ടും പുലർത്തുന്ന ബന്ധം തീർത്തും രാഷ്ട്രീയപരമായി നിർവചിക്കപ്പെട്ടതാണ്. തെക്കുംമുറിയിലെ ജനങ്ങൾ സാമാന്യമായി ജന്മിത്തത്തിനും സാമ്രാജ്യത്വത്തിനുമെതിരെ യുള്ള പോരാട്ടത്തിൽ കൈകോർത്തു കഴിഞ്ഞിരുന്നു.

നേരത്തെ സൂചിപ്പിച്ചതുപോലെ സാമ്പത്തിക താൽപ്പര്യങ്ങളും രാഷ്ട്രീയതാൽപ്പര്യങ്ങളും തമ്മില്ലുള്ള അകലം കാർഷികസമ്പദ് വ്യവസ്ഥയിലെ വർഗാവബോധത്തിൽ പ്രകടമാണ്. എന്നാൽ ഈ അകലത്തെ മറികടക്കാൻ തെക്കുംമുറിയിലെ സാമാന്യജനങ്ങൾക്ക് സാധിച്ചു. അതുകൊണ്ടാണ് ചരിത്രത്തിന്റെ ഒരു സവിശേഷഘട്ടത്തെ സൂചിപ്പിക്കുന്ന ആഖ്യാനമായി *മുത്തശ്ശി* മാറുന്നത്.

പാഠാന്തരത ഏറ്റവും തീവ്രമായി പ്രത്യക്ഷപ്പെടുന്ന സാഹിത്യജനു സ്സാണ് നോവൽ എന്ന് ബക്തിൻ സൂചിപ്പിക്കുന്നുണ്ട്. വ്യവഹാരങ്ങളുടെ ബഹുസ്വരതയാണ് നോവലിനെ ശ്രദ്ധേയമാക്കുന്നത്. വിഷയങ്ങളെ ഉൾക്കൊള്ളിക്കാനും അവയെ പ്രകടിപ്പിക്കാനും ആവശ്യമായ ഊർജം നോവൽ എന്ന ആഖ്യാനത്തിന് ലഭിക്കുന്നത് സംഭാഷണാത്മകത (dialogism) എന്ന സവിശേഷ സങ്കേതത്തിലൂടെയാണെന്ന് ബക്തിൻ കരുതുന്നു. ചെറുകാട് മുൻകൂട്ടി തയ്യാറാക്കിയ ഒരു വ്യക്തിസത്തയെ

കഥാപാത്രങ്ങളിലൂടെ അവതരിപ്പിക്കുകയല്ല ചെയ്യുന്നത്. മറിച്ച് കഥാ ഗതിയിലെ വ്യത്യസ്ത വ്യവഹാരങ്ങളിലൂടെ, അതിന്റെ സംഭാഷണാത്മ കതയിലൂടെ, സൃഷ്ടിക്കപ്പെടുകയാണ് ചെയ്യുന്നത്. ഈ നോവലിലെ ഒരു കഥാപാത്രവും ഒന്നിന്റേയും പ്രതിനിധിയില്ല. ഈ ബഹുസ്വരതയാണ് മുത്തശ്ശിയെ ആധുനിക നോവലാക്കി മാറ്റുന്നത്.

പ്രത്യയശാസ്ത്രപരമായ അർത്ഥവും ഭാഷയും ഉരുകിച്ചേർന്ന സവിശേഷ രൂപത്തെയാണ് ബക്തിൻ 'മിത്ത്' എന്ന് വിശേഷിപ്പി ക്കുന്നത്. എന്നാൽ ആധുനികനോവലിൽ പ്രത്യയശാസ്ത്രത്തിന്റെയും ഭാഷയുടേയും വികേന്ദ്രീകരണം കാണാം. ചരിത്രത്തിന്റെ വിശാലതയെ പൂർണമായും ഉൾക്കൊള്ളുന്നു എന്ന ധ്വനിയാണ് പുരാവൃത്തത്തിന്റെ ഭാവാത്മകത. എന്നാൽ നോവലാകട്ടെ, ഒഴുകിക്കൊണ്ടിരിക്കുന്ന കാലത്തിന്റെ ഒരു ചീളിനെ മാത്രമേ ഉൾക്കൊള്ളുന്നതായി അവകാ ശപ്പെടുന്നുള്ളൂ. അതുകൊണ്ടുതന്നെ സ്ഥലകാലങ്ങളെ അതിക്രമിച്ച കൊണ്ടാണ് പുരാവൃത്തം നിലനിൽക്കുന്നതെങ്കിൽ, നോവൽ സ്ഥല കാലങ്ങളിൽ സ്വയം അലിഞ്ഞില്ലാതായിത്തീരുകയാണ് ചെയ്യുന്നത്. ഒരു പ്രത്യേക ചരിത്രസന്ദർഭത്തിലെ വ്യത്യസ്ത ലോകവീക്ഷണങ്ങൾ തമ്മിലുള്ള സംവാദാത്മകതയെയാണ് ബക്തിൻ 'സംഭാഷണാത്മകത' (dialogism) എന്ന് വിശേഷിപ്പിക്കുന്നത്. തന്റെ കടുംപിടുത്തങ്ങളും ദാർശനിക സമസ്യകളും കഥാപാത്രങ്ങൾക്ക് മേൽ അടിച്ചേൽപ്പിക്കാൻ ചെറുകാട് ശ്രമിക്കുന്നില്ല. അവർ സ്വയം പഠിച്ചും തിരുത്തിയും മുന്നേറുന്ന താണ് നാം കാണുന്നത്. വ്യക്തിയും സമഷ്ടിയും തമ്മിലുള്ള ബന്ധത്തെ തിരിച്ചറിയാൻ വർഗബോധം സഹായിക്കുന്ന ഒരു ഘട്ടത്തെയാണ് തെക്കുംമുറിയുടെ ചരിത്രത്തിൽ നാം കാണുന്നത്. അവിടെ മതജീവിതം വ്യക്തിജീവിതത്തിന്റെ നാലതിരുകൾക്കകത്ത് ഒതുങ്ങിനിൽക്കുന്നു. തന്റെ മുത്തശ്ശിയെ പോലീസ് അറസ്റ്റ ചെയ്തുകൊണ്ടുപോകുന്നത് ഒരിക്കൽ നാണിമിസ്ട്രസ് സ്വപ്നം കാണുന്നുണ്ട്. ഭയപ്പെട്ട് ഞെട്ടിയ ണർന്ന അവരുടെ ചിന്ത ഇപ്രകാരമായിരുന്നു: "വെളുപ്പാൻ കാലത്ത് കണ്ട സ്വപ്നങ്ങൾ മിക്കയും അനുഭവപ്പെടുമെന്നാണ് പഴമക്കാരുടെ വിശ്വാസം.... ഈശ്വരാ എന്റെ മുത്തശ്ശിയെ രക്ഷിക്കണേ എന്ന് ഞാൻ പ്രാർത്ഥിച്ചു." മാക്സിം ഗോർക്കിയുടെ 'അമ്മ' വായിച്ചുകൊണ്ടാണ് നാണിമിസ്ട്രസ് ഉറങ്ങിപ്പോയത്. അതിലെ അമ്മയുടെ അനുഭവമായി രിക്കാം തന്റെ സ്വപ്നത്തിന് കാരണമെന്ന് അവർ അനുമാനിക്കുന്നു. ഏതായാലും മനസ്സുറിഞ്ഞ് പ്രാർത്ഥിക്കാൻ നാണി മിസ്ട്രസിന് മടിയില്ല. ദൈവമുണ്ടോ ഇല്ലയോ എന്നതല്ല. സമൂഹരൂപീകരണത്തിന്റെ വേദനാ ജനകമായ ഒരു ഘട്ടത്തിലൂടെ കടന്നുപോകുന്ന സാധാരണ മനുഷ്യർ

          കണ്ണാടിയും കുമ്പസാരവും

അവരുടെ സംസ്കാരത്തിന്റെ ഉപലബ്ധികളിൽനിന്നെല്ലാം ഊർജം സംഭരിക്കാൻ ശ്രമിക്കുന്നു. തങ്ങളുടെ ദൈവവിശ്വാസവും ഇതിനവരെ പിന്തുണച്ചിരിക്കാം. ചരിത്രത്തിന്റെ മഹായാനത്തിൽ, അവർ തങ്ങളുടെ ദൈവങ്ങളെക്കൂടി ഒപ്പം കൂട്ടി. അടിമത്തത്തിനും, കഴുമരത്തിനും ഇടയില്ലു ള്ള അവരുടെ ജീവിതം അത്രമേൽ സങ്കീർണമായിരുന്നു എന്ന് മാത്രമേ അതിനർത്ഥമുള്ളൂ.

ഗ്രന്ഥസൂചി

1. കുലിക്കോവ ഐ. (സമ്പാ:), *'മാർക്സിസ്റ്റ്-ലെനിനിസ്റ്റ് സൗന്ദര്യ ശാസ്ത്രവും ജീവിതവും'* (തിരുവനന്തപുരം പ്രഭാത് ബുക്ക് ഹൗസ്, 1984)

2. ഗോർക്കി, മാക്സിം, *'വ്യക്തിത്വത്തിന്റെ ശിഥിലീകരണം'* എം.കെ. ഗംഗാധരൻ (വിവ:) (തിരുവനന്തപുരം: സംഘപ്രസാധന, പുരോഗമന കലാസാഹിത്യസംഘം, തിരുവനന്തപുരം ജില്ലാക്കമ്മിറ്റി, 1988).

3. ചെറുകാട്, *'മുത്തശ്ശി'* (തൃശ്ശൂർ: കേരള സാഹിത്യ അക്കാദമി, 1998).

4. പ്ലെഹാനൊവ്, ജി.വി. *'ചരിത്രത്തിൽ വ്യക്തിക്കുള്ള പങ്ക്'* (മോസ്കോ: പ്രോഗ്രസ് പബ്ലിഷേഴ്സ്, 1976)

5. മീരാ നന്ദ *ജ്ഞാനോദയത്തിന്റെ തിരസ്കാരങ്ങൾ* (തിരുവനന്ത പുരം: ചിന്ത പബ്ലിഷേഴ്സ്, 2007)

6. Adamson, Walter.L Hegemony and Revolution O *'A Study of Antonio Gramsci's Political and Cultural Theory* (London: University of Caliornia Press, 1980).

7. Baber Zaheer *Secularism, Commualism and the Intellectuals* (Palam Vihar, Gurgaon. Three Essays, 2006)

8. C.C. of the CPSU (B) (ed.) History of the Communist Party of the Soviet Union/Bolsheviks/Short course. Part I (Reprint : The CC of CPI. 1938)

9. Lukacs George, *History and Class Consciousness* (New Delhi: Rupa & Co., 1993)

10. Swingewood, Alan, *'The novel and revolution'* (London : The macmillam Press Ltd. 1975).

ദൈവത്തോട് പിണങ്ങിയ മനുഷ്യലോകങ്ങൾ

ഒന്ന്

ആധുനിക സാഹിത്യം ആധുനിക സമൂഹരൂപീകരണത്തിന്റെ സംഘർഷങ്ങളെ സൂക്ഷമമമായോ സ്ഥലമായോ അടയാള പ്പെടുത്തുന്നുണ്ടെന്ന കാര്യത്തിൽ തർക്കമില്ല. കഥാസാഹിത്യമാകട്ടെ, ദേശം, ദേശരാഷ്ടം, ദേശീയത തുടങ്ങിയ കൽപനകളോട് നേരിട്ടുതന്നെ ഇടപാട് തീർക്കുന്നുണ്ട്. വ്യക്തികളുടെ ആത്മസംഘർഷങ്ങളായാണ് കഥ നമുക്ക മുന്നിൽ ചുരുൾ നിവരുന്നതെങ്കിലും സാമാജികമായ വൈരുധ്യങ്ങൾ അവയിൽ നിന്ന് വായിച്ചെടുക്കാനാവും. എഴുത്ത കാരുടെ പ്രതിഭയ്ക്കൊത്ത് ഇത് കൂടുതൽ സൂക്ഷ്മവും അനന്യവുമാ യിത്തീരും. എം. ടിക്ക് നന്നായി കഥ പറയാനറിയാം. അതുകൊണ്ടു തന്നെ അദ്ദേഹത്തിന്റെ കഥകൾ ഒരു സവിശേഷ കാലഘട്ടത്തിലെ മലയാളി സവർണ പുരുഷന്റെ അസ്തിത്വപരമായ പ്രതിസന്ധികളുടെ ചരിത്രഗാഥകളാകുന്നുണ്ട്. ഒരു ചരിത്രാഖ്യാനത്തിൽ എന്നതിനേക്കാൾ അവബോധ രൂപീകരണത്തിന്റെ നാൾവഴികൾ തെളിഞ്ഞുകാണുക പലപ്പോഴും സാഹിത്യകൃതികളിലാണ്. എം. ടിയുടെ കഥകളെയും ഇത്തരത്തിൽ ഇന്ത്യൻ ദേശീയതയുടെ വിപുലമായ പശ്ചാത്തലത്തിൽ വായിക്കാൻ കഴിയും.

ഇന്ത്യൻ ദേശീയപ്രസ്ഥാനം അതിന്റെ ആരംഭത്തിൽത്തന്നെ മൗലികമായ ചില പ്രതിസന്ധികളിൽച്ചെന്ന് വീണിരുന്നു. രാഷ്ട്രീയ സ്വാതന്ത്ര്യത്തിലാണോ സാംസ്കാരികമായ നവീകരണത്തിലാണോ ഊന്നേണ്ടത് എന്നതായിരുന്നു പ്രധാന തർക്കം. ഇതേക്കുറിച്ച് സൂചി പ്പിച്ചുകൊണ്ടാണ് അംബേദ്കർ *ജാതിയുടെ ഉന്മൂലനം* എന്ന കൃതി

ആരംഭിക്കുന്നതുതന്നെ. സാമൂഹ്യമായ കാര്യക്ഷമതയില്ലാതെ മറ്റ് പ്രവർത്തന മണ്ഡലങ്ങളിൽ സ്ഥായിയായ പുരോഗതി സാധ്യമാവില്ലെ ന്ന് ഒരു ഘട്ടത്തിൽ കരുതപ്പെട്ടിരുന്നു. അതായത്, ദുരാചാരങ്ങളുടെ കെടുതികൾ കാരണം ഹിന്ദു സമൂഹം കാര്യക്ഷമമായ അവസ്ഥയില ല്ലെന്നും ഈ തിന്മകൾ നീക്കം ചെയ്യാൻ അവിരാമമായ പ്രവർത്തനം ആവശ്യമാണെന്നും കരുതപ്പെട്ടിരുന്നു. ഈ വസ്തുത അംഗീകരിക്ക പ്പെട്ടതുകൊണ്ടാണ് ദേശീയ കോൺഗ്രസിന്റെ സ്ഥാപനത്തിനൊപ്പം സോഷ്യൽ കോൺഫറൻസ് സ്ഥാപിതമായത്. രാജ്യത്തിന്റെ രാഷ്ട്രീയ സംഘടനയുടെ ദുർബലവശങ്ങളെ നിർവചിക്കുന്നതിൽ കോൺഗ്രസ് ശ്രദ്ധാലുക്കളായപ്പോൾ സോഷ്യൽ കോൺഫറൻസ് ഹിന്ദു സമൂഹത്തി ന്റെ സാമൂഹിക സംഘടനയിലുള്ള ദുർബലവശങ്ങൾ നീക്കുന്നതിൽ മുഴുകി. കുറേക്കാലം കോൺഗ്രസും സോഷ്യൽ കോൺഫറൻസും ഒരു പൊതുപ്രവർത്തനത്തിന്റെ രണ്ടു ചിറകുകൾ പോലെയാണ് മുന്നോട്ടു പോയത്. അവയുടെ വാർഷിക സമ്മേളനങ്ങൾ ഒരേ പന്തലിൽ നടത്തപ്പെട്ടു. എന്നാൽ പെട്ടെന്ന് രണ്ട് ചിറകുകൾ രണ്ട് പാർട്ടികളായി വികസിച്ചു. ഒന്ന് രാഷ്ട്രീയ പരിഷ്കരണ പാർട്ടി; മറ്റൊന്ന് സാമൂഹിക പരിഷ്കരണ പാർട്ടി. അവർക്കിടയിൽ തീവ്രമായ തർക്കങ്ങൾ നടന്നു. രാഷ്ട്രീയ പരിഷ്കരണ പാർട്ടിയെ നാഷണൽ കോൺഗ്രസും സാമൂഹിക പരിഷ്കരണ പാർട്ടിയെ സോഷ്യൽ കോൺഫറൻസും പിന്തുണച്ചു. രണ്ട് വിഭാഗവും രണ്ട് വിരുദ്ധ പാളയങ്ങളായിത്തീർന്നു (2019:209).

സോഷ്യൽ കോൺഫറൻസും നാഷണൽ കോൺഗ്രസും തമ്മിലു ണ്ടായ തർക്കം വാസ്തവത്തിൽ രണ്ട് സംഘടനകൾ തമ്മിലുള്ള തർക്ക മായിരുന്നില്ല. സ്വാതന്ത്ര്യത്തെക്കുറിച്ചുള്ള രണ്ട് കാഴ്ചപ്പാടുകളായിരുന്ന അവ. സാമൂഹ്യമായ കാര്യക്ഷമതയില്ലാത്ത ഒരു ജനതയ്ക്ക് സ്വാതന്ത്ര്യം ലഭിച്ചിട്ട് എന്ത് പ്രയോജനമാണുള്ളതെന്ന ചോദ്യമാണ് സോഷ്യൽ കോൺഫറൻസിലെ അംഗങ്ങൾ ചോദിച്ചത്. എന്നാൽ സാമൂഹികമായ പരിഷ്കാരവും രാഷ്ട്രീയമായ സ്വാതന്ത്ര്യവും തമ്മിൽ ഒരു ബന്ധവുമി ല്ലെന്നും നമ്മുടെ വിധവകൾ വിവാഹം കഴിക്കാതിരിക്കുന്നതുകൊ ണ്ടാണ് നമുക്ക സ്വാതന്ത്ര്യം ലഭിക്കാത്തതെന്ന് പറയുന്നതിൽപരം വിഡ്ഢിത്തമുണ്ടോ എന്ന് ഡബ്ല്യൂ. സി. ബാനർജി കോൺഗ്രസിന്റെ ഒരു യോഗത്തിൽ പറഞ്ഞപ്പോൾ സദസ്സിൽ നിറഞ്ഞ കരഘോഷമായി രുന്നുവെന്ന് അംബേദ്കർ ഓർക്കുന്നുണ്ട് (2019: 211). ഏതായാലും ഈ തർക്കത്തിൽ രാഷ്ട്രീയ കോൺഗ്രസാണ് വിജയിച്ചത്. സോഷ്യൽ കോൺഫറൻസ് നാമാവശേഷമായിത്തീർന്നു. പിൽക്കാലത്ത് സാമൂ ഹികമായ കാര്യക്ഷമതയെക്കുറിച്ച് കോൺഗ്രസിനകത്ത് ചിന്തിച്ചത്

ഗാന്ധിയും അംബേദ്കറുമാണ്. പരസ്പരം പൊരുത്തപ്പെട്ടില്ലെങ്കിലും രണ്ട് ചിന്തകരും ജാതിയെ പ്രശ്നവൽക്കരിച്ചു. ധാർമികത എന്ന ആശയത്തിലൂന്നിയാണ് ഇരുവരും പ്രവർത്തിച്ചത്. എന്നാൽ കോൺഗ്ര സിലെ മുഖ്യധാര എല്ലാറ്റിനെയും 'ബ്രിട്ടീഷുകാർ ഇന്ത്യ വിട്ട് പോകുക' എന്ന മുദ്രാവാക്യത്തിന് കീഴ്പ്പെടുത്തി. ഗാന്ധിയുടെ സർവോദയവും അംബേദ്കർ ഉയർത്തിക്കൊണ്ടുവരാൻ ശ്രമിച്ച ജാതി ഉന്മൂലനത്തിന്റെ രാഷ്ട്രീയവും ഇന്ത്യൻ ദൈനംദിനത്തിൽനിന്ന് പതിയെ പിൻവാങ്ങി.

വാസ്തവത്തിൽ അക്കാലത്ത് ഇന്ത്യൻ നാഷണൽ കോൺഗ്രസിന് നേതൃത്വം നൽകിയിരുന്നവർ ജാതിയുടെ ഗുണഭോക്താക്കളായ മേൽജാ തിക്കാരായിരുന്നു. അവരെ സംബന്ധിച്ചിടത്തോളം വ്യക്തിപരമായ ഉയർച്ചയ്ക്ക് തടസം നിന്നിരുന്ന മാമ്മൂലുകളെ പരിഷ്കരിച്ച് ധാടിയിലും മോടിയിലും യൂറോപ്യൻ മാതിരിയിലുള്ള മനുഷ്യരായിത്തീരുക എന്നതി നായിരുന്നു പ്രാധാന്യം. ജാതിയെ മൗലികമായി പരിഷ്കരിക്കാനോ കുടുംബബന്ധങ്ങളെ പുനർനിർവചിക്കാനോ അവർക്ക് ഔത്സുക്യമുണ്ടാ യിരുന്നില്ല. ജി. അലോഷ്യസ് ഇന്ത്യൻ ദേശീയവാദികൾക്കിടയിലെ സാംസ്കാരിക ദേശീയവാദികളെയും രാഷ്ട്രീയ ദേശീയവാദികളെയും വേർതിരിക്കുന്നുണ്ട്. ജാത്യടിമത്തം അനുഭവിച്ചവരിൽനിന്ന് ഉയർന്നുവ ന്ന സ്വാതന്ത്ര്യബോധവും കൊളോണിയൽ അധികാരവുമായി വിട്ടുവീഴ്ച ചെയ്ത് തങ്ങളുടെ ഫ്യൂഡൽ അധികാരത്തെ സുരക്ഷിതമാക്കാൻ ശ്രമിച്ച വരുടെ സ്വാതന്ത്ര്യബോധവും തമ്മിലുള്ള വ്യത്യാസം സൂചിപ്പിക്കാനാണ് അലോഷ്യസ് ഈ വിഭജനം നടത്തുന്നത്. ജാത്യടിമത്തവും ലിംഗാധി പത്യവും അവസാനിപ്പിക്കാതെയുള്ള രാഷ്ട്രീയ സ്വാതന്ത്ര്യം അപൂർണ മാണെന്നാണ് രാഷ്ട്രീയ ദേശീയവാദികൾ കരുതിയത്. അവരുടെ കൂട്ടത്തിൽ പ്രധാനി അംബേദ്കറായിരുന്നു. എന്നാൽ ഭാരതീയരെ സംബന്ധിച്ചിടത്തോളം ഏറ്റവും വലിയ സമ്പാദ്യം സംസ്കാരമാണെ ന്നും അത് തകർക്കാനാണ് കൊളോണിയൽ ശക്തികൾ ശ്രമിക്കു ന്നതെന്നും ആയതിനാൽ ഭാരതത്തിന്റെ അനന്യമായ സംസ്കാരം സംരക്ഷിക്കലാണ് സ്വാതന്ത്ര്യസമരത്തിന്റെ യഥാർഥ ലക്ഷ്യമെന്നും കരുതിയിരുന്നവരാണ് സാംസ്കാരിക ദേശീയവാദികൾ. തിലക നെപ്പോലുള്ള തീവ്രവാദികളും ഗാന്ധിയെപ്പോലുള്ള മിതവാദികളും ഇക്കാര്യം വ്യത്യസ്ത രീതിയിൽ പറഞ്ഞുറപ്പിച്ചവരാണെന്ന് അലോഷ്യസ് കരുതുന്നു.

തങ്ങളുടെ പാരമ്പര്യത്തെ ആധുനിക ജ്ഞാനത്തിന്റെ വെളിച്ചത്തിൽ സാധൂകരിക്കാനും അതിന് വഴങ്ങാത്തവയെ കാലത്തിനനുസൃതമായി പരിഷ്കരിക്കാനുമാണ് അഭിജാതസമൂഹം ശ്രമിച്ചത്. പാരമ്പര്യത്തെ

ആധുനികതയുടെ പരിപ്രേക്ഷ്യത്തിൽ മൗലികമായി മാറ്റിപ്പണിയാൻ അവർ ഒരുക്കമായിരുന്നില്ല. അതുകൊണ്ടാണ് *ഇന്ദുലേഖയിലെ* മാധവൻ കുടുമയെ തൊപ്പികൊണ്ട് മൂടിവച്ച് പരിഷ്കാരിയായിത്തീരാൻ ശ്രമിച്ചത്. അത് ഒരുതരം സങ്കരരൂപമായിരുന്നു. ബ്രാഹ്മണിസത്തിന്റെ പരിശീലനം എന്നാണ് ഇതിനെ എം. എസ്. എസ്. പാണ്ഡ്യൻ വിളിക്കുന്നത്. 1925-ൽ *ദക്ഷിണേന്ത്യൻ* ആചാരങ്ങൾ എന്ന പേരിൽ ജഗദീശ അയ്യർ ഒരു പുസ്തകം എഴുതുകയുണ്ടായി. അതിൽ അയിത്തത്തെ അണുബാധയുമായി ബന്ധപ്പെടുത്തി ന്യായീകരിക്കുന്നുണ്ട്. ജാതിയെ തൊഴിൽ വിഭജനമായിക്കാണുന്ന നിരവധി നിരീക്ഷണങ്ങൾ അക്കാലത്തുണ്ടായിരുന്നു. മിക്കവാറും വിദേശ പണ്ഡിതന്മാരുടെ നിരീക്ഷണങ്ങളുടെ പിൻബലത്തിൽ ഇവിടെയുള്ള ജാതിശ്രേണിയെ ന്യായീകരിക്കാനാണ് ദേശീയവാദികളായ പണ്ഡിതന്മാർ ശ്രമിച്ചത്. പടിഞ്ഞാറിന്റെ വിജയത്തിനു പിന്തുണയായി നിന്നത് അവരുടെ ശാസ്ത്രവും സാങ്കേതികവിദ്യയുമാണെന്നതുകൊണ്ട് ഇക്കാര്യത്തിൽ ഭാരതീയർ യൂറോപ്പിനെയാണ് മാതൃകയാക്കേണ്ടതെന്ന് സാംസ്കാരിക ദേശീയവാദികളിൽ വലിയൊരു പങ്കും വിശ്വസിച്ചു. ശാസ്ത്ര- സാങ്കേതിക വിദ്യയിൽ യൂറോപ്യന്മാർ കൈവരിച്ച നേട്ടമാണ് അവരെ ഉടമകളാക്കിയത്. ആയതിനാൽ ശാസ്ത്രത്തിലും സാങ്കേതികവിദ്യയിലും മുന്നേറാനായാൽ ഇന്ത്യക്കാരുടെ അടിമത്തം അവസാനിക്കും. ഇതായിരുന്നു ഇവരുടെ വാദം. ഇതെല്ലാം പറയുമ്പോഴും ആഭ്യന്തരമായ അടിമവ്യവസ്ഥയെ അവർ പരോക്ഷമായി സംരക്ഷിച്ചു. പാരമ്പര്യത്തെ ആധുനികതയുടെ പുറംപൂച്ചിൽ അവതരിപ്പിച്ച് അവയുടെ ആധികാരികതയെ അവർ നിലനിർത്തി.

ഇന്ദുലേഖയിലെ പതിനെട്ടാമധ്യായത്തിൽ ഗോവിന്ദൻകുട്ടി മേനോനും ഗോവിന്ദപ്പണിക്കരും മാധവനും തമ്മിൽ നടന്ന സംഭാഷണം സാംസ്കാരിക ദേശീയതയുടെ ഈ പ്രകൃതത്തെ വെളിപ്പെടുത്തുന്നുണ്ട്. ഇന്ത്യൻ സമൂഹത്തിലേക്ക് എത്തിച്ചേർന്ന വിവിധങ്ങളായ പുരോഗമനാശയങ്ങളെ മുൻനിർത്തി ഗോവിന്ദൻകുട്ടി മേനോനും മാധവനും യാഥാസ്ഥിതികനായ ഗോവിന്ദപ്പണിക്കരുമായി തർക്കിക്കുന്നതാണ് ഇതിലെ പ്രമേയം. നിരീശ്വരവാദം, വേദാന്തം, ശാസ്ത്രം, ഇന്ത്യൻ നാഷണൽ കോൺഗ്രസ് എന്നീ വിഷയങ്ങളെല്ലാം സംഭാഷണത്തിൽ കടന്നുവരുന്നു. ഇതിൽ ഗോവിന്ദൻകുട്ടി മേനോൻ നിരീശ്വരവാദിയും നേരത്തെ സൂചിപ്പിച്ചതുപോലെ സോഷ്യൽ കോൺഫറൻസിന്റെ ആശയങ്ങൾ ഉൾക്കൊണ്ടിട്ടുള്ളയാളുമാണ്. ഇന്ത്യക്കാർ ഇംഗ്ലണ്ടുകാരിൽനിന്ന് അധികാരം നേടാൻ പ്രാപ്തി നേടിയിട്ടില്ല എന്ന അഭിപ്രായക്കാരനാണ് അദ്ദേഹം. ഒരവസ്ഥകൊണ്ടും ബിലാത്തിക്കാരോട് 'നമ്മൾ ഇന്ത്യാ

രാജ്യക്കാർ എനിയും സമൻമാരായിട്ടില്ല. തുല്യത വരാൻ ശ്രമിച്ചാൽ എളുപ്പത്തിൽ സാധിക്കാവുന്നതും എത്രയോ പ്രയോജനമുള്ളതും ആയ വേറെ പല കാര്യങ്ങളും ഉണ്ട്. അതിൽ ഒന്നും ശ്രമം ചെയ്യാതെ എല്ലാറ്റിന്റെയും അഗ്രത്തിൽ ഇരിക്കുന്നതും ബഹുപ്രയാസമായതുമായ ഒരു വലിയ കാര്യത്തെ ഉദ്ദേശിച്ച് അനാവശ്യമായി ചെയ്യുന്ന ശ്രമമാണ് ഇത് എന്നുള്ളതിലേക്ക് യാതൊരു സംശയവുമില്ല.' സാമൂഹികമായ കാര്യക്ഷമതയെക്കുറിച്ചാണ് ഗോവിന്ദൻകുട്ടി മേനോൻ പറയുന്നത്. ജാതിഭേദം ഇല്ലാതാക്കാനും സ്ത്രീകളെ വിദ്യാഭ്യാസം ചെയ്യിക്കാനുമാണ് കോൺഗ്രസ് ശ്രമിക്കേണ്ടതെന്നാണ് അദ്ദേഹം പറയുന്നത്. എന്നാൽ കഥയിലെ മാധവന് ഈ അഭിപ്രായമില്ല. വിഗ്രഹാരാധന, ക്ഷേത്രം എന്നിവയോടൊന്നും മാധവന് കമ്പമില്ലെങ്കിലും ഹിന്ദുമതത്തോടും അതിന്റെ വ്യവസ്ഥയോടും അദ്ദേഹത്തിന് വലിയ മതിപ്പാണുള്ളത്. ഇംഗ്ലീഷുകാർക്ക് കളയാൻ കഴിയാത്ത ഒന്നാണ് ഇന്ത്യയിലെ ജാതി എന്നും അത് നമ്മുടെ സംസ്കാരത്തിന്റെ അനന്യമായ സവിശേഷ തയാണെന്നും മാധവൻ വാദിക്കുന്നുണ്ട്. ഇന്ത്യയിൽ ഇപ്പോഴത്തെ നിലയ്ക്ക് ജാതിയെ ഇല്ലാതാക്കുന്നത് അസംബന്ധമാകുമെന്നും മാധവന് അഭിപ്രായമുണ്ട്. ജാതിയെ ആചാരമായും വിശ്വാസമായും മാധവൻ മനസ്സിലാക്കുന്നു. മാത്രമല്ല യൂറോപ്യൻ ആശയങ്ങളോട് ഗോവിന്ദൻകുട്ടി ക്കുള്ള ആവേശം അസ്ഥാനത്താണെന്നും സംസ്കൃതത്തിലെ ശാസ്ത്രഗ്ര ന്ഥങ്ങളും മറ്റും വേണ്ടതുപോലെ നോക്കാത്തതു കൊണ്ടാണ് അവയുടെ നേർക്ക് അവമതിപ്പെന്നും മാധവൻ പറയുന്നത് ശ്രദ്ധേയമാണ്. ഒരിക്കലും ജാതിവ്യവസ്ഥയ്ക്കകത്തെ അനീതിയെയും അധർമ്മത്തെയും മനസിലാക്കാൻ മാധവന് കഴിയുന്നില്ല. ഇന്ത്യൻ സമൂഹത്തിലെ ആഭ്യ ന്തരഹിംസയെ ഒരിക്കലും അദ്ദേഹം അഭിമുഖീകരിക്കുന്നില്ല. ഇന്ദുലേ ഖയെ വിവാഹം കഴിച്ച ശേഷം അദ്ദേഹം മദ്രാസിലേക്ക് പോകുന്നതും അവിടെ സിവിൽസർവ്വീസിൽ ഉയർന്ന ഉദ്യോഗസ്ഥനായിത്തീരുന്ന തുമാണ് കഥയുടെ പരിസമാപ്തി. ബ്രാഹ്മണർക്ക് ഊട്ട് നൽകിയാണ് ഇംഗ്ലീഷ് പഠിച്ച് സ്വാതന്ത്ര്യം നേടിയ ഇന്ദുലേഖയും മാധവനും വിവാഹി തരാകുന്നത് എന്നത് പ്രത്യേകം ശ്രദ്ധിക്കേണ്ടതാണ്.

മാധവന്റെ കർതൃത്വം വാസ്തവത്തിൽ അക്കാലത്ത് വളർന്നുവന്ന മേലാള നവോത്ഥാനത്തിന്റെ ഉൽപന്നമാണ്. അവർ ശാസ്ത്രത്തെക്കുറി ച്ചും സ്വാതന്ത്ര്യത്തെക്കുറിച്ചും മറ്റും സംസാരിച്ചെങ്കിലും ധർമത്തെക്കുറിച്ച് ഉത്കണ്ഠപ്പെട്ടതായിക്കാണുന്നില്ല. ഇത് അവരെ അനുഷ്ഠാനാത്മക മതത്തിന്റെ വക്താക്കളാക്കി മാറ്റി. മതത്തിന്റെ ധാർമികമായ വശത്തെ ക്കുറിച്ച് അവർ ചർച്ച ചെയ്യില്ല. അതുകൊണ്ട് വിദ്യാഭ്യാസം അവർക്ക്

പ്രബുദ്ധതയ്ക്കുള്ള ഉപാധിയായിരുന്നില്ല, വ്യക്തികളുടെ സാമൂഹ്യോന്ന മനത്തിനുള്ള തന്ത്രം മാത്രമായിരുന്നു. ഇക്കാരണത്താൽ ഒരു ഘട്ടം കഴിഞ്ഞപ്പോൾ ഇന്ത്യൻ സാംസ്കാരിക ദേശീയത സൃഷ്ടിച്ച കർത്തൃത്വ ങ്ങൾക്ക് സ്വയം വികസിക്കാനോ സൃഷ്ട്യുന്മുഖമാകാനോ കഴിഞ്ഞില്ല. ഇപ്രകാരം വളർച്ച മുരടിച്ച കഥാപാത്രങ്ങളുടെ ആന്തര സംഘർഷങ്ങ ളിലേക്കാണ് എം. ടി. നമ്മുടെ ശ്രദ്ധ ക്ഷണിക്കുന്നത്. ഒരർത്ഥത്തിൽ മാധവന്റെ പിന്മുറക്കാരായ അഭിജാതശിശുക്കളുടെ കഥയാണ് എം.ടി. സൂക്ഷ്മമമായി ആവിഷ്കരിക്കുന്നത്.

രണ്ട്

'മോക്ഷത്തിന്റെ പടിവാതിൽ' എന്ന ഒരു കഥ എം. ടി എഴുതിയിട്ടുണ്ട്. ഗുരുവായൂരിനടുത്ത് താൽകാലിക ജോലി ലഭിക്കുന്ന ഒരു ചെറുപ്പക്കാ രന്റെ കഥയാണത്. അദ്ദേഹം താമസിക്കുന്നത് ഒരു സംഗീതാധ്യാപ കന്റെ വീട്ടിലാണ്. ഭഗവാന്റെ സാന്നിധ്യമുള്ള ആ പുണ്യസ്ഥലിയിൽ വേശ്യകളും കുട്ടിക്കൊട്ടപ്പകാരും മറ്റുമാണ് അന്തിയുറങ്ങുന്നതെന്നും തന്റെ സുഹൃത്തായ സംഗീതാധ്യാപകൻ ഇതിന്റെയെല്ലാം വിമർശക നാണെങ്കിലും അയാൾക്കും എല്ലാ ചാപല്യങ്ങളുമുണ്ടെന്നും കഥാനാ യകൻ മനസ്സിലാക്കുന്നു. ഒടുവിൽ നായകൻ തന്നെ ഒരു വേശ്യയുടെ വലയിൽ വീഴുന്നതും നാട്ടിൽനിന്നെത്തിയ ഒരു സുഹൃത്ത് അതിന് സാക്ഷിയാകുന്നതും നായകൻ അപമാനിതനാകുന്നതുമാണ് കഥ. ഒടുവിൽ ഭഗവാന്റെ സാന്നിധ്യമുള്ള ആ പ്രദേശത്തുനിന്ന് നായകൻ രക്ഷപ്പെടുന്നതോടെയാണ് കഥ അവസാനിക്കുന്നത്.

മനുഷ്യലോകത്തിൽനിന്ന് ദേവലോകത്തേക്ക് രക്ഷപ്പെടുന്നതാണ് സാമാന്യമായി മോക്ഷമെങ്കിൽ ഈ കഥയിൽ ദൈവസന്നിധിയിൽനി ന്ന് ഓടി രക്ഷപ്പെടുന്നതാണ് മോക്ഷം. 1952-ലാണ് എം. ടി ഈ കഥ എഴുതുന്നത്. പുരോഗമനവാദിയെന്നും ആധുനികനെന്നും തോന്നിക്ക ന്നയാളാണ് ഇതിലെ നായകൻ. എന്നാൽ അയാളെ നയിച്ചുകൊ ണ്ടിരിക്കുന്നത് അനുഷ്ഠാനബന്ധിയായ തറവാടിത്തമാണ്. ഇതാണ് അയാൾക്ക്മതം. സൗകര്യത്തിനനുസരിച്ച് അയാൾ അനുഷ്ഠാനങ്ങളിൽ ചില ഇളവു വരുത്തുന്നുണ്ടെങ്കിലും ഓരോ സന്ദർഭത്തിലും മുത്തശ്ശിയും അച്ഛനും തറവാട്ടിൽ വച്ച് പഠിപ്പിച്ച പാഠങ്ങൾ അയാൾ ഓർക്കുന്നുണ്ട്. അശരണരും ആലംബഹീനരും താമസിക്കുന്ന ആ പ്രദേശം അയാളിൽ ധാർമികമായ പ്രതിസന്ധികളൊന്നും ഉണ്ടാക്കുന്നില്ല. മോക്ഷം (ജോലി) തേടിയാണ് അയാൾ ഗുരുവായൂരിലെത്തുന്നത്. ഒടുവിൽ മോക്ഷം (സദാചാര ഭീതിയിൽനിന്നുള്ള രക്ഷ) തേടിയാണ് അയാൾ അവിടംവിട്ട്

പോകുന്നതും. വ്യക്തിപരമായ മോചനമാണ് ഇവിടെ മോക്ഷം. മാധവന് ഇംഗ്ലീഷായിരുന്ന മോക്ഷം. വർണ്ണാശ്രമ വ്യവസ്ഥയിൽ ധർമാർത്ഥ കാമമോക്ഷങ്ങൾ നേടുന്നതിനെക്കുറിച്ച് ധാരാളം പരാമർശങ്ങൾ കാണാം. അതിലൊന്നും സാമാജികമായ പരാമർശങ്ങളില്ല. എല്ലാം വ്യക്തിയിൽ കേന്ദ്രീകരിച്ചിരിക്കുന്നു. അതുകൊണ്ട തന്നെ ധാർമികത യെക്കുറിച്ചുള്ള ചോദ്യങ്ങളൊന്നും വൈദിക മതത്തിൽ ഉയർന്ന കേട്ടില്ല. ധാർമികതയെ സംബന്ധിച്ച ചോദ്യം ഇന്ത്യൻ ജീവിതത്തിൽ ഉയർത്തി യത് ബുദ്ധനാണ്. ഈ കഥയിലെ നായകൻ ശ്രമണസംസ്കാരത്തിന് പുറത്താണ് നിൽക്കുന്നത്. അയാളെ വേട്ടയാടുന്ന സദാചാരപരമായ ചോദ്യം ധാർമികതയിൽനിന്ന് വരുന്നതല്ല. അശുദ്ധി സങ്കൽപ്പത്തി ൽനിന്ന് വരുന്നതാണ്. തനിക്കച്ചുറ്റുമുള്ള ലോകം ജീർണമാണെന്നും അതിനെ സ്പർശിക്കാനിടയായാൽ താൻ കളങ്കിതനായിപ്പോകുമെന്ന സങ്കൽപമാണ് നായകനെ നയിക്കുന്നത്. 'അശുദ്ധി' യിൽനിന്ന് ഒളി ച്ചോടുന്ന ഈ നായകനെ നയിക്കുന്ന ലോകബോധം അയിത്തത്തിന്റേ തു തന്നെ. ആയതിനാൽ ഈ കഥയിൽ മോക്ഷം എന്നതിന് ശുദ്ധി എന്നാ ണർത്ഥം. വർണാശ്രമബന്ധിയായ ഈ സങ്കൽപം ആധുനികതയുടെ കാലത്തും ദേശീയവാദികളിൽ പ്രബലമായിരുന്നു. സാംസ്കാരിക ദേശീ യവാദത്തിന്റെ വരവടയാള വഴികൾ (ജീനിയോളജി) കണ്ടെത്താൻ എം. ടി. യുടെ കഥാപ്രപഞ്ചം നമ്മെ വലിയ അളവിൽ സഹായിക്കും. അനുഷ്ഠാന വൈദിക മതത്തോട് കണക്ക് തീർക്കാത്ത ഇന്ത്യൻ ദേശീയത ഇന്ന് അപകടകരമായ വഴികളിലൂടെയാണ് സഞ്ചരിക്ക ന്നത്. ഈ വിപൽസന്ദേശത്തിന്റെ സൂചനകൾ എം. ടി. വളരെ മുമ്പ തന്നെ നമുക്ക് നൽകുന്നുണ്ട്.

' പള്ളിവാളം കാൽച്ചിലമ്പും' എന്ന കഥയിൽ അനുഷ്ഠാനാത്മക മതത്തിന്റെ വിമർശമുണ്ട്. ക്ഷേത്രം ഒരു ജീർണിച്ച വ്യവസ്ഥയാണെന്നും അവിടെ മോക്ഷത്തിനുള്ള വഴികളൊന്നുമില്ലെന്നും കഥ വ്യക്തമാക്കുന്നു. ബ്രാഹ്മണ്യത്തിന്റെ അധികാരമുറപ്പിക്കാനുള്ള ആലയമാണ് ക്ഷേത്രം. എമ്പ്രാന്തിരിയുടെ ചൂഷണവും വെളിച്ചപ്പാടനുഭവിക്കുന്ന ദാരിദ്ര്യവുമാണ് കഥയ്ക്ക് പ്രമേയം. അനുഷ്ഠാന മതത്തിനകത്ത് ധാർമികതയില്ല. നേരും നെറിയും കെടാതെ നോക്കണമെന്ന് അച്ഛൻ വെളിച്ചപ്പാടിനോട് പറഞ്ഞതാണ്. അനുഷ്ഠാനപരമായ ശുദ്ധി എന്നാണ് ഈ നേരിനും നെറിക്കും അർത്ഥം. ബുദ്ധൻ ഉപദേശിക്കുന്ന അഷ്ടാംഗമാർഗത്തിലെ ശുദ്ധമായ വാക്കും കർമവുമല്ല ഇവിടത്തെ നേരും നെറിയും. ഈ സംഘർഷം അനുഭവിക്കുമ്പോഴാണ് വെളിച്ചപ്പാട് പള്ളിവാളം കാൽചി ലങ്കയും തുക്കി വിൽക്കുന്നത്. സമ്പന്നനെ കൂടുതൽ സമ്പന്നനും ദരിദ്രനെ

  കണ്ണാടിയും കുമ്പസാരവും

കൂടുതൽ ദരിദ്രനമാക്കുന്ന ദൈവത്തെ ഉപേക്ഷിക്കാൻ വെളിച്ചപ്പാടിനെ പ്രേരിപ്പിക്കുന്നത് അയാളുടെ ജീവിതാനുഭവമാണ്. ഈ ജീവിതാനുഭവത്തിൽനിന്നാണ് സാമൂഹികമായ കാര്യക്ഷമത ഒരാൾ നേടേണ്ടത്. അനുഷ്ഠാനങ്ങളുടെ ലോകം ഈ കാര്യക്ഷമതയെ തടയുകയാണ് ചെയ്യുന്നത്. തീയതിനെ തിരസ്കരിക്കാനും നല്ലത് സ്വീകരിക്കാനുമുള്ള ഒരാളുടെ ശേഷിയാണ് സാമൂഹികമായ കാര്യക്ഷമത. ഇതുതന്നെയാണ് ബുദ്ധൻ സൂചിപ്പിക്കുന്ന പ്രജ്ഞ. അനുഷ്ഠാനപരമായി തലവെട്ടിപ്പൊളിക്കുമ്പോൾ വെളിച്ചപ്പാടിന് ലഭിക്കാതെ പോയത് ഈ പ്രജ്ഞയാണ്. കാരുണ്യമില്ലാത്തതാണ് അനുഷ്ഠാനാത്മക മതം. കാരുണ്യരഹിതമായത് ത്യാജ്യവും സ്നേഹഭരിതമായത് ഗ്രാഹ്യവുമാണ്. തിരഞ്ഞെടുപ്പിനുള്ള ഈ സാധ്യത അനുഷ്ഠാനാത്മകമായ വൈദികമതത്തിനില്ല. ധർമ ശൂന്യമായ വൈദികമതത്തിന്റെ തടവറയിൽനിന്നുള്ള നിലവിളിയാണ് ' പള്ളിവാളും കാൽച്ചിലമ്പും.' പൗരത്വ രൂപീകരണത്തിന്റെ അജണ്ടയിൽനിന്ന് സാംസ്കാരിക ദേശീയവാദികൾ വിട്ടുകളഞ്ഞതാണ് ഈ അധ്യായം. ഇതിന്റെ ദുരന്തമാണ് വർത്തമാനകാല ഇന്ത്യ നേരിടുന്നത്.

' മന്ത്രവാദി' എന്ന കഥയിലും വിഷയം ദാരിദ്ര്യമാണ്. ശങ്കുപ്പണിക്കരാണ് മന്ത്രവാദി. മന്ത്രവാദം ഫലിക്കാതായതോടെ അയാളും കുടുംബവും പട്ടിണിയിലേക്ക് നീങ്ങുന്നു. ഒടുവിൽ സമ്പന്നരായ ഒരു തറവാട്ടുകാർ അയാളെ മന്ത്രവാദത്തിന് ക്ഷണിക്കുന്നു. മന്ത്രവാദം കഴിഞ്ഞ ദിവസം രാത്രി അയാൾ പറമ്പിലെവിടെയോ കുഴിച്ചിട്ട തങ്കത്തകിട് മോഷ്ടിക്കാൻ ശ്രമിക്കുന്നു. നാട്ടുകാർ പിടികൂടുന്നു. അനുഷ്ഠാനാത്മകമായ മതം മണ്ണിൽ സ്വർണ്ണം കുഴിച്ചിട്ട് മോക്ഷം നേടാൻ ആഗ്രഹിക്കുന്നു. എന്നാൽ ദരിദ്രനായ ഒരാൾക്ക് അത് പട്ടിണി മാറ്റാനുള്ള ഉപായമാണ്. അനുഷ്ഠാനാത്മകമായ നെറിയാണോ പട്ടിണിക്കാരന്റെ വിശപ്പാണോ പ്രധാനം എന്ന ചോദ്യം വൈദിക മതം ചോദിക്കുന്നില്ല. മണ്ണിൽ കുഴിച്ചിട്ട തങ്കത്തകിടാണ് രണ്ടുപേരുടേയും മോക്ഷവസ്തു. അനുഷ്ഠാനമതത്തിന് അത് പ്രതീകമാണ്. എന്നാൽ ധാർമികമായി ചിന്തിച്ചാൽ അത് സമ്പത്താണ്. പട്ടിണിക്കാരന്റെ വിഭവമാണ്. ഇതിലേതാണ് സ്വീകാര്യം, ഏതാണ് ത്യാജ്യം എന്ന് ചോദിക്കാൻ നാം ഇന്ത്യൻ സമൂഹത്തെ പ്രാപ്തമാക്കിയില്ല.

'പരിശുദ്ധമായ നഗരം' എന്ന കഥയിൽ രാഷ്ട്രീയ സ്വാതന്ത്ര്യത്തിന്റെ അർത്ഥശൂന്യതയയാണ് എം. ടി. വരച്ചിട്ടിരിക്കുന്നത്. സാമൂഹികമായ കാര്യക്ഷമതയില്ലാത്ത ഒരു ജനതയ്ക്കുമേൽ ആധിപത്യത്തിന്റെ പുതിയ രൂപത്തെ സ്ഥാപിച്ചതാണ് രാഷ്ട്രീയ സ്വാതന്ത്ര്യം. മാധവന്റെ പിന്മുറക്കാരനാണ് പരിശുദ്ധ നഗരത്തിലെത്തിച്ചേരുന്ന രാഷ്ട്രീയക്കാരൻ. ഈ

കഥയിലെ തെണ്ടികളും 'മന്ത്രവാദി' എന്ന കഥയിലെ ശങ്കുപ്പണിക്കരും ' പള്ളിവാളും കാൽച്ചിലമ്പും' എന്ന കഥയിലെ വെളിച്ചപ്പാടും ഇന്ത്യൻ ദേശീയ പ്രസ്ഥാനം കയ്യൊഴിഞ്ഞ പൗരസമൂഹത്തിന്റെ പ്രതിനിധിക ളാണ്. അതേ സമയം ' മോക്ഷത്തിന്റെ പടിവാതിൽ' എന്ന കഥയിലെ നായകനും 'പരിശുദ്ധ നഗര'ത്തിലെ രാഷ്ട്രീയക്കാരനും 'സോഷ്യൽ കോൺഫറൻസി'ന്റെ വേദിക്ക് തീക്കൊളുത്തുമെന്ന് ഭീഷണിപ്പെടുത്തിയ തിലകന്റെ പിന്മുറക്കാരാണ്. വർണാശ്രമധർമ്മത്തിനുമേൽ ഇംഗ്ലീഷ് തുന്നിച്ചേർത്ത ഒന്നാണ് ഇന്ത്യൻ ദേശീയത. ബൗദ്ധധർമ്മത്തെ കുഴി ച്ചുമൂടിയാണ് അത് വെന്നിക്കൊടി പാറിച്ചത്. നീതിയെ ദമനം ചെയ്യു നിയമവ്യവസ്ഥയാണത്. ദേശീയതയുടെ ഈ അബോധമാണ് എം. ടി. കഥകളുടെ രാഷ്ട്രീയം.

'ചരിത്രഗാഥ' : ഇച്ഛയുടെ അശുഭബോധം

എഴുത്തിനെയും വായനയെയും ഉൽപാദനവും ഉപഭോഗവുമായി മനസ്സിലാക്കുന്ന വിമർശനപദ്ധതി ഏതാണ്ട് കാലഹരണപ്പെ ട്ടിരിക്കുന്നു. എഴുത്തിനെ വായനയുടെ മുകളിൽ സ്ഥാപിക്കുന്ന ശ്രേ ണീബന്ധത്തിലും മാറ്റം വന്നിട്ടുണ്ട്. ഒരു പ്രത്യേക ചരിത്രഘട്ടത്തെയും ആ ഘട്ടത്തിലെ സാമൂഹ്യജീവിതത്തെയും ഒരെഴുത്തുകാരൻ/കാരി സവിശേഷമായ രീതിയിൽ വായിക്കുന്നതിനെയാണ് എഴുത്ത് എന്നു പറയുന്നത്. അതായത് എഴുത്ത് എന്നത് പാഠനിർമ്മിതിയുടെ ഒരു ഘട്ടം മാത്രമാണ്. ഈ ലിഖിതപാഠത്തെ ഓരോ വായനക്കാരനും/രിയും തന്റേതായ രീതിയിൽ വായിക്കുകയും നിരവധി പാഠങ്ങൾ ഉൽപാദിപ്പി ക്കുകയും ചെയ്യുന്നു. എന്നാൽ ഈ വായനാരീതിയും പാഠനിർമ്മിതിയും ചരിത്രനിരപേക്ഷമായ പ്രക്രിയകളല്ല, നിശ്ചിതമായ സാമൂഹ്യസന്ദർഭ ങ്ങൾക്കെത്തുവച്ചാണ് ഓരോ പാഠവും പിറവിയെടുക്കുന്നത്.

1976-ലാണ് എം.സുകുമാരന്റെ 'ചരിത്രഗാഥ' പ്രസിദ്ധീകരിക്കപ്പെ ട്ടുന്നത്. ഇന്ത്യൻ രാഷ്ട്രീയം ജനാധിപത്യത്തിന്റെ എല്ലാ മുഖംമൂടികളും വലിച്ചെറിഞ്ഞ് അതിന്റെ ഫാസിസ്റ്റ് പ്രവണതകൾ വെളിപ്പെടുത്തിയ ഘട്ടമായിരുന്നു അത്. മലയാളസാഹിത്യത്തിലാകട്ടെ, 'ആധുനികത' അതിന്റെ സാന്നിധ്യം രൂപപരവും ഭാവപരവുമായി അടയാളപ്പെ ടുത്തിക്കഴിഞ്ഞിരുന്നു. മൂന്ന് പതിറ്റാണ്ടുകൾക്ക് മുമ്പ്, ഇത്തരമൊരു ചരിത്രസന്ധിയിൽ എഴുതപ്പെട്ട 'ചരിത്രഗാഥ' യിലെ കഥകൾ ഇന്ന് വായിക്കുമ്പോൾ, ഏത് തരം പാഠമാണ് ഉൽപ്പാദിക്കപ്പെട്ടുക എന്ന് പരിശോധിക്കാനാണ് ഇവിടെ ശ്രമിക്കുന്നത്. ഇന്ത്യൻ ദേശീയതയിൽ പതുങ്ങിക്കിടന്നിരുന്ന ഫാസിസ്റ്റ് പ്രവണതകൾ കൂടുതൽ കരുത്തോടെ സാമൂഹ്യജീവിതത്തിലേക്ക് പ്രവേശിക്കുകയും 'ആധുനികത'യുടെ

ജീവിതവീക്ഷണം അടിമുടി വിമർശനവിധേയമായിക്കൊണ്ടിരിക്കുകയും ചെയ്യുന്ന വർത്തമാനസന്ദർഭം 'ചരിത്രഗാഥ'യിൽനിന്ന് ഉൽപ്പാദിപ്പിക്കുന്നത് തീർത്തും വ്യത്യസ്തമായ ഒരു പാഠമായിരിക്കും.

മനുഷ്യചരിത്രത്തിന്റെ ക്രമമായ വികാസത്തെയാണ് സുകുമാരൻ തന്റെ കഥകളിൽ പ്രശ്നവൽക്കരിക്കാൻ ശ്രമിക്കുന്നത്. പ്രാകൃതകമ്മ്യൂണിസം, അടിമ-ഉടമഘട്ടം, ഫ്യൂഡൽഘട്ടം, മുതലാളിത്തഘട്ടം എന്നിവയിലൂടെ കടന്നുപോകുന്ന 'പുരുഷനാ' ണ് സുകുമാരന്റെ കഥകളിലെ നായകൻ. മേൽസൂചിപ്പിച്ച ഓരോ ഘട്ടത്തിലും സാമൂഹ്യ ഘടനയിൽ മേൽക്കോയ്മ നേടുന്ന അധികാരിവർഗമാണ് ഇവയിലെ പ്രതിനായകന്മാർ. നായികമാരാകട്ടെ ഒരു നിഴൽപോലെ വന്നുപോകുന്നതല്ലാതെ ആഖ്യാനത്തിന്റെ ലക്ഷ്യമായിത്തീരുന്നില്ല.

വഴിയറിയാതെ കാട്ടിലൂടെ നടന്നിരുന്ന വിശ്വരൂപൻ പ്രിയഴപ്പുനെക്കാണുന്നതും, അവർ പുഴക്കരയിൽ സ്ഥിരതാമസമാക്കുന്നതും പതിയെ പ്പതിയെ വിശ്വരൂപൻ ഉടമയായിത്തീരുന്നതും വിവരിക്കുന്ന കഥയാണ് 'ചരിത്രഗാഥ'. ഈ കഥയുടെ തുടർച്ചയോ അനുബന്ധമോ ആയി വരുന്നവയാണ് 'സംഘഗാനം', 'ആശ്രിതരുടെ ആകാശം', 'അനയായി' എന്നീ കഥകൾ. ഗൗതമനെ അന്വേഷിച്ച് നഗരത്തിലെമ്പാടും അലയുകയും നിരന്തരം അപമാനിക്കപ്പെട്ടുകയും ചെയ്യുന്ന കഥാപാത്രമാണ് 'ആശ്രിതരുടെആകാശം' എന്ന കഥയിലെ നായകൻ. ഗൗതമൻ എന്ന പേരുള്ള മൂന്നുപേരെ ഇയാൾ കണ്ടെത്തുന്നുണ്ട്. ഇതിൽ ആദ്യത്തെ രണ്ട് ഗൗതമന്മാർ കഥാനായകനെ ചതിക്കുന്നു. ബൂർഷ്വാ-പെറ്റി ബൂർഷ്വാ വർഗ്ഗങ്ങളുടെ പ്രതിനിധികളാണ് ഇവർ രണ്ടുപേരും. കരിമ്പ് പിഴിഞ്ഞ് ഉപജീവനം നടത്തുന്ന മൂന്നാമത്തെ ഗൗതമനും തന്നെ ചതിച്ചെന്ന് ഭയന്ന്, കഥാനായകൻ അയാളിൽനിന്ന് രക്ഷപ്പെടുന്നു. പിന്നീട് തൊഴിലരഹിതരും അശരണരുമായ ഒരു വലിയ സംഘം പണക്കാരനായ ഗൗതമന്റെ ബംഗ്ലാവിനു മുന്നിലെത്തി മുദ്രാവാക്യങ്ങൾ മുഴക്കുമ്പോൾ വെടി പൊട്ടുകയും സംഘം പലവഴി ചിതറിയോട്ടുകയും ചെയ്യുന്നു. വെടിയേറ്റ പിടഞ്ഞുവീണ നാലുപേരിൽ ഒരാൾ കരിമ്പാട്ടിയിരുന്ന ഗൗതമനാണെന്ന തിരിച്ചറിവ് കഥാനായകനെ കുറ്റബോധത്തിലേക്ക് തള്ളിയിട്ടുന്നു. തന്റെ യഥാർത്ഥ വർഗ്ഗമിത്രത്തെ തിരിച്ചറിയാനാവാതെ പോയതിൽ നായകൻ നിരാശനാകുകയും, വെടിയേറ്റ മരിച്ച ഗൗതമന്റെ ശവകുടീരത്തിന് മുന്നിൽ തളർന്നിരിക്കുകയും ചെയ്യുന്നു. ബൂർഷ്വാസമൂഹത്തിൽ അന്യവൽക്കരണത്തിലൂടെയും പുറന്തള്ളലിലൂടെയും അപമാന വീകരിക്കപ്പെടുന്ന ഇത്തരം നായകന്മാർ തന്നെയാണ് തുടർന്നുവരുന്ന കഥകളിലുമുള്ളത്. ധനമോഹവും കുത്തഴിഞ്ഞ സാമൂഹ്യബന്ധങ്ങളും

ഒരുക്കുന്ന കെണിയിൽ വീണുപോകുന്ന തൊഴിലാളിവർഗ്ഗ പ്രതിനി
ധിയാണ് 'ആശ്രിതരുടെ ആകാശ'ത്തിലെ നായകൻ. വ്യവസ്ഥയുടെ
'ഉത്തമദാസ'നായിത്തുടരാൻ ശ്രമിക്കുമ്പോഴും സഹജമായ ഒരു ദീനാ
നുകമ്പ മുളപൊട്ടിയതുകൊണ്ടുമാത്രം, നിരന്തരപീഡനങ്ങൾക്ക് വിധേ
യനാകേണ്ടിവരുന്ന ഒരു നായകനിലൂടെയാണ് 'അനയായി' ആഖ്യാനം
ചെയ്യപ്പെടുന്നത്. ചുരുക്കത്തിൽ വ്യത്യസ്ത ഘടനകളോടുകൂടിയ വർഗ്ഗസ
മൂഹത്തിൽ, ചൂഷണത്തിനും മർദ്ദനത്തിനും വിധേയമായി അരഞ്ഞുതീ
രുന്ന 'മാനവികത'യെ ഉൾക്കിടിലത്തോടെ ആവിഷ്ക്കരിക്കാനാണ്
കഥാകൃത്ത് ശ്രമിക്കുന്നതെന്ന് പറയാം. മനുഷ്യസമൂഹത്തിൽ ഓരോ
ചരിത്രഘട്ടത്തിലും രൂപപ്പെട്ടുവരുന്ന വർഗ്ഗബന്ധങ്ങളെ അതേപടി
ആവിഷ്കരിക്കുന്ന ഈ കഥകൾ എത്തരം പ്രത്യയശാസ്ത്രധർമ്മമാണ്
നിർവ്വഹിക്കുന്നത് എന്ന വസ്തുതയാണ് ഇനി പരിശോധിക്കാനുള്ളത്.

ഭാവതലത്തിൽ പ്രത്യക്ഷമായിത്തന്നെ അധീശവർഗ്ഗങ്ങളെ പ്രതി
നായകനാക്കിയും ചൂഷിതവിഭാഗത്തെ നായകനാക്കിയും രൂപപ്പെട്ട
ആഖ്യാനങ്ങൾ യഥാർത്ഥത്തിൽ അതിന്റെ പ്രഖ്യാപിതലക്ഷ്യം നിറ
വേറ്റുന്നുണ്ടോ എന്ന ചോദ്യം ആധുനികാനന്തരദശയിൽ പ്രധാനമാണ്.
കഥയുടെ ഉള്ളടക്കത്തെ മാത്രം പരിഗണിച്ചുകൊണ്ട്, ഇക്കാര്യത്തിൽ
എന്തെങ്കിലും നിഗമനത്തിലെത്താൻ കഴിയില്ല. രൂപ-ഭാവങ്ങളുടെ
വൈരുദ്ധ്യാത്മക ബന്ധത്തിലൂടെ മാത്രമേ ഈ വിശകലനം സാധ്യമാകൂ.

അപരിചിതവൽക്കരണം

മലയാളിയായ ഒരു വായനക്കാരന്റെ/ക്കാരിയുടെ അനുഭവമണ്ഡല
ത്തിന് പുറത്തുള്ള 'ഒരിട' ത്തിലാണ് സുകുമാരന്റെ കഥകളിലെ സംഭവ
ങ്ങൾ നടക്കുന്നത്. ഒരർത്ഥത്തിൽ ഭൂമിശാസ്ത്രപരമായി നിർവചിക്കാൻ
കഴിയാത്ത ഒരു 'മിത്തിക്കൽ പ്രദേശ'മാണ് സുകുമാരന്റെ കഥകളിലെ
സ്ഥലം. കാട്, നഗരം, കുന്ന്, താഴ്‌വര, ഗ്രാമം എന്നിവയെല്ലാം അമൂ
ർത്തവൽക്കരിക്കപ്പെട്ട 'ഇട'ങ്ങളായാണ് കഥയിൽ കടന്നുവരുന്നത്.

"കുന്നിൻ മുകളിൽ സൂര്യൻ പൂർവ്വാധികം ചൂടോടെ തിളങ്ങി. ഉരുളക്കി
ഴങ്ങു പാടങ്ങളിൽ കർഷകബാലന്മാർ തകരപ്പാട്ടകൾ കൊട്ടി പന്നി
ക്കൂട്ടങ്ങളെ വിരട്ടിയോടിച്ചുകൊണ്ടിരുന്നു. വൃദ്ധന്മാർ അവരുടെ പഴയ
ചൂണ്ടകളുമായി തടാകത്തീരത്തു കുനിഞ്ഞിരുന്നുറക്കം തൂങ്ങി. തലേന്ന്
രാത്രിയിലെ കാറ്റിന് വീണ സബർജില്ലി പഴങ്ങൾ പെറുക്കി വെള്ള
വസ്ത്രം ധരിച്ച വിധവകൾ അങ്ങിങ്ങായി നടന്നു. ഇടയബാലന്മാരുടെ
മുളങ്കുഴലുകളിൽ ഉദയഗീതത്തിന്റെ രാഗസുധ തങ്ങി നിന്നു. ചാവാലിക്ക
തിരകൾ പോലും വാലാട്ടി പുൽമേട്ടിൽ മേയുന്നു." (പുറം : 84).

"പരുത്തിക്കാടുകൾ അവസാനിക്കുന്നിടത്ത് വറ്റി വരണ്ട കിടക്കുന്ന ഒരു താമരക്കുളത്തിന്റെ കരയിൽ ഞാൻ എത്തിയപ്പോൾ പെട്ടന്ന് ഒരു തേങ്ങൽ കേട്ടു." (പുറം:85).

എന്നീ വിവരണങ്ങളിലുള്ള ഭൂപ്രദേശങ്ങൾ യാഥാർത്ഥ്യത്തിൽനിന്നകന്ന കൽപ്പനകളാണ്.

സ്ഥലങ്ങളുടെ കാര്യത്തിൽ മാത്രമല്ല, കഥാപാത്രങ്ങൾക്കുമുണ്ട് ഈ അപരിചിതത്വം. വിശ്വരൂപൻ, പ്രിയഗുപ്തൻ, ഹിരൺമയി, പ്രിയദർശനൻ എന്ന പേരുകൾക്കും 'മിത്തോളജി'ക്കൽബന്ധം കൽപ്പിക്കാനാവും.

"ഗൗതമനെ കണ്ടെത്താനുള്ള ഉപദേശം നൽകിയത് ആരാണെന്നൊന്നും എനിക്കോർമ്മയില്ല. വിരസവും ദുരിതപൂർണവുമായ എന്റെ ജീവിതത്തിന്നൊരു വ്യതിയാനമുണ്ടാക്കാൻ ഗൗതമന് മാത്രമേ കഴിയൂ എന്നൊരു വിശ്വാസം എന്നെ ശക്തിയായി സ്വാധീനിച്ചിരുന്നു. എന്റെ നാട്ടിലെ ഗോഡ്സെ സ്മാരക വായനശാലയിൽ സമയമെന്ന മലമ്പാമ്പിഴയുന്നതും കാത്ത് മേശപ്പുറത്ത് കമിഴ്ന്നു കിടക്കുമ്പോഴും യൂദാസ് മെമ്മോറിയൽ ടൗൺഹാളിലെ സൗജന്യ കലാപരിപാടികളമ്പേഷിച്ച് നടക്കുമ്പോഴുമൊക്കെ ഈ ഗൗതമൻ ഒരു വലിയ വടവ്യക്ഷമായി എന്റെ മനസ്സിൽ പടർന്നുപന്തലിച്ച നിന്നു." (പുറം:21).

"ഗൗതമനെ കണ്ടെത്താനുള്ള ശ്രമം ഞാൻ പാടെ ഉപേക്ഷിച്ച കഴിഞ്ഞിരുന്നു. ഭാവിയെക്കുറിച്ചുള്ള ചിന്ത ഒരു കടന്നൽക്കൂട്ടുപോലെ ഉള്ളിൽക്കിടന്നു. തൽക്കാലം അതിനെ ഇളക്കിവിടാൻ എനിക്ക് കഴിഞ്ഞില്ല. എങ്ങോട്ടെങ്കിലും എങ്ങിനെയെങ്കിലും എന്നീ പദങ്ങൾ മാത്രം മനസ്സിലരുവിട്ടു." (പുറം : 34).

"ഭൂതകാലം ഏതോ ഒരു താഴ്വരയിൽ നഷ്ടപ്പെട്ടതിനാൽ വിശ്വരൂപന് മുന്നോട്ട് സഞ്ചരിക്കാൻ മാത്രമേ കഴിഞ്ഞിരുന്നുള്ളൂ. ആ ഘോരവനങ്ങൾക്കിടയിലൂടെ ഏറെ നേരമായി അയാൾ അലയാൻ തുടങ്ങിയിട്ട്." (പുറം:7).

"എങ്ങോട്ട പോകുന്നുവെന്ന ധാരണയില്ലാതെ ഞാൻ നടന്നു. പരുത്തിക്കാടുകൾക്കിടയിൽ എത്തിയപ്പോൾ ഞാനൊരു പാട്ട് കേട്ടു. ഉയരത്തിൽ കെട്ടിയുണ്ടാക്കിയ കാവൽപുരയിൽ കയറിനിന്ന് പറവകളെ അകറ്റാൻ കവണക്കമ്പുകൾ ചുഴറ്റി പ്രാകൃതശബ്ദത്തിൽ ഏതോ ഗ്രാമീണഗാനം പാടിക്കൊണ്ടിരുന്നു അവൾ." (പുറം: 87).

ലക്ഷ്യമില്ലാത്ത നിരന്തരമായ പ്രയാണം, ഏകാന്തത, വിഹ്വലത എന്നിങ്ങനെ 'ചരിത്രഗാഥ'യിലെ കഥാപാത്രങ്ങളുടെ അനുഭവങ്ങൾ പലയും മലയാളത്തിലെ ആധുനിക സാഹിത്യത്തിൽ നിരന്തരമായി

 കണ്ണാടിയും കുമ്പസാരവും

ആവർത്തിച്ചവയാണ്. സ്വന്തം ഇച്ഛയാൽ ചലിക്കുന്നവരല്ല ഇവരൊന്നും. അദൃശ്യവും ദുരൂഹവുമായ ഈ ദുരൂഹത 'മിത്ത'കളെ ഓർമ്മപ്പെടുത്തുന്നു. സാമൂഹ്യപരിണാമത്തിലെ സൂക്ഷ്മവും വൈവിധ്യപൂർണവുമായ ചലന ങ്ങളെ പ്രാകൃതം/ആധുനികം, ചൂഷിതൻ/ചൂഷകൻ എന്നീ സംവർഗ്ഗങ്ങ ൾക്കകത്ത് ഒതുക്കിനിർത്താനുള്ള ശ്രമമാണ് കഥാകൃത്തിന്റേത്. പൂർവ്വ നിർണ്ണീതമായ ചില 'പാരഡൈ'മുകളെ സാമൂഹ്യചലനങ്ങൾക്കുമേൽ ആരോപിക്കാനുള്ള ശ്രമമാണ് കഥയ്ക്ക് പുരാവൃത്തത്തിന്റെ സ്വഭാവം നൽകുന്നത്.

കഥകളിലെ മിക്ക കഥാപാത്രങ്ങൾക്കും പേരില്ല. ഏതാണ്ട് എല്ലാ കഥകളിലേയും മുഖ്യകഥാപാത്രം 'ഞാൻ' എന്ന ഉത്തമപുരുഷനാണ്. ദ്വാരപാലകൻ, മേലധികാരി, പെൺകുട്ടി, പി.കെ, എന്നിങ്ങനെ പേരില്ലാത്ത കഥാപാത്രങ്ങൾ നിരവധിയാണ്. യാഥാർത്ഥ്യത്തെ അമൂർത്തവൽക്കരിച്ച് 'മിത്തി'ക്കലാക്കുക വഴിയാണ് ഈ കഥാപാ ത്രങ്ങൾക്ക് അവയുടെ സ്വത്വം നഷ്ടപ്പെടുന്നത്. യാന്ത്രികവും പുനരു ൽപ്പാദനക്ഷമവുമായ ഉപകരണയുക്തിയിൽ ചലിക്കുന്നവരാണ് ഈ കഥാപാത്രങ്ങളേറെയും.

ആഖ്യാനത്തിന്റെ ഈ 'മിത്തോളജിക്കൽ' സ്വഭാവം, കഥയെ അപരിചിതവൽക്കരിക്കുന്നതിന് ഒരു പരിധിവരെ സഹായിക്കുന്നുണ്ട്. ഈ അപരിചിതവൽക്കരണം 'ആധുനികത'യുടെ സവിശേഷതയാണ്. യഥാതഥവാദത്തിനെതിരെ 'ആധുനികത' വികസിപ്പിച്ചെടുത്ത ചരിത്ര ഗതിയെ പിന്തുടരുന്ന കഥയിലെ ഭാവപരത, ചരിത്രനിരപേക്ഷമായ 'ആധുനികത'യുടെ രൂപഘടനയിലൂടെയാണ് വാർന്നു വീഴുന്നതെന്ന് ചുരുക്കം. ആഖ്യാനത്തിലെ ഈ അപരിചിതവൽക്കരണം അതിന്റേ തായ പ്രത്യയശാസ്ത്രദൗത്യം നിർവഹിക്കുന്നുണ്ട്.

റിയലിസത്തിനെതിരെ രൂപപ്പെട്ടുവന്ന ആശയങ്ങളാണ് ആധു നികതയുടെ അടിപ്പടവായി വർത്തിച്ചത്. റിയലിസം രൂപപരവും ഭാവപരവുമായി യഥാർത്ഥസാമൂഹ്യജീവിതത്തോട് പ്രതിബദ്ധത പുലർത്തിയപ്പോൾ ജനങ്ങൾക്കന്യമായ ഭാഷയും വിഷയങ്ങളുമാണ് ആധുനികർ സ്വീകരിച്ചത്. സാമൂഹ്യജീവിതത്തിൽനിന്ന് കലാപരമായ ഒരകൽച്ച അവർ സൂക്ഷിച്ചു. സാഹിത്യവ്യവഹാരത്തെ ഏകാന്തതയിൽ നടക്കുന്ന ആത്മഭാഷണമായി ആധുനികത നിർവ്വചിച്ചതോടെ അത് അമൂർത്തവും വരേണ്യവുമായ ഒരു സംവർഗ്ഗമായിത്തീർന്നു. ആധുനികത യുടെ ഈ വരേണ്യത 'ചുരണ്ടിയാലും പോവാത്ത ഒരു പൂപ്പൽപ്പോലെ' സുകുമാരന്റെ കഥകളിൽ പതിഞ്ഞു കിടപ്പുണ്ട്.

ഏകസ്വരത

ചരിത്രത്തിന്റെ പ്രധാന സവിശേഷതതന്നെ അതിന്റെ ബഹുസ്വര തയാണ്. അടിമ- ഉടമഘട്ടത്തിൽപ്പോലും കീഴാളരുടെപ്രതിഷേധവും പ്രതിരോധവും അവരുടെ പ്രാചീനമായ അനുഷ്ഠാനങ്ങളിൽ പ്രതീകാത്മ കമായി അടയാളപ്പെടുത്തിയിരുന്നു. അധീശവർഗ്ഗപ്രത്യയശാസ്ത്രത്തിന്റെ കേവലം ഇരകളായി ഒരു ചരിത്രസന്ദർഭത്തിലും മനുഷ്യൻ ചുരുങ്ങിപ്പോ യിട്ടില്ല. സാമൂഹ്യവികാസം പുതിയ ഘട്ടത്തിലേക്ക് കടക്കുമ്പോഴാകട്ടെ പരസ്പരപൂരകങ്ങളും പരസ്പരവിരുദ്ധങ്ങളുമായി നിരവധി വ്യവഹാരങ്ങൾ രൂപപ്പെട്ടുവരുന്നതുകാണാം. ഇവയെ മുഴുവൻ കേന്ദ്രകഥാപാത്രത്തി ന്റെ ഇച്ഛകൾക്കും ഇംഗിതങ്ങൾക്കും കീഴ്പ്പെടുത്തുമ്പോൾ, ആഖ്യാനം ഏകസ്വരമായിത്തീരുന്നു. മലയാളത്തിലെ ആധുനികനോവലുകളിൽ പലയും ഇത്തരം ഏകസ്വരാഖ്യാനങ്ങളാണ്. *ഖസാക്കിന്റെ ഇതിഹാസ* ത്തിലെ അപ്പുക്കിളിപോലും രവിയുടെ ദാർശനികഭാരം ചുമലേറ്റുന്ന കഥാപാത്രമാണ്.

സാമൂഹ്യപരിണാമം മനുഷ്യനെ കൂടുതൽക്കൂടുതൽ ഒറ്റപ്പെടുത്തുന്ന വെന്നും ഒറ്റപ്പെട്ട വ്യക്തികളുടെ ഏകാന്തവും ദുരന്തപൂർണ്ണവുമായ അനു ഭവങ്ങളാണ് ചരിത്രത്തിന്റെ നീക്കിയിരുപ്പുകളെന്ന് ഓർമ്മിപ്പിക്കുന്ന കഥകളാണ് 'ചരിത്രഗാഥ'യിലുള്ളത്. ഏകാന്തവ്യക്തികളുടെ ഇച്ഛാ ഭംഗത്തിന് സാമൂഹ്യപരിണാമത്തെ അടിമപ്പെടുത്തുന്ന ഈ ദർശനം മലയാളത്തിലെ ആധുനികസാഹിത്യം പങ്കുവച്ച ഭാവമണ്ഡലമാണ്.

"എന്റെ ആഗ്രഹങ്ങളുടെ ലോകത്ത് ഒരു മഹാമാരി പടർന്നു പിടിച്ചു. ഓരോ നിമിഷവും കൂട്ടമരണങ്ങൾ നടന്നു."

"വെയിൽ ആകാശത്തു കത്തിപ്പടർന്നു. ഞാനിപ്പോഴെത്തിയ തെരുവിൽ അങ്ങേയറ്റം വരെ ഒരൊറ്റ തണൽ മരമില്ല. ച്ചൂട് ഒരു കായലായി എന്റെ മുമ്പിൽ അലതല്ലി. വീഥിയുടെ നടുവിലെത്തുന്നതിന് മുമ്പുതന്നെ എന്റെ കണ്ണുകൾ മഞ്ഞളിച്ചു. നാവു ചുരുണ്ടു. ബോധത്തിന്റെ കരിപിടിച്ച ചട്ടി ഉടഞ്ഞു. ഞാൻ നിലത്തു വീണു."

"എന്റെ കിടപ്പറയിൽ ഞാൻ സ്വയം സൃഷ്ടിച്ച ഏകാന്തതയിൽ മസ്തിഷ്കം ഒരു പട്ടുകൃറ്റൻ യന്ത്രംപോലെ പ്രവർത്തിച്ചു. സുഖചിന്തക ളുടെ സന്ധിബന്ധങ്ങൾ ഞെരിഞ്ഞു തകരുന്ന ശബ്ദം കേട്ട് ഞാൻ ബോധാവസ്ഥയിലും ഞെട്ടി." ഇച്ഛയുടെ ദുരന്തബോധം ആഴത്തിൽ മുഴങ്ങുന്ന കഥാലോകങ്ങളാണ് ഇവയെല്ലാം.

വർഗ്ഗവൈരുദ്ധ്യത്തിന്റെ ചലനനിയമങ്ങളാണ് ലക്ഷ്യമെങ്കിലും വ്യക്തിയും സമൂഹവും തമ്മിലുള്ള വൈരുദ്ധ്യത്തിലൂടെയാണ് കഥ

വികസിക്കുന്നത്. വ്യക്തിപരമായി ഓരോ മനുഷ്യന്റേയും വിലപ്പെട്ട കഴിവുകളെ അനുസ്യൂതം പുഷ്ടിപ്പെടുത്തുന്നതിനാവശ്യമായ കർമ്മപരി പാടികളെയാണ് സോഷ്യലിസ്റ്റ് റിയലിസം വിഭാവനം ചെയ്യതെങ്കിൽ, സാമൂഹ്യപരിണാമത്തിന്റെ എല്ലാ പീഡനങ്ങളും ഏറ്റുവാങ്ങുന്ന ഒറ്റതി രിഞ്ഞ നിരാശാവാദികളെയാണ് നാം ആധുനികസാഹിത്യത്തിൽ കണ്ടുമുട്ടുന്നത്.

എഴുത്തുകാരന്റെ ബോധത്താൽ പ്രതിഫലിക്കപ്പെടുന്ന വസ്തുനിഷ്ഠ യാഥാർത്ഥ്യമാണെങ്കിൽ അയാളുടെ ആത്മനിഷ്ഠത കലാസൃഷ്ടികളിൽ നിഴൽവീഴുകയില്ലെന്ന സമീപനമാണ് സോഷ്യലിസ്റ്റ് റിയലിസ്റ്റുകൾ സ്വീകരിച്ചത്. വ്യക്തിവികാസത്തെ സാമൂഹ്യവികാസത്തിന്റെ പശ്ചാ ത്തലത്തിൽ പരിശോധിക്കാനാണ് അവർ ശ്രമിച്ചത്. റിയലിസ്റ്റുക ളുടെ പ്രതിഫലനസിദ്ധാന്തത്തെ എതിർത്ത് രംഗപ്രവേശം ചെയ്യ 'ആധുനികത' യാഥാർത്ഥ്യത്തിൽ വ്യക്തികേന്ദ്രീകൃതമായ ആഖ്യാന ങ്ങളെയാണ് വിഭാവനം ചെയ്യത്. സുകുമാരന്റെ കഥകളിൽ നിരാശരും നിരാലംബരുമായ വ്യക്തികൾ സാമൂഹ്യവികാസത്തിന്റെ ഓരോ ഘട്ടത്തിലും മാറ്റമില്ലാതെ ഇടരുന്നത് കാണാം. വൈരുദ്ധ്യാത്മകഭൗ തികവാദത്തിന്റെ വെളിച്ചത്തിൽ സാമൂഹ്യവികാസം വിശദീകരിക്ക മ്പോഴും ആധുനികതയുടെ തലതിരിഞ്ഞ സൗന്ദര്യശാസ്ത്രം സുകുമാരന്റെ കഥകളെ മുതലാളിത്ത പ്രത്യയശാസ്ത്രത്തിന് കീഴ്പ്പെടുത്തുന്നു. ചരിത്ര ത്തിന്റെ ബഹുസ്വരതയെ കഥാകൃത്തിന് ദമനം ചെയ്യേണ്ടിവരുന്നത് അതുകൊണ്ടാണ്. "ബൂർഷ്വാകല മനുഷ്യനെ സമൂഹത്തിനെതിരാക്കി നിർത്തുകയും അവനെ അവന്റെ സാമൂഹ്യമായ ചുറ്റുപാടുകളിൽനിന്ന് പിടിച്ചുമാറ്റുകയും വ്യക്തിയെ ഒരു അമൂർത്തകരണമോ വെറുമൊരു ജീവ ശാസ്ത്ര ഇനമോ ആക്കി മാറ്റുകയും പൂർണ്ണത കൈവരിക്കാനുള്ള കഴിവും പുരോഗമനപരമായ സാമൂഹ്യമാറ്റങ്ങൾ വരുത്താനുള്ള അവകാശവും അവന് നിഷേധിക്കുകയും ചെയ്യുന്നു." എന്ന നിരീക്ഷണം സുകുമാരന്റെ കഥകളുടെ സൂക്ഷ്മവിശകലനത്തിൽ പ്രയോജനപ്പെടുത്താവുന്നതാണ്.

സൗന്ദര്യാത്മക പ്രഭാവം

ഓരോ കൃതിയും ഒരു പ്രത്യേക ചരിത്രസന്ദർഭത്തിലെ പ്രത്യയശാസ്ത്ര രൂപമാണെന്ന് നവമാർക്സിസ്റ്റ് നിരൂപണം സമ്മതിക്കുന്നുണ്ട്. 'യാഥാ ർത്ഥ്യത്തിന്റെ പ്രതിഫലനമാണ് സാഹിത്യത്തിൽ സംഭവിക്കുന്നതെ ന്ന' സോഷ്യലിസ്റ്റ് റിയലിസത്തിന്റെ നിലപാടിനെ നവമാർക്സിസ്റ്റ് നിരൂപണം പൂർണ്ണമായും തള്ളിക്കളയുന്നില്ല. എന്നാൽ പ്രസ്തുതവാ ദത്തെ യാന്ത്രികമായി വ്യാഖ്യാനിക്കുന്നതിനെതിരെ അവർ ജാഗ്രത

പുലർത്തുന്നുണ്ട്. എഴുത്തുകാരന്റെ ബോധത്തിൽ പ്രതിഫലിക്കുന്ന യാഥാർത്ഥ്യം സങ്കീർണമായ ഒട്ടേറെ ഘട്ടങ്ങളിലൂടെ കടന്നുപോകുന്നു ണ്ട്. ഓരോ എഴുത്തുകാരന്റെ ബോധവും ചരിത്രപരമായ സന്ദർഭത്തിന കത്തുവെച്ച് രൂപപ്പെടുന്നതാണ്. ബോധവും യാഥാർത്ഥ്യവും തമ്മിലുള്ള ഭൗതികവാദപരമായ ബന്ധത്തെ വിശകലനം ചെയ്യാതെ പ്രതിഫ ലനസിദ്ധാന്തം വിശദീകരിക്കാനാവില്ല. അതായത് യാഥാർത്ഥ്യം എഴുത്തുകാരന്റെ ബോധത്തിൽ പ്രതിഫലിക്കുന്നതോടെ അതിന് പ്രത്യയശാസ്ത്രപരമായ മാനങ്ങൾ കൈവരുന്നു. അതുകൊണ്ടുതന്നെ സൗന്ദര്യാത്മക അനുഭവമെന്നത്, പ്രത്യയശാസ്ത്രപരമായ അനുഭവം തന്നെയാണ്. ചരിത്രപരമായി നിർണയിക്കപ്പെട്ട സാമൂഹ്യസന്ദർഭങ്ങ ളിൽക്കൊത്ത്, മേൽക്കോയ്മാപ്രത്യയശാസ്ത്രത്തെ പുനരുൽപ്പാദിപ്പിക്കുക യും, അതിന്റെ പ്രഭാവം ജനിപ്പിക്കുകയുമാണ് സാഹിത്യകൃതികളുടെ സാമാന്യമായ ധർമ്മം.

ദൈനംദിനത്തിലൂടെ കടന്നുപോകുന്ന മനുഷ്യരെ, ഒരു 'വിളി'യിലൂടെ പിടിച്ചുനിർത്തുകയാണ് എഴുത്തുകാരൻ ചെയ്യുന്നത്. ഈ വിളി പ്രത്യ യശാസ്ത്രപരമാണ്. അത് മനുഷ്യരെ 'കർത്താക്കളാക്കി'ത്തീർക്കുന്നു. ജീർണ്ണമായിക്കൊണ്ടിരിക്കുന്ന സാമൂഹ്യജീവിതത്തിന്റെ പീഡനങ്ങളേറ്റ വാങ്ങുന്ന വ്യക്തികളാണ് സുകുമാരന്റെ കഥയിലെ 'കർത്താക്കൾ'. വർഗ്ഗ വൈരുദ്ധ്യമാണ് അദ്ദേഹത്തിന്റെ സാഹിത്യപാഠത്തിനുള്ള പ്രഥമാകരം. പക്ഷെ ആഖ്യാനത്തിലൂടെ പ്രകോപിപ്പിക്കപ്പെടുന്നത് വർഗ്ഗപരമായ വൈരുദ്ധ്യമല്ല. മറിച്ച് വ്യക്തിയും സമൂഹവും തമ്മിലുള്ള വൈരുദ്ധ്യമാണ്. സാമൂഹ്യപുരോഗതിക്ക് നേതൃത്വം നൽകുന്ന 'ധീരസാഹസിക'നായ നായകന് പകരം, അതിന്റെ ഇരയായിത്തീരുന്ന 'നിസ്സഹായനായ വ്യക്തി'യാണ് സുകുമാരന്റെ കഥകളിലെ 'കർത്താവ്'. മുതലാളിത്തത്തി ന്റെ പ്രത്യയശാസ്ത്രവിളിയാണ് ഈ കർത്താവിന് രൂപം നൽകുന്നത്. തീർത്തും മാതാത്മകമായ മേൽക്കോയ്മാപ്രത്യയശാസ്ത്രമാണ് ഇവിടെ കഥാകൃത്ത് പങ്കുവെയ്ക്കുന്നത്. എന്നാൽ മതപ്രത്യയശാസ്ത്രത്തിലെന്ന പോലെ വ്യക്തികൾക്ക് മേൽ അടിച്ചേൽപ്പിക്കുന്ന ഒരു സിദ്ധാന്തമൗഢ്യ മായല്ല ഈ കഥകളിൽ ബൂർഷ്വാ പ്രത്യയശാസ്ത്രം കടന്നുവരുന്നത്. മറിച്ച്, ചിന്താപരമായ ധീരതയും വിമർശനബുദ്ധിയുമുള്ള 'കർത്താക്കള'ടെ സ്വ തന്ത്രമായ ഒരു തെരഞ്ഞെടുപ്പുപോലെയാണ് പ്രത്യയശാസ്ത്രപരമായ ഈ കീഴാളത്വം ആവിഷ്കരിക്കപ്പെടുന്നത്. പ്രത്യയശാസ്ത്രപരമായി ബൂർഷ്വാസിയുടെ ആശയലോകത്തിന് കീഴ്പ്പെടാൻ വായനക്കാരനെ പ്രേരിപ്പിക്കുക എന്നതുതന്നെയാണ് 'ചരിത്രഗാഥ'യിലെ കഥകൾ നിർവ്വഹിക്കുന്ന സൗന്ദര്യശാസ്ത്രധർമ്മം.

പ്രബുദ്ധതാപരമായ ആധുനികതയുടെ യുക്തി കൊളോണിയലിസ വുമായി ബന്ധപ്പെട്ടാണ് കടന്നുവരുന്നത്. കോളനികരണത്തിന്റെ ഈ യുക്തി തകർന്നത് അടിമ രാജ്യങ്ങളിലെ വിമോചനപ്പോരാട്ടങ്ങളില്ല ടെയാണ്. ഇടർന്നുവന്ന നേഷൻ സ്റ്റേറ്റ് യുക്തി ഈ കൊളോണിയൽ യുക്തിയെ പകരം വെച്ചു. പക്ഷേ, ഈ നേഷൻ സ്റ്റേറ്റ് യുക്തിയും തകർന്ന ഘട്ടത്തെയാണ് എം.സുകുമാരന്റെ കഥകൾ പ്രതിനിധീക രിക്കുന്നത്. കൊടിയ നിരാശയിലേക്കും ദുരന്തബോധത്തിലേക്കും എഴുത്തുകാരെ നയിച്ച ഘട്ടമായിരുന്നു ഇത്. ദുരന്തങ്ങൾ എമ്പാടുമുണ്ട്, അവക്കുമേൽ വിജയം സ്ഥാപിക്കാനാവുമെന്ന ആത്മവിശ്വാസം ഇല്ല താനും. 'ഒന്നുകിൽ ആത്മഹത്യ ചെയ്യുക, അല്ലെങ്കിൽ വ്യവസ്ഥക്കടിപ്പെ ട്ട് ചതഞ്ഞു തീരുക' എന്ന നിസ്സഹായത മാത്രം ബാക്കിയായി.

ഈ ദുരന്തബോധത്തിന് സാർവലൗകികമായ ഒരു തലം ആഖ്യാ നത്തിലൂടെ കൽപ്പിക്കാൻ എഴുത്തുകാർ ബോധപൂർവ്വം ശ്രമിച്ചിരുന്നു. 'ചരിത്രഗാഥ'യിലെ കഥാസന്ദർഭങ്ങൾ കേരളീയമോ, ഭാരതീയമോ ആയ ഒന്നല്ല. മറിച്ച് അവ സാർവലൗകികമാണ്. കഥയിൽ വർണ്ണി ക്കപ്പെട്ടുന്ന അപരിചിതവൽക്കരിക്കപ്പെട്ട ഇടങ്ങളെപ്പറ്റി നേരത്തെ സൂചിപ്പിച്ചുവല്ലോ. നഗരങ്ങളെക്കുറിച്ചുള്ള വിശദീകരണങ്ങളും ഈ നിഗമനത്തെ ശരിവെക്കുന്നതാണ്.

"ഇത്രയധികം വിലപിടിപ്പുള്ള വസ്തുക്കളണിഞ്ഞ് വഴിയരികിൽ ഒഴിഞ്ഞ ഒരു വാടകക്കാറിനായി കാത്തുനിൽക്കുമ്പോൾ ആരും തന്നെ എന്നെ ശ്രദ്ധിക്കുന്നില്ല എന്ന വസ്തുത എന്നെ കുണ്ഠിതനാക്കി. എന്റെ മുന്നിലും പിന്നിലുമായി കൃത്യസമയം തെറ്റിയവരെപ്പോലെ മനുഷ്യർ ധൃതിയിൽ അങ്ങോട്ടുമിങ്ങോട്ടും പോയ്ക്കൊണ്ടിരുന്നു. എന്നെ ഒട്ടും ശ്രദ്ധിക്കാത്തതിനാൽ എനിക്കവരോട് കഠിനമായ വെറുപ്പും പച്ചവും തോന്നി. യാതൊരു ലക്ഷ്യസ്ഥാനത്തും ഇവർക്കെത്തിച്ചേരാനില്ലെന്നും ഏതോ പട്ടാളനിയമത്തിൻ കീഴിൽ അതിവേഗത്തിൽ നടക്കാൻ ശിക്ഷി ക്കപ്പെട്ട ഒരു ജനസഞ്ചയം മാത്രമാണിവരെന്നുമായിരുന്നു എന്റെ തീർപ്പ്." (പുറം: 23).

ഒരു ഭൗതികയാഥാർത്ഥ്യമെന്നതിനേക്കാൾ കഥാനായകന്റെ ദാർശനിക വ്യഥകൾ ആരോപിക്കപ്പെട്ട ചലനങ്ങളാണ് ഈ നഗരവർണ്ണനയിലുള്ളത്. ആനന്ദിലും മറ്റും കാണുന്ന 'ബോംബേ' നഗരത്തെ ഓർമ്മിപ്പിക്കുന്നതാണ് സുകുമാരന്റെ പേരില്ലാത്ത ഈ നഗരവർണ്ണന. വൻനഗരങ്ങൾ കേന്ദ്രീകരിച്ചുണ്ടായ പാശ്ചാത്യ ആധുനികതയുടെ സ്വാധീനം ഈ കഥകളിൽ വ്യക്തമാണ്. എന്നാൽ

വ്യവസായവൽകൃതരാജ്യങ്ങളിൽ രൂപപ്പെട്ട ഈ ആധുനികതക്ക് പകരം, അധികാരരാഷ്ട്രീയത്തിനെതിരെയുള്ള ആക്രമണവും പാരമ്പ ര്യം പുതിയ സാഹചര്യത്തിൽ ദൃഢീകരിക്കാനുള്ള വാസനയും അതിന് തടസ്സമായിനിൽക്കുന്ന വൈദേശിക സംസ്കാരത്തിന്റെ നിഷേധവും ഉൾക്കൊള്ളുന്ന, ലാറ്റിനമേരിക്കൻ - ആഫ്രിക്കൻ ആധുനികത ഈ കഥകളെ സ്വാധീനിച്ചതായിക്കാണുന്നില്ല. വർഗ്ഗസമൂഹത്തിന്റെ ചരിത്ര ത്തെ ആകരമായി സ്വീകരിച്ച ഈ കഥകൾ സാർവലൗകികവും യൂറോ കേന്ദ്രീകൃതവുമായ ആധുനികതയുടെ വേവലാതികൾ പങ്കിട്ടതോടെ, യാഥാർത്ഥ്യങ്ങളെ നിരാകരിക്കുന്ന ഒരു യോഗാത്മക തലത്തിലേക്ക് ഉൾവലിയുകയാണ് ചെയ്യുന്നത്. ആപത്തിന്റെ നിമിഷത്തിൽ കയ്യെ ത്തിപ്പിടിക്കുന്ന ഓർമ്മകളായിത്തീരാൻ കഴിയാത്തതുകൊണ്ടുതന്നെ, ഈ കഥകൾ യഥാർത്ഥ ചരിത്രജ്ഞാനത്തെ നിഷ്ഫ്രധവൽക്കരിക്കുന്നു.

നാസിസത്തിന്റെ കൊടിയമർദ്ദനം ശ്വാസംമുട്ടിക്കുമ്പോൾ, ശുഭോദ ര്‍ക്കമായ ഒന്നും ചൂണ്ടിക്കാണിക്കാനില്ലാത്തപ്പോൾ, തന്റെ ധിഷണയെ അശുഭബോധം പിടിമുറുക്കുന്നത് ഗ്രാംഷി തിരിച്ചറിഞ്ഞിരുന്നു. എന്നാൽ തന്റെ ഇച്ഛയുടെ ശുഭാപ്തിവിശ്വാസത്തെ ഊതിക്കെടുത്താതെ അദ്ദേഹം ഉണർന്നിരുന്നു. അതുകൊണ്ടുതന്നെ സുകുമാരന്റെ കഥാപാത്രങ്ങൾ രോഗാതുരമായ ഇച്ഛാഭംഗത്തെ വിളംബരം ചെയ്യുന്നവരാണ്.

ആധാരഗ്രന്ഥങ്ങൾ

1. അജയകുമാർ എൻ, *ആധുനികത മലയാളകവിതയിൽ* (ചങ്ങനാ ശ്ശേരി: താരതമ്യപഠനസംഘം, 2001).

2. കുലിക്കോവ.ഐ, "സോഷ്യലിസ്റ്റ് റിയലിസം ഇന്നിന്റെ ഏറ്റവും പ്രധാനപ്പെട്ട   കലാരീതി എന്ന നിലയ്ക്ക്" *മാർക്സിസ്റ്റ് - ലെനിനിസ്റ്റ് സൗന്ദര്യശാസ്ത്രവും ജീവിതവും* സമ്പാ: ഐ.കുലിക്കോവ (തിരുവനന്തപുരം: പ്രഭാത് ബുക്ക് ഹൗസ്,   1984).

3. പവിത്രൻ പി, *ആധുനികതയുടെ കുറ്റസമ്മതം* (കോട്ടയം: സാഹിത്യ പ്രവർത്തക   സഹകരണസംഘം, 2000)

4. രാമചന്ദ്രൻ ടി.കെ. *കാഴ്ചയുടെ കോയ്മ* (കോഴിക്കോട്: മാതൃഭൂമി ബുക്സ്,   2006)

5. സുകുമാരൻ എം, *ചരിത്രഗാഥ* (തിരുവനന്തപുരം: ശക്തി പബ്ലിക്കേ ഷൻസ്, 1976)

6.   Balibar, Etinne and Pierre Macherey, "On Literature as an ideological form", *Contemporary Marxist Literary*

Criticism, Ed: Francis Mulhern (London and New York: Longman, 1992)

7.   Culler, Jonathan, *Structuralist Poetics* (London: routledge and Kegan Paul, 1986)

പേടിച്ചരണ്ട കണ്ണാടികൾ

രഹസ്യം വ്യക്തികളെ മാത്രമല്ല, മനുഷ്യനാഗരികതകളെത്തന്നെ തകർത്തുകളയുമെന്ന് ഓർമ്മിപ്പിക്കുന്ന നോവലാണ് താരിഖ് അലിയുടെ *ഫിയർ ഓഫ് മിറേഴ്സ്* (കണ്ണാടികളുടെ ഭയം). രഹസ്യത്തിന് രണ്ട് ധർമ്മം നിർവ്വഹിക്കാനാവും. ഒന്ന് അത് മനുഷ്യരെ ഗണങ്ങളായി തിരിക്കുന്നു. എന്റെ രഹസ്യങ്ങൾ പങ്കുവെക്കുന്നവരെല്ലാം എന്റെ സുഹൃ ത്തുക്കളും രഹസ്യങ്ങൾ ആരിൽ നിന്നാണോ മൂടിവെക്കുന്നത് അവർ എന്റെ ശത്രുക്കളമാണെന്ന് വരുന്നു. ആയതിനാൽ നാമറിയാത്ത ചില രഹസ്യങ്ങൾ ഒരാൾ സൂക്ഷിക്കുന്നു എന്നു വന്നാൽ അയാളെ എളുപ്പത്തിൽ ശത്രുവാക്കാൻ കഴിയും. ഇതാണ് ഭരണകൂട ഭീകരതയായി വികസിക്കുന്നത്. രഹസ്യത്തിന് അധികാരത്തിന്റെ ആയുധമായിത്തീ രാൻ സാധിക്കുമെന്നർത്ഥം. പ്രജകളുടെ രഹസ്യം തേടിക്കൊണ്ടി രിക്കുന്ന ഒരു ഭരണകൂടമുണ്ടെന്നു വന്നാൽ അത് തീർച്ചയായും ഭയം ഉൽപ്പാദിപ്പിക്കും. കങ്കാണിനോട്ടത്തിന്റെ (സർവീലിയൻസ്) ആത്യ ന്തിക സ്വഭാവം രഹസ്യാന്വേഷണമാണ്. രഹസ്യം ഓർമ്മകളുമായി ബന്ധപ്പെട്ടാണിരിക്കുന്നത്. അതുകൊണ്ട് രഹസ്യാന്വേഷണം എന്നത് ജൈവാധികാരത്തിന്റെ (ബോഡി പവർ) ഭാഗമാണ്. ഭരണകൂടത്തി ന്റെ കങ്കാണിനോട്ടം നിലനിൽക്കുന്ന ഒരു സമൂഹത്തിൽ പൗരർക്ക് എല്ലായ്പ്പോഴും തങ്ങൾ വിവസ്ത്രരാണെന്ന തോന്നലുണ്ടാകും. അതുകൊ ണ്ടതന്നെ അതൊരു അശ്ലീല സമൂഹമായിരിക്കും. ഭരണകൂടത്തിന്റെ പ്ര വൃത്തികൾ പ്രജകളിൽനിന്ന് നിരന്തരം മറച്ചുവെക്കപ്പെട്ടുകയും പ്രജകൾ എല്ലായ്പ്പോഴും ഭരണകൂടത്തിന്റെ കങ്കാണിനോട്ടത്തിന് വിധേയപ്പെട്ട കയും ചെയ്യുമ്പോഴാണ് അതൊരു ഏകാധിപത്യ ഭരണകൂടമാകുന്നത്. സോവിയറ്റ് യൂണിയന്റെ തകർച്ചവരെയും ഹോളിവുഡ് സിനിമകളും

ബെസ്റ്റ്സെല്ലറുകളും രഹസ്യാന്വേഷണത്തിന്റേയും ചാരസുന്ദരികളു ടേയും കഥകൾതന്നെയാണ് പറഞ്ഞുകൊണ്ടിരുന്നത്. ഭരണക്കടങ്ങ ൾക്കിടയിലും ഭരണക്കടത്തിനും പ്രജകൾക്കുമിടയിലും രഹസ്യാന്വേഷ ണത്തിന്റെ പല രൂപങ്ങളും നിലനിന്നിരുന്നു. രഹസ്യാന്വേഷണത്തിന്റെ നാടകീയരൂപങ്ങൾ ഇപ്പോഴും അരങ്ങുതകർക്കുന്നുണ്ട്.

സ്റ്റാലിന്റെ ഭരണകാലത്തും പിന്നീടും റഷ്യയിലും ജർമ്മനി ഉൾപ്പെ ടെയുള്ള യൂറോപ്യൻ രാജ്യങ്ങളിലും കമ്മ്യൂണിസ്റ്റ് പാർട്ടിയുടെ പേരിൽ നടന്നിരുന്ന രഹസ്യാന്വേഷണത്തിന്റെയും വിചാരണയുടേയും ഞെട്ടി പ്പിക്കുന്ന കഥയാണ് താരിഖ് അലിയുടെ നോവൽ. സ്റ്റാലിനിസത്തെ തള്ളിക്കളയുമ്പോഴും റഷ്യൻ വിപ്ലവത്തേയോ കമ്മ്യൂണിസ്റ്റ് ആദർശ ങ്ങളേയോ നോവൽ നിരാകരിക്കുന്നില്ല. വിധിവാദപരമായ ഒരു ശുഭാപ്തിബോധം പങ്കുവെച്ചുകൊണ്ടാണ് നോവൽ അവസാനിക്കുന്നത്. റഷ്യയുടെ തകർച്ചക്ക് ശേഷം നിലവിൽവന്ന പുതിയ ലോകക്രമത്തോട് ഒട്ടുംതന്നെ പൊരുത്തപ്പെടാൻ കഴിയാത്ത പ്രൊഫസർ വ്ലാദിയാണ് ഈ നോവലിലെ നായകൻ. സ്റ്റാലിന്റെ ഏകാധിപത്യ പ്രവണതക ളാണ് സോഷ്യലിസത്തിന്റെ തകർച്ചയിലേക്ക് വഴിതെളിച്ചതെങ്കിലും ആ തകർച്ചയിൽനിന്ന് രൂപപ്പെട്ടുവന്ന സമൂഹം പഴയതിനേക്കാൾ ജീർണ്ണവും മുതലാളിത്ത മൂല്യങ്ങൾക്ക് അടിമപ്പെട്ടതുമായിരുന്നു. രണ്ട് തകർച്ചകൾക്കിടയിൽ ഇനിയും പ്രതീക്ഷ കൈവിടാതെ സ്വന്തം രാഷ്ട്രീയ ബോധ്യങ്ങളുടെ ചങ്ങാടത്തിൽ തുഴഞ്ഞു നീന്തുന്ന ഒറ്റയാനാണ് വ്ലാദി.

ജർമ്മൻ മതിൽ തകർന്നതിനുശേഷം കിഴക്കൻ ജർമ്മനിക്കുമേൽ പടിഞ്ഞാറൻ ജർമ്മനി നടത്തുന്ന സാംസ്കാരികവും രാഷ്ട്രീയവുമായ അധിനിവേശത്തോട് വ്ലാദിക്ക് കടുത്ത അമർഷമുണ്ട്. ജനാധിപത്യ മില്ല എന്നതിന്റെ പേരിലാണ് ജർമ്മനിയിൽ കമ്മ്യൂണിസ്റ്റ് പാർട്ടിയുടെ ഏകാധിപത്യം വിമർശിക്കപ്പെട്ടത്. എന്നാൽ കമ്മ്യൂണിസ്റ്റ് ഭരണം അവസാനിച്ചപ്പോൾ മുതലാളിത്ത ജീർണ്ണതകളും വംശീയതകളും നിറഞ്ഞ ജർമ്മനിയാണ് വ്ലാദിക്ക് കാണാനായത്. റഷ്യയിലെ ഗ്ലാസ്നോസ്റ്റ്, പെരിസ്ട്രോയിക്ക എന്നീ പരീക്ഷണങ്ങളും വിപരീത ഫലങ്ങളാണ് സൃഷ്ടിച്ചത്. ഇറന്നും ജനാധിപത്യസ്വഭാവമുള്ളതുമായ ഒരു സമൂഹത്തിനുവേണ്ടിയാണ് വ്ലാദിയും ല്യൂഡ്വിക്കും നോവലിലെ നിരവധി കഥാപാത്രങ്ങളും ശ്രമിക്കുന്നത്. സ്റ്റാലിനിസത്തിന്റെ കടുത്ത വിമർശകരാണവർ. ആ സമരത്തിൽ അവർ ഒരു പരിധിവരെ വിജയിച്ചു. എന്നാൽ തങ്ങൾ യഥാർത്ഥത്തിൽ എന്താണ് ചെയ്യാൻ ആഗ്രഹിച്ച തെന്ന് അടുത്ത തലമുറയെ ബോധ്യപ്പെടുത്താൻ പോലും കഴിയാതെ അവരും അവരുടെ കിനാവുകളും ചരിത്രത്തിൽനിന്ന് തിരസ്കൃതമായി.

കണ്ണാടിയും കുമ്പസാരവും

71

ജർമ്മൻ മതിൽ തകർന്നതിനുശേഷവും വ്ലാദി കമ്മ്യൂണിസ്റ്റായിത്തു ടർന്നു. ഇക്കാര്യം ഭരണകൂടത്തിന്റെ ശ്രദ്ധയിൽപ്പെട്ടു. ഹംബോൾട് സർവ്വകലാശാലയിൽ താരതമ്യസാഹിത്യത്തിന്റെ പ്രൊഫസറാണ് വ്ലാദി. അദ്ദേഹത്തിന്റെ രാഷ്ട്രീയച്ചായ്‌വ് മനസ്സിലാക്കിയ ഭരണകൂടം അദ്ദേഹത്തെ ജോലിയിൽനിന്ന് പിരിച്ചുവിട്ടു. വേട്ടയാടലുകൾ അവസാ നിക്കുന്നില്ല.

അതിനിടെ വ്ലാദിയുടെ ഭാര്യയും മനഃശാസ്ത്രജ്ഞയുമായ ഹെൽജെ അദ്ദേഹത്തെ ഉപേക്ഷിച്ച പോയി. ഈവ്‌ലൈൻ എന്ന ഒരു ശിഷ്യയുമായി വ്ലാദിക്ക് അതിവൈകാരികമായ ഒരു ബന്ധം ഉണ്ടായി രുന്നു. അവർക്കിടയിൽ ഒരു ഘട്ടത്തിൽ പ്രണയവും ശാരീരിക ബന്ധവും നിലനിന്നിരുന്നു. ഇത് മനസ്സിലായപ്പോഴാണ് ഹെൽജെ വ്ലാദിയെ ഉപേക്ഷിച്ച പോയത് എന്നാണ് അവരുടെ മകൻ കാൾ കരുതുന്നത്. വാസ്തവത്തിൽ ഹെൽജെ വ്ലാദിയെ വിട്ടുപോയത് തീർത്തും വ്യത്യ സ്തമായ കാരണത്താലായിരുന്നു എന്ന് പിന്നീട് മനസ്സിലാകും. വ്ലാദി യുടേയും ഹെൽജെയുടേയും പുത്രനായ കാൾ അച്ഛനമ്മമാരിൽനിന്ന് അകന്നാണ് കഴിയുന്നത്. അച്ഛന്റെയും അമ്മയുടേയും കമ്മ്യൂണിസ്റ്റ് ആദർശങ്ങളോട് കാളിന് ഒരു മതിപ്പും ഉണ്ടായിരുന്നില്ല. അമ്മയു മായി അയാൾക്ക് വൈകാരികമായ അടുപ്പമുണ്ടായിരുന്നു. എന്നാൽ അച്ഛനെ അയാൾക്ക് ഇഷ്ടമായിരുന്നില്ല. മകന് തന്നോടുള്ള അകൽച്ച വ്ലാദിയെ തളർത്തി. ചുരുക്കത്തിൽ വാർദ്ധക്യത്തിലെത്തുമ്പോഴേക്കും വ്ലാദി പൂർണ്ണമായും ഒരൊഴിഞ്ഞ കൂടായിത്തീർന്നു. വിശ്വസിച്ചിരുന്ന ആദർശങ്ങളും സ്വന്തം മനുഷ്യരും അയാളെ ഉപേക്ഷിച്ച് പൊയ്ക്കഴിഞ്ഞി രുന്നു. ഹതാശനായ അദ്ദേഹം ഒടുവിൽ തന്റെ പിതാവാരാണെന്ന് കണ്ടെത്താനുള്ള ശ്രമം നടത്തുന്നു.

തന്റെ പിതാവാരാണ് എന്ന അന്വേഷണത്തിനിടയിലാണ് വ്ലാദി ലുഡ്‌വിക്ക് എന്ന കഥാപാത്രത്തെക്കുറിച്ച് കൂടുതലറിയുന്നത്. തന്റെ അമ്മയിൽനിന്ന് അദ്ദേഹത്തെക്കുറിച്ചുള്ള ചില സൂചനകൾ വ്ലാദിക്ക് മുമ്പേ ലഭിച്ചിരുന്നു. രണ്ടാം ലോകയുദ്ധകാലത്ത് റഷ്യൻ ഭരണകൂടത്തിന്റെ നാലാം വകുപ്പിനാൽ നിയുക്തനായ പോളിഷ് രഹസ്യ ഏജന്റാണ് ലുഡ്‌വിക്ക്. സ്റ്റാലിന്റെ വിമർശകനും ട്രോട്സ്കി യിസ്റ്റുമായ ലുഡ്‌വിക്കിനെ ഒടുവിൽ റഷ്യയുടെ രഹസ്യവിഭാഗം കൊന്നുക ളയുകയാണ് ചെയ്യുതെന്ന് വ്ലാദി മനസ്സിലാക്കിയിരുന്നു. അദ്ദേഹത്തെ ക്കുറിച്ചുള്ള കൂടുതൽ വിവരങ്ങൾ കെ ജി ബി യുടെ ആർക്കൈവിൽനിന്ന് സംഘടിപ്പിക്കണമെന്ന് വ്ലാദി തീരുമാനിച്ചു. ഇതിനായി തന്റെ സുഹൃത്ത് സാവോയുടെ സഹായം തേടാൻ അദ്ദേഹം നിശ്ചയിച്ചു.

സാവോ വിയറ്റ്നാംകാരനാണ്. ആഗോളവല്‍ക്കരണം തുറന്നിട്ട സാധ്യ തകളുപയോഗിച്ച് കോടീശ്വരനായിത്തീര്‍ന്ന ഒരു കഥാപാത്രമാണ യാള്‍. ആയുധവ്യാപാരത്തില്ലൂടെയാണ് അയാള്‍ പണക്കാരനാകുന്നത്. അയാള്‍ക്ക് റഷ്യന്‍ ഗവണ്‍മ്മന്റിലെ ഉന്നതരുമായി പലതരം ബന്ധങ്ങ ളുണ്ട്. ആ ബന്ധങ്ങള്‍ ഉപയോഗിച്ച് കെ ജി ബി യുടെ പഴയ ഫയലുകള്‍ സംഘടിപ്പിക്കാന്‍ പ്രയാസമുണ്ടാവില്ല എന്ന് വ്ലാദി കണക്കുകൂട്ടുന്നു. ആ കണക്കുകൂട്ടല്‍ പിഴക്കുന്നില്ല. സാവോ തന്റെ ബന്ധങ്ങളുപയോഗിച്ച് റഷ്യയില്‍നിന്നും വ്ലാദി ആവശ്യപ്പെട്ട ഫയലുകള്‍ സംഘടിപ്പിക്കുന്നു. അതില്‍നിന്നും ല്യൂഡ്വിക്കിന്റെ വിചാരണയെക്കുറിച്ചുള്ള വിശദമായ റിപ്പോര്‍ട്ട് അയാള്‍ക്ക് ലഭിക്കുന്നു. ആ കൊലപാതകത്തില്‍ തന്റെ അമ്മക്കുള്ള പങ്കും വ്ലാദി ഒരു ഞെട്ടലോടെ മനസ്സിലാക്കുന്നു. അമ്മ പലപ്പോഴും തന്നെ ധരിപ്പിക്കാന്‍ ശ്രമിച്ചതുപോലെ സ്റ്റാലിന്റെ ആളുകള്‍ കൊന്നുകളഞ്ഞ ല്യൂഡ്വിക്കാണ് തന്റെ പിതാവെന്ന കാര്യം കളവാണെ ന്നും വ്ലാദിക്ക് മനസ്സിലായി.

സ്റ്റാലിനിസത്തിന്റെ കടുത്ത വിമര്‍ശകനായാണ് ല്യൂഡ്വിക്ക് തന്റെ തൊഴിലില്‍ തുടര്‍ന്നത്. ഇത് അയാളുടേയും അയാളുടെ കുടുംബ ത്തിന്റേയും ജീവനെ അപായപ്പെടുത്തുമെന്ന ഘട്ടം വന്നപ്പോള്‍ അയാള്‍ ജോലി രാജിവെക്കുന്നു. ഒട്ടും വൈകാതെ ല്യൂഡ്വിക്ക് അതിനിഷ്ഠുരമായി കൊല്ലപ്പെടുന്നു. ല്യൂഡ്വിക്കിനെ അപായപ്പെടുത്തുന്നതില്‍ നിര്‍ണ്ണായക പങ്ക് വഹിച്ചത് വ്ലാദിയുടെ അമ്മയായ ജെട്രൂഡ് ആണ്. വ്ലാദിയുടെ അമ്മയും റഷ്യന്‍ ഏജന്റായി പ്രവര്‍ത്തിച്ചിരുന്നു. ല്യൂഡ്വിക്കിനോട് അവര്‍ക്ക് കടുത്ത പ്രേമമുണ്ടായിരുന്നു. പക്ഷെ ല്യൂഡ്വിക്ക് തന്റെ സഹപ്ര വര്‍ത്തക എന്നതില്‍ക്കവിഞ്ഞ പരിഗണന ജെട്രൂഡിന് കൊടുത്തിരുന്നി ല്ല. ല്യൂഡ്വിക്കിനോട് തന്റെ അമ്മക്കുള്ള ആരാധന മുന്‍നിര്‍ത്തി തന്റെ പിതാവ് ല്യൂഡ്വിക്ക് ആയിരിക്കാമെന്നാണ് വ്ലാദി ഊഹിച്ചത്. മരണ വേളയില്‍ ജെട്രൂഡ് മകനോട് അങ്ങിനെയാണ് പറഞ്ഞതും. എന്നാല്‍ തന്റെ അന്വേഷണത്തിനൊടുവില്‍ അമ്മ കളവാണ് പറഞ്ഞതെന്ന് വ്ലാദി മനസ്സിലാക്കുന്നു. ല്യൂഡ്വിക്കിന് തന്റെ കുടുംബത്തോട് വലിയ പ്രതിബദ്ധതയാണുണ്ടായിരുന്നത്. അദ്ദേഹത്തിന്റെ ഭാര്യയാണ് ലിസ. അവര്‍ക്ക് ഒരു മകനാണുണ്ടായിരുന്നത്. ഫെലിക്സ് എന്നാണവന്റെ പേര്. തന്റെ ജോലിയുടെ സ്വഭാവവും അതിന്റെ സംഘര്‍ഷങ്ങളും ല്യൂഡ്വിക്ക് ലിസയോട് പങ്കുവെച്ചിരുന്നു. മകന്‍ വളര്‍ന്നു വരുന്തോറും അവനോടും ല്യൂഡ്വിക്ക് വസ്തുതകള്‍ വെളിപ്പെടുത്താന്‍ ശ്രമിച്ചിരുന്നു. തന്റെ അപകടകരമായ ജീവിതം മൂലം കുടുംബത്തിന് ഒരു പോറല്‍മേ ല്‍ക്കരുതെന്ന് അദ്ദേഹം ആത്മാര്‍ത്ഥമായി ആഗ്രഹിച്ചു. അതിനായി

അദ്ദേഹം അവസാനശ്വാസംവരെ കരുതലോടെ പ്രവർത്തിച്ചു. നാടോടികളെപ്പോലെയുള്ള ഒരു ജീവിതമാണ് ല്യൂഡ്വിക്കും കുടുംബവും നയിച്ചത്. എല്ലായ്പ്പോഴും അവർക്ക് താവളങ്ങൾ മാറേണ്ടി വന്നു. ഇത് ഫെലിക്സിനെ വളരെ അസ്വസ്ഥനാക്കുന്നത് ല്യൂഡ്വിക്കിനറി യാമായിരുന്നു. ഒടുവിൽ താൻ പിടിക്കപ്പെട്ടുമെന്ന ഘട്ടം വന്നപ്പോൾ അദ്ദേഹം ലിസയേയും ഫെലിക്സിനേയും സ്വിറ്റ്സർലാന്റിനടുത്തുള്ള ഒരു ഉൾഗ്രാമത്തിൽ കൊണ്ടുപോയി പാർപ്പിക്കുന്നു. ആ നിമിഷം വരേയും അദ്ദേഹം ജെട്രൂഡിനെ വിശ്വസിച്ചിരുന്നു. തന്നോട് പ്രണയവും വിശ്വാസവും സൂക്ഷിക്കുന്ന ഒരുവൾ എന്ന അർത്ഥത്തിൽ അദ്ദേഹം അതത് വിവരങ്ങൾ അവൾക്ക് കൈമാറിയിരുന്നു. എന്നാൽ ജെട്രൂഡ് വിശ്വസ്തയല്ലെന്ന് ലിസക്ക് പലപ്പോഴും തോന്നിയിരുന്നു. ല്യൂഡ്വിക്കിന്റെ നീക്കങ്ങളെല്ലാം മനസ്സിലാക്കിയ ജെട്രൂഡ് അയാളെ റഷ്യൻ രഹസ്യ പ്പോലീസിന്റെ വലയിലേക്കെത്തിക്കുന്നു.

രക്തക്കറ പുരണ്ടതാണ് തന്റെ അമ്മയുടെ കയ്യെന്ന് മനസ്സിലാക്കിയ വ്ലാദി പൂർണ്ണമായും തകരുന്നു. കമ്മ്യൂണിസ്റ്റ് പാർട്ടിയിൽ കൂടുതൽ ജനാധിപത്യം അനുവദിക്കപ്പെടണമെന്ന് വാദിച്ച ഒരു സംഘത്തിൽ ഒരിക്കൽ വ്ലാദി അംഗമായിരുന്നു. അന്നദ്ദേഹം യുവാവായിരുന്നു. ആ സംഘത്തിന്റെ രഹസ്യയോഗങ്ങളധികവും നടന്നിരുന്നത് വ്ലാദിയുടെ വീട്ടിലായിരുന്നു. ആ സംഘത്തിലെ അംഗമായിരുന്ന പിന്നീട് വ്ലാദിയുടെ ഭാര്യയായിത്തീർന്ന ഹെൽജെ. ഈ യോഗങ്ങ ളിൽ ജെട്രൂഡും താൽപ്പര്യം കാണിച്ചു. മകനോടുള്ള അടുപ്പം ഉപയോ ഗപ്പെടുത്തി അവരുടെ യോഗതീരുമാനങ്ങളും അംഗങ്ങളെക്കുറിച്ചുള്ള വിവരങ്ങളുമെല്ലാം ജെട്രൂഡ് സംഘടിപ്പിച്ചു. അമ്മയെ പൂർണ്ണമായി വിശ്വസിച്ച വ്ലാദി തങ്ങളുടെ യോഗങ്ങളിലേക്ക് അവരെക്കൂടി ക്ഷണിച്ചു. സ്റ്റാലിനിസത്തോട് തനിക്കും യോജിപ്പില്ലെന്നും അവരുടെ ആശയങ്ങൾ ആവേശം നൽകുന്നതാണെന്നും ജെട്രൂഡ് ചെറുപ്പക്കാരെ ധരിപ്പിച്ചു. അവർ തങ്ങളുടെ വഴികാട്ടിയായി ജെട്രൂഡിനെ പരിഗണിച്ചു. അതേസമയം ഹെൽജെയും വ്ലാദിയും തമ്മിലുള്ള ബന്ധത്തെ ജെട്രൂഡ് ഇഷ്ടപ്പെട്ടില്ല. മകനോടുള്ള വാൽസല്യം മൂലമുള്ള മാനസികാവസ്ഥയായി മാത്രമേ വ്ലാദി അതിനെ കണ്ടുള്ളൂ. എന്നാൽ ഒരിക്കലും ജെട്രൂഡിനെ ആത്മാർത്ഥമായി സ്നേഹിക്കാൻ ഹെൽജെക്കും കഴിഞ്ഞില്ല. മകനോട് എത്ര വാൽസല്യമുണ്ടെങ്കിലും അയാളിൽനിന്ന് ജെട്രൂഡ് പലയും മറക്കുന്നുണ്ടെന്ന് ഹെൽജെക്ക് എപ്പോഴും തോന്നിയിരുന്നു. പക്ഷെ ഒരു ഘട്ടത്തിൽ ജെട്രൂഡ് മകനോടും ഹെൽജെയോടും പരസ്യ മായി മാപ്പ് പറയുകയും അവരുടെ ബന്ധത്തെ അംഗീകരിക്കുകയും

 കണ്ണാടിയും കുമ്പസാരവും

ചെയ്ത. അവർക്ക് കാൾ എന്ന മകൻ പിറന്നപ്പോൾ ജെട്രൂഡ് അവനോട് വളരെ സ്നേഹത്തോടും കരുതലോടും പെരുമാറി. ഏറെ വൈകാതെ ജെട്രൂഡ് രോഗബാധിതയാകുകയും മരിക്കുകയും ചെയ്യുന്നു. മരണസമയത്ത് വ്ലാദി മാത്രമേ അവളുടെ സമീപത്തുണ്ടായിരുന്നുള്ളൂ. വ്ലാദി യെക്കാണുമ്പോഴെല്ലാം തനിക്ക് ല്യൂഡ്വിക്കിനെയാണ് ഓർമ്മവരിക എന്നും വാസ്തവത്തിൽ ല്യൂഡ്വിക്കാണ് വ്ലാദിയുടെ പിതാവെന്നും ജെട്രൂഡ് പറയുന്നു. അമ്മയുടെ മരണം വ്ലാദിയെ വല്ലാതെ ഉലച്ച കളഞ്ഞു. ആ നിമിഷംവരെയും അമ്മയോട് അതിയായ സ്നേഹവും സഹതാപവുമാണ് വ്ലാദിക്ക് തോന്നിയിരുന്നത്. എന്നാൽ കാര്യങ്ങൾ അട്ടിമറിഞ്ഞത് അവളുടെ മരണാനന്തരച്ചടങ്ങിലാണ്. ജെട്രൂഡിന്റെ മരണവാർത്തയറിഞ്ഞ് പലരും വന്നു ചേർന്നു. അവരുടെ കൂട്ടത്തിൽ തനിക്ക് പരിചയമില്ലാത്ത പലരുമുണ്ടായിരുന്നെന്ന് വ്ലാദി തിരിച്ച റിഞ്ഞു. അവരിലൊരാൾ ക്ലോസ് വിന്റർ ആയിരുന്നു. വാർദ്ധക്യത്തി ലെത്തിയ അദ്ദേഹം ആരെന്ന് വ്ലാദിക്ക് മനസ്സിലായില്ല. ചടങ്ങുകൾ കഴിഞ്ഞ് പോകുന്നതിനുമുമ്പ് ആ മനുഷ്യൻ വ്ലാദിയുടെ അടുത്തുവന്ന് ഒരിക്കൽ തന്നെ വന്ന് കാണണമെന്നും ജെട്രൂഡ് തനിക്ക് വേണ്ടപ്പെട്ട ഒരാളാണെന്നും പറഞ്ഞു. അദ്ദേഹം ഒരു മ്യൂസിയം ക്യൂറേറ്ററായാണ് ജോലി ചെയ്തിരുന്നത്. രണ്ടാം ലോകയുദ്ധത്തിന്റെ പശ്ചാത്തലത്തിൽ സ്റ്റാലിന്റെ വിശ്വസ്തനായി ചാരപ്രവർത്തനം നടത്തിയിരുന്ന ഏജന്റ് മാരിൽ ഒരാളായിരുന്നു അദ്ദേഹം. അങ്ങിനെയാണ് ജെട്രൂഡുമായി അയാൾ പരിചയപ്പെടുന്നത്. ഇതെല്ലാം വ്ലാദിയും വിന്റും തമ്മിൽ പിന്നീട് നടന്ന കൂടിക്കാഴ്ചയിലാണ് അയാൾ വെളിപ്പെടുത്തുന്നത്. ജെട്രൂഡിന്റെ മരണസമയത്ത് വിന്ററിനെ പരിചയപ്പെട്ടപ്പോൾത്തന്നെ ഹെൽജെക്ക് അയാളെ ഇഷ്ടപ്പെട്ടില്ല. അയാൾക്ക് ഒരു കൊലയാളി യുടെ കണ്ണുകളുണ്ടെന്ന് ഹെൽജെ വ്ലാദിയോട് പറഞ്ഞു. പിന്നീട് വ്ലാദി കൂടെക്കൂടെ വിന്ററിനെ സന്ദർശിച്ചു. ഈ സന്ദർശനത്തിൽനി ന്ന് അയാൾക്ക് ഞെട്ടിക്കുന്ന ചില കാര്യങ്ങൾ അറിയാൻ കഴിഞ്ഞു. വ്ലാദിയും കൂട്ടരും നടത്തിക്കൊണ്ടിരുന്ന രഹസ്യയോഗങ്ങളുടെ മുഴുവൻ വിവരങ്ങളും വിന്ററിനറിയാം. അതെല്ലാം ജെട്രൂഡ് വഴിയാണ് അയാൾക്ക് ലഭിച്ചുകൊണ്ടിരുന്നത്. റഷ്യൻ കമ്മ്യൂണിസ്റ്റ് പാർട്ടിക്ക വേണ്ടി അവർ അപ്പോഴും ചാരപ്രവർത്തനം തുടർന്നുകൊണ്ടിരുന്നു. മാത്രമല്ല അവരുടെ രഹസ്യയോഗങ്ങളിൽ പങ്കെടുക്കുന്ന പലരും റഷ്യൻ കമ്മ്യൂണിസ്റ്റ് പാർട്ടി നിയോഗിച്ചവരായിരുന്നു. ആ സമയമാ യപ്പോഴേക്കും ഗൊർബച്ചേവിന്റെ പരിഷ്ക്കാരങ്ങൾ പാർട്ടിയുടെ അജണ്ടയിൽ വന്നു കഴിഞ്ഞിരുന്നു. ഒരിക്കൽ സ്റ്റാലിന്റെ അടുത്ത

അനയായിരുന്ന വിന്റർ തന്റെ വാർദ്ധക്യത്തിൽ അതിനെ തള്ളിപ്പറ
യുന്നവരുടെ കയ്യിലെ പാവയായിക്കഴിഞ്ഞിരുന്നു. അക്കൂട്ടത്തിൽ തന്റെ
അമ്മയുമുണ്ടായിരുന്നു എന്ന് വ്ലാദി മനസ്സിലാക്കി. ഇതെല്ലാം തന്നി
ൽനിന്ന് മറച്ചുവെച്ച അമ്മയോട് വ്ലാദിക്ക് അടക്കാനാവാത്ത വെറുപ്പ്
തോന്നി. വിന്ററുമായുള്ള വ്ലാദിയുടെ ബന്ധം ഹെൽജെക്ക് സഹിക്കാൻ
കഴിഞ്ഞില്ല. ജെട്ടൂഡും വിന്ററും തങ്ങളെക്കൊണ്ട് പാവനാടകമാടിക്ക
കയായിരുന്നുവെന്ന് മനസ്സിലാക്കിയിട്ടും അയാളിൽ വിശ്വാസമർപ്പിച്ച്
കമ്മ്യൂണിസ്റ്റ് പാർട്ടിയെ പരിഷ്ക്കരിക്കാമെന്ന് കരുതുന്ന വ്ലാദിയോ
ടൊപ്പം ജീവിക്കാൻ താനില്ലെന്ന് ഹെൽജെ തീരുമാനിക്കുന്നു. അവൾ
അദ്ദേഹത്തെ ഉപേക്ഷിച്ച് അമേരിക്കയിലേക്ക് പോകുന്നു. അവരുടെ
മകൻ കാൾ ആകട്ടെ ഇതിനകം ജർമ്മൻ സോഷ്യൽ ഡെമോക്രാ
റ്റിക് പാർട്ടിയുടെ മുൻനിര പ്രവർത്തകരിലൊരാളായി മാറിയിരുന്നു.
പത്തൊമ്പതാം നൂറ്റാണ്ടിന്റെ അവസാനത്തിൽ ജർമ്മനിയിൽ രൂപ
പ്പെട്ട എസ് പി ഡി എന്ന ജർമ്മൻ സോഷ്യൽ ഡെമോക്രാറ്റിക് പാർട്ടി
ആദ്യഘട്ടത്തിൽ മാർക്സിസ്റ്റ് ആദർശങ്ങൾ ഉയർത്തിപ്പിടിച്ചിരുന്നു.
എന്നാൽ ഇരുപതാം നൂറ്റാണ്ടിന്റെ മധ്യത്തിൽ (ലോകയുദ്ധത്തിന
ശേഷം) മാർക്സിസത്തോടുള്ള പ്രതിബദ്ധത തങ്ങൾ പൂർണ്ണമായും
ഉപേക്ഷിക്കുന്നതായി എസ് പി ഡി പ്രഖ്യാപിച്ചു. ഈ പാർട്ടിയുമായാണ്
കാൾ ബന്ധപ്പെട്ടിരിക്കുന്നത്. വ്ലാദിയാകട്ടെ ജർമ്മനിയിലെ പഴയ
കമ്മ്യൂണിസ്റ്റ് പാർട്ടിയുടെ പുതിയ അവതാരമായ പാർട്ടി ഓഫ് ഡെമോ
ക്രാറ്റിക് സോഷ്യലിസം (പി ഡി എസ്) എന്ന പ്രസ്ഥാനവുമായുള്ള
ബന്ധം ഇപ്പോഴും തുടരുന്നു. ചുരുക്കത്തിൽ അച്ഛനും മകനും എതിർ
ചേരികളിലാണ് നിലയുറപ്പിച്ചിരിക്കുന്നതെന്നർത്ഥം. സമകാല മുതലാ
ളിത്തവുമായി പരമാവധി പൊരുത്തപ്പെട്ട് കമ്പോളത്തിന്റെ സാധ്യത
കളെ പ്രയോജനപ്പെടുത്തണമെന്ന ആശയഗതിക്കാരാണ് എസ് പി
ഡിക്കാർ. പ്രത്യയശാസ്ത്രത്തിന്റെ വാലിൽത്തൂങ്ങി ജീവിതം പാഴാക്കിയ
വ്ലാദിയോട് കാളിന് പരമപുച്ഛമാണുള്ളത്. അച്ഛനും മകനും തമ്മിൽ
എല്ലാ ബന്ധവും വിച്ഛേദിക്കപ്പെട്ടു. അങ്ങിനെയിരിക്കുമ്പോഴാണ് അധ്യാ
പകവൃത്തിയിൽനിന്ന് പുറത്താക്കപ്പെട്ട വ്ലാദി തന്റെ പിതാവിനെക്ക
റിച്ചുള്ള അന്വേഷണം ആരംഭിച്ചത്. അതിൽനിന്നുണ്ടായ അനുഭവങ്ങൾ
കാളിന് വായിക്കാനായി അദ്ദേഹം ദീർഘമായി എഴുതിത്തയ്യാറാക്കുന്നു.
തന്റെ ഉപയോഗശൂന്യമായ ജീവിതത്തെക്കുറിച്ചറിയാൻ മകന് താൽപ്പ
ര്യമുണ്ടാകുമെന്ന് വ്ലാദിക്ക് ഉറപ്പില്ല. എങ്കിലും അദ്ദേഹം തന്റെ ജീവിത
കഥ മകനെ അറിയിക്കുന്നു. കാളിനെഴുതിയ എഴുത്തിന്റെ രൂപത്തി
ലാണ് പലയിടങ്ങളിലും ആഖ്യാനം പുരോഗമിച്ചിട്ടുള്ളത്.

ഒരിക്കൽ വ്ലാദിയോട് പ്രണയബന്ധം പുലർത്തിയ ഈവ്ലൈൻ ഇടയിൽവെച്ച് അയാളെ ഉപേക്ഷിക്കുകയും പുതിയ ബന്ധങ്ങൾ സ്ഥാപിക്കുകയും ചെയ്തിരുന്നു. ആദ്യമെല്ലാം അതിൽ ആത്മനിന്ദ തോന്നിയ വ്ലാദി പതിയെ അവളെ മറന്നുപോയിരുന്നു. മിടുക്കിയും ബുദ്ധിമതിയുമായിരുന്നതുകൊണ്ടാണ് അവളെ അയാൾ അത്രമേൽ സ്നേഹിച്ചത്. എന്നാൽ അവളുമായി തനിക്ക് ഒരു തരത്തിലും പൊരുത്തമില്ലെന്ന് ബോധ്യപ്പെട്ട് അവളെ പൂർണ്ണമായും മനസ്സിൽനിന്ന് മായ്ച്ചകളഞ്ഞു. എന്നാൽ വ്ലാദി തൊഴിൽ നഷ്ടപ്പെട്ട് ജീവിതം തകർന്ന പോയ നിമിഷത്തിൽ അവൾ വീണ്ടും പ്രത്യക്ഷപ്പെട്ടു. അപ്പോഴേക്കും ഈവ്ലൈൻ ഒരു സിനിമാ സംവിധായികയായി മാറിയിട്ടുണ്ടായിരുന്നു. തന്റെ സിനിമയുടെ പ്രദർശനത്തിന് വ്ലാദിയെ ക്ഷണിക്കാനാണ് അവൾ അയാളുടെ താമസസ്ഥലത്തു വന്നത്. ഏറെ മടിയോടെയാണെങ്കിലും അയാൾ സിനിമക്ക് പോയി. ആ കലാസൃഷ്ടി അയാൾക്ക് ഒട്ടും ഇഷ്ടപ്പെട്ടില്ല. സിനിമ കഴിഞ്ഞ് ഒന്നും പറയാതെ അയാൾ സ്ഥലം വിട്ടു. തന്റെ സിനിമയെ ഈ വയസ്സൻ പ്രൊഫസർ അവഗണിച്ചത് ഈവ്ലൈന് സഹിക്കാൻ കഴിഞ്ഞില്ല. അവൾ അയാളെ നിരന്തരം പിന്തുടർന്നു. താമസസ്ഥലത്തുചെന്ന് അയാളെ പ്രകോപിപ്പിക്കുകയും ശാരീരിക ബന്ധത്തിലേർപ്പെടാൻ പ്രേരിപ്പിക്കുകയും ചെയ്തു. ഇത്തവണ അയാൾ അവളെക്കൊണ്ട് പൊറുതി മുട്ടി. ഈവ്ലൈൻ തികഞ്ഞ കരിയറിസ്റ്റും അവസരവാദിയുമാണെന്ന് അയാൾക്ക് മനസ്സിലായി. എന്നാൽ തന്റെ അശരണമായ അവസ്ഥയിൽ അയാൾക്ക് അതിലപ്പുറമൊന്നും പറയാൻ കഴിയുമായിരുന്നില്ല. ഹെൽജെക്ക് മാത്രമേ തന്റെ ജീവിതത്തിന്റെ ശൂന്യത നിറക്കാനാവൂ എന്ന് വ്ലാദി സങ്കടത്തോടെ അറിഞ്ഞു. അൽഭുതമെന്ന് പറയട്ടെ കഥ തീരുമ്പോഴേക്കും ഹെൽജെ വ്ലാദിയുടെ അടുത്തേക്ക് തിരികെ വന്നു. മാത്രമല്ല അച്ഛന്റെ കുറിപ്പ് വായിച്ച് തകർന്നുപോയ കാൾ അവരെക്കാണാൻ ഉടൻ ബെർലിനിൽ എത്തുമെന്ന് അറിയിച്ചിരുന്നു. അമേരിക്കയിൽ ജീവിച്ചിരുന്ന ഹെൽജെക്ക് അവിട്ടത്തെ ജീവിതം മടുത്തതുകൊണ്ടാണ് തിരികെ ജർമ്മനിയിലേക്ക് വന്നത്. അമേരിക്കയിൽ വളർന്ന വരുന്ന വംശീയതയുടെ സൂചനകൾ ഹെൽജെയുടെ വാക്കുകളിൽനിന്ന് വ്യക്തമാകും. ഹെൽജെ വന്ന ദിവസം അവർ രണ്ടുപേരുംകൂടെ വിന്റ്റിനെക്കാണാൻ ഒരു റെസ്റ്റൊറന്റിൽ ചെല്ലുന്നുണ്ട്. ലുഡ്വിക്ക് അല്ല തന്റെ പിതാവെന്ന് ബോധ്യപ്പെട്ട വ്ലാദി അത് വിന്റർ ആയിരിക്കുമോ എന്ന് സംശയിച്ചു. അക്കാര്യം ഉറപ്പവരുത്താനായിരുന്നു ആ കൂടിക്കാഴ്ച. ഹെൽജെക്ക് ആ മനുഷ്യനെക്കാണാൻ ഒട്ടും താൽപര്യമുണ്ടായിരുന്നില്ല. എങ്കിലും

വ്ലാദിക്കുവേണ്ടി അവൾ അത് സമ്മതിച്ചു. ല്യൂഡ്‌വിക്കിന്റെയും ജെട്രൂ
ഡിന്റെയും ജീവിതം തേടി താൻ നടത്തിയ സാഹസികമായ യാത്ര
യെക്കുറിച്ച് വ്ലാദി വിന്റിനോട് വിശദമായി സംസാരിച്ചു. വ്ലാദിയുടെ
വിവരണത്തിൽ വിന്റിന് അൽഭുതമേതുമുണ്ടായിരുന്നില്ല. അതെല്ലാം
അയാൾക്കറിയാമായിരുന്നു. ല്യൂഡ്‌വിക്കിനെ തന്റെ കാമുകനാക്കാൻ
കഴിയാത്തതിലുള്ള അമർഷം ജെട്രൂഡിനുണ്ടായിരുന്നുവെന്ന് വിന്റർ
പറഞ്ഞു. പിന്നീടുള്ള സംസാരത്തിൽ വിന്റിന് ജെട്രൂഡുമായുണ്ടായി
രുന്ന ബന്ധം പരാമർശിക്കപ്പെട്ടു. അവർ തമ്മിൽ ശാരീരിക ബന്ധമു
ണ്ടായിരുന്നതായി വ്ലാദിക്ക് അറിയാമായിരുന്നു. അപ്പോൾ വിന്റർ
പറഞ്ഞു: 'ഞാൻ നിങ്ങളുടെ അച്ഛനല്ല. ക്രിസ്റ്റഫർ ബ്രൗൺ എന്ന
ഇംഗ്ലീഷുകാരനുമായി ജെട്രൂഡിനുണ്ടായിരുന്ന ബന്ധത്തിലാണ് തന്റെ
മകൻ ജനിച്ചതെന്ന് ജെട്രൂഡ് ഒരിക്കൽ എന്നോട് പറയുകയുണ്ടായി.
സോവിയറ്റ് യൂണിയനിലെ ബ്രിട്ടീഷ് അംബാസഡറായിരുന്നു ബ്രൗൺ.
അദ്ദേഹം ഇപ്പോൾ ജീവിച്ചിരിപ്പില്ല.'

ഈ സംഭാഷണം അതിവൈകാരികമായ ഒരന്തരീക്ഷത്തിലാണ്
നടന്നത്. അതിന് അൽപ്പം അയവു വരുത്താനായി വിന്റർ ഒരു
തമാശപോലെ ചോദിച്ചു. 'നിങ്ങൾക്ക് എന്റെ പുത്രനാകണമെന്നുണ്ടാ
യിരുന്നോ?' എല്ലാ നിയന്ത്രണങ്ങളും വിട്ട വ്ലാദി പൊട്ടിത്തെറിച്ചു.
ഇല്ല. 'ഞാൻ ഒരു കൊലയാളിയുടെ മകനായിപ്പിറക്കാൻ ആഗ്രഹിക്ക
ന്നില്ല. ല്യൂഡ്‌വിക്ക് കൊല്ലപ്പെടുമ്പോൾ ജെട്രൂഡ് ഗർഭിണിയായിരുന്നു.
ല്യൂഡ്‌വിക്ക് മരിച്ച കഴിഞ്ഞപ്പോൾ ജെട്രൂഡ് ആത്മഹത്യക്കു ശ്രമിച്ചു
എന്നാണ് മനസ്സിലാക്കാൻ കഴിഞ്ഞത്. അവർ അന്ന് തീർന്നിരുന്നെ
ങ്കിൽ! ല്യൂഡ്‌വിക്കിന്റെ മകനാണെന്നോർത്ത് ഞാൻ അഭിമാനിച്ചിരുന്നു.
ഏതായാലും കയ്യിൽ രക്തം പുരളാത്ത ഒരാളുടെ മകനാണ് ഞാനെന്ന്
അറിഞ്ഞതിൽ സന്തോഷം.' ഇതായിരുന്നു വ്ലാദിയുടെ പ്രതികരണം.
ഹെൽജെ നിയന്ത്രിച്ചപ്പോഴാണ് വ്ലാദി അൽപ്പം ശാന്തനായത്.
വിന്റിനോട് യാത്ര പറഞ്ഞ് താമസസ്ഥലത്തേക്ക് മടങ്ങുന്ന വ്ലാ
ദിയുടേയും ഹെൽജെയുടേയും സന്തോഷകരമായ സമാഗമത്തിന്റെ
സൂചനയിലാണ് നോവൽ അവസാനിക്കുന്നത്.

ല്യൂഡ്‌വിക്ക് കൊല്ലപ്പെട്ടതിനുശേഷമുള്ള ലിസയുടേയും ഫെലിക്സി
ന്റേയും ജീവിതത്തെക്കുറിച്ചുള്ള ചില സൂചനകൾക്കൂടി നോവലിലുണ്ട്.
ഫെലിക്സും അമ്മ ലിസയും ല്യൂഡ്‌വിക്കിന്റെ മരണശേഷം അമേ
രിക്കയിലേക്ക് കുടിയേറി. അതിനിടയിലാണ് രണ്ടാം ലോകയുദ്ധം
നടക്കുന്നത്. വിദ്യാർത്ഥിയായിരിക്കെ അമേരിക്കൻ സൈന്യത്തിൽ
ഫെലിക്സ് നിർബന്ധിത സേവനത്തിന് നിയുക്തനാകുന്നു. യുദ്ധത്തിൽ

കണ്ണാടിയും കുമ്പസാരവും

സോവിയറ്റ് യൂണിയനും അമേരിക്കയും സഖ്യകക്ഷികളായിരുന്നു. ജർമ്മ നിയിൽ ജെട്രൂഡ് താമസിക്കുന്ന ബെർലിനിലായിരുന്നു ഫെലിക്സ് സൈനിക സേവനത്തിന് നിയുക്തനായത്. കുട്ടിക്കാലത്ത് അമ്മയോ ടൊപ്പം റഷ്യയിൽ താമസിച്ചിരുന്ന കാലത്ത് തന്റെ കളിക്കൂട്ടുകാര നായിരുന്ന ആദമിനെ ഫെലിക്സ് അവിടെവെച്ച് കണ്ടുമുട്ടുന്നു. ആദം റഷ്യൻ സൈന്യത്തോടൊപ്പമായിരുന്നു. ആദമിന്റെ അച്ഛൻ ഫ്രെഡ്ഡിയും ഫെലിക്സിന്റെ അച്ഛൻ ലുഡ്‌വിക്കും ആത്മാർത്ഥ സുഹൃത്തുക്കളായി രുന്നു. ലുഡ്‌വിക്കിന് സംഭവിച്ച ദുരന്തം ഫ്രെഡ്ഡിയെ ലിസ കത്തിലൂടെ അറിയിച്ചു. അദ്ദേഹത്തോട് കരുതിയിരിക്കാൻ ആവശ്യപ്പെട്ടു. എന്നാൽ ഏതാനും ദിവസങ്ങൾക്കകം സ്റ്റാലിന്റെ രഹസ്യപ്പോലീസ് ഫ്രെഡ്ഡിയുടെ കഥ കഴിച്ചു. ആദമിനെക്കണ്ടപ്പോൾ ഫെലിക്സിന് ഏറെ സന്തോഷ മായി. അവർ രണ്ടുപേരും സ്റ്റാലിനേയും കമ്മ്യൂണിസ്റ്റ് പാർട്ടിയേയും അത്രമാത്രം വെറുത്തിരുന്നു. ഫെലിക്സിനെ സംബന്ധിച്ചിടത്തോളം റഷ്യ എന്നാൽ മനുഷ്യക്കുരുതിയുടെ നാടാണ്. സ്റ്റാലിന്റെ കാര്യ ത്തിൽ ആദമിനും അതേ അഭിപ്രായമായിരുന്നു. എന്നാൽ ഹിറ്റ്‌ലറെ തോൽപ്പിക്കേണ്ടത് അനിവാര്യമായതിനാൽ താൻ പിതാവിനെ വധിച്ച സ്റ്റാലിന്റെ പട്ടാളത്തിൽ പ്രവർത്തിക്കുകയാണെന്നും യുദ്ധാനന്തരം റഷ്യയുടെ രാഷ്ട്രീയത്തിൽ വലിയ വ്യത്യാസമുണ്ടാകുമെന്ന് പ്രതീക്ഷി ക്കുന്നുവെന്നും ആദം പറഞ്ഞു. തങ്ങളുടെ പിതാക്കന്മാരെ വധിക്കുന്ന തിൽ നിർണ്ണായകമായ പങ്കുവഹിച്ച ജെട്രൂഡ് ആ നഗരത്തിലാണ് താമസിക്കുന്നതെന്നും അവരുടെ താമസസ്ഥലം താൻ കണ്ടെത്തിയി ട്ടുണ്ടെന്നും ഫെലിക്സ് ആദമിനോട് പറയുന്നു. ഉടൻ അവിടെപ്പോയി അവരുടെ കഥ കഴിക്കണമെന്ന് ആദം അഭിപ്രായപ്പെട്ടു. ഫെലിക്സ് ആദമിനോട് ക്ഷമയോടെ പെരുമാറാൻ ആവശ്യപ്പെട്ടു. ഏതായാലും അവരോട് ഇക്കാര്യം സംസാരിക്കാൻ ഫെലിക്സും ആദമും തീരുമാ നിച്ചു. ജെട്രൂഡ് താമസിക്കുന്ന കെട്ടിടത്തിൽ അവർ എത്തിച്ചേർന്നു. ഫെലിക്സിനെ കണ്ടമാത്രയിൽ ജെട്രൂഡ് നടുങ്ങി. തന്റെ അച്ഛന് അവസാനം എന്താണ് സംഭവിച്ചതെന്ന് ഫെലിക്സ് ചോദിച്ചു. ആദം ക്ഷമകെട്ടവനെപ്പോലെ അവർക്കുനേരെ ഇടക്കിടെ തോക്ക് ചൂണ്ടുന്ന ണ്ടായിരുന്നു. എന്നാൽ ഫെലിക്സ് അവനെ തടഞ്ഞു. ജെട്രൂഡ് ഫെലി ക്സിന്റെ കാൽക്കൽ വീണ് മാപ്പിരന്നു. തന്റെ മകനെ ഓർത്താണ് താൻ ജീവിക്കുന്നതെന്നും അല്ലെങ്കിൽ അന്നുതന്നെ താൻ ജീവനൊ ടുക്കുമായിരുന്നുവെന്നും ജെട്രൂഡ് പറയുന്നു. ലുഡ്‌വിക്കിനെ കൊല്ലാൻ സഹായിച്ചാൽ പകരം തന്റെ രക്ഷിതാക്കളെ വിട്ടയക്കാമെന്ന് റഷ്യൻ പോലീസ് തനിക്ക് വാക്കുതന്നതുകൊണ്ടാണ് ആ സമയം അങ്ങിനെ

പ്രവർത്തിച്ചതെന്നായിരുന്ന ജെട്രൂഡിന്റെ വിശദീകരണം. എന്നാൽ റഷ്യൻ പൊലീസ്‌വാക്കുപാലിച്ചില്ലെന്നും ജെട്രൂഡ് പറഞ്ഞു. അതൊന്നും വിശ്വസനീയമായി ഫെലിക്സിനു തോന്നിയില്ല. ശൂന്യമായ മനസ്സോടെ ആ സ്ത്രീയെ കൊല്ലാതെ വിട്ട് ഫെലിക്സ് ആദമിനോടൊപ്പം മടങ്ങുന്നു. എല്ലാ വിവരങ്ങളും കാണിച്ച് അമ്മ ലിസക്ക് കത്തെഴുതുന്നു.

മരണത്തെ മുഖാമുഖം കാണുമ്പോൾപ്പോലും സത്യസന്ധത പുല രത്താത്ത ഒരു കഥാപാത്രമാണ് നോവലിലെ ജെട്രൂഡ്. മറ്റുള്ളവരുടെ രഹസ്യങ്ങൾ ചോർത്തി അവരെ അപായപ്പെടുത്താൻ നിയുക്തയായ ജെട്രൂഡ് തന്റെ ജീവിതത്തെ എല്ലായ്പ്പോഴും രഹസ്യങ്ങളുടെ കലവ റയായി സൂക്ഷിച്ചു. താൻ ചില രഹസ്യങ്ങൾ വെളിപ്പെടുത്തുന്നു എന്ന മട്ടിൽ മരണസമയത്ത് മകനോട് പറഞ്ഞതുപോലും കളവായിരുന്നു. രഹസ്യങ്ങൾക്ക് ജീവനേക്കാൾ വിലകൽപ്പിച്ച ആ സ്ത്രീ മറ്റുള്ളവരുടെ ജീവിതത്തിൽ ഉണ്ടാക്കിയ മുറിവുകൾ എത്ര ആഴത്തിലുള്ളതായിരു ന്നുവെന്ന് നോവൽ ബോധ്യപ്പെടുത്തുന്നുണ്ട്. രഹസ്യങ്ങൾകൊണ്ട് തീർത്ത ഒരു രാഷ്ടശരീരത്തിന്റെ മുറിച്ചമാറ്റാൻ കഴിയാത്ത അവയ വമായി ജെട്രൂഡ് ജീവിതകാലം മുഴുവൻ പ്രവർത്തിച്ചു. എല്ലാവരേയും അവർ ഭരണകൂടത്തിനുവേണ്ടി ഒറ്റുകൊടുത്തു. സ്വന്തം മകനെപ്പോലും. ആദ്യമെല്ലാം പ്രത്യയശാസ്ത്രമാണ് അവരെ അതിന് പ്രേരിപ്പിച്ചതെങ്കിൽ പിന്നീട് ഒറ്റ് അവർക്ക് ഒരു ജീവിതചര്യയായി മാറി. സ്റ്റാലിനുവേണ്ടിയും സ്റ്റാലിനിസത്തെ ചെറുക്കുന്നവർക്കുവേണ്ടിയും അവർ ഒറ്റുകാരിയായി നിന്നു. പലരോടും പലയും പറഞ്ഞതിനാൽ മരണശേഷവും ജെട്രൂഡ് ഒരു പ്രഹേളികയായിത്തുടർന്നു.

കഥാപാത്രങ്ങൾ

ഉദ്വേഗജനകമായ പരിണാമ ഗുപ്തിയേക്കാൾ കഥാപാത്രങ്ങ ളുടെ സ്വഭാവവൈചിത്ര്യവും അനന്യമായ ചിന്താലോകവുമാണ് ഈ നോവലിന്റെ വായനയെ മുന്നോട്ട് നയിക്കുന്നത്. കഥാപാത്രങ്ങളുടെ സൂക്ഷ്മമായ ചലനം, സംഭാഷണങ്ങൾ, അവരുടെ വ്യക്തിത്വത്തെ പ്രകാശിപ്പിക്കാൻ അനുയോജ്യമായ സന്ദർഭങ്ങളുടെ സന്നിവേശം എന്നിവയെല്ലാം നോവലിസ്റ്റ് സമർത്ഥമായി നിർവ്വഹിച്ചിരിക്കുന്നു. വ്ലാദി ജീവിതത്തിൽ അനുഭവിച്ച ഒറ്റപ്പെടലിന്റെ ആഴം അദ്ദേഹം താമസിക്കുന്ന മുറിയുടെ വിവരണത്തിൽനിന്നും അദ്ദേഹം നടത്തുന്ന യാത്രകളുടെ വിവരണത്തിൽനിന്നും സംഭാഷണങ്ങളിൽനിന്നും മറ്റും ഒരു ചലച്ചിത്രത്തിൽനിന്നെന്നപോലെ തെളിഞ്ഞു കിട്ടും. രാഷ്ടീയമാണ് പ്രമേയമെങ്കിലും വരണ്ട രാഷ്ടീയ ചർച്ചകളുടെ അവസരം വളരെ

പരിമിതപ്പെടുത്തിയിരിക്കുന്നു. അതേസമയം ആനുഷംഗികമായി നടത്തുന്ന ചില സൗഹൃദ സംഭാഷണങ്ങളിൽനിന്ന് രാഷ്ട്രീയപരിണാമത്തെക്കുറിച്ചുള്ള സൂക്ഷ്മമായ സൂചനകൾ ലഭിക്കുകയും ചെയ്യും. ഉദാഹരണമായി വ്ലാദിയും സാവോയും തമ്മിലുള്ള സംഭാഷണത്തിൽ ഗ്ലാസ്നോസ്റ്റും പെരിസ്ട്രോയിക്കയും നടപ്പാക്കിക്കഴിഞ്ഞ റഷ്യയിലെ സാമൂഹ്യജീവിതത്തെക്കുറിച്ചുള്ള നിരവധി സൂചനകളുണ്ട്. വർധിച്ചുവരുന്ന അഴിമതി, മാഫിയകൾ പിടിമുറുക്കുന്ന വ്യാപാരരംഗം, ലൈംഗികത്തൊഴിൽ എന്നിങ്ങനെ ഒരു മുതലാളിത്ത ലോകത്തിന്റെ എല്ലാ ജീർണ്ണതകളും റഷ്യയെ ബാധിച്ചു കഴിഞ്ഞിരിക്കുന്നു. ഇത്തരം കാര്യങ്ങളെല്ലാം ബിസിനസ്സുകാരനായ സാവോയും വ്ലാദിയും തമ്മിലുള്ള സംഭാഷണത്തിൽനിന്നാണ് തെളിഞ്ഞു കിട്ടുന്നത്.

ആശയങ്ങളുടെ ലോകത്ത് ജീവിക്കുന്നവരാണ് ഈ നോവലിലെ കഥാപാത്രങ്ങൾ. ആയതിനാൽ ഇതിൽ പ്രായോഗികവും ഭൗതികവുമായ ദൈനംദിനമില്ല എന്ന് പറയാം. രഹസ്യപ്പോലീസിനുവേണ്ടി ജോലിചെയ്യുന്നവരും അതിന്റെ ഇരകളായിത്തീരുന്നവരും രാഷ്ട്രീയത്തിന്റെ പേരിൽ തർക്കിക്കുന്നവരുമൊക്കെയാണ് ഈ നോവലിലെ കഥാപാത്രങ്ങൾ. ഉൽപ്പാദനപ്രവർത്തനങ്ങളിൽ പങ്കെടുക്കുന്ന ആരേയും നോവലിൽ നാം കാണുന്നില്ല. തൊഴിലാളിവർഗ രാഷ്ട്രീയമാണ് നോവലിന്റെ പ്രമേയമെങ്കിലും തൊഴിലാളികളോ അവരുടെ ജീവിതമോ നോവലിന്റെ ഒരു സന്ദർഭത്തിൽപ്പോലും പരാമർശിക്കപ്പെടുന്നില്ല. വ്ലാദിയിലൂടെയാണ് കഥ ചുരുൾ നിവരുന്നത്. വ്ലാദി ഹംബോൾട്ട് സർവ്വകലാശാലയിൽ താരതമ്യസാഹിത്യം പഠിപ്പിക്കുന്ന ഒരു പ്രൊഫസറാണ്. അദ്ദേഹത്തിന്റെ മനസ്സിലൂടെ കടന്നുപോകുന്നതുകൊണ്ടുതന്നെ ഇതിലെ സംഭവങ്ങൾക്കെല്ലാം അക്കാദമികമായ ഒരു വിവരണത്തിന്റെ സ്വഭാവമാണുള്ളത്. ഓർമ്മകളിലേക്ക് പുനഃസന്ദർശനം നടത്തുക മാത്രമല്ല അവയെ വിശകലനം ചെയ്യുകയും ചെയ്യുന്നു. ഈ വിശകലനം അക്കാദമികമായ സൂക്ഷ്മതയോടെയാണ് നിർവ്വഹിക്കുന്നത്. സ്റ്റാലിന്റെ കാലത്ത് കമ്മ്യൂണിസ്റ്റ് പാർട്ടിക്കെതിരെ ശബ്ദിക്കുന്നവരേയും പാർട്ടിക്കകത്ത് നേതൃത്വത്തെ വിമർശിക്കുന്നവരേയും ഉന്മൂലനം ചെയ്യാൻ നടത്തിയ ശ്രമങ്ങളാണ് നോവലിന്റെ പ്രമേയം. രഹസ്യപ്പോലീസിൽ ജോലി ചെയ്തിരുന്ന ആരും സ്റ്റാലിനെ സർവ്വാത്മനാ പിന്തുണിച്ചിരുന്നതായി നോവൽ സാക്ഷ്യപ്പെടുത്തുന്നില്ല. ഒരുതരത്തിലല്ലെങ്കിൽ മറ്റൊരു തരത്തിൽ അവരെല്ലാം സ്റ്റാലിനിസത്തിന്റെ കടുത്ത വിമർശകരാണ്. ചിലരാകട്ടെ തീർത്തും അവസരവാദികളായി സ്റ്റാലിനോടൊപ്പം ചേർന്ന് സ്വന്തം താൽപ്പര്യങ്ങൾ

സംരക്ഷിക്കുന്നവരാണ്. സൈദ്ധാന്തിക ചർച്ചയിലൂടെ മുന്നോട്ട് നീങ്ങുന്നതാണ് നോവലിന്റെ ആഖ്യാനശൈലിയെങ്കിലും സ്റ്റാലിനെ സിദ്ധാന്തപരമായി ന്യായീകരിക്കുന്ന ആരും നോവലിലില്ല എന്നത് ശ്രദ്ധേയമാണ്. ഈ അർഥത്തിൽ പരിശോധിച്ചാൽ നോവൽ ഒരു സോദ്ദേശരചനയാണ്. സോദ്ദേശരചനകളിൽ കഥാപാത്രങ്ങൾ സാധാരണയായി ടൈപ്പുകളായാണ് പ്രത്യക്ഷപ്പെടാറുള്ളത്. നോവ ലിസ്റ്റിന് കഥപറയാനുള്ള കേവല ഉപകരണങ്ങളായി മാത്രം അവർ ആഖ്യാനത്തിൽ വന്നുപോകും. എന്നാൽ ഈ നോവലിലെ കഥാപാത്ര ങ്ങൾ ടൈപ്പുകളെപ്പോലെ പെരുമാറുന്നില്ല. ആന്തരികമായ നിരവധി സംഘർഷങ്ങളും പൊരുത്തക്കേടുകളും അനുഭവിക്കുന്ന കഥാപാത്രങ്ങ ളാണവർ. കാരണം സ്റ്റാലിനിസത്തെ എതിർക്കുമ്പോഴും വിപ്ലവത്തിന്റെ അനിവാര്യതയിലോ സോഷ്യലിസത്തിലോ അവർക്ക് വിശ്വാസം നഷ്ട പ്പെട്ടിട്ടില്ല. ആന്തരവിമർശനത്തിന്റേതായ ഒരു നിലപാട് സ്വീകരിച്ചതു കൊണ്ടാണ് നോവലിലെ കഥാപാത്രങ്ങൾ ശ്രദ്ധേയരായിത്തീർന്നത്.

ജെട്രൂഡിന്റെ പ്രത്യയശാസ്ത്രശരീരം

കഥാസംഗ്രഹത്തിൽ സൂചിപ്പിച്ചതുപോലെ റഷ്യൻ രഹസ്യപ്പോലീസ് നിർമ്മിച്ചെടുത്ത ഒരു യന്ത്രശരീരമാണ് ജെട്രൂഡിന്റേത്. രഹസ്യങ്ങൾ കണ്ടെത്തിയും രഹസ്യങ്ങൾ സൂക്ഷിച്ചും അവർ വികാരങ്ങളെ മറികട ക്കാൻ ശേഷിയുള്ള ഒരു ശരീരമായി മാറിയിരിക്കുന്നു എന്നതാണ് പ്ര ത്യേകത. ആശയപ്രപഞ്ചം ഒരു വ്യവസ്ഥയെ സൃഷ്ടിക്കുകയും വ്യവസ്ഥ അതിനാവശ്യമായ കർത്തൃത്വങ്ങളെ നിർമ്മിച്ചെടുക്കുകയും ചെയ്യും. സോഷ്യലിസം എന്ന ആശയം സ്റ്റാലിനിസത്തിന് വഴിമാറുകയും അത് സൃഷ്ടിച്ച വ്യവസ്ഥ യന്ത്രസമാനരായ മനുഷ്യരെ നിർമ്മിക്കുകയും ചെയ്യുന്നു. ആത്മപ്രതിഫലനാത്മകത ഒട്ടുമില്ലാത്ത മനുഷ്യരായി അവർ മാറുന്നു. ആത്മപ്രതിഫലനാത്മകമായി ചിന്തിക്കുമ്പോഴാണ് രഹസ്യം എന്നത് ഒരു താത്വികപ്രശ്നമായി വരുന്നത്. മറ്റൊരാളുടെ സ്വകാര്യ തയിലേക്ക് സ്റ്റേറ്റിന്റെ ഏജന്റ് എന്ന നിലയിൽ കടന്നു കയറുന്നതിലെ ധാർമ്മിക പ്രശ്നം അപ്പോൾ മാത്രമേ തെളിഞ്ഞു വരൂ. ഉന്നതമായ ഒരു ലക്ഷ്യത്തിനായാണ് ഇത് ചെയ്യുന്നതെന്ന് സ്വയം വിശ്വസിക്കുകയും ലക്ഷ്യം മാർഗത്തെ സാധൂകരിക്കും എന്ന് ആശ്വസിക്കുകയും ചെയ്യുന്ന വർ പോലും തങ്ങൾ സങ്കൽപ്പിച്ച ലക്ഷ്യം ഒരു മിഥ്യയാണെന്ന് തിരി ച്ചറിയുന്ന സന്ദർഭത്തിൽ കുറ്റബോധത്തിൽ സ്വയം ഉരുകിത്തീരേണ്ടി വരും. ആത്മപ്രതിഫലനാത്മകമായി ചിന്തിക്കുന്നവർക്കേ ഈ രാസ പരിണാമം സംഭവിക്കൂ. ലുഡ്വിക്ക് അത്തരമൊരു കഥാപാത്രമാണ്. എന്നാൽ മരണം വരെ അത്തരമൊരു പരിണാമവും സംഭവിക്കാത്ത

കഥാപാത്രമാണ് ജെട്രൂഡ്. ല്യൂഡ്‌വിക്കും ജെട്രൂഡും സൃഷ്ടിക്കുന്ന ദ്വന്ദ്വാ
ത്മകതയാണ് ഈ നോവലിനെ ചലനാത്മകമാക്കുന്നത്. രാഷ്ട്രീയ
മായ പശ്ചാത്തലമാണ് കഥകളളതെങ്കിലും മനുഷ്യരിൽ രാഷ്ട്രീയം
കടന്നുകയറി പ്രവർത്തിക്കുന്നതെങ്ങനെയെന്നും അത് വ്യത്യസ്തമായ
കർത്തൃത്വങ്ങളെ സൃഷ്ടിക്കുന്നതെങ്ങനെയെന്നും പറയാനാണ് നോവൽ
ശ്രമിക്കുന്നത്. അതിനാൽ എഴുത്തുകാരന്റെ രാഷ്ട്രീയ പക്ഷപാതിത്വം
പിൻനിരയിലേക്ക് നീങ്ങുകയും നോവൽ സാർവ്വലൗകികമായ ചില
മാനങ്ങൾ സ്വീകരിക്കുകയും ചെയ്യുന്നു.

പ്രത്യയശാസ്ത്രം വ്യക്തികളെ കർത്തൃത്വങ്ങളാക്കി മാറ്റുന്നു എന്ന
അൽത്തുസറിന്റെ നിരീക്ഷണത്തെ സാധൂകരിക്കുന്ന ഒരു കഥാപാ
ത്രമാണ് ജെട്രൂഡ്. എല്ലാ പ്രത്യയശാസ്ത്രങ്ങളും കർത്തൃത്വങ്ങളാൽ
നിലനിർത്തപ്പെടുന്നതും കർത്തൃത്വങ്ങൾക്കായി നിലനിൽക്കുന്നതു
മാണ്. മൂർത്തമായ കർത്തൃത്വരൂപങ്ങളില്ലാതെ പ്രത്യയശാസ്ത്രത്തിന്
അതിജീവിക്കാനാവില്ല. കർത്തൃത്വമെന്നത് എല്ലാ പ്രത്യയശാസ്ത്രങ്ങ
ളുടേയും നിർമ്മാണാത്മകമായ ഒരു ഘടകമാണ് (സംവർഗമാണ്).
അതേസമയം ഈ കർത്താക്കളെ നിർമ്മിക്കുന്നതാകട്ടെ പ്രത്യയ
ശാസ്ത്രവും. പ്രത്യയശാസ്ത്രവും കർത്തൃത്വവും തമ്മിലുള്ള ഈ വൈരുദ്ധ്യാ
ത്മക ബന്ധത്തിലാണ് അൽത്തുസർ ഊന്നുന്നത്. മനുഷ്യർ പ്രകൃതം
കൊണ്ട് ഒരു പ്രത്യയശാസ്ത്രജീവിയാണെന്ന് അദ്ദേഹം പറയുന്നുണ്ട്.
ഭാഷാരൂപമാർന്ന പ്രത്യയശാസ്ത്രത്തിലാണ് മനുഷ്യരുടെ ഉൺമ ചലി
ച്ചുകൊണ്ടിരിക്കുന്നത്. എല്ലാ മനുഷ്യരേയും ശത്രുശങ്കയോടെ നോക്കി
ക്കാണുന്ന പ്രത്യയശാസ്ത്രരൂപമാണ് സ്റ്റാലിനിസം എന്ന് നോവൽ
സമർത്ഥിക്കുന്നു. അത് സവിശേഷമായ തരത്തിലുള്ള വ്യവഹാരങ്ങളും
അർത്ഥോൽപ്പാദന സമ്പ്രദായങ്ങളും സൃഷ്ടിച്ചു. കാണുന്നതും പറയുന്നതു
മല്ല അതിനപ്പുറം നിഗൂഢമായ ഒന്നാണ് 'യാഥാർത്ഥ്യം' എന്ന് വിശ്വസി
ക്കുകയും ആ 'യാഥാർത്ഥ്യ'ത്തെ കണ്ടെത്താൻ ശ്രമിക്കുകയും ചെയ്യുന്ന
നായികയാണ് ജെട്രൂഡ്. യാഥാർത്ഥ്യത്തെ തലകീഴായിക്കാണിക്കുന്ന
താണല്ലോ മാർക്സിസ്റ്റ് നിർവ്വചനപ്രകാരം പ്രത്യയശാസ്ത്രം. കാണുന്ന
തിനപ്പുറമാണ് യാഥാർത്ഥ്യം എന്നതാണ് മാർക്സിസ്റ്റ് ധാരണ. ഈ
പ്രത്യയശാസ്ത്ര നിർവ്വചനത്തിന്റെ വിലക്ഷണമായ ഒരു പകർപ്പാണ്
രഹസ്യപ്പോലീസ് സംവിധാനം. അവർ കാണുന്നതിനെ അവിശ്വസി
ക്കുന്നവരും 'യാഥാർത്ഥ്യ'ത്തെ കണ്ടെത്താൻ ശ്രമിക്കുന്നവരുമാണ്.
പ്രത്യയശാസ്ത്രവും കർത്തൃത്വവും തമ്മിലുള്ള ബന്ധത്തെ നിരാകരിക്കുന്ന
എന്നതിനാലാണ് ഇതിനെ വിലക്ഷണമായ അനുകരണം എന്ന്
വിശേഷിപ്പിച്ചത്. മനുഷ്യർ അപകടകരമായ ആശയങ്ങൾ രഹസ്യമായി

ഒളിച്ച കടത്തുന്നവരല്ല. ആശയങ്ങൾക്കനുസരിച്ചുള്ള വ്യവഹാരമാതൃ കകളും പ്രവൃത്തിരൂപങ്ങളും വികസിപ്പിക്കുന്നവർ കൂടിയാണ്. അവയി ലൂടെയാണ് പ്രത്യയശാസ്ത്രം ഭൗതികരൂപമാർജ്ജിക്കുന്നത്. തലയിൽ ആശയങ്ങളുള്ളവരെ വെടിവെച്ച് കൊന്നതുകൊണ്ട് ആശയങ്ങൾ ഇല്ലാതാകുന്നില്ല. കാരണം ഏത് ആശയവും രൂപപ്പെടുന്നത് ചില വ്യ വഹാരരൂപങ്ങളിലൂടെയാണ്. ആശയങ്ങൾക്ക് രൂപപ്പെടാൻ കഴിയുന്ന ഭൗതിക സന്ദർഭത്തെയാണ് ഇല്ലാതാക്കാൻ ശ്രമിക്കേണ്ടത്. അടിസ്ഥാ നപരമായ ഈ വൈരുദ്ധ്യാത്മക നിയമമറിയാത്തവരാണ് റഷ്യയിലെ നാലാം വകുപ്പ് കൈകാര്യം ചെയ്തിരുന്നതെന്നർത്ഥം. അത് സൃഷ്ടിച്ച വിലക്ഷണസ്വഭാവമുള്ള കർത്തൃത്വത്തിന്റെ മാതൃകയാണ് ജെട്ടഡ്.

കർത്തൃത്വത്തെക്കുറിച്ചുള്ള ചർച്ചക്കിടയിൽ അൽത്തൂസർ നൽകുന്ന ഉദാഹരണം വളരെ ലളിതമാണ്. നാം നടന്നുപോകുന്ന വഴിയിൽ ഒരാളെ കാണുന്നതും തിരിച്ചറിയുന്നതും പരിചയം പുതുക്കാനായി ചില ആചാരങ്ങൾ പാലിക്കുന്നതുമൊക്കെ നമ്മുടെ കർത്തൃത്വപദവികളെ ഉറപ്പിക്കുന്ന വ്യവഹാരങ്ങളാണെന്ന് അൽത്തൂസർ പറയും. പിന്നിൽ നിന്നുള്ള ഒരു വിളി നമ്മെ കർത്താവാക്കി മാറ്റുകയാണ് ചെയ്യുന്നത്. റഷ്യയിൽ സ്റ്റാലിന്റെ കാലത്ത് എപ്പോൾ വേണമെങ്കിലും പിന്നിൽ നിന്ന് രഹസ്യപ്പോലീസ് 'ഒറ്റകാരൻ' എന്ന് വിളിക്കാനുള്ള സാധ്യത തങ്ങിനിന്നിരുന്നു. ആ വിളി കേട്ട് തിരിഞ്ഞു നിന്നവർ ഒറ്റകാരായി മുദ്ര കുത്തപ്പെട്ടു. ഒറ്റകാരും കൂട്ടിക്കൊടുപ്പുകാരും എന്ന രണ്ട് കർത്തു ത്വത്തിലേക്ക് സമൂഹം ചുരുങ്ങി. ഇതുരണ്ടുമല്ലാത്ത കർത്തൃപദവികൾ റഷ്യയിലുണ്ടായിരുന്നതിന് നോവലിൽ തെളിവൊന്നുമില്ല. ഒരു പക്ഷെ അത്തരമൊരു പാത്രനിർമ്മിതി നോവലിന്റെ ബഹുസ്വരതയെ തടയുന്നുണ്ടെന്ന് പറയാം. *ഖസാക്കിന്റെ ഇതിഹാസത്തിൽ* തത്വചിന്ത പറയുകയും രതിയിൽ ഏർപ്പെടുകയും ചെയ്യുന്ന കഥാപാത്രങ്ങളെ മാത്രമേ നാം കാണുന്നുള്ളൂ. അധ്വാനത്തിന്റേയും വിനിമയത്തിന്റേയും മറ്റ് രൂപങ്ങളൊന്നും നോവലിലില്ല. അതുകൊണ്ടാണ് തസ്രാക്കുകാർ എങ്ങനെയാണ് ഭക്ഷണം കഴിച്ചത് എന്ന് എൻ. എസ്. മാധവൻ ചോദിച്ചത്. അതേവിധം ഈ നോവലിൽ ഒറ്റകാരും കൂട്ടിക്കൊടുപ്പ കാരും മാത്രമേയുള്ളൂ. അതിനപ്പറമുള്ള ജീവിതത്തിന്റെ സൂചനകൾ നൽകാൻ നോവലിസ്റ്റ് ശ്രമിച്ച കാണുന്നില്ല. അതുകൊണ്ടുതന്നെ തന്നെപ്പോലുള്ളവരെ നിരാശരാക്കിക്കൊണ്ട് റഷ്യയിലും കിഴക്കൻ യൂറോപ്പിലും വളർന്നുവന്ന സോഷ്യലിസ്റ്റാനന്തര ലോകത്തിന്റെ രാഷ്ട്രീയത്തിലേക്ക് പ്രവേശിക്കാൻ വ്ലാദിക്ക് കഴിയുന്നില്ല. കമ്മ്യൂ ണിസത്തെക്കുറിച്ച് ഉള്ളപൊള്ളയായ ഒരു സ്വപ്നത്തെ താലോലിച്ച്

കുടുംബജീവിതത്തിന്റെ സമാധാനങ്ങളിലേക്ക് തിരിച്ച പോകാനാണ് അവരെല്ലാം ശ്രമിക്കുന്നത്. നോവലിന്റെ ആഖ്യാനം പ്രധാനമായും പരാജയപ്പെട്ടെന്നത് ഈ ഘട്ടത്തിലാണ്. തനിക്ക് ചുറ്റും എന്താണ് സംഭവിക്കുന്നതെന്ന് വ്ലാദിക്ക് മനസ്സിലാകുന്നില്ല. അദ്ദേഹത്തിന്റെ അക്കാദമികമായ വിശകലനങ്ങൾ അവിടെവെച്ച് കുമ്പടയുന്നു.

തങ്ങൾ പ്രത്യയശാസ്ത്രത്തിന് പുറത്താണെന്നും ഒറ്റകാർ ബൂർഷ്വാ പ്രത്യയശാസ്ത്രത്തിനകത്താണെന്നും വ്യാഖ്യാനിക്കപ്പെട്ടു. പാർട്ടിയിൽ വിശ്വാസമർപ്പിച്ചവരെല്ലാം പ്രത്യയശാസ്ത്രത്തിന് പുറത്തും പാർട്ടിയുടെ പ്രവർത്തനങ്ങളെ സംശയിക്കുകയും ചോദ്യം ചെയ്യുകയും ചെയ്തവർ പ്രത്യയശാസ്ത്രത്തിനകത്തും എന്ന വിചിത്രമായ സങ്കൽപ്പമാണ് അക്കാ ലത്ത് റഷ്യയില്ലുണ്ടായിരുന്നതെന്നാണ് താരിഖ് അലി സൂചിപ്പിക്കുന്നത്. ശാസ്ത്രീയമായ വിശകലനം നിർവഹിക്കാൻ കഴിയുന്നവർക്കുമാത്രമേ പ്രത്യയശാസ്ത്രത്തിന് വെളിയിൽ കടക്കാനാവൂ എന്നാണ് അൽത്തൂ സർ സാക്ഷ്യപ്പെടുത്തുന്നത്. പിൽക്കാലത്ത് ഏറെ വിമർശിക്കപ്പെട്ട നിരീക്ഷണമാണത്. സാമൂഹ്യചലനങ്ങളെ ശാസ്ത്രീയമായി വിശകലനം ചെയ്യാൻ പ്രാപ്തിയുള്ള ഒന്നാണ് തൊഴിലാളിവർഗ പാർട്ടി എന്നാണ് ലെനിനിസ്റ്റ് സങ്കൽപ്പം. എന്നാൽ അത് പാർട്ടിയില്ലുള്ള അന്ധമായ വിശ്വാസമാണെന്ന് വ്യാഖ്യാനിക്കപ്പെട്ടു. അതോടെ പ്രത്യയശാസ്ത്രത്തിന് അതിവിചിത്രമായ നിർവ്വചനമാണ് നൽകപ്പെട്ടത്. ആ നിർവ്വചന പ്രകാരം ല്യൂഡ്‌വിക്ക് ബൂർഷ്വാപ്രത്യയശാസ്ത്രത്തിനകത്തും ജെട്ടൂഡ് അതിനു പുറത്തുമാണെന്നു വന്നു. ബൂർഷ്വാപ്രത്യയശാസ്ത്രത്തിനകത്തു പെട്ടവരെ കൊന്നുകളയുന്നതിന് തൊഴിലാളിവർഗത്തിന്റെ പേരിൽ സാധൂകരണം കൂടി ചമച്ചതോടെ പ്രത്യയശാസ്ത്ര നിർവ്വചനത്തിന് എത്രമാത്രം ഹിംസാത്മകമായിത്തീരാനാകും എന്ന് തെളിയിക്കപ്പെട്ടു. ചുരുക്കത്തിൽ പ്രത്യയശാസ്ത്രത്തിന്റെ മാർക്സിസ്റ്റ് നിർവ്വചനം തന്നെ ഒരു പ്രത്യയശാസ്ത്രമായിത്തീരുകയും അത് സവിശേഷമായ കർത്തൃത്വ ങ്ങളെ സൃഷ്ടിക്കുകയും ചെയ്തു. അപ്രകാരം സൃഷ്ടിക്കപ്പെട്ട കർത്തൃത്വമാണ് ജെട്ടൂഡിന്റേത്.

പ്രത്യയശാസ്ത്രം കർത്താക്കളുടെ ശരീരത്തിലാണ് പ്രവർത്തിക്കുക. അഥവാ പ്രത്യയശാസ്ത്രം അതിന്റെ മുൻവിധികളെ കർത്താക്കളുടെ ശരീരത്തിലാണ് ആലേഖനം ചെയ്യുന്നത്. അതാണ് പെരുമാറ്റങ്ങ ളായും ശീലങ്ങളായും നമ്മിൽ പ്രവർത്തിക്കുന്നത്. അൽത്തൂസറിന്റെ ദൃഷ്ടാന്തത്തിൽപ്പറഞ്ഞ ഹസ്തദാനവും പരിചയം നടിക്കലും മറ്റും ശരീ രത്തിൽ ആലേഖനം ചെയ്യപ്പെട്ട പ്രത്യയശാസ്ത്രത്തിന്റെ ആവിഷ്ക്കാ രങ്ങൾ മാത്രമാണ്. ജെട്ടൂഡ് ഓരോ മനുഷ്യശരീരത്തിലും ഒറ്റകാറന്റെ

ചലനങ്ങളാണ് കണ്ടെടുക്കാൻ ശ്രമിക്കുന്നത്. രഹസ്യങ്ങൾ കുഴിച്ചുമൂടി യിരിക്കുന്ന ശരീരമാണ് തനിക്ക് മുന്നിലൂടെ സഞ്ചരിക്കുന്നതെന്ന് അവർ കരുതുന്നു. സ്വന്തം മകന്റെ ശരീരത്തെപ്പോലും അവർ അത്തരത്തിൽ വായിക്കാൻ ശ്രമിക്കുന്നു. തന്റെ ശരീരത്തെ മറ്റുള്ളവർ ഇതേവിധം വായി ക്കുമെന്ന് ജെട്രൂഡ് ആശങ്കപ്പെടുന്നു. അതിനാൽ അവർ എല്ലാവരോടും കളവ് പറഞ്ഞും പരമാവധി അകലം പാലിച്ചും കഴിയുന്നു. പാർട്ടി സ്റ്റാ ലിനിസത്തോടൊപ്പം നിന്നപ്പോൾ അവർ സ്റ്റാലിനുവേണ്ടി ഒറ്റകാരെ കണ്ടെത്തി. പിൽക്കാലത്ത് സ്റ്റാലിനെ എതിർക്കുന്നവർക്ക് മേൽക്കൈ ലഭിച്ചപ്പോൾ ജെട്രൂഡ് അവർക്കു വേണ്ടിയും തന്റെ രഹസ്യാന്വേഷണം തുടർന്നു. സ്റ്റാലിനിസം ഒരു പ്രത്യയശാസ്ത്രമായി മാറിയപ്പോൾ അത് സൃഷ്ടിച്ച സവിശേഷമായ കർത്തൃത്വങ്ങളിലൊന്നായിരുന്നു ജെട്രൂഡ്. 'അവർ ചെയ്യുന്നതെന്താണെന്ന് അവർ അറിഞ്ഞതേയില്ല'. താൻ തൊഴിലാളിവർഗത്തിനുവേണ്ടി മഹത്തായ ഏതോ പ്രവൃത്തിയിലേ ർപ്പെട്ടിരിക്കുന്നുവെന്ന മിഥ്യാധാരണയിൽ അവർ അവസാനശ്വാസം വരെ ജീവിച്ചു. ഒട്ടും ആത്മപ്രതിഫലനാത്മകമല്ലാതെ ഒരു റോബോട്ടിനു സമാനം പ്രവർത്തിച്ചതുകൊണ്ടാണ് അവരെ സൃഷ്ടിച്ച ആശയപ്രപഞ്ച ത്തെ പ്രത്യയശാസ്ത്രം എന്ന് വിശേഷിപ്പിച്ചത്. മാർക്സിസം- ലെനിനി സത്തിൽ ആത്മവിമർശനം എന്ന് വ്യവഹരിച്ച സങ്കൽപ്പത്തെയാണ് മറ്റൊരുതരത്തിൽ ഇവിടെ ആത്മപ്രതിഫലനാത്മകം എന്ന് വിളിച്ചത്. ആത്മവിമർശനം എന്ന ആദർശത്തെ കയ്യൊഴിഞ്ഞാൽ സംഘടനാ രൂപങ്ങൾ ഉദ്യോഗസ്ഥ ദുഷ്പ്രഭുത്വമായി അധഃപതിക്കുകയും ഹിംസാ ത്മകമായിത്തീരുകയും ചെയ്യും എന്നതിന്റെ തെളിവാണ് നോവലിലെ സംഭവങ്ങൾ. ആത്മവിമർശനത്തിന്റേയും വിമർശനത്തിന്റേയും മാനങ്ങൾ നഷ്ടപ്പെട്ടാൽ തൊഴിലാളിവർഗപാർട്ടി ഒരു മതാത്മകവേ ദിയായിത്തീരും. അതോടെ പാർട്ടി സവിശേഷമായ കർത്തൃത്വങ്ങളെ പേര് ചൊല്ലിവിളിച്ച് മാർഗംകൂട്ടുന്ന ഒരു സംവിധാനമായിത്തീരും. (കർത്തൃത്വവും പ്രത്യയശാസ്ത്രവും തമ്മിലുള്ള ബന്ധത്തെക്കുറിച്ച് വിശദീ കരിക്കുന്ന വേളയിൽ അൽത്തൂസർ ക്രിസ്തുമത പ്രത്യയശാസ്ത്രത്തെ വിവ രിക്കുന്നുണ്ട്. ആചാരാനുഷ്ഠാനങ്ങൾ ഒരിക്കൽ ഒരു കർത്തൃത്വത്തെ സൃഷ്ടി ച്ചെടുത്താൽ പിന്നീടതിൽനിന്ന് പുറത്തു കടക്കുക പ്രയാസകരമാണ്. മതത്തിൽ കേവലമായ ഒരു അപരകർത്തൃത്വമുണ്ട്. അതാണ് ദൈവം(S). അതിന്റെ അടിസ്ഥാനത്തിലാണ് സാമാന്യമനുഷ്യരുടെ കർത്തൃത്വം നിർണ്ണയിക്കപ്പെടുന്നത് (s). സ്റ്റാലിനിസത്തിൽ ഇതേവിധം രണ്ട് കർത്തൃത്വങ്ങൾ(S\s) നിർവ്വചിക്കപ്പെട്ടു. പ്രത്യയശാസ്ത്രമിഥ്യകളെ അപനി ർമ്മിക്കാൻ ബാധ്യതപ്പെട്ട പാർട്ടി സവിശേഷമായ കർത്തൃത്വങ്ങളെ

സൃഷ്ടിക്കുന്ന പ്രത്യയശാസ്ത്രരൂപമായി അധഃപതിച്ചു. ഈ തകർച്ചയുടെ പ്രതിനിധികളാണ് ജെട്രൂഡും വിന്റും. നീരുവറ്റിയ വൃക്ഷത്തെപ്പോലെ കനിവു വറ്റിയ മനുഷ്യശരീരങ്ങളായി അവർ മാറി. ഇങ്ങനെ ശരീരങ്ങളെ പരിവർത്തിപ്പിക്കുന്ന പ്രവൃത്തിയാണ് തൊഴിലാളിവർഗപാർട്ടിയുടെ പേരിൽ റഷ്യയിൽ നടന്നത്. കർത്തൃത്വം എന്നതിന് 'സബ്ജക്ട്' എന്നാണ് ഇംഗ്ലീഷിലെ സമാനപദം. ക്രിയയായും നാമമായും അതിന് പ്രയോഗ സാധുതയുണ്ട്. നാമമായി ഉപയോഗിക്കുമ്പോഴാണ് കർത്തൃത്വം/ കർത്താവ്/പ്രജ/വിഷയി എന്നൊക്കെ അർത്ഥം കിട്ടുന്നത്. ക്രിയാ പദമായി സ്വീകരിച്ചാൽ കീഴ്പ്പെടുക എന്നാണ് അർത്ഥം. ആദിയിൽ ദൈവം മോശയോട് പറഞ്ഞു 'ഞാൻ ദൈവമാണ്. നീ മോശയാണ്.' ആ നിമിഷം തുടങ്ങി ദൈവം ദൈവവും മോശ മോശയുമായി. ദൈവം തന്നെയാണ് ദൈവത്തെ ദൈവം എന്ന് വിളിച്ചത്. ആയതിനാൽ നാം ദൈവത്തെ കേവല കർത്തൃത്വമായി മനസ്സിലാക്കുന്നു. മോശയെ ദൈവത്തിന് കീഴ്പ്പെട്ട കർത്തൃത്വമായും മനസ്സിലാക്കുന്നു. അതിനാൽ കർത്തൃത്വത്തിലേക്ക് പ്രവേശിക്കുമ്പോൾത്തന്നെ കീഴ്പ്പെടലും ആരം ഭിക്കുന്നു. പേരുചൊല്ലിവിളിക്കപ്പെട്ടുമ്പോൾത്തന്നെ നാം കീഴ്പ്പെട ത്തപ്പെടുന്നു എന്നതുകൊണ്ടാണ് പേരുചൊല്ലിവിളിക്കലിനെ നാം പ്രത്യയശാസ്ത്രമായി മനസ്സിലാക്കുന്നത്. നാലാം വകുപ്പ് നിങ്ങളെ പേര് ചൊല്ലിവിളിക്കാൻ തുടങ്ങുന്നതോടെ നാലാം വകുപ്പിന് നിങ്ങൾ കീഴ്പ്പെടുന്നു. ആയതിനാൽ രഹസ്യപ്പോലീസ് എന്ന നാലാം വകുപ്പ് ദൈവസമാനമായ കേവല കർത്തൃത്വമായി സ്വയം നിവ്വചിക്കുകയും ജെട്രൂഡിനെപ്പോലുള്ള കഥാപാത്രങ്ങൾ അതിന് കീഴ്പ്പെട്ട കർത്തൃത്വ ങ്ങളായിത്തീരുകയും ചെയ്യുന്നു.

ദൈവം തന്റെ തന്നെ പ്രതിരൂപത്തിലാണ് ദൈവപുത്രനേയും മനു ഷ്യരേയും സൃഷ്ടിച്ചിരിക്കുന്നത്. മനുഷ്യർക്ക് ദൈവത്തെ ആവശ്യമുണ്ട് എന്നതുപോലെ ദൈവത്തിന് മനുഷ്യരേയും ആവശ്യമുണ്ട്. അന്ത്യ ന്യായ വിചാരണയുടെ നാളിൽ കീഴ്പ്പെട്ട കർത്താവ് (മനുഷ്യൻ s) കേവലനായ കർത്താവിലേക്ക് (S) ലയിക്കുന്നു. അതായത് കേവല കർത്തൃത്വത്തിന്റെ പകർപ്പാണ് കീഴ്പ്പെട്ട കർത്താവ്. കേവലകർത്താ വിനെ കേന്ദ്രത്തിൽ നിർത്തി ആ കർത്തൃത്വത്തിന്റെ കണ്ണാടിപ്പെരുപ്പ (Mirror Duplication) മാണ് കീഴൊതുക്കപ്പെട്ട കർത്താക്കൾ എന്ന ബോധ്യത്തിന്റെ അടിസ്ഥാനത്തിലാണ് എല്ലാ പ്രത്യയശാസ്ത്രവും പ്രവ ർത്തിക്കുന്നത്. കീഴൊതുക്കപ്പെട്ട കർത്തൃത്വം കേവലകർത്തൃത്വവുമായി സാത്മീകരിക്കുന്നതുകൊണ്ടാണ് പ്രത്യയശാസ്ത്രത്തിന് അതിജീവി ക്കാനാവുന്നത്. ജെട്രൂഡും വിന്റും സ്പീഗൽഗ്ലാസും മറ്റും സ്റ്റാലിന്റെ

(കേവലകർത്തൃത്വത്തിന്റെ) പ്രതിരൂപത്തിൽ വാർത്തെടുക്കപ്പെട്ട കീഴൊ
തുക്കപ്പെട്ട കർത്തൃത്വങ്ങളാണ്. കീഴൊതുക്കപ്പെട്ട കർത്തൃത്വം സ്വയം
മനസ്സിലാക്കുന്നതും തന്നെപ്പോലുള്ള മറ്റ് കർത്തൃത്വങ്ങളെ മനസ്സിലാക്ക
ന്നതും കേവലകർത്തൃത്വത്തെ മനസ്സിലാക്കുന്നതും പ്രത്യയശാസ്ത്രത്തിന്റെ
കണ്ണാടിപ്പെരുപ്പത്തിലൂടെയാണ്. ഈ അർത്ഥത്തിൽ സ്റ്റാലിനിസം
റഷ്യയിലെ പാർട്ടിപ്രവർത്തകരുടെ ലോകവീക്ഷണത്തെ നിർമ്മി
ക്കുന്ന പ്രത്യയശാസ്ത്രരൂപമായി മാറി. ഇപ്രകാരം സൃഷ്ടിക്കപ്പെടുന്ന
കർത്തൃത്വം സ്വയം പ്രവർത്തിക്കും. ഭൂരിപക്ഷം കർത്താക്കളും ഇവ്വിധം
സ്വയം ചലിച്ച് പ്രത്യയശാസ്ത്രത്തെ ശാക്തീകരിക്കുന്നവരാണ്. അവരെ
നല്ല കർത്താക്കൾ എന്നാണ് അൽത്തുസർ വിളിക്കുന്നത്. എന്നാൽ
ചിലർ ഈ പ്രത്യയശാസ്ത്രത്തേയും തങ്ങളുടെ കർത്തൃപദവിയേയും
ചോദ്യം ചെയ്യുന്നവരായി കടന്നവരും. അവരാണ് 'ചീത്ത കർത്താക്കൾ'.
ഭരണകൂടത്തിന്റെ മർദ്ദന സംവിധാനങ്ങളിലൂടെ മാത്രമേ അവരെ
ഒതുക്കാൻ കഴിയൂ. നോവലിലെ ലുഡ്‌വിക്കും പ്രൈസ്റ്റിയും അവരുടെ
യെല്ലാം സംഭാഷണത്തിൽ ഇടക്കിടെ കടന്നവരുന്ന ട്രോട്സ്കിയും
പിൽക്കാലത്ത് വ്‌ലാദിയുമൊക്കെ 'ചീത്ത കർത്താക്കളാണ്'. അവരെ
യെല്ലാം ഭരണകൂടം ശിക്ഷിക്കുന്നു. എന്നാൽ ജെട്ടഡിനെപ്പോലുള്ള
നല്ല കർത്താക്കൾ ഭരണകൂടത്തിന്റെ വിശ്വസ്തരായിത്തുടരുന്നു. ഭരണ
കൂടത്തിന്റെ കങ്കാണിനോട്ടത്തെ ഭയന്നല്ല ജെട്ടഡ് തന്റെ ഏജൻസി
തുടരുന്നത്. മറിച്ച് താൻ സ്വാംശീകരിച്ചിട്ടുള്ള പ്രത്യയശാസ്ത്രം ആ ദൗത്യം
സ്വയം നിർവ്വഹിക്കാൻ അവരെ പഠിപ്പിച്ചിട്ടുണ്ട്. അതായത് ഭരണകൂടം
അവരുടെ ഉള്ളിലിരുന്നാണ് അവരെക്കൊണ്ട് ഇപ്രകാരമെല്ലാം പ്രവ
ർത്തിപ്പിക്കുന്നത്. പ്രത്യയശാസ്ത്രത്തിന്റെ പ്രഭവകേന്ദ്രത്തെ (കേവല
കർത്തൃത്വത്തെ) കണ്ണാടിപ്പെരുപ്പത്തിലൂടെ ആന്തരവൽക്കരിക്കുന്ന
തിലൂടെ ഭരണകൂടത്തിന്റെ ഇടനിലയില്ലാതെതന്നെ കർത്തൃത്വങ്ങൾ
സ്വയം പ്രവർത്തിച്ച തുടങ്ങും. ഇപ്രകാരം സ്വയം ചലിച്ചുകൊണ്ടിരുന്ന
കീഴൊതുക്കപ്പെട്ട പ്രത്യയശാസ്ത്രശരീരമാണ് ജെട്ടഡ്.

ഭയപ്പെടുത്തുന്ന കണ്ണാടികൾ

താൻ ചെയ്തുകൊണ്ടിരുന്ന പ്രവൃത്തികളെക്കുറിച്ച് വീണ്ടുവിചാരത്തിൽ
ഏർപ്പെടുന്ന കഥാപാത്രമാണ് ലുഡ്‌വിക്ക്. റഷ്യൻ വിപ്ലവത്തെത്തുടർന്ന്
കിഴക്കൻ യൂറോപ്പിലാകമാനം സോഷ്യലിസത്തിന്റെ ആശയം പ്രച
രിപ്പിക്കാനും അവിടെയുള്ള കമ്മ്യൂണിസ്റ്റ് സംഘങ്ങളെ രഹസ്യമായി
സഹായിക്കാനും സോവിയറ്റ് യൂണിയൻ ശ്രമിച്ചിരുന്നു. മഹത്തായ
ഒരു ലക്ഷ്യം മുന്നിൽക്കണ്ടുകൊണ്ടാണ് ഒരു പറ്റം ചെറുപ്പക്കാർ വിപ്ല
വാനന്തര റഷ്യയിൽ ഈ ദൗത്യം ഏറ്റെടുത്തത്. എന്നാൽ പിന്നീടത്

രഹസ്യാന്വേഷണ ഏജൻസിയായിത്തീരുകയും റഷ്യൻ കമ്മ്യൂണിസ്റ്റ് പാർട്ടിക്കകത്ത് പ്രവർത്തിക്കുന്ന വിമതരെ ഉൻമൂലനം ചെയ്യാനുള്ള ഒരു നാരകീയ യന്ത്രമായിത്തീരുകയും ചെയ്തു. ഈ പരിണാമത്തോട് പൊരുത്തപ്പെടാനാവാത്ത കഥാപാത്രമാണ് ല്യൂഡ്‍വിക്ക്. അയാൾ ഒരു പക്ഷെ തന്റെ തെറ്റുകൾ ഭാര്യയോടും പുത്രനോടും പങ്കുവെക്കുന്നുണ്ട്. ഒരുതരത്തിലുള്ള കുറ്റസമ്മതം എന്ന് പറയാം.

ശിക്ഷണ സമൂഹത്തിന്റെ സവിശേഷതയായി ഫൂക്കോ കണ്ടെത്തുന്ന വ്യവഹാരങ്ങളിലൊന്നാണ് കുമ്പസാരം. 'ഡിസിപ്ലിൻ ആന്റ് പണിഷ്' എന്ന പുസ്തകത്തിൽ മധ്യകാലം മുതൽ ആധുനികകാലംവരെയുള്ള യൂറോപ്യൻ സമൂഹങ്ങളിൽ ശിക്ഷ നടപ്പാക്കിയിരുന്ന വിധം അന്വേഷി ക്കുകയാണ് ഫൂക്കോ. മധ്യകാലത്ത് നിയമലംഘനത്തിന് പരസ്യമായ ശിക്ഷയാണ് നൽകിയിരുന്നത്. അത് മറ്റുള്ളവർക്കുള്ള ഒരു താക്കീതാ യിരുന്നു. കുറ്റം ചെയ്തവരെ കൊലപ്പെടുത്തി തല കുന്തത്തിൽച്ചേർത്ത് നഗരമധ്യത്തിൽ പ്രദർശിപ്പിക്കുക, പരസ്യമായി ഇരുക്കിക്കൊല്ലുക എന്നിവയൊക്കെയായിരുന്നു അക്കാലത്തെ ശിക്ഷാ സമ്പ്രദായങ്ങൾ. എന്നാൽ ആധുനിക യൂറോപ്പിൽ ഇത്തരത്തിലുള്ള ശിക്ഷാരീതികൾ നിലവിലില്ല. കുറ്റം ചെയ്യുന്നവരെ പരിഷ്ക്കരിക്കുക എന്നതാണ് ആധുനിക സമൂഹത്തിന്റെ യുക്തി. ശിക്ഷക്കു പകരം ശിക്ഷണമാണ് ആധുനിക സമൂഹത്തിന്റെ മാർഗം. ആധുനികമായ ചില ധാർമ്മിക മൂല്യങ്ങളെ സമൂഹത്തിലെ പ്രജകൾ ആന്തരവൽക്കരിക്കുന്നതോടെ അവർ അച്ചടക്കമുള്ള പൗരൻമാരോ പൗരികളോ ആയിത്തീരുന്നു. ഇത്തരത്തിൽ ആന്തരവൽക്കരിച്ച ധർമ്മബോധം അവരുടെ ഭാവി പെരുമാറ്റ രീതികളെ നിർണ്ണയിക്കുന്നു. കുറ്റം ചെയ്യുവർ മാത്രമല്ല, സാമാന്യമനുഷ്യരെല്ലാം ഇവ്വിധം തങ്ങളുടെ പ്രവർത്തനത്തെ സ്വയം വിലയിരുത്താൻ പ്രാപ്തിയുള്ളവരായിത്തീരും. ഒരു ശിക്ഷിത സമൂഹത്തെ സൃഷ്ടിക്കുക എന്നതാണ് സ്കൂളുകളുടേയും കുടുംബങ്ങളുടേയും പള്ളിയു ടേയും മറ്റും ധർമ്മം. അച്ചടക്കം ഉറപ്പുവരുത്താൻ ആധുനിക സമൂഹം രൂപപ്പെടുത്തിയ സങ്കേതങ്ങളിലൊന്നാണ് കുറ്റസമ്മതം എന്നത്. കുറ്റസമ്മതത്തിൽ അധികാരത്തിന്റെ പ്രത്യക്ഷസാന്നിധ്യമുണ്ട്. ക്രിസ്തു മതമാണ് ഈ അൽഭുതകരമായ നിയന്ത്രണത്തെ കണ്ടെത്തിയത്. എല്ലാവരിലും ഇത് അടിച്ചേൽപ്പിക്കപ്പെട്ടു. ചെറിയ തെറ്റുകൾപോലും തങ്ങളുടെ നിരീക്ഷണത്തിൽനിന്ന് രക്ഷപ്പെട്ടുപോകുന്നില്ല എന്ന് ഉറപ്പുവരുത്തലായിരുന്നു ഇതിന്റെ ലക്ഷ്യം. ക്രിസ്തുമതം കണ്ടെത്തിയ ഈ വ്യവഹാരത്തെ പിൽക്കാലത്ത് ആധുനിക ഭരണകൂടങ്ങളും മനഃ ശാസ്ത്രം പോലെയുള്ള ജ്ഞാനരൂപങ്ങളും പ്രയോജനപ്പെടുത്തുകയുണ്ടായി.

മനോവിശകലനത്തിന് സ്വയംകീഴ്പ്പെടുന്ന ഒരാൾ അയാളുടെ പ്രശ്ന
ങ്ങളെ അയാൾക്ക് പിണഞ്ഞ പിഴവുകളായി സ്വയം സാക്ഷ്യപ്പെടുത്താൻ
കിട്ടുന്ന പരിശീലനമാണ് മനോവിശ്ലേഷണം. കുറ്റസമ്മതത്തിന്റെ ഈ
മാർഗം സ്ത്രീരചനകൾ എങ്ങിനെയാണ് പ്രയോജനപ്പെടുത്തുന്നതെന്ന്
എലൈൻ ഷോ വാൾട്ടർ ചൂണ്ടിക്കാണിക്കുന്നുണ്ട്. യഥാർത്ഥത്തിൽ
ഈ കുറ്റസമ്മതം ഒരു വ്യവസ്ഥ എങ്ങിനെയാണ് അതിനാവശ്യമായ
ഇരകളെ സൃഷ്ടിക്കുന്നതെന്ന് പരോക്ഷമായി വെളിപ്പെടുത്തുന്നുണ്ട്.
അതുകൊണ്ടാണ് ഡൊറോത്തി സ്മിത്ത് സ്ത്രീരചനകളിലെ കുറ്റസമ്മത
വ്യവഹാരങ്ങൾക്ക് പ്രതിരോധമൂല്യമുണ്ടെന്ന് പറയുന്നത്. സ്ത്രീകൾ
നിർവ്വഹിക്കുന്ന കുറ്റസമ്മതം ആൺകോയ്മക്കെതിരായ അവബോധ
നിർമ്മിതിയിൽ സുപ്രധാന പങ്ക് വഹിക്കുന്നുണ്ട്. ഈ നോവലിലെ
ലുഡ്വിക്കും വ്ലാദിയും പല സന്ദർഭങ്ങളിലായി തങ്ങളുടെ പ്രിയപ്പെട്ട
വരുടെ മുന്നിൽ കുറ്റസമ്മതം നടത്തുന്നുണ്ട്. ഈ കുറ്റസമ്മതം അവരുടെ
തെറ്റുകളിലേക്കല്ല അവരെ തെറ്റിലേക്ക് നയിക്കുന്ന സന്ദർഭങ്ങളിലേ
ക്കാണ് വിരൽ ചൂണ്ടുന്നത്. കുറ്റസമ്മതം നിർവ്വഹിക്കപ്പെടുന്ന രാഷ്ട്രീയ
സന്ദർഭമാണ് അവരെ ആത്മപ്രതിഫലനാത്മകമായി ചിന്തിക്കാൻ പ്രേ
രിപ്പിക്കുന്നത്. വാസ്തവത്തിൽ ഈ നോവൽ രചിക്കപ്പെടുന്നതുതന്നെ
വ്ലാദിയുടെ കുറ്റസമ്മതത്തിന്റെ മാതൃകയിലാണ്. മകന്റെ മുന്നിലാണ്
അയാൾ കുറ്റസമ്മതം നടത്തുന്നത്. അതിനുമുനെ ഒരു സന്ദർഭത്തിൽ
അയാൾ ഭാര്യയായ ഹെൽജെക്ക മുമ്പിൽ കുറ്റസമ്മതം നടത്തിയിരുന്ന.
ലുഡ്വിക്ക് ലിസക്കും ഫെലിക്സിനും മുന്നിൽ നിർവ്വഹിക്കുന്ന കുറ്റസ
മ്മതമാണ് അയാളുടെ രാജി. ആധുനിക സമൂഹത്തിൽ ജീവിക്കുന്ന മന
ഷ്യരുടെ സവിശേഷതയാണ് ഈ ഉള്ളിലേക്ക് നോക്കൽ. സ്റ്റാലിനിസ
ത്തിന്റെ സന്ദർഭത്തിൽ കുറ്റവാളികളെ വേട്ടയാടി കൊല്ലുകയായിരുന്ന
എന്നതിനർത്ഥം അത് ഏറെക്കുറെ പ്രാകൃതമായ ഒരു സാമൂഹ്യക്രമ
ത്തിലേക്ക് മാറിക്കഴിഞ്ഞിരുന്ന എന്നാണ്. ഈ വ്യവസ്ഥയെ പ്രതിനി
ധീകരിക്കുന്നവരും അതിനെ പ്രതിരോധിക്കുന്നവരുമാണ് നോവലിലെ
കഥാപാത്രങ്ങൾ. ജെട്രൂഡ് വ്യവസ്ഥയെ പ്രതിനിധീകരിക്കുന്നതുകൊണ്ട്
അവർക്ക് ഒരിക്കലും കുറ്റബോധം അനുഭവപ്പെടുന്നില്ല. ഹിംസയെ
രാഷ്ട്രീയ പ്രയോഗമാക്കിയതിലൂടെ അവർ സമൂഹത്തെ പ്രാചീനമായ
ഒരു യുക്തിയിലേക്ക് പരാവർത്തനം ചെയ്ത എന്ന് പറയാം. എന്നാൽ
അതിനെ പ്രതിരോധിച്ചവർ തങ്ങളിലേക്ക് നോക്കുന്നവരും കുറ്റസമ്മതം
നടത്തുന്നവരുമാണ്. ഈ രാഷ്ട്രീയ സന്ദർഭവും അതിൽ അവർ സ്വീകരി
ക്കുന്ന നിലയുമാണ് കുറ്റസമ്മതത്തെ ഒരു രാഷ്ട്രീയപ്രയോഗമാക്കുന്നത്.

കുറ്റസമ്മതത്തിൽ ഒരു തിരിഞ്ഞു നിൽപ്പുണ്ട്. അത് കണ്ണാടിയുടെ മുമ്പി ല്ലുള്ള ഒരു നിൽപ്പാണ്. തന്നിലേക്കുതന്നെയുള്ള ഒരു ഇറിച്ചുനോട്ടമാണ്. തന്റെ ആത്മത്തിനുമേൽ പൂർണ്ണമായ നിയന്ത്രണമുണ്ടാവുക എന്നത് വ്യക്തികളുടെ അടിസ്ഥാനപരമായ ഇച്ഛയാണെന്ന് ലാകാൻ പറയു ന്നുണ്ട്. അത്തുവരേയും പൊട്ടിപ്പരന്ന ഒരു കോഴിമുട്ടക്ക് സമാനമാണ് തന്റെ ശരീരം എന്ന് കരുതിയ ഒരു കുട്ടി കണ്ണാടിക്ക് മുന്നിൽ നിൽക്ക മ്പോഴാണ് ശരീരത്തിന്റെ സമഗ്രതയെക്കുറിച്ച് ബോധ്യമുണ്ടാകുന്നത്. ഈ സമഗ്രതാസങ്കൽപ്പമാണ് ആത്മത്തെക്കുറിച്ചുള്ള ബോധമായി വികസിക്കുന്നതെന്ന് ലാകാൻ പറയും. അതേസമയം ഈ സമഗ്രത യും ആത്മവും തനിക്ക് പുറത്തു കണ്ട ഒരു പ്രതിരൂപവുമായി സാത്മ്യം പ്രാപിക്കുന്നതിന്റെ ഫലമാണെന്ന തിരിച്ചറിവും വ്യക്തിയിൽ ഉണ്ടാക ന്നു. അതായത് ആത്മം രൂപപ്പെടുന്നത് അതിന് വിപരീതദിശയിൽ നിൽക്കുന്ന അപരത്തിന്റെ സാന്നിധ്യത്തിലാണ്. ആത്മം പൂർണ്ണമായും വ്യക്തിയുടെ നിയന്ത്രണത്തിലല്ല എന്നർത്ഥം. ഭാഷയുടെ പ്രതീകക്ര മത്തിലേക്ക് കുട്ടി പ്രവേശിക്കുന്നതോടെ ഈ സന്ദിശ്ശത കുറേക്കൂടി സങ്കീർണ്ണമാകുന്നു. മനുഷ്യരുടെ കർത്തൃത്വത്തെ നിർമ്മിക്കുന്ന ആശയ വിനിമയ വ്യവസ്ഥയാണ് പ്രതീകക്രമം. അതായത് ഭാഷക്കകത്ത് വസ്തുവൽക്കരിക്കപ്പെട്ടാണ് നാം കർത്താക്കളായി മാറുന്നത് എന്ന ർത്ഥം. പ്രതീകങ്ങൾ ഒരു ജാലികയെന്നോണം മനുഷ്യജീവിതത്തെ പൊതിഞ്ഞു നിൽക്കുന്നതായി ലാകാൻ പറയുന്നു (ഇതാണ് ഭാഷ). അതാണ് പിറന്നുവീഴുന്ന ഒരു ശിശുവിന്റെ വിധി നിർണ്ണയിക്കുന്നത്. ഒരാളെ വിശ്വസ്തനോ കലംകത്തിയോ ആക്കുന്നത് ഭാഷയിലേക്കുള്ള (പ്രതീകവ്യവസ്ഥയിലേക്കുള്ള) പ്രവേശമാണ്. മരണാനന്തരംപോ ലും ഇടരുന്നതാണ് പ്രതീകവ്യവസ്ഥയുടെ നിയമങ്ങൾ. അതായത് അന്ത്യവിധിയുടെ വേളയിൽ ഒരാളെ പാപമുക്തനാക്കുന്നതും അഥവാ അയാളെ ശപിക്കുന്നതും ഈ പ്രതീകവ്യവസ്ഥയാണ്. ഈ പ്രതീക വ്യവസ്ഥ ഒരു വ്യക്തിയുടെ നിയന്ത്രണത്തിലുള്ളതല്ല. താൽക്കാലിക മായ ഒരു സമഗ്രതാബോധം നൽകുമെങ്കിലും ഭാഷ ഒട്ടും വിശ്വസനീ യമായ ഒരു വ്യവസ്ഥയല്ല. അതായത് ശൈഥില്യത്തിനും സമഗ്രത എന്ന ഇച്ഛക്കും ഇടയില്ലുള്ള ആന്ദോളനമാണ് മനുഷ്യജീവിതം. ആത്മത്തേയും കർത്തൃത്വത്തേയും സംബന്ധിച്ച ഈ സന്ദിശ്ശത ഒരു സാധ്യതയാണെന്ന് ലാകാൻ കരുതുന്നു. ഈ സന്ദിശ്ശത മനുഷ്യരെ ഉത്തരവാദിത്വമുള്ള കർത്താക്കളാക്കുന്നതിന് സഹായകമാണ്. സത്യ വുമായി പലതരം ബന്ധങ്ങളുണ്ടാക്കാൻ മനുഷ്യരെ സഹായിക്കുന്നത് കർത്തൃത്വത്തിലെ/ആത്മത്തിലെ സന്ദിശ്ശതയാണ്. കാർത്തീസ്യൻ

അഹത്തെ സന്ദിശ്ധമായ കർത്തൃത്വമായി പുനർനിർവ്വചിക്കുകയാണ് ലാകാൻ ചെയ്തത്. അതോടെ കർത്തൃത്വത്തെ പ്രതി നിലനിന്നിരുന്ന സത്താവാദപരമായ കാഴ്ചപ്പാട് അസ്ഥിരമാക്കപ്പെട്ടു. കർത്തൃത്വത്തിന്റെ ഈ അസ്ഥിരതയാണ് ലാകാനിയൻ സങ്കൽപ്പത്തിന്റെ പ്രസക്തി. ഭാവിയേയാണ് ലാകാനിയൻ കർത്തൃത്വം എത്തിപ്പിടിക്കാൻ ശ്രമിക്ക ന്നത്. ല്യഡ്വിക്കും വ്ലാദിയും ഭൂതകാലത്തിലേക്ക് തിരിഞ്ഞുനോക്ക മ്പോഴും അവർ തങ്ങളുടെ ഭാവിയെയാണ് നിർവ്വചിക്കാൻ ശ്രമിക്കുന്നത്. കാരണം ഭൂതത്തെ തിരുത്താൻ അവർക്ക് കഴിയില്ല. കണ്ണാടിഘട്ട ത്തിലെ സമഗ്രപ്രതിബിംബവും പ്രതീകവ്യവസ്ഥയിലെ അതിന്റെ തകർച്ചയും സൃഷ്ടിക്കുന്ന വിടവിനെ സമഗ്രകർത്തൃത്വത്തിനായുള്ള ഇച്ചകൊണ്ട് പൂരിപ്പിക്കാനാണ് വ്ലാദിയും ല്യഡ്വിക്കും ശ്രമിക്കുന്നത്. ഇതാണ് മനുഷ്യരുടെ സാധ്യത. ഭാഷകളുള്ളിൽ നിരന്തരം കെട്ടുകയും അഴിക്കുകയും ചെയ്യുന്ന കർത്തൃത്വങ്ങൾക്കിടയിൽ നിരന്തരമായി നാം ആത്മത്തെ (സമഗ്രതയെ) തിരയുകയാണ്. ഈ അന്വേഷണമാണ് മനു ഷ്യപ്രകൃതം. ഈ പ്രകൃതത്തെ നിഷേധിക്കുന്നതാണ് സമഗ്രാധിപത്യം. റഷ്യയിൽ സ്റ്റാലിന്റെ കാലത്ത് ഇതാണ് സംഭവിച്ചതെന്ന് സ്ഥാപിക്ക കയാണ് നോവൽ ചെയ്തത്. കർത്തൃത്വങ്ങൾക്കിടയിൽ നിലനിൽക്കുന്ന വിടവിനേയും ശൈഥില്യത്തേയും അംഗീകരിക്കാൻ കഴിയുന്നവർക്കേ ജനാധിപത്യത്തെ അംഗീകരിക്കാനാവൂ. ഒരാൾക്കുതന്നെ പലതാകാം എന്നതുകൊണ്ട് മനുഷ്യർ എപ്പോഴും പരിണമിച്ചുകൊണ്ടിരിക്കും. അഭി പ്രായങ്ങളും നിലപാടുകളും മാറും. അമിതാധികാരം നിലനിൽക്കുന്ന ഒരു സമൂഹത്തിൽ, ആന്തരികമായി ഒരാൾ അനുഭവിക്കുന്ന ഈ ശൈഥില്യത്തെ കപടമായ സമഗ്രതകൊണ്ട് പൊതിഞ്ഞുവെക്കേണ്ടി വരും. അതിനെ പാർട്ടിക്കൂറെന്നോ രാജ്യസ്നേഹമെന്നോ പേരിട്ട് വിളിക്കാം. ഇത്തരം സമഗ്രതാരൂപങ്ങൾ കപടവും അസ്വാഭാവികവു മാണ്. ഈ കാപട്യം രഹസ്യത്തെ അനിവാര്യമാക്കുന്നുണ്ട്. സമഗ്രാധി പത്യം നിലനിൽക്കുന്ന സമൂഹങ്ങൾ തീർത്തും അതാര്യമായിരിക്കുന്നത് അതുകൊണ്ടാണ്. അതാര്യമായ സമൂഹം ഒരു കോൺസൻട്രേഷൻ ക്യാമ്പായി പ്രവർത്തിക്കും. മനുഷ്യരുടെ കർത്തൃത്വത്തിന് പലതായി പിരി ഞ്ഞിരിക്കാനും അതിനിടയിൽ കണ്ണാടിഘട്ടത്തിൽ താൻ കണ്ടെത്തിയ ആത്മത്തെ പുനഃസൃഷ്ടിക്കാനുമുള്ള സ്വാതന്ത്ര്യത്തെയാണ് നാം ജനാ ധിപത്യം എന്ന് പറയുന്നത്. ജെട്രൂഡ് സ്വാതന്ത്ര്യം കാംക്ഷിക്കുന്നില്ല. എന്നാൽ വ്ലാദിയും ല്യഡ്വിക്കും മേൽപ്പറഞ്ഞ അർത്ഥത്തിൽ സ്വാത ന്ത്ര്യം കാംക്ഷിക്കുന്നവരാണ്. ലാകാനിയൻ കർത്തൃത്വസങ്കൽപ്പനത്തെ മുൻനിർത്തി ഹീറോണിമസ് ബോഷിന്റെ (പ്രതിനാറാം നൂറ്റാണ്ടിൽ

ഡച്ചിൽ ജീവിച്ചിരുന്ന ചിത്രകാരനാണ് ബോഷ്) 'ദി ഗാർഡൻ ഓഫ്
ഡിലൈറ്റ്സ്' എന്ന ചിത്രത്തെ സിസെക്ക് വിശകലനം ചെയ്യുന്നു
ണ്ട്. ദൈവം മനുഷ്യരെ സൃഷ്ടിക്കുന്ന സന്ദർഭമാണ് ചിത്രത്തിന്റെ
പ്രമേയം. കൊച്ച കൊച്ച രൂപങ്ങളുടെ ഒരു വലിയ സമാഹാരമാണ്
ചിത്രം. നിരവധി മനുഷ്യരൂപങ്ങളും മൃഗങ്ങളും പക്ഷികളും ഒരുമിച്ചുധി
വസിക്കുന്ന ഭൂമിയാണ് പ്രമേയം. ഇതിൽ അപൂർണ്ണമായ നിരവധി
ശരീരങ്ങളുണ്ടെന്നതാണ് ശ്രദ്ധേയം. സ്വത്വത്തിലേക്ക് മനുഷ്യരെ നയി
ക്കുന്നത് ശൈഥില്യത്തെക്കുറിച്ചുള്ള ആധിയാണ്. തനിക്ക് പുറത്തുള്ള
അപരവുമായി താദാത്മ്യം പ്രാപിക്കാൻ ശ്രമിക്കുന്നത് ഏകാത്മകമായ
ഒരു സ്വത്വത്തിലേക്ക് എത്തിച്ചേരാൻ കഴിയുമെന്ന പ്രതീക്ഷയിലാണ്.
ഈ പ്രതീക്ഷയും ശൈഥില്യത്തെക്കുറിച്ചുള്ള ഭയവുമാണ് ബോഷിന്റെ
ചിത്രം ദ്യോതിപ്പിക്കുന്നതെന്ന് സിസെക്ക് പറയുന്നു. ആ സംഘർഷം
ആധുനികതയുടേതാണെന്നും അദ്ദേഹം വ്യാഖ്യാനിക്കുന്നു. ശൈഥി
ല്യത്തിന്റെ ആഴമാണ് പലപ്പോഴും സമഗ്രാധിപത്യത്തേയും കടുത്ത
പ്രത്യയശാസ്ത്രരൂപങ്ങളേയും ആഞ്ഞുപുൽകാൻ മനുഷ്യരെ പ്രേരിപ്പിക്കു
ന്നത്. ജെട്രൂഡിനെ മനസ്സിലാക്കാൻ ഈ ലാകാനിയൻ നിരീക്ഷണം
സഹായിക്കും. സമഗ്രാധിപത്യത്തോടുള്ള വിധേയത്വം ഒരു പകരം
വെപ്പാണ്. അതോടെ ആത്മാന്വേഷണത്തിന് അവധി കൊടുക്കാം.
സാൽവദോർ ദാലിയുടെ 'സോഫ്റ്റ് കൺസ്ട്രക്ഷൻ വിത് ബോയിൽഡ്
ബീൻസ്' എന്ന ചിത്രത്തെക്കുറിച്ച് ലാകാൻ സൂചിപ്പിക്കുന്നുണ്ട്. ഭീമാകാ
രമായ ഒരു രൂപം സ്വയം പിളർക്കുന്നതാണ് ചിത്രത്തിലെ പ്രമേയം.
സ്പെയ്നിലെ ഫ്രാങ്കോയുടെ ഫാസിസ്റ്റ് ഭരണത്തെക്കുറിച്ചുള്ള
സൂചനയാണ് ചിത്രത്തിലുള്ളത്. ഹിംസയെ മനുഷ്യരുടെ ആന്തരശൈ
ഥില്യവുമായി ബന്ധപ്പെടുത്താനാണ് ദാലി ശ്രമിക്കുന്നതെന്ന് ലാകാൻ
പറയുന്നു. ആന്തരികമായ ശൈഥില്യത്തെ അഭിമുഖീകരിക്കാനുള്ള ഭയം
മനുഷ്യരെ ഹിംസയുടെ വഴിയിലേക്ക് നയിക്കുന്നു. എന്നാൽ ആ ശൈഥി
ല്യത്തെ സധൈര്യം അഭിമുഖീകരിക്കുന്നവരാണ് കുറ്റസമ്മതം നടത്തു
ന്നതും പുതിയ കർത്തൃത്വം നിർമ്മിച്ചെടുക്കാനുള്ള ശ്രമത്തിൽ ഏർപ്പെട്ടി
രിക്കുന്നതും. 'മനുഷ്യരുടെ എല്ലാ സന്ദർഭങ്ങളിലും ശൈഥില്യത്തിന്റെ/
ചേർച്ചയില്ലായ്മയുടെ സാന്നിധ്യമുണ്ട്. മൗലികമായ രാഷ്ട്രീയ ബോധ്യം
കൊണ്ടും ഇടപെടൽകൊണ്ടും മാത്രമേ സാർവ്വലൗകികതക്കും സവിശേ
ഷതക്കും ഇടയിൽ നമുക്ക് ഇടനില തീർക്കാനാകൂ. അതിലൂടെ മാത്രമേ
സമഗ്രാധിപത്യസ്വഭാവമില്ലാത്ത സാമൂഹ്യ ഏകത നമുക്ക് കൈവരിക്കാ
നാവൂ' എന്ന് ലാകാൻ പറയുന്നു. അതിനാൽ വ്യക്തിയുടെ അബോധം
എന്നത് ചരിത്രം തന്നെയാണ്. ചരിത്രത്തെ തിരുത്താനാവില്ലെങ്കിലും

ചരിത്രത്തെക്കുറിച്ച് വർത്തമാനത്തിൽ നാം നിർവ്വഹിക്കുന്ന വിശകല നത്തെ നമുക്ക് നിയന്ത്രിക്കാനാവും. അത് ഭാവിയെ വിപ്ലവകരമായി പുതുക്കിപ്പണിയാൻ സഹായിക്കും. ആയതിനാൽ വ്ലാദിയും ല്യൂഡ്‌വി ക്കിനം ചരിത്രത്തിലൂടെ സഞ്ചരിക്കുന്നത് ചരിത്രം തിരുത്താനല്ല. മറിച്ച് ചരിത്രത്തെ മനസ്സിലാക്കിയത് തിരുത്താനാണ്. അതുവഴി ഭാവിയെ വിപ്ലവകരമായി പുനർനിർമ്മിക്കാനാവുമെന്ന് അവർ പ്രത്യാശിക്കുന്നു.

പ്രത്യയശാസ്ത്രങ്ങൾ കൊഴിഞ്ഞുപോയ കാലം

ആഗോളവൽക്കരണം, സോഷ്യലിസ്റ്റ് ചേരിയുടെ തകർച്ച, ഉപഭോ ഗസംസ്കാരം എന്നിങ്ങനെ പുതുകാലത്തിന്റെ സവിശേഷതകളായി പലയും സംസ്കാരവിമർശകരുടെ ശ്രദ്ധയിൽ വന്നിട്ടുണ്ട്. പ്രത്യയ ശാസ്ത്രങ്ങളോട്ടും സിദ്ധാന്തങ്ങളോട്ടുമുള്ള പ്രതിബദ്ധത ആളുകൾ ഉപേ ക്ഷിച്ചിരിക്കുന്നു. അതിജീവനത്തിനായി പ്രായോഗികമായ വഴികൾ തേട്ടുക, അവിടെ എന്തെങ്കിലും തടസ്സം നേരിട്ടാൽ അതവിടെവെച്ച് പരിഹരിക്കുക, ഇതാണ് പുതുകാലത്തിന്റെ സമീപനം. ഭൂതകാലത്തിൽ അവർ അഭിരമിക്കുന്നില്ല. ഭാവിയെക്കുറിച്ച് അമിതമായ പ്രതീക്ഷയുമി ല്ല. വർത്തമാനത്തിലാണ് അവർ ജീവിക്കുന്നത്. സഹിക്കാവുന്നത് സഹിച്ചും പൊറുക്കാവുന്നത് പൊറുത്തും അങ്ങിനെയൊക്കെയങ്ങ് ജീവിച്ചുപോകുക എന്നതാണ് അവരുടെ ആദർശം. ലഭിക്കുന്ന സന്ദ ർഭങ്ങളുപയോഗിച്ച് കരകയറാനാഗ്രഹിക്കുന്നവരാണേറെയും. ഇത്തര ത്തിലുള്ള പുതുകാലത്തിന്റെ കഥാപാത്രങ്ങളം നോവലിലുണ്ട്. സാവോ, ഈവ്‌ലൈൻ, കാൾ എന്നിവരെല്ലാം ഈ ഗണത്തിൽപ്പെട്ടും. കാൾ ജർമ്മനിയിലെ എസ് പി ഡി പാർട്ടിയുടെ പ്രധാനപ്പെട്ട പ്രവർത്തക നാണ്. രാഷ്ട്രീയത്തെ ഒരു തൊഴിലായിക്കാണുന്നയാളാണ് അദ്ദേഹം. തന്റെ മാതാപിതാക്കളെപ്പോലെ കമ്മ്യൂണിസം, തൊഴിലാളിവർഗ സർവ്വാധിപത്യം തുടങ്ങിയ കാര്യങ്ങളിലൊന്നും കാളിന് താൽപ്പര്യമില്ല. കാറ്റുള്ളപ്പോൾ തൂറ്റണമെന്നാണ് അയാൾ കരുതുന്നത്. സാവോയാ കട്ടെ ആഗോളസമ്പദ്‌വ്യവസ്ഥ വാഗ്ദാനം ചെയ്യുന്ന അവസരങ്ങൾ ഉപയോഗിച്ച് പരമാവധി നേട്ടം കൈവരിക്കാനാണ് ശ്രമിക്കുന്നത്. യാദൃച്ഛികമായി ഒരിക്കൽ ചില അക്രമികളിൽനിന്ന് വ്ലാദി തന്നെ രക്ഷിച്ചു എന്നതാണ് സാവോക്ക് വ്ലാദിയോട്ടുള്ള കടപ്പാടിന്റെ ആധാരം. അയാൾ ആയുധക്കച്ചവടക്കാരനാണ്. റഷ്യയിലും യൂറോ പ്പിലുമായി അയാളുടെ വ്യാപാരസാമ്രാജ്യം വിപുലമായിരിക്കുന്ന. വിയറ്റ്നാമീസുകാരനാണയാൾ. വിയറ്റ്നാമിൽ അമേരിക്കക്കെതിരെ നടന്ന ജനകീയ സമരത്തിന്റെ സ്മൃതികളോ ആവേശമോ അയാളി ലില്ല. തന്റെ സമ്പത്തിൽ താൽപ്പര്യമുള്ള ഒരുവളയാണ് അയാൾ

 കണ്ണാടിയും കുമ്പസാരവും

ആദ്യം വിവാഹം കഴിച്ചത്. പിന്നീട് അയാൾ വിയറ്റ്നാമീസുകാരി
യായ മറ്റൊരുവളെ വിവാഹം കഴിക്കുന്നു. അവളാണ് കുടുംബത്തിന്
ചേർന്നവൾ എന്നയാൾക്ക് തോന്നുന്നു. വ്ലാദിയുടെ അടുത്ത സുഹൃ
ത്താണെങ്കിലും അയാളെപ്പോലെ രാഷ്ട്രീയത്തിൽ ഒരു താൽപ്പര്യവും
സാവോവിനില്ല. എന്നാൽ റഷ്യയിലെ ഉയർന്ന രാഷ്ട്രീയക്കാരുമായി
അയാൾക്ക് അടുത്ത ബന്ധമുണ്ട്. സാവോയുടെ രണ്ട് ബിസിനസ്
സുഹൃത്തുക്കൾ കൊല്ലപ്പെടുന്നുണ്ട്. അതിന്റെ പിറകിൽ പ്രവർത്തിച്ചവ
രെക്കുറിച്ചുള്ള സൂചന അയാൾക്ക് ലഭിച്ചെങ്കിലും അതിന്റെ പിന്നാലെ
നടക്കാനൊന്നും സാവോ ഒരുക്കമല്ല. റഷ്യയിൽ തുടർന്നാൽ തന്റെ
ജീവനും ഭീഷണിയുണ്ടെന്ന് മനസ്സിലാക്കിയ അയാൾ അവിടെനിന്ന്
രക്ഷപ്പെടുകയും പിന്നീടൊരിക്കലും അവിടേക്ക് തിരിച്ചവരില്ലെന്ന് തീരു
മാനിക്കുകയും ചെയ്യുന്നു. വ്ലാദിയുമായുള്ള സാവോയുടെ ബന്ധത്തിന്
ഒരു രാഷ്ട്രീയ മാനവുമില്ല. കാളിന്റെ താൽപ്പര്യം അധികാരമാണെ
ങ്കിൽ സാവോയുടേത് പണമാണ്. ഈവ്ലൈനാകട്ടെ പ്രശസ്തിയുടെ
പിന്നാലെയാണ് ഒഴുകുന്നത്. ഈവ്ലൈൻ നല്ല മിടുക്കിയായിരുന്നെ
ങ്കിലും തന്റെ സർഗാത്മകതയെ അവൾ സംസ്കാരവ്യവസായത്തിന്
പണയം വെച്ചു. അവൾ നിർമ്മിച്ച സിനിമയെക്കുറിച്ച് വ്ലാദി ഉന്നയിച്ച
വിമർശനങ്ങൾ അവളെ അസ്വസ്ഥയാക്കുന്നുണ്ട്. ഒരിക്കൽ അയാളുടെ
ആരാധികയായിരുന്ന അവൾ മറ്റൊരവസരത്തിൽ അയാളെ ഉപേക്ഷി
ക്കുകയും വീണ്ടും അയാളെത്തേടി വരികയും ചെയ്യുന്നു. തന്റെ കരിയറിന
പ്പുറം മനുഷ്യബന്ധങ്ങൾക്കെന്തെങ്കിലും വിലയുണ്ടെന്ന് അവൾ കരുതി
യിരുന്നില്ല. അവർക്കിടയിലുള്ള പ്രണയബന്ധത്തെ അടിസ്ഥാനമാക്കി
വിവാദമായ ചിത്രം വരക്കുന്ന ലൈല അവളുടെ അടുത്ത സുഹൃത്താണ്.
അവളുടെ ചിത്രത്തിലൂടെയാണ് ഇവരുടെ പ്രണയബന്ധം ഹെൽജെ
അറിയുന്നത്. ഈവ്ലൈൻ വ്ലാദിയുമായി സൃഷ്ടിക്കുന്ന ബന്ധവും കാൾ
പത്രക്കാരിയുമായി സൃഷ്ടിക്കുന്ന ബന്ധവുമെല്ലാം ഉപകരണാത്മകമാണ്.
താനാര് എന്ന ചോദ്യം അവരൊന്നും ഒരിക്കലും ഉന്നയിക്കുന്നില്ല. കർത്തൃ
ത്വത്തിന്റെ ശൈഥില്യത്തെ ആഘോഷിക്കുകയാണവർ ചെയ്യുന്നത്.
സമഗ്രമായ ഉണ്മക്കായുള്ള ഒരു ഇച്ഛയും അവരിൽ പ്രവർത്തിക്കുന്നില്ല.
ആയതിനാൽ അവർക്ക് വർത്തമാനമല്ലാതെ ഭാവിയില്ല.

ഈവ്ലൈനിന്റെ സിനിമ കാണാൻ അവൾ വ്ലാദിയെ ക്ഷണി
ക്കുന്നു. ആ പ്രദർശനത്തിനായി അവൾ സംഘടിപ്പിച്ച പരിപാടി
വ്ലാദിക്ക് ഒട്ടും ഉൾക്കൊള്ളാൻ കഴിയാത്തവിധം കെട്ടുകാഴ്ചക
ൾകൊണ്ട് നിറഞ്ഞതായിരുന്നു. നമ്മുടെ ഉത്തരാധുനിക കല എവിടെ
എത്തിനിൽക്കുന്നു എന്നതിന്റെ ഭീകരമായ ഒരു ചിത്രം ബെൻ ഡേവിസ്

വരച്ചുകാണിക്കുന്നുണ്ട്. 2007-ൽ ലണ്ടനിലെ ഏറ്റവും വിലപിടിപ്പുള്ള കലാസൃഷ്ടിയായി അംഗീകരിക്കപ്പെട്ടത് ഡാമിയൻ ഹേസ്റ്റിന്റെ 'ഫോർ ദ ലൗ ഓഫ് ഗോഡ്' എന്നശിൽപ്പമായിരുന്നു. ഒരു മനുഷ്യന്റെ തലയോ ട്ടിയിൽ വിലപിടിപ്പുള്ള രത്നങ്ങൾ പതിപ്പിച്ചുകൊണ്ടുണ്ടാക്കിയ ആ ശിൽപ്പം അമ്പത് മില്യൻ ഡോളറിനാണ് വിറ്റത്. ആർട്ട് ഗാലറി കളിൽ ആർഭാടജീവിതത്തിനുതകിയ ഹാന്റ്ബാഗുകൾ ഉണ്ടാക്കി വലിയ വിലക്ക് വിൽക്കുന്നവരായി കലാകാരൻമാർ മാറിയിരിക്കുന്നു. കലയുടെ വിപ്ലവമൂല്യമല്ല അതിന്റെ വിനിമയ മൂല്യമാണ് കലാകാരന്റെ വെല്ലുവിളി എന്ന് വന്നിരിക്കുന്നു. പഴയതിന്റെ പകർപ്പുകളും അനുകരണ ങ്ങളും മിശ്രണവും എല്ലാം ചേർന്ന് സൃഷ്ടിക്കുന്ന ചന്തയാണ് ഇന്നത്തെ ആർട്ട് ഗ്യാലറികൾ. എല്ലാ പ്രകടനകലകളും ജനപ്രിയതയുടെ അച്ചിൽ വാർത്തെടുക്കപ്പെട്ടവയാണ്. പരസ്യവും കലാസൃഷ്ടിയും തമ്മിൽ വേർതി രിക്കാനാവാത്ത ഒരവസ്ഥ സൃഷ്ടിക്കപ്പെട്ടിരിക്കുന്നു. മൂലധനവും മാധ്യ മങ്ങളും അവ സൃഷ്ടിക്കുന്ന കമ്പോളവും ചേർന്നാണ് കലാസൃഷ്ടിയുടെ മൂല്യം തീരുമാനിക്കുന്നത്. എതിരിടത്തിൽനിന്നുകൊണ്ടുള്ള വിമർശനം (വിപരീത വിമർശനം) എന്നത് അക്കാദമിക ലോകത്ത് മാത്രം അവശേഷിക്കുന്ന ഒന്നാണെന്നും യഥാർത്ഥത്തിൽ കലാസൃഷ്ടിയുടെ പരസ്യത്തിന് സഹായിക്കുന്ന വിവരണമാണ് കലാനിരൂപണം എന്നും വന്നിരിക്കുന്നു. വ്ലാദിയുടേത് വിപരീത വിമർശമാണ്. ഈവ്ലൈൻ ആഗ്രഹിക്കുന്നത് തന്റെ സിനിമയുടെ 'പ്രമോഷൻ' ആണ്. പങ്കാളിത്ത നിരൂപണം എന്ന് ഇതിനൊരു സാങ്കേതിക സംജ്ഞ നൽകിയിട്ടുണ്ട്. അത്തരം വ്യവഹാരങ്ങളൊന്നും വ്ലാദിക്ക് പരിചയമുള്ളതല്ല. നവമാ ധ്യമങ്ങൾ ഉയർത്തിയ വെല്ലുവിളി ഏറ്റെടുക്കാൻ കലാകാരൻമാർക്ക് കഴിയുന്നില്ല. ചെലവേറിയതും ജനക്കൂട്ടത്തിന് കാണാവുന്നതുമാണ് കല എന്ന് വന്നിരിക്കുന്നു. കൂടുതൽ ജനങ്ങൾ കലാസൃഷ്ടി ആസ്വദിക്കുമ്പോൾ അത് പുരസ്കരിക്കാൻ കച്ചവടക്കാരുണ്ടാകും. കാരണം അത്രയും ജനങ്ങൾ കലാസൃഷ്ടിക്കൊപ്പം തങ്ങളുടെ ഉൽപ്പന്നങ്ങളെക്കുറിച്ചും മനസ്സിലാക്കും. അതായത് ചരക്കുകളുടെ വിനിമയത്തിന് സഹായി ക്കുന്ന ഒരുപാധിയാണ് കലാസൃഷ്ടി.

ഈവ്ലൈനിന്റെ സിനിമയുടെ പ്രൈം ഷോ കാണാൻ പോയ വ്ലാദി അവിടെവെച്ച് ആൽബർട്ട് എന്ന ഒരെഴുത്തുകാരനെ കണ്ടുമുട്ടുന്നുണ്ട്. ഒരു കാലത്ത് മാർക്സിസ്റ്റ് ചിന്തകനായി അറിയപ്പെട്ടിരുന്ന അദ്ദേഹം കിഴക്കൻ ജർമ്മനിയിലെ കമ്മ്യൂണിസ്റ്റ് ഗവൺമെന്റിന്റെ കടുത്ത വിമ ർശകനായിരുന്നു. അവിടെയും പല കിഴക്കൻ യൂറോപ്യൻ നാടുകളിലും നടക്കുന്നത് കമ്മ്യൂണിസ്റ്റ് ഭരണമല്ല എന്ന അഭിപ്രായമായിരുന്ന

അദ്ദേഹത്തിന്. അദ്ദേഹത്തിന്റെ പുസ്തകം പടിഞ്ഞാറൻ ജർമ്മനി യിലേക്ക് ഒളിച്ചുകടത്തിയാണ് പ്രസിദ്ധീകരിച്ചത്. അതിന്റെ പേരിൽ ആൽബർട്ടിന് ഒരു മാസം തടവിൽ കഴിയേണ്ടി വന്നിട്ടുണ്ട്. എന്നാൽ ഇന്ന് ആൽബർട്ട് വലിയൊരു താരമാണ്. എല്ലാ കോഫി ഷോപ്പുക ളിലും അദ്ദേഹത്തിന്റെ ബെസ്റ്റ് സെല്ലറുകൾ ലഭ്യമാണ്. കൂടാതെ ഈ അടുത്തകാലത്തായി അദ്ദേഹം ഒരു പരിസ്ഥിതി ആക്ടിവിസ്റ്റായിക്കൂടി അറിയപ്പെടാൻ തുടങ്ങിയതോടെ സർവ്വസ്വീകാര്യനായിരിക്കുന്നു. ഈവ്‌ലൈന്റെ ചടങ്ങിൽവെച്ച് വ്ലാദിയെ കണ്ട ആൽബർട്ട് പറഞ്ഞു: 'ഒരു കാലത്ത് നാം ലോകത്തെ മാറ്റാൻ നടന്നു. ഇനി നമുക്ക് കുറച്ച കാലം അതിനെ വ്യാഖ്യാനിക്കാം. എന്തേ?' ആൽബർട്ടിന് സംഭവിച്ച ഈ പരിണാമം വ്ലാദിക്ക് വല്ലാത്ത മടുപ്പുണ്ടാക്കുന്നുണ്ട്. ചുരുക്ക ത്തിൽ പഴയ വിപ്ലവവും ഈ കമ്പോളത്തിൽ നല്ല മാർക്കറ്റുള്ള ഒരു ചരക്കാണെന്ന് വന്നിരിക്കുന്നു. എന്തിനേയും വിഴുങ്ങാൻ കരുത്തുള്ള സംസ്കാരവ്യവസായത്തോട് രാജിയാകാൻ കഴിയാത്ത ഒരാളായി വ്ലാദിയെ നാം നോവലിൽ കാണുന്നു. വ്ലാദിയുടെ തൊഴിൽ നഷ്ട പ്പെട്ടപ്പോൾ സാവോ അദ്ദേഹത്തിനായി ഒരു പ്രസാധക സംരംഭം തുടങ്ങാൻ തയ്യാറാകുന്നുണ്ട്. എന്നാൽ അത്തരമൊന്നിനോട് വ്ലാദി ഒട്ടും ഉൽസാഹം കാണിക്കുന്നില്ല. ഏകാന്തവും ദരിദ്രവുമായ ജീവിത ത്തിനിടയിലും കമ്പോളത്തിന്റെ യുക്തിയിലേക്ക് കൂപ്പുകുത്താതിരിക്കാൻ വ്ലാദി ജാഗ്രത പുലർത്തുന്നുണ്ട്.

ആധുനികതയുടെ കാലത്ത് ഉയർന്ന കല /ജനപ്രിയകല എന്ന ഭേദം നിലനിന്നിരുന്നു. എന്നാൽ ഇത് വരേണ്യരുടെ കലയെ നിരക്ഷരരുടെ കലയിൽനിന്ന് വ്യത്യസ്തമാണെന്ന് വരുത്താനുള്ള ഒരു ശ്രമമായിരുന്നു. ഈ ബൗദ്ധികപരിവേഷം ഒരു സാംസ്ക്കാരിക മൂലധനമായാണ് പ്രവർത്തിച്ചതെന്ന് ബോർദ്യ പറയുന്നുണ്ട്. എന്നാൽ ഉത്തരാധുനിക കാലത്ത് കലകൾ തമ്മിലുള്ള വ്യത്യാസം അതിന്റെ വിലയിൽത്ത ന്നെയാണെന്ന് വന്നിരിക്കുന്നു. അതായത് സാംസ്കാരികമൂലധനം ധനമൂലധനവുമായി സന്ധിചേർന്നിരിക്കുന്നു എന്നർത്ഥം.

വിപ്ലവത്തിന്റെ ശബ്ദമുഖരിതമായ തെരുവ്

താരിഖ് അലിയുടെ തത്വചിന്താപരമായ പ്രതിസന്ധികൾ കഥയായ വതരിച്ചതാണ് ഈ നോവൽ. സ്റ്റാലിനിസം പ്രതിനായകനായ ഈ രചനയിൽ റഷ്യയിലേയോ നോവലിൽ പരമർശിക്കുന്ന മറ്റേതെങ്കിലും ദേശങ്ങളിലേയോ ദൈനംദിനജീവിതമില്ല. യഥാർത്ഥത്തിൽ കമ്മ്യൂണി സ്റ്റ് പാർട്ടി ജനങ്ങളുടെ ദൈനംദിനത്തിൽ ഏർപ്പെടുന്ന പാർട്ടിയാണ്.

കമ്മ്യൂണിസ്റ്റ് പാർട്ടി റഷ്യ ഭരിച്ചുകൊണ്ടിരുന്ന കാലമാണ് കഥയിൽ പരാമർശിക്കുന്നതെങ്കിലും രഹസ്യപ്പോലീസിന്റെ പ്രവർത്തനങ്ങളും ശ്രദ്ധാലോചനകളും മാത്രമേ കഥാസന്ദർഭങ്ങളായി കടന്നുവന്നിട്ടുള്ളൂ. സ്റ്റാലിനിസത്തെ വിമർശിക്കുക എന്നതിനേക്കാൾ കമ്മ്യൂണിസ്റ്റ് പാർട്ടി യുടെ ആന്തരഘടനയെയും പ്രവർത്തനപദ്ധതികളേയും വിമർശിക്കുക എന്നതാണ് നോവലിന്റെ ലക്ഷ്യമെന്ന് വ്യക്തമാണ്. സ്റ്റാലിന്റെ ഉന്മൂ ലനസിദ്ധാന്തത്തിലേക്ക് നയിക്കുന്ന ചില ഘടകങ്ങൾ കമ്മ്യൂണിസ്റ്റ് പാർട്ടിയുടെ ജനിതകഘടനയിൽത്തന്നെയുണ്ടെന്നാണ് താരിഖ് അലിയുടെ നിരീക്ഷണം. അത് പ്രധാനമായും കേന്ദ്രീകരിച്ചിരിക്കുന്നത് ജനാധിപത്യം എന്ന ആശയത്തിലാണ്. ലെനിനിസ്റ്റ് സംഘടനാ തത്വത്തിന്റെ വിമർശനമാണ് നോവലിസ്റ്റ് നിർവ്വഹിക്കുന്നതെന്ന് പറയാം. ലെനിനിസ്റ്റ് സംഘടനാതത്വത്തിനെതിരെ ലെനിൻ ജീവി ച്ചിരുന്ന കാലത്തുതന്നെ വിമർശനങ്ങളുയർന്നിരുന്നു. ഈ വിമർശനം ഉയർത്തിയവരിൽ പ്രധാനി റോസാ ലക്സംബർഗാണ്. ലെനിന്റെ സംഘടനാതത്വങ്ങളിൽ പലതിനോടും റോസ യോജിക്കുന്നുണ്ടെങ്കിലും പാർട്ടിയിൽ കേന്ദ്രകമ്മിറ്റിക്കുണ്ടായിരുന്ന അപ്രമാദിത്വം റഷ്യയിലെ സോഷ്യൽ ഡെമോക്രാറ്റിക് പാർട്ടിയുടെ അടിത്തറ തകർക്കുമെന്ന് അവർ ഭയപ്പെട്ടു. ഇക്കാര്യത്തിൽ അവർ ലെനിനുമായി തർക്കിച്ചു.

സാമൂഹ്യവിപ്ലവത്തിൽ തൊഴിലാളിവർഗം വഹിക്കുന്ന നായകസ്ഥാ നത്തെക്കുറിച്ച് സിദ്ധാന്തിക്കുകയും അതിന് മൂർത്തമായ രൂപം കൽപ്പി ക്കുകയും ചെയ്തത് ലെനിനാണ്. *എന്തുചെയ്യണം* എന്ന പുസ്തകം പ്രധാന മായും റഷ്യയിൽ കെട്ടിപ്പടുക്കേണ്ട സോഷ്യൽ ഡെമോക്രാറ്റിക് പാർട്ടി യുടെ സ്വരൂപത്തെക്കുറിച്ചുള്ള ചർച്ചയാണ്. ഈ ചർച്ച പിൽക്കാലത്ത് ലോകത്തെ കമ്മ്യൂണിസ്റ്റ് പാർട്ടികൾക്കെല്ലാം വഴികാട്ടിയായിത്തീർന്നു. ബുദ്ധിജീവികളും തൊഴിലാളികളും ചേർന്നുള്ള സഖ്യം എപ്രകാരമാണ് സമൂഹത്തെ വിപ്ലവത്തിന് സജ്ജമാക്കേണ്ടതെന്ന് ലെനിൻ വിശദീക രിച്ചു. ലെനിന്റെ അഭിപ്രായത്തിൽ പാർട്ടി, സമൂഹത്തിൽ അതിനകം ആരംഭിച്ച ചലനങ്ങളിൽ ഇടപെടുന്ന ഒരുൽപ്രേരകമാണ്. സമൂഹത്തിൽ ഒരു സവിശേഷ ഘട്ടത്തിൽ നിലനിൽക്കുന്ന പ്രവണതകളിലൊന്നി ന്റെ മൂർത്തരൂപമാണ് പാർട്ടി എന്ന് പറയാം. തൊഴിലാളിവർഗത്തെ എപ്രകാരം വർഗബോധത്തിലേക്കുണർത്താം എന്നതാണ് ലെനിന്റെ സംഘടനാസിദ്ധാന്തത്തിലെ പ്രധാന പ്രമേയം. തൊഴിലാളികൾ മുത ലാളിത്തത്തിന്റെ ആശയപ്രപഞ്ചത്തിനകത്ത് ജീവിക്കുന്നവരാണ്. അവരുടെ ബോധം വലിയ തോതിൽ മുതലാളിവർഗത്തിന്റെ ആശയ ങ്ങളാൽ സ്വാധീനിക്കപ്പെട്ടിട്ടുണ്ട്. ഇതിൽനിന്ന് പുറത്തുകടക്കാൻ

തൊഴിലാളിവർഗത്തിന് സ്വയം കഴിയില്ല. അതിനവരെ സഹായിക്കലാണ് തൊഴിലാളിവർഗപാർട്ടിയുടെ ലക്ഷ്യം. ഇതിന് തൊഴിലാളിവർഗപാർട്ടിക്ക് കഴിയണമെങ്കിൽ അവർക്ക് വിപ്ലവകരമായ ഒരാശയത്തിന്റെ പിൻബലമുണ്ടായിരിക്കണം. പാർട്ടിയുടെ പ്രധാനപ്പെട്ട ഉപാധി ശ്രദ്ധാലോചനയല്ല, ബോധനമാണ്. എന്നാൽ താരിഖ് അലിയുടെ നോവലിൽ ശ്രദ്ധാലോചനയല്ലാതെ മറ്റൊന്നിലും റഷ്യൻ കമ്മ്യൂണിസ്റ്റ് പാർട്ടി ഏർപ്പെട്ടിരിക്കുന്നതിന്റെ സൂചനകളില്ല. ബോധനപരമായ ധർമ്മമൊന്നും തൊഴിലാളിവർഗ സംഘടന നിർവഹിക്കുന്നതായിക്കാണുന്നില്ല. ഈ ബോധനം തൊഴിലാളികളുടെ നിരന്തര സമരങ്ങളിലൂടെയും അനുഭവങ്ങളിലൂടെയും നിർവ്വഹിക്കപ്പെടേണ്ടതാണ്. തൊഴിലാളിവർഗത്തിന്റെ അനുഭവപ്രപഞ്ചത്തെ നിർണ്ണയിക്കുന്നത് അതത് ചരിത്രസന്ദർഭമാണ് എന്നും ലെനിൻ സൂചിപ്പിക്കുന്നുണ്ട്. തൊഴിലാളിവർഗ പാർട്ടിയിലേക്ക് ബൂർഷ്വാസിയുടെ ആശയങ്ങൾ നഴഞ്ഞു കയറുന്നതിനെ ലെനിൻ എന്നും ഭയപ്പെട്ടിരുന്നു. തൊഴിലാളിവർഗത്തിന് അതിന്റെ ആവശ്യങ്ങളെന്തൊക്കെയെന്ന് അറിയാനും സ്വന്തം വർഗതാൽപര്യങ്ങളുടെ നിർദ്ദേശങ്ങൾ മനസ്സിലാക്കി അതിനനുസരിച്ച് പ്രവർത്തിക്കാനും കഴിഞ്ഞാൽ മാത്രമേ അതിന് തങ്ങളുടേയും തങ്ങളെപ്പോലുള്ളവരുടേയും സാമൂഹ്യമായ അടിമത്തത്തെ തകർത്തെറിയാൻ കഴിയൂ. തൊഴിലാളിവർഗത്തിന്റെ പ്രതിനിധിയായ പാർട്ടിക്ക് ഇക്കാര്യത്തെക്കുറിച്ച് വ്യക്തതയില്ലെങ്കിൽ, തൊഴിലാളിവർഗത്തിന്റെ സ്വഭാവം അതിന് സ്ഥാപനപരമായി സംരക്ഷിക്കാൻ കഴിഞ്ഞില്ലെങ്കിൽ, തൊഴിലാളിവർഗത്തെപ്പോലെ സമൂഹത്തിൽ ചൂഷണം ചെയ്യപ്പെട്ടുന്ന മറ്റ് വിഭാഗങ്ങൾ വഴിതെറ്റിക്കപ്പെട്ടും. സമൂഹത്തിൽ ചൂഷണം ചെയ്യപ്പെട്ടുന്ന എല്ലാ വിഭാഗങ്ങളേയും തൊഴിലാളിവർഗത്തിനുപിന്നിൽ അണിനിരത്തുകയെന്നതാണ് പാർട്ടിയുടെ ലക്ഷ്യം. എന്നാൽ പാർട്ടിക്ക് വേണ്ടത്ര ദിശാബോധമില്ലാതെ വന്നാൽ ഇതെല്ലാം അസാധ്യമാകും. ഈ ഉത്തരവാദിത്വം ഏറ്റെടുക്കണമെങ്കിൽ സാമൂഹ്യസാഹചര്യങ്ങളെ വസ്തുനിഷ്ഠമായി വിലയിരുത്താൻ പ്രാപ്തിയുള്ളവരും ഉചിതമായ സന്ദർഭങ്ങളിൽ ഉചിതമായ തീരുമാനങ്ങളെടുക്കാൻ കഴിയുന്നവരുമായ ഒരു നേതൃത്വം പാർട്ടിക്കുണ്ടാവണം. ഈ നേതൃത്വത്തെ എല്ലാവരും അംഗീകരിക്കണം. തികഞ്ഞ വർഗബോധമുള്ളവരും ത്യാഗസന്നദ്ധരുമായവരാണ് തൊഴിലാളിവർഗപാർട്ടിക്ക് നേതൃത്വം നൽകേണ്ടത്. എന്നാൽ സമൂഹത്തിലെ മുഴുവൻ ചൂഷിതവർഗത്തേയും ഏകോപിപ്പിക്കാൻ അതിനു കഴിയുകയും വേണം. പാർട്ടിയെ നയിക്കേണ്ടവരുടെ ശേഷിയെപ്പറ്റി സുവ്യക്തമായ കാഴ്ചപ്പാടാണ് ലെനിൻ മുന്നോട്ടുവെക്കുന്നത്. വിപ്ലവം

എന്നത് കേവലക്രിയയല്ല. അത് പ്രയോജകമാണ്. സാമ്പത്തിക പ്രതി
സന്ധിയുടെ കാലത്ത് സ്വാഭാവികമായുണ്ടാകുന്ന ഒരു പ്രക്രിയയാണ്
വിപ്ലവമെന്നോ വർഗബോധം എന്നത് സ്വാഭാവികമായി രൂപപ്പെടുന്ന
താണെന്നോ കരുതിയാൽ തൊഴിലാളിവർഗ പാർട്ടിയുടെ ആവശ്യമില്ല.
ആയതിനാൽ ഒരു സന്ദർഭത്തോട് തൊഴിലാളിവർഗം എങ്ങിനെ പ്ര
തികരിക്കുന്നു എന്നത് പാർട്ടിക്ക് എത്രമാത്രം വ്യക്തതയും കരുത്തും
തൊഴിലാളികളുമായി പങ്കുവെക്കാൻ കഴിയും എന്നതിനെ ആശ്രയിച്ചി
രിക്കും. വിപ്ലവം തയ്യാറാക്കുക എന്നതാണ് പാർട്ടിയുടെ കടമ. ഇതിന്
രണ്ട് കാര്യങ്ങൾ ചെയ്യണം. ഒന്നാമതായി ഒരു ചരിത്ര സന്ദർഭത്തിൽ
നിലനിൽക്കുന്ന പ്രവണതകളെ പാർട്ടിയുടെ പ്രവർത്തനങ്ങളിലൂടെ
പക്വതയിലെത്തിക്കണം. തൊഴിലാളികളിലും സമൂഹത്തിലെ ഇതര
ചൂഷിതവിഭാഗങ്ങളിലും സ്വാധീനം ചെലുത്തിക്കൊണ്ടാണ് ഇത്
നിർവ്വഹിക്കേണ്ടത്. അതോടൊപ്പം തൊഴിലാളികളെ പ്രത്യയശാസ്ത്ര
പരമായും തന്ത്രപരമായും ഭൗതികമായും വിപ്ലവത്തിനായി ഒരുക്കേ
ണ്ടതുണ്ട്. ഇവ്വിധമുള്ള ഉത്തരവാദിത്വങ്ങൾ നിറവേറ്റേണ്ടതുണ്ട് എന്ന്
വരുമ്പോഴാണ് പാർട്ടിയുടെ ഘടനയിൽ ജനാധിപത്യ കേന്ദ്രീകരണം
നിർണ്ണായകമാവുന്നതെന്ന് ലെനിൻ പറയുന്നു. ഇതേക്കുറിച്ച് ട്രോട്സ്കി
യും റോസാ ലക്സംബർഗും ഉന്നയിച്ച വിമർശനങ്ങളെ ലൂക്കാച്ച്
തള്ളിക്കളയുന്നുണ്ട്. അനുനിമിഷം മാറിക്കൊണ്ടിരിക്കുന്ന ഒരു രാഷ്ട്രീയ
സന്ദർഭത്തിലൂടെയാണ് തൊഴിലാളിവർഗം കടന്നുപോയിക്കൊണ്ടിരി
ക്കുന്നത്. അതിനനുസരിച്ച് പ്രശ്നങ്ങളെ തൊഴിലാളിവർഗത്തിന്റെ
കാഴ്ചപ്പാടിൽനിന്നുകൊണ്ട് വ്യാഖ്യാനിക്കാൻ പാർട്ടിക്ക് കഴിയണം.
ജനങ്ങളുമായി നിരന്തരം ബന്ധപ്പെടുകയും അവരെ നയിക്കുകയും
ചെയ്യേണ്ട ബാധ്യതയാണ് പാർട്ടിക്കുള്ളത്. മാറുന്ന സാഹചര്യങ്ങ
ൾക്കനുസരിച്ച് സ്വയം മാറാനുള്ള ശേഷിയാണ് പാർട്ടിയുടെ നേതൃത്വ
ത്തിനുണ്ടാകേണ്ടത്. എന്നാൽ ഈ വഴക്കം പാർട്ടിയുടെ ആത്യന്തിക
ലക്ഷ്യത്തിനകത്തുവെച്ചായിരിക്കുകയും വേണം. ഇത്തരമൊരു ബാധ്യത
ഏറ്റെടുക്കാൻ ശേഷിയുള്ളവരാണ് പാർട്ടിയെ നയിക്കേണ്ടത്. ഇക്കാ
രണത്താലാണ് പാർട്ടിയുടെ അച്ചടക്കത്തിൽ ലെനിൻ പ്രത്യേകം
ഊന്നിയതെന്ന് ലൂക്കാച്ച് പറയുന്നു.

ജനാധിപത്യകേന്ദ്രീകരണം എന്ന ആശയം ലെനിൻ
അവതരിപ്പിക്കുന്നത് *എന്ത് ചെയ്യണം* എന്ന കൃതിയിലാണ്. തീരുമാ
നമെടുക്കുന്നതിൽ ജനാധിപത്യം, നടപ്പാക്കുന്നതിൽ കേന്ദ്രീകരണം
എന്നതാണ് ലെനിന്റെ നിർദ്ദേശം. പാർട്ടി മുന്നണിപ്പോരാളിയായിരി
ക്കണം എന്നതിനർത്ഥം അത് ഉദ്യോഗസ്ഥ ദുഷ് പ്രഭുത്വത്തെ അതിന്റെ

     കണ്ണാടിയും കുമ്പസാരവും

സ്വഭാവമായി സ്വീകരിക്കണം എന്നല്ല. പാർട്ടി നേതൃത്വത്തേയും പാർട്ടി അണികളേയും തമ്മിൽ യോജിപ്പിക്കുന്ന ഒരു സംവിധാനമാണ് പാർട്ടി ക്കുള്ളിലെ ജനാധിപത്യകേന്ദ്രീകരണം. വ്യക്തി പാർട്ടിക്കും ന്യൂനപക്ഷം ഭൂരിപക്ഷത്തിനും കീഴ്ഘടകം മേൽഘടകത്തിനും കീഴ്പ്പെട്ടുക എന്ന തത്വം കേന്ദ്രീകൃത ജനാധിപത്യത്തിന്റെ ഭാഗമാണ്. ലെനിന്റെ സംഘട നാതത്വത്തിൽ ഏറ്റവുമധികം വിമർശിക്കപ്പെട്ടത് ഈ സങ്കൽപ്പമാണ്. കാരണം തത്വത്തിലെന്തായാലും പ്രയോഗത്തിൽ അത് അമിതാധി കാര കേന്ദ്രീകരണമായി മാറി എന്നതാണ് വാസ്തവം. റഷ്യയിൽ മാത്രമല്ല, ചൈനീസ് കമ്മ്യൂണിസ്റ്റ് പാർട്ടിയിലും ഈ ഭീഷണി നിലനി ന്നിരുന്നതായി ല്യൂ ഷാവ്ക്വി പറയുന്നുണ്ട്. ആറാം പാർട്ടി കോൺഗ്രസ്സ് തെരഞ്ഞെടുത്ത കേന്ദ്രകമ്മിറ്റിയുടെ ആറാം പ്ലീനത്തിൽ അവതരിപ്പിച്ച റിപ്പോർട്ടിൽ മാവോ സെ തൊങ് ഇങ്ങനെ പറഞ്ഞതായി ല്യൂ ഷാവ്ക്വി ഉദ്ധരിക്കുന്നുണ്ട്: ചെറുകിട ഉൽപ്പാദനത്തിൽനിന്ന് ഉടലെടുത്ത കലപതി സമ്പ്രദായം നമ്മുടെ രാജ്യത്ത് പ്രബലമായി നിലകൊള്ളുന്നു. ദേശീയാടി സ്ഥാനത്തിൽ ഒരുവിധത്തിലുള്ള ജനാധിപത്യജീവിതവും നിലവിലില്ല. ഈ സ്ഥിതിവിശേഷങ്ങൾ നമ്മുടെ പാർട്ടിയിൽ പ്രതിഫലിക്കുന്നതാണ് ജനാധിപത്യജീവിതത്തിന്റെ അപര്യാപ്തതക്കുള്ള കാരണം. നമ്മുടെ പാർട്ടി പ്രവർത്തനത്തിന്റെ പുരോഗതിക്കുമുന്നിൽ അത് തടസ്സം സൃഷ്ടി ക്കുന്നു. അതേസമയം ബഹുജനപ്രസ്ഥാനത്തിലും ഐക്യമുന്നണിയിലും ജനാധിപത്യം വേണ്ടത്ര ഉണ്ടാകാതിരിക്കാൻ അത് കാരണമായിത്തീ രുന്നു. ലോകത്തെ എല്ലാ കമ്മ്യൂണിസ്റ്റ് പാർട്ടികളും നേരിട്ട ഏറ്റവും വലിയ പ്രശ്നമാണ് ജനാധിപത്യ കേന്ദ്രീകരണം എന്ന തത്വത്തിന്റെ പ്രയോഗം. ലോകത്തെ പല കമ്മ്യൂണിസ്റ്റ് പാർട്ടികളും കമ്മ്യൂണിസ്റ്റ് ഭരണക്കൂടങ്ങളും തകർന്നുപോയത് ഈ തത്വം യഥാവിധി പിന്തുടരാൻ കഴിയാതിരുന്നതുകൊണ്ടാണ്. ഈ നോവലിന്റെ കേന്ദ്രപ്രമേയം ജനാധിപത്യ കേന്ദ്രീകരണം എന്ന ആശയത്തിന്റെ പാപ്പരത്തം വെളി പ്പെടുത്തുന്നതാണ്. ലെനിന്റെ പ്രസ്തുത സംഘടനാതത്വമാണ് ഒടുവിൽ സ്റ്റാലിനിസത്തിലേക്ക് നയിച്ചതെന്ന് പറയാനാണ് താരിഖ് അലി ശ്രമിക്കുന്നത്. കേന്ദ്രീകരണം എന്ന ആശയം റഷ്യയിലെ സോഷ്യൽ ഡെമോക്രാറ്റിക് പാർട്ടിയെ ഇല്ലാതാക്കുമെന്ന് റോസാലക്സംബർഗ് വളരെ മുമ്പുതന്നെ മുന്നറിയിപ്പ് നൽകിയിരുന്നു.

റഷ്യൻ വിപ്ലവത്തെക്കുറിച്ച് വളരെ വസ്തുനിഷ്ഠമായി പഠിച്ച് സ്വന്തം നിലപാടുകൾ അവതരിപ്പിച്ച ധൈഷണികയാണ് റോസ. ലോകത്ത് അപൂർവ്വമായി സംഭവിച്ച ഒന്ന് എന്ന നിലക്ക് അതിൽനിന്ന് നിരവധി പാഠങ്ങൾ മറ്റ് പ്രദേശങ്ങളിലെ വിപ്ലവപ്രസ്ഥാനങ്ങൾക്ക്

പഠിക്കാനുണ്ടെന്ന് അവർ പറയുന്നു. ലെനിന്റേയും ട്രോട്സ്കിയുടേയും അനുഭവങ്ങളെ വിലമതിക്കുമ്പോൾത്തന്നെ അവയുടെ വിശകലന ത്തിൽനിന്ന് അവരെത്തിച്ചേരുന്ന പല നിഗമനങ്ങളേയും റോസ നിശിതമായി വിമർശിക്കുന്നുണ്ട്. അക്കൂട്ടത്തിൽ ഏറ്റവും പ്രധാനപ്പെ ട്ടതാണ് പാർട്ടിയിലെ ജനാധിപത്യ കേന്ദ്രീകരണം എന്ന ആശയം. ലെനിന്റെ 'ഒരടിമുന്നോട്ട് രണ്ടടി പിന്നോട്ട്" എന്ന കൃതി തന്നെ തന്റെ വാദഗതിയെ സാധൂകരിക്കുന്നതായി റോസ പറയുന്നു. പാർട്ടിയുടെ അടിത്തട്ടുമുതൽ ഏറ്റവും ഉയർന്ന ഘടകമായ പാർട്ടികോൺഗ്രസ്സ വരെ നിയന്ത്രിക്കാനുള്ള ശേഷി കേന്ദ്രകമ്മിറ്റിക്കുണ്ട് എന്നതിനെ ഏറെ വിമർശബുദ്ധിയോടെയാണ് റോസ സമീപിക്കുന്നത്. എല്ലാ അധികാരങ്ങളും ഫലത്തിൽ കേന്ദ്രകമ്മിറ്റിയിൽ നിക്ഷിപ്തമാണെന്നത് ഒട്ടും ആശാവഹമായ കാര്യമല്ലെന്ന് അവർ ഓർമ്മിപ്പിക്കുന്നു. തൊഴി ലാളിവർഗസംഘടനയുടെ ഔപചാരികതകളേക്കാൾ ചരിത്രസന്ദർഭ ത്തിന്റെ സവിശേഷതകളാണ് ഇക്കാര്യത്തിൽ പരിഗണിക്കേണ്ടതെന്ന് റോസ പറയുന്നു. തൊഴിലാളികളുടെ വർഗബോധത്തിനാണ് ഏതാനും ചിലർ നടത്തുന്ന ശുദ്ധാലോചനക്കല്ല വിപ്ലവത്തിൽ പ്രാധാന്യമെ ന്ന് ലെനിൻതന്നെ സൂചിപ്പിച്ച കാര്യം റോസ ഓർമ്മിപ്പിക്കുന്നുണ്ട്. ബ്ലാങ്കിസവും സോഷ്യൽ ഡെമോക്രസിയും തമ്മിലുള്ള വ്യത്യാസ ത്തെക്കുറിച്ച് പറയുമ്പോഴാണ് ലെനിൻ ഇക്കാര്യം സൂചിപ്പിക്കുന്നത് (ഫ്രഞ്ച് സോഷ്യലിസ്റ്റായിരുന്ന ല്യൂയി അഗസ്തെ ബ്ലാങ്കി (1805-1881) അവതരിപ്പിച്ച ആശയമാണ് ബ്ലാങ്കിസം. ഇതനുസരിച്ച് സോഷ്യലിസ്റ്റ് വിപ്ലവം നടത്തേണ്ടത് വിപ്ലവകാരികളുടെ കെട്ടുറപ്പുള്ള ഒരു ചെറിയ സംഘമാണ്. ഈ ആശയത്തോട് ലെനിൻ വിയോജിച്ചു.) തൊഴിലാളി വർഗത്തെ ബോധനത്തിലൂടെ പരിവർത്തിപ്പിച്ച് വിപ്ലമായി നിർവ്വഹി ക്കപ്പെടേണ്ട ഒന്നാണ് വിപ്ലവപ്രവർത്തനമെന്ന് ലെനിൻ സിദ്ധാന്തിച്ചു. അതാണ് സോഷ്യൽ ഡെമോക്രാറ്റിക് പാർട്ടിയുടെ ലക്ഷ്യം. എന്നാൽ ലെനിൻതന്നെ എതിർത്ത ബ്ലാങ്കിസത്തെ സോഷ്യൽ ഡെമോക്രാറ്റിക് പാർട്ടിയിലേക്ക് ഒളിച്ചുകടത്തലായിരിക്കും കേന്ദ്രീകരണത്തിന്റെ ആത്യ ന്തികഫലമെന്ന് റോസ ഭയപ്പെട്ടു. സംഘാടനം, ബോധനം, പോരാട്ടം എന്നിവ വിപ്ലവപ്രവർത്തനത്തിന്റെ പല വേളകളിലെ പ്രവൃത്തികളല്ല. ഒരേ പ്രക്രിയയുടെ വിവിധ ഘട്ടങ്ങൾ മാത്രമാണവ. പോരാട്ടത്തിന്റെ പൊതു നിയമങ്ങളല്ലാതെ കേന്ദ്രകമ്മിറ്റിയിലുള്ളവർ തയ്യാറാക്കി സാധാരണ പാർട്ടി അംഗങ്ങളിലേക്ക് തള്ളച്ച് കയറ്റേണ്ട തന്ത്രങ്ങളോ നയങ്ങളോ ഇല്ല. കേന്ദ്രകമ്മിറ്റി എന്ന ന്യൂക്ലിയസിനെ പാർട്ടിയുടെ ഇതര ഭാഗങ്ങളിൽനിന്ന് വേർപെടുത്തുകവഴി അന്ധമായ അനുസരണയാണ്

പാർട്ടി ആവശ്യപ്പെടുന്നതെന്ന സന്ദേശമാണ് ജനാധിപത്യകേന്ദ്രീക രണം എന്ന ആശയം നൽകുന്നത്. ഇത് പാർട്ടിയെ കേവല യന്ത്രമാക്കി മാറ്റും. കേന്ദ്രകമ്മിറ്റി ബ്ലാങ്കിസ്റ്റകളായി പ്രവർത്തിക്കും. തൊഴിലാളിക ളുടെ വർഗബോധത്തിന്റെ ആവിഷ്ക്കാരമായിരിക്കണം സോഷ്യൽ ഡെമോക്രാറ്റിക് പാർട്ടി. ഭൂരിപക്ഷത്തിന്റെ ഇച്ഛയെയാണ് പാർട്ടി ആവിഷ്ക്കരിക്കേണ്ടത്. എല്ലാ തൊഴിലാളികളും വർഗബോധത്തിലേ ക്കുണരുകയും സമൂഹത്തിലെ ച്ഷിതസമൂഹങ്ങൾ ഒന്നടങ്കം പാർട്ടിക്ക പിന്നിൽ അണിനിരക്കുകയും ചെയ്താൽ വിപ്ലവത്തിന്റെ ആസന്ന സന്ദ ർഭത്തിൽ കേന്ദ്രകമ്മിറ്റിക്ക് സാംഗത്യമുണ്ട്. എന്നാൽ വിപ്ലവത്തിന്റെ ആദ്യപടവുകൾപോലും പിന്നിട്ട് കഴിഞ്ഞിട്ടില്ലാത്ത റഷ്യയിൽ കേന്ദ്രക മ്മിറ്റിയിൽ അധികാരങ്ങളെല്ലാം നിക്ഷിപ്തമായ ഒരു പാർട്ടി ജനങ്ങളുടെ വിപ്ലവാഭിലാഷത്തെ തകർക്കുകയായിരിക്കും ചെയ്യുക എന്ന് റോസ ലക്സംബർഗ് ച്ണ്ടിക്കാട്ടുന്നു. അച്ചടക്കം എന്നത് ബൂർഷ്വാസിയുടെ ഉദ്യോഗസ്ഥ ദുഷ്ടഭത്വം തൊഴിലാളികളിലേക്ക് സന്നിവേശിപ്പിക്കുന്ന ഒരാദർശം കൂടിയാണെന്ന കാര്യം നാം ഓർക്കണം. അനേകം കൈകാ ലുകളുള്ള ഒരു ജീവി യാന്ത്രികമായി ചലിക്കുന്നതുപോലെ, ബൂർഷ്വാവർ ഗം സമൂഹത്തെ ചലിപ്പിക്കുന്നതിനാണ് അച്ചടക്കം എന്ന് പറയുന്നത്. അവിടെ വ്യക്തികളുടെ ഇച്ഛ പ്രവർത്തിക്കുന്നില്ല. അടിമത്തത്തിൽനിന്ന് സ്വതന്ത്രമാകാൻ ശ്രമിക്കുന്ന തൊഴിലാളികളുടെ സംഘടനക്കുമേൽ ഇതേ അച്ചടക്കം അടിച്ചേൽപ്പിക്കാൻ ശ്രമിക്കുന്നത് അപകടകരമായ പ്രവണതയാണ്.

വർഗസമരത്തിലെ ആകസ്മികതകളെക്കുറിച്ചും റോസ ലക്സംബ ർഗ് ച്ണ്ടിക്കാണിക്കുന്നുണ്ട്. വിപ്ലവത്തിന്റെ തന്ത്രങ്ങൾ കേന്ദ്രകമ്മിറ്റി കണ്ടെത്തേണ്ടതല്ല. അത് അതത് ചരിത്രസന്ദർഭങ്ങളിൽനിന്ന് ഉരുത്തിരിഞ്ഞു വരേണ്ടതുക്കൂടിയാണ്. അതിനായി ഒരു പക്ഷേ നമുക്ക് കാത്തിരിക്കേണ്ടി വരും. കേന്ദ്രകമ്മിറ്റിയുടെ ആത്മനിഷ്ഠ യുക്തിയെ ക്കാൾ ചരിത്രസന്ദർഭത്തിന്റെ വസ്തുനിഷ്ഠയുക്തിക്കാണ് പ്രസക്തി. ഭാവി പ്രവചിക്കലോ അതിനായി സജ്ജമാകലോ അല്ല സോഷ്യൽ ഡെമോക്രാറ്റിക് പാർട്ടിയുടെ ആത്യന്തിക ലക്ഷ്യം. ചരിത്രസന്ദർഭ ത്തെ ശരിയായി വിലയിരുത്തുകയും അതിനനുസൃതമായ തന്ത്രങ്ങൾ അപ്പപ്പോൾ രൂപപ്പെടുത്തുകയുമാണ് വേണ്ടത്. വിപ്ലവത്തിന്റെ ഓരോ ഘട്ടവും ആപേക്ഷികമാണ്. അതേസമയം അത് ഓരോ ചുവടിലും ആത്യന്തികമായ വിപ്ലലക്ഷ്യത്തിലേക്കുള്ള കുതിപ്പിന്റെ വേഗത വർദ്ധി പ്പിക്കുകയും ചെയ്യും. എന്നാൽ പാർട്ടിക്കകത്തെ ഒരു ഘടകത്തിന്കേവ ലാധികാരം നൽകിയാൽ അത് പാർട്ടിയെ യാഥാസ്ഥിതികത്വത്തിൽ

കൊണ്ടുചെന്നെത്തിക്കും. അധികാരത്തിന്റെ കേന്ദ്രീകരണം പാർട്ടിക്ക് കത്ത് ക്രിയാത്മകമായ ഒന്നും സൃഷ്ടിക്കുകയില്ല. മറിച്ച് അത് രാത്രിയിലെ പാറാവുകാരനെപ്പോലെ എല്ലാ പാർട്ടി അണികളേയും കങ്കാണി നോട്ടത്തിന് കീഴ്പ്പെടുത്തുന്ന ഒരധികാര കേന്ദ്രമായി അധഃപതിക്കും. എല്ലാറ്റിനേയും നിയന്ത്രിക്കലായിരിക്കും ഒന്നും മുളപ്പിക്കലായിരിക്കില്ല ഈ പാറാവുകാരുടെ ലക്ഷ്യം. അത് പ്രസ്ഥാനത്തിന്റെ കാഴ്ചപ്പാടുകളെ ഇടുങ്ങിയതാക്കുകയും അതിനെ മുകളിൽനിന്ന് കെട്ടുകയും ചെയ്യും. എല്ലാറ്റിനേയും സംയോജിപ്പിക്കുക എന്ന ദൗത്യത്തിൽ പാർട്ടി പരാജയപ്പെടും. ഒരു പ്രസ്ഥാനത്തിന്റെ ശൈശവാവസ്ഥയിൽ അത് എല്ലാവരേയും ഒരുമിപ്പിക്കാനും അണിനിരത്താനുമാണ് ശ്രമിക്കേണ്ടത്. പുറന്തള്ളാനും നിയന്ത്രിക്കാനുമല്ല.

അവസരവാദത്തെപ്പറ്റിയുള്ള ലെനിന്റെ ആശങ്കകളും റോസാ ലക്സംബർഗ് പങ്കുവെക്കുന്നുണ്ട്. പാശ്ചാത്യദേശത്തെ പാർലമെന്ററി വ്യാമോഹം അവസരവാദത്തിന് കാരണമാകാമെന്ന് അവർ അംഗീക രിക്കുന്നു. പാർലമെന്ററി അവസരവാദം പാർട്ടിയിലെ സമുന്നതരേയും ബുദ്ധിജീവികളേയും സാമാന്യരായ തൊഴിലാളികളിൽനിന്ന് അകറ്റാൻ കാരണമാകുമെന്ന് റോസയും പറയുന്നുണ്ട്. പാർലമെന്റേറിയനിസം പൊളിറ്റിക്കൽ കരിയറിസത്തിലേക്കുള്ള ചവിട്ടുപടിയായിത്തീരാനുള്ള സാധ്യതയെ തള്ളിക്കളയാനാവില്ല. അത് പാർട്ടിയിലെ അച്ചടക്കത്തെ പ്രതികൂലമായി ബാധിക്കാനുള്ള സാധ്യത തള്ളിക്കളയാനാകില്ല. എന്നാൽ വിപ്ലവാനന്തര റഷ്യയുടെ കാര്യത്തിൽ ഇത്തരത്തിലുള്ള ഭീഷണികളില്ല. കാരണം അവിടെ ബൂർഷ്വാ പാർലമെന്റേയനിസം നിലനിൽക്കുന്നില്ല. റഷ്യയിലെ പ്രശ്നം അവിടത്തെ രാഷ്ട്രീയമായ പിന്നോക്കാവസ്ഥയാണ്. റഷ്യയിലെ ബുദ്ധിജീവി വിഭാഗം ഏറെയും ഡീക്ലാസ് ചെയ്യപ്പെട്ടവരാണ്. രാഷ്ട്രീയമായ പിന്നോക്കാവസ്ഥയോ ടൊപ്പം ഈ ബുദ്ധിജീവി വിഭാഗത്തിന്റെ നേതൃത്വവും കൂടിയാകുമ്പോൾ അത് അവസരവാദത്തിനുള്ള സാധ്യത വർദ്ധിപ്പിക്കും. അത് ഒരു പക്ഷേ തൊഴിലാളിവർഗ പ്രസ്ഥാനത്തിന്റെ രാഷ്ട്രീയത്തെ പൂർണ്ണമായും നിഷേധിക്കുന്നതാകാം. മറ്റ് ചിലപ്പോൾ തീവ്രവാദപരമായ നിലപാട കളിലെത്തിച്ചേരുകയും ചെയ്യാം. വികേന്ദ്രീകരണം തൊഴിലാളിവർഗ പാർട്ടിയിൽ അവസരവാദത്തിന് ഇടം നൽകുമെന്ന ലെനിന്റെ വാദം ദുർബലമാണെന്ന് റോസ ലക്സംബർഗ് കരുതുന്നു. യഥാർത്ഥത്തിൽ പാർട്ടിയിലെ ഏതാനും പേരിലേക്ക് അതിന്റെ നിയന്ത്രണം ഒതുങ്ങുന്ന താണ് അവസരവാദത്തിന് കളമൊരുക്കുക. അവരുടെ ഏകാധിപത്യ ത്തിന് തൊഴിലാളിവർഗ പാർട്ടിയെ വിട്ടുകൊടുക്കലായിരിക്കും ഫലം.

 കണ്ണാടിയും കുമ്പസാരവും

റഷ്യൻ സോഷ്യൽ ഡെമോക്രാറ്റിക് പാർട്ടി അതിന്റെ ശൈശവാവസ്ഥ മറികടന്നിട്ടില്ല. ഈ സന്ദർഭത്തിൽ ജനാധിപത്യ കേന്ദ്രീകരണത്തിന്റെ പേരിൽ തൊഴിലാളിവർഗ പാർട്ടിയെ ഉദ്യോഗസ്ഥ ദുഷ്പ്രഭുത്വപരമായ കേന്ദ്രീകരണത്തിന് കീഴ്പ്പെടുത്തരുതെന്ന് റോസ ഓർമ്മിപ്പിക്കുന്നു. തൊഴിലാളികൾ സ്വയം നേതൃത്വം നൽകുന്ന സ്വതശ്ചലിതമായ വിപ്ലവമുഷ്ഹർത്തങ്ങളാണ് അവസരവാദികളുടെ നേതൃത്വത്തേക്കാൾ അവരുടെ രാഷ്ട്രീയമായ ഉത്തരവാദിത്വത്തെ വർദ്ധിപ്പിക്കുക. തുടർന്ന് റോസ പറയുന്ന കാര്യം പിന്നീട് റഷ്യയുടെ ചരിത്രത്തിൽ അറം പറ്റി യതുപോലെയായിത്തീർന്നു എന്ന് പറയാം. What Lenin sees as a specter today may very easily become tangible reality tomorrow. അവസരവാദികളുടെ നേതൃത്വം റഷ്യൻ പാർട്ടിയെ ഉദ്യോ ഗസ്ഥ ദുഷ്പ്രഭുത്വത്തിന് കീഴ്പ്പെടുത്തിയതിന്റെ സാക്ഷ്യമാണ് താരിഖ് അലി വരച്ച കാണിക്കുന്നത്. റഷ്യൻ സമൂഹത്തിലെ ഭൂരിപക്ഷവും വർ ഗബോധത്തിലേക്കുണരുകയും സോഷ്യൽ ഡെമോക്രാറ്റിക് പാർട്ടിക്ക പിന്നിൽ അണിനിരക്കുകയും ചെയ്താൽ അവസരവാദത്തെ ചെറുക്കാ നുള്ള ഒരു പരിചയായി കേന്ദ്രകമ്മിറ്റി പ്രവർത്തിച്ചേക്കാം. ആ സമയം അതിന് തൊഴിലാളികളുടെ താൽപ്പര്യം സംരക്ഷിക്കുക എന്ന ബാധ്യത നിറവേറ്റാൻ കഴിഞ്ഞേക്കാം. എന്നാൽ ഒരു ന്യൂനപക്ഷം വരുന്ന ജനത മാത്രം പാർട്ടിക്ക് പിന്നിൽ അണിനിരന്നിരിക്കുന്ന അവസരത്തിൽ ജനാധിപത്യ കേന്ദ്രീകരണത്തിന്റെ പേരിൽ കേന്ദ്രകമ്മിറ്റി എന്നത് ഒരു ബാഹ്യഘടകം പോലെ പ്രവർത്തിക്കും. അത് മർദ്ദന സ്വഭാവമുള്ള ഒന്നായിത്തീരും. ബൂർഷ്വാ സമൂഹത്തിലെ പ്രലോഭനങ്ങൾ മാത്രമല്ല അവസരവാദത്തിന് കാരണമായിത്തീരുക. പാർട്ടിയിലെ ആഭ്യന്തര വൈരുദ്ധ്യങ്ങളും അതിലേക്ക് നയിക്കാം. അവസരവാദം എന്നതിനെ ഏതാനും വ്യക്തികളുടെ മാനസിക വൈകല്യമെന്ന നിലയിൽ കാണ നുന്നതുകൊണ്ട് കാര്യമില്ലെന്ന് റോസ പറയുന്നു. അവസരവാദം ഒരു സാമൂഹ്യസന്ദർഭത്തിന്റെ സൃഷ്ടിയാണ്. അവസരവാദം കടന്നുവരുമെന്ന പ്രതീക്ഷയിൽ എന്തെങ്കിലും നടപടികൾ മുൻകൂട്ടി സ്വീകരിക്കാനാവില്ല. അത് പ്രായോഗികമായി സംഭവിക്കുമ്പോൾ മാത്രമേ അതിനെ ചെറു ക്കാനുള്ള വഴിയെന്തെന്ന് പറയാനാകൂ. അവസരവാദത്തെ ചെറുക്കാ നുള്ള ആയുധം മാർക്സിസത്തിൽനിന്നുതന്നെയാണ് കണ്ടെടുക്കേ ണ്ടത്. ഒരർത്ഥത്തിൽ അവസരവാദം എന്നത് ചരിത്രത്തിന്റെ ചില ഘട്ടങ്ങളിൽ ഉയർന്നുവരുന്ന അനിവാര്യതയാണ്. അവസരവാദത്തെ ചെറുക്കാനെന്ന പേരിൽ അധികാരകേന്ദ്രീകരണത്തെ സാധൂകരി ച്ചാൽ അത് സോഷ്യൽ ഡെമോക്രാറ്റിക് പാർട്ടിയെത്തന്നെയാണ്

തകർക്കുക. മാർഗം ലക്ഷ്യത്തിനെതിരായിത്തീരും. ചരിത്രത്തിലിപ്പോൾ ഇല്ലാത്ത 'നരോദ്നായ വാല്യ'യുടെ പേരിൽ (നരോദ്നായ വാല്യ എന്നാൽ ജനങ്ങളുടെ ഇച്ഛ എന്നാണ് അർത്ഥം. 1879 ൽ റഷ്യയിൽ രൂപീകരിച്ച ഒരു രാഷ്ട്രീയ സംഘടനയുടെ പേരാണിത്. വിപ്ലവാത്മ കമായ തീവ്രവാദമാണ് ഇവർ പിന്തുടർന്ന രീതി. 1881 മാർച്ച് ഒന്നിന് ഇവർ സർ അലക്സാണ്ടർ രണ്ടാമനെ കൊന്നുകളഞ്ഞു. തുടർന്ന് റഷ്യൻ ഗവൺമെന്റ് ഇവരെ പൂർണ്ണമായും തുടച്ച നീക്കി) ശുദ്ധാലോ ചനക്കാരുടെ ഒരു കമ്മിറ്റിയെ നിയോഗിക്കുന്നത് എന്തുകൊണ്ടും അസംബന്ധമാണ്. റഷ്യൻ തൊഴിലാളിവർഗം വിപ്ലവാത്മകമായി ചെയ്യുന്ന ഒരു തെറ്റ് കേന്ദ്രകമ്മിറ്റി ചെയ്യുന്ന ശരിയേക്കാൾ മൂല്യമുള്ള താണെന്നോർമ്മിപ്പിച്ചുകൊണ്ടാണ് റോസ തന്റെ ഇക്കാര്യത്തിലുള്ള നിരീക്ഷണം അവസാനിപ്പിക്കുന്നത്.

എക്കാലത്തും ജനാധിപത്യത്തിനുവേണ്ടി വാദിച്ച മാർക്സിസ്റ്റ് ഡൈഷണികയാണ് റോസ ലക്സംബർഗ്. ഒരു പക്ഷെ അതിന്റെ പേരിലാണ് അവർ രക്തസാക്ഷിയായതും. ഏതാണ്ട് ഇതേ കാര്യമാണ് മറ്റൊരു തരത്തിൽ ഇറ്റലിയിൽനിന്ന് അന്തോണിയോ ഗ്രാംഷിയും പറയാൻ ശ്രമിച്ചത്. 'ആധുനിക രാജകുമാരൻ' എന്നാണ് ഗ്രാംഷി തൊഴിലാളി സംഘടനയെ വിശേഷിപ്പിച്ചത്. 'ആധുനിക രാജകുമാരൻ എന്നത് മൂർത്തമായ ഒരു വ്യക്തിയല്ല. അത് ഒരു ജൈവരൂപമാണ്. അത് സമൂഹത്തിലെ ഒരു സങ്കീർണ്ണ ഘടകമാണ്. ഈ ജൈവരൂ പത്തിലൂടെയാണ് സമൂഹം അതിനകം കണ്ടെത്തുകയും പല പ്രവ ത്തികളിലൂടെ അതിനകം ഉറപ്പിക്കുകയും ചെയ്യുന്ന സംഘടിതമായ ഇച്ഛ മൂർത്തരൂപം കൈക്കൊള്ളുന്നത്. ചരിത്രം സംഭാവന ചെയ്യുന്ന രാഷ്ട്രീയപാർട്ടിയാണിത്. പിന്നീട് സാർവ്വലൗകികവും സമഗ്രവുമാകാനി രിക്കുന്ന സംഘടിതമായ ഇച്ഛയുടെ മുള അങ്കുരിക്കുന്ന ആദ്യകോശമാണ് രാഷ്ട്രീയ സംഘടന.' പ്രധാനമായും തൊഴിലാളിവർഗ പാർട്ടിയുടെ ജൈവസ്വഭാവത്തിലാണ് ഗ്രാംഷിയും ഊന്നുന്നത്. പാർട്ടിയുടെ സ്വേ ച്ഛാനുസാരിത്വത്തെ അതിമാനുഷ സ്വഭാവത്തിൽക്കാണുന്നതിനോട് ഗ്രാംഷി വിയോജിച്ചു. അതായത് ചരിത്രത്തിൽ നടക്കുന്ന എല്ലാറ്റിനും ഉത്തരവാദിയായ ഒരു പാർട്ടി എന്ന സങ്കൽപ്പത്തെയാണ് ഇവിടെ അതിമാനുഷികം എന്നയുകൊണ്ട് അർത്ഥമാക്കുന്നത്. എന്നാൽ പിൽക്കാലത്ത് വികസിച്ചുവരാനിരിക്കുന്ന ജൈവസംഘാടനത്തി ന്റേയോ സാമൂഹിക മുന്നണിയുടേയോ പ്രാരംഭമായി പാർട്ടിയുടെ സ്വേച്ഛാനുസാരിത്വത്തെ ഗ്രാംഷി മനസ്സിലാക്കുന്നു. അദൃശ്യരും ശക്തരു മായ രാഷ്ട്രീയ നേതാക്കൻമാരാൽ നയിക്കപ്പെടുന്നതും വരാനിരിക്കുന്ന

 കണ്ണാടിയും കുമ്പസാരവും

ഒരു സുവർണ്ണകാലത്തിനുവേണ്ടി ഈ നേതാക്കൻമാർക്ക് കീഴിൽ യുദ്ധത്തിൽ സൈനികരെന്നപോലെ ജനങ്ങൾ അണിനിരക്കുകയും ചെയ്യുന്ന ഒന്നല്ല തൊഴിലാളിവർഗ പാർട്ടി എന്നാണ് ഗ്രാംഷിയുടെ പക്ഷം. കേന്ദ്രകമ്മിറ്റി എന്ന ആശയത്തെ ഗ്രാംഷി അംഗീകരിക്കുന്നു ണ്ടെങ്കിലും ഉൾപ്പാർട്ടി ജനാധിപത്യം എങ്ങനെ സാധ്യമാക്കുമെന്ന് ഗ്രാംഷി ഗൗരവമായി ചർച്ച ചെയ്യുന്നുണ്ട്. പാർട്ടിയിലെ അനിവാര്യമായ ആഭ്യന്തര വിഭജനത്തെ പാർട്ടി വിദ്യാഭ്യാസത്തിലൂടെ എത്രമാത്രം മറി കടന്നു എന്നതാണ് ഉൾപ്പാർട്ടി ജനാധിപത്യത്തിന്റെ അളവുകോൽ എന്ന നിരീക്ഷണം ശ്രദ്ധേയമാണ്. പാർട്ടിക്കള്ളിലെ സ്വാതന്ത്ര്യം എന്നാൽ ബൂർഷ്വാ സ്വാതന്ത്ര്യമല്ല. സ്വയം പഠിക്കുകയും പ്രശ്നങ്ങൾക്ക് പരിഹാരം കാണാൻ സ്വയം യത്നിക്കുകയും ചെയ്യുന്ന വ്യക്തികളാണ് പാർട്ടിയിലുള്ളത്. അവരെ പാർട്ടിക്കള്ളിലെ ഉദ്യോഗസ്ഥ ദുഷ്ടഭൂത ത്തിന് കീഴ്പ്പെടുത്താൻ കഴിയില്ല. കേന്ദ്രകമ്മിറ്റി എന്ന ആശയത്തെ ഗ്രാംഷി അംഗീകരിക്കുമ്പോഴും അതിന് അദ്ദേഹം നായകപദവി കൽപ്പിക്കുന്നില്ല. പകരം ജൈവബുദ്ധിജീവികളാൽ നയിക്കപ്പെടുന്ന പാർട്ടിയെക്കുറിച്ചാണ് ഗ്രാംഷി പറയുന്നത്. കേന്ദ്രകമ്മിറ്റിയിൽ പരമ്പ രാഗത ബുദ്ധിജീവികൾക്ക് മേൽക്കൈ ലഭിച്ചേക്കാമെന്ന് അദ്ദേഹം ഭയപ്പെട്ടതുകൊണ്ടാണ് അവരേയും ജനസഞ്ചയത്തേയും പരസ്പരം ബന്ധിപ്പിക്കുന്ന ജൈവബുദ്ധിജീവികൾക്ക് ഗ്രാംഷി നിർണ്ണായക സ്ഥാനം കൽപ്പിച്ചത്. കേന്ദ്രകമ്മിറ്റി പ്രധാനമായും പാർട്ടിയിലെ അച്ചട ക്കം ഉറപ്പവരുത്തുകയാണ് ചെയ്യുന്നത്. ഇത് സൃഷ്ടിക്കുന്ന പ്രശ്നങ്ങളെ മറികടക്കാൻ ജൈവബുദ്ധിജീവികളുടെ നേതൃത്വം സഹായിക്കുമെന്ന് ഗ്രാംഷി കരുതി. പാർട്ടിയുടെ ആശയങ്ങൾക്ക് മേൽക്കോയ്മ ലഭിക്ക ന്നതിന്റെ പ്രധാന്യത്തിലാണ് അദ്ദേഹം ഊന്നിയത്. ഗണപരമായ പരിണാമത്തേക്കാൾ ഗുണപരമായ പരിണാമമാണ് ഗ്രാംഷി വിപ്ലവാ നന്തര സമൂഹത്തിൽനിന്ന് പ്രതീക്ഷിക്കുന്നത്. ആധുനിക രാജകുമാരൻ എന്ന കൽപ്പനയിലെ 'ആധുനികം' എന്ന സംജ്ഞ തന്നെ നാഗരിക മായ മൂല്യത്തെയാണ് കുറിക്കുന്നത്. റഷ്യയിലെ ചാരപ്പോലീസ് എത്ര അപരിഷ്കൃതമായായാണ് പെരുമാറിയതെന്ന് ഈ നോവലിന്റെ ഓരോ താളും സാക്ഷ്യപ്പെടുത്തുന്ന. ചുരുക്കത്തിൽ റോസ ലക്സംബർഗും ഗ്രാംഷിയും കമ്മ്യൂണിസ്റ്റ് പാർട്ടിയുടെ സംഘടനാ നേതൃത്വത്തെപ്പറ്റി നടത്തിയ നിരീക്ഷണങ്ങളുടെ പ്രാധാന്യം വിപ്ലവാനന്തര റഷ്യയിലെ ചലനങ്ങൾ പരിശോധിക്കുമ്പോൾ വ്യക്തമാകും. റോസ ലക്സംബർഗി ന്റെ ക്രാന്തദർശിത്വത്തിന് അടിവരയിടുന്ന നോവലാണ് 'ഫിയർ ഓഫ് മിറേഴ്സ്' എന്നത്. ലെനിനോട് അവർ നടത്തിയ സംവാദങ്ങളുടെ സ്മാരകമാണിത്.

സ്വർഗം താണിറങ്ങിവന്ന വീട്ടുമുറ്റം

കുടുംബത്തെ ആദർശവൽക്കരിക്കുന്ന നോവലാണിത്. വിപ്ലവ കാരികളായ എല്ലാ നായകരും ഒടുവിൽ ശാന്തി തേടിയണയുന്നത് കുടുംബത്തിലാണ്. മാത്രമല്ല ആ കുടുംബത്തിന്റെ അച്ചതണ്ട് അച്ഛൻ-മകൻ ബന്ധമാണ്. വ്ലാദിയുടെ ജീവിതം തന്നെ അച്ഛനാര് എന്ന ചോദ്യത്തിനപിന്നാലെയുള്ള അലച്ചിലാണ്. ല്യൂഡ്‌വിക്കാകട്ടെ തന്റെ രാഷ്ട്രീയ പ്രവർത്തനം മൂലം മകന്റെ ജീവിതം തകർന്നുപോകരുതെന്ന് കരുതി സദാ ജാഗ്രത പുലർത്തുന്നുണ്ട്. അതിസാഹസികമായി ജീവിച്ച ല്യൂഡ്‌വിക്കിന്റെ ഏറ്റവും പ്രധാന ദുഃഖം ലിസക്കും ഫെലിക്സിനും നാടോടികളെപ്പോലെ ജീവിക്കേണ്ടി വന്നു എന്നതാണ്. രഹസ്യ പ്പോലീസിൽനിന്ന് രാജിവെക്കുന്നതോടെ തന്റെ ജീവിതം കവർന്നെ ടുക്കപ്പെട്ടുമെന്ന് ല്യൂഡ്‌വിക്കിന് തീർച്ചയായിരുന്നു. ആയതിനാൽ അതിനുമുമ്പ് തന്റെ കുടുംബത്തെ അയാൾ സ്വിറ്റ്‌സർലാന്റിനടുത്തുള്ള ലൗസ്സാനെ എന്ന ഒരു കുഗ്രാമത്തിൽ എത്തിക്കുന്നു. അവിടെ അവർ സുരക്ഷിതമായിരിക്കുമെന്ന തീർച്ചയിലാണ് അയാൾ മരണത്തിന് കീഴടങ്ങുന്നത്. സോവിയറ്റ് യൂണിയനിലെ കമ്മ്യൂണിസ്റ്റ് രാഷ്ട്രീയം തകർത്തെറിഞ്ഞ കുടുംബ ജീവിതമാണ് ല്യൂഡ്‌വിക്കിന്റേയും വ്ലാദിയു ടേയും. വ്ലാദിയെത്തേടി ഹെൽജെ വീണ്ടും വരികയും അവർ മകൻ കാളിന്റെ സമാഗമം കാത്തിരിക്കുകയും ചെയ്യുന്നിടത്താണ് നോവൽ അവസാനിക്കുന്നത്. മകന്റെ മുന്നിൽ കുറ്റസമ്മതം നടത്തിയതിന്റെ ആശ്വാസത്തിലാണയാൾ. രഹസ്യങ്ങൾക്ക് പിന്നാലെ നടന്ന തളർന്ന വ്ലാദി ഒടുവിൽ കുടുംബത്തിൽ അഭയം തേടുന്നു. രഹസ്യപ്പോലീസിന്റെ കണ്ണിൽപ്പെടാതെ കുടുംബത്തെ രക്ഷിച്ച് ല്യൂഡ്‌വിക്ക് മരണത്തിന് കീഴട ങ്ങുന്നു. പിതൃമേധാവിത്വ രാഷ്ട്രീയ ഘടന തകർത്തെറിഞ്ഞ ജീവിതത്തെ പിതൃമേധാവിത്വ കുടുംബത്തിലേക്ക് പറിച്ച് നടുകയാണ് നോവലിസ്റ്റ്. സ്റ്റാലിനിസം റഷ്യയിൽ സൃഷ്ടിച്ച പിതൃരൂപങ്ങളെത്തന്നെയാണ് മറ്റൊ രുതരത്തിൽ നാം നോവലിലെ മറ്റ് കഥാപാത്രങ്ങളിലും കാണുന്നത്. കുടുംബത്തെ ഭരണകൂടത്തിനെതിർനിർത്തി നിർവ്വഹിക്കുന്ന ഈ കുറ്റവി ചാരണ യഥാർത്ഥത്തിൽ ഒരേ വിചാരമാതൃകക്കച്ചുറ്റം കറങ്ങുന്നതാണ്. നോവൽ പ്രത്യയശാസ്ത്രപരമായി പരാജയപ്പെടുന്നതവിടെയാണ്.

നോവലിലെ അവസാന രംഗം പ്രത്യയശാസ്ത്രപ്രമായ ശൂന്യതക്ക് അടിവരയിടുന്നതാണ്. വ്ലാദിയുടെ പിതൃത്വത്തെക്കുറിച്ചുള്ള രഹസ്യം ഒരു റെസ്റ്റോറന്റിൽവെച്ച് വിന്റർ, വ്ലാദിയോട്ടും ഹെൽജെയോട്ടും വെളിപ്പെടുത്തുന്നതാണ് രംഗം. അവരുടെ സംഭാഷണം തുടങ്ങുന്നതി നുമുമ്പ് വിന്റർ റസ്റ്റോറന്റിലെത്തിയ ഒരു മനുഷ്യനോട് ദയാരഹിതമായി

   കണ്ണാടിയും കുമ്പസാരവും

പെരുമാറ്റുന്നുണ്ട്. അയാളോടെന്തിനാണ് താൻ അങ്ങിനെ പെരുമാ
റിയതെന്ന കാര്യം വിന്റർ അവരോട് വിശദീകരിക്കുന്നു. അവിടെ
വന്നയാളുടെ പേര് വാൾട്ടർ എന്നാണ്. അയാൾ വിന്റിന്റെ അകന്ന
ബന്ധുവാണ്. പഠിക്കുന്ന കാലത്ത് അവർ ഒരുമിച്ചാണ് താമസിച്ചിരു
ന്നത്. അക്കാലത്ത് വിന്റർ നല്ല പാചകക്കാരനായിരുന്നു. എന്നാൽ
ഒരിക്കൽ വാൾട്ടർ അയാളുടെ പാചകത്തെ പരിഹസിച്ചു. ഇതിൽ
കുപിതനായ വിന്റർ അയാളെ മുറിയിൽനിന്ന് ചവിട്ടി പുറത്താക്കി.
അന്ന് മുതൽ വിന്റർ അയാളോട് സംസാരിച്ചിട്ടില്ല. വാൾട്ടറാകട്ടെ
പലപ്പോഴും അയാളുടെ അടുത്ത് വന്ന് മാപ്പിരക്കുകയും പഴയത്
മറന്നുകളയാൻ അപേക്ഷിക്കുകയും ചെയ്യുന്നു. അതേ രംഗമാണ്
ഇപ്പോൾ വ്ലാദിയുടേയും ഹെൽജെയുടേയും സമക്ഷത്തിൽ വീണ്ടും
അരങ്ങേറിയത്. വ്ലാദിയും വിന്റും തമ്മിലുള്ള സംഭാഷണം കഴിഞ്ഞ്
പിരിയുന്നതിനുമുമ്പ് വിന്റർ വ്ലാദിയോട് ജർമ്മനിയിലെ പഴയ കമ്മ്യൂ
ണിസ്റ്റ് പാർട്ടിയുടെ പുതിയ രൂപമായ പി ഡി പി യുമായി സഹകരിച്ച്
പ്രവർത്തിച്ചുകൂടെ എന്ന് ചോദിക്കുന്നു. അതിന് മറുപടിയായി വ്ലാദി
വിന്റിനോട് ആദ്യം നിങ്ങൾ വാൾട്ടറിനോട് രാജിയാക്കൂ അപ്പോൾ
ആലോചിക്കാം എന്ന് പറയുന്നു. രാഷ്ട്രീയത്തെക്കുറിച്ചുള്ള സങ്കൽപ്പം
മാറിവരുന്നതിന്റെ സൂചനയാണിത്. ഒരു റെസ്റ്റോറന്റിൽവെച്ച്
തെരഞ്ഞെടുക്കാൻ കഴിയുംവിധം അത് അത്രമേൽ ലഘുവാണെന്ന്
വരുന്നു. പ്രത്യയശാസ്ത്രപരമായ സങ്കീർണ്ണതകളും ഹിംസയും നിറഞ്ഞ
രാഷ്ട്രീയം പൊട്ടന്നനെ ഒരു ഉവൽപോലെ ഭാരം കുറഞ്ഞതായിത്തീ
ർന്നു. അത് ജീവിതത്തിന്റെ വെളിമ്പറമ്പിൽ നടക്കുന്ന ഒരു ലീലയായി
മാറി. ആഹ്ലാദങ്ങളെ മുഴുവൻ ബലികഴിച്ച ഒരു തലമുറ, ആഹ്ലാദങ്ങൾ
മാത്രം ലക്ഷ്യമാക്കിയ തലമുറക്ക് വഴിമാറി. അവ്വിധം ആഹ്ലാദം നിറഞ്ഞ
ഒരിടമായാണ് ഇവിടെ പിതൃമേധാവിത്ത കുടുംബം ഭാവന ചെയ്യപ്പെട്ടത്.
'സോവിയറ്റാനന്തര ലോകത്തിന് അധികകാലം മുതലാളിത്തത്തിൽ
ഇടരാനാവില്ലെന്നും കമ്മ്യൂണിസത്തിന് പരിഹരിക്കാൻ കഴിയാ
തെപോയ പ്രശ്നങ്ങളൊന്നും പരിഹരിക്കാൻ മുതലാളിത്തത്തിന്
കഴിഞ്ഞിട്ടില്ലെന്നും വിന്റർ വ്ലാദിയെ ഓർമ്മിപ്പിക്കുന്നു. ദാരിദ്ര്യവും
നീതിക്കായുള്ള കരച്ചിലും അവസാനിച്ചിട്ടില്ല. ആയതിനാൽ കമ്മ്യൂണിസ
ത്തിന് തിരിച്ചുവരാതിരിക്കാനാവില്ല. അത് പഴയ കമ്മ്യൂണിസമാകില്ല.
അതിന്റെ ചാരത്തിൽനിന്ന് ഉയർന്നുവരുന്ന മറ്റെന്തെങ്കിലുമായിരിക്കും.
എല്ലാം ഉപേക്ഷിക്കേണ്ട കാലമല്ലിത്. നമുക്ക് ഒരു പാർട്ടി വേണം.'
ഇതാണ് വിന്റിന് വ്ലാദിയോട് അവസാനം പറയാനുണ്ടായിരുന്നത്.
ലെനിനും റോസയും തമ്മിലോ ബ്രഹ്തും ലൂക്കാച്ചും തമ്മിലോ നടന്ന

ദീർഘമായ സംവാദങ്ങളൊന്നും ഇവിടെയില്ല. വിധിവാദപരമായ ഒരു ശുഭാപ്തിബോധം മാത്രം. ഒരിക്കൽ സംവാദമുഖരിതമായിരുന്ന പ്രത്യയശാസ്ത്രത്തിന്റെ തെരുവുകളിൽ ഇന്ന് ആരവങ്ങളൊട്ടങ്ങിയിരി ക്കുന്നു. ശാന്തമായ വീട്ടുമുറ്റത്തിരുന്ന് അയവിറക്കാനുള്ള ഓർമ്മയാണ് വിപ്ലവം. ചരിത്രം അവസാനിച്ചത് മുതലാളിത്തത്തിലല്ല. വ്‌ളാദിയുടെ വീട്ടുമുറ്റത്താണ്. പക്ഷെ ചരിത്രത്തിനു പുറത്ത് നമുക്ക് എത്രകാലം രാപ്പാർക്കാൻ കഴിയും?

സഹായക ഗ്രന്ഥങ്ങൾ

1.   Hall, Donald E. *Subjectivity* (London: Routledge, 2004)

2.   Althusser, Louis. *Lenin and Philosophy and other essays* (Delhi: Aakar, 2006)

3.   Davis, Ben., 9.5 *Theses on art and class* (Delhi: Aakar, 2016)

4.   Adamson, Walter L., *Hegemony and Revolution : A study of Antonio Gramsci's Political and Cultural Theory* (London: University of California Press, 1980)

5.   Lukacs, Georg., Lenin: *A study in the unity of his thought* (New Delhi: Seagull, 2005)

6.   Eagleton, Terry., *Ideology* (Newyork: Verso, 2000)

7.   Krausz, Tamas., *Reconstructing Lenin* (Delhi: Aakar, 2015)

8.   Hudis, Peter., Kevin B Anderson (ed.) *The Rosa Luxemburg Reader* (Kharagpur: Cornerstone Publication, 2005)

ടി.പി.ഗോപലനിൽനിന്ന് 'അഗ്നി' യിലേക്കുള്ള ദൂരം

ടി.പി.ഗോപാലന്റെ യഥാർത്ഥ ജീവിതവും എം. മുകുന്ദൻ തന്റെ 'നൃത്തം' എന്ന നോവലിൽ കൃത്രിമമായി സൃഷ്ടിച്ച അഗ്നി എന്ന കഥാപാ ത്രത്തിന്റെ സാങ്കൽപിക ജീവിതവും തമ്മിൽ എന്തെങ്കിലും താരതമ്യ ത്തിന് മുതിരുന്നത് ഒരു സാഹസമാണ്. അത്തരമൊരു താരതമ്യം ഒരു പക്ഷേ മറ്റൊരു കഥയ്ക്കുള്ള വിഷയമായി തീർന്നേക്കാം. ഈ കുറിപ്പിന്റെ ലക്ഷ്യം തീർച്ചയായും അതല്ല. എങ്കിലും നമുക്കിടയിൽ ജീവിച്ചിരിക്കാ ത്ത ഒരാളെ സംബന്ധിച്ച യാഥാർത്ഥ്യം, ജീവിച്ചിരിക്കുന്നവർ നടത്തുന്ന ആഖ്യാനങ്ങളിലൂടെയാണ് സൃഷ്ടിക്കപ്പെടുന്നതെന്ന വസ്തുത കണക്കി ലെടുത്താൽ കഥയും യാഥാർത്ഥ്യവും തമ്മിലുള്ള അന്തരം നേർത്തയും പരസ്പരം അതിവർത്തിക്കുന്നവയുമാണെന്ന് കാണാൻ കഴിയും.

നമുക്കിടയിൽ ഊഷ്മളമായ സാന്നിധ്യമായി ഇപ്പോഴും നിറഞ്ഞു നിൽക്കുന്ന ടി.പി ഗോപാലനും മുകുന്ദന്റെ കഥാപാത്രമായ അഗ്നിയും തമ്മിലുള്ള താരതമ്യം ആരംഭിക്കുന്നത് അവർ രണ്ടുപേരും കലാകാര ന്മാരാണ് എന്ന വസ്തുതയിൽനിന്നാണ്. ഒരാൾ നർത്തകനാണെങ്കിൽ, മറ്റൊരാൾ നാടക നടനാണ്. യഥാർത്ഥത്തിൽ ഈ താരതമ്യത്തോടെ ഇവർ തമ്മിലുള്ള സമാനതകൾ തീർന്നു എന്ന് കരുതാവുന്നതാണ്. എന്നാൽ കൂടുതൽ സൂക്ഷ്മമായി ഇവരുടെ കലാജീവിതത്തെ അപഗ്രഥി ക്കാൻ ശ്രമിച്ചാൽ, രണ്ട് ജീവിതങ്ങളല്ല, രണ്ട് കാലവും രണ്ട് കാഴ്ചപ്പാട്ട കളുമാണ് നമ്മുടെ വായനക്കായി തുറന്നു കിട്ടുന്നത്.

ഉത്തര മലബാറിലെ ഏതോ ഗ്രാമത്തിൽ കുട്ട്യച്ചൻ എന്ന കർഷകത്തൊഴിലാളിയുടെ മകനായി ജനിച്ച ബാലകൃഷ്ണനാണ് പിന്നീട് 'അഗ്നി' എന്ന പേരിലറിയപ്പെട്ട കലാകാരനായി വളർന്നത്. നാട്ടമ്പ രത്തെ കളിയാശാന്റെ ശിക്ഷണം ആരംഭിച്ചതോടെയാണ് സ്വന്തം

ദേഹത്തെക്കുറിച്ച് ഒരിക്കലും ആലോചിച്ചിട്ടില്ലാത്ത ബാലകൃഷ്ണൻ തന്റെ മുഴുത്ത കാൽവണ്ണകളിലും പേശികൾ തുടിച്ച നിൽക്കുന്ന തുടകളിലും ച്യമല്യകളിലും പുതിയ താൽപര്യത്തോടെ നോക്കി നിൽക്കാൻ തുടങ്ങിയത്. തന്റെ ദേഹം ഒരുത്തമ വസ്തുവാണെന്ന് ഇതോടെ അയാൾ തിരിച്ചറിഞ്ഞു. കളരിയഭ്യാസത്തിലൂടെ കടഞ്ഞെടുത്ത ബാലകൃഷ്ണന്റെ കറുത്ത ശരീരത്തിന് നൃത്തത്തിന്റെ അന്താരാഷ്ട്ര കമ്പോളത്തിൽ ഉയർന്ന മാർക്കറ്റുണ്ടാവുമെന്ന് കണ്ടെത്തിയത് യൂറോപ്പിൽ നിന്നെത്തിയ പ്രശസ്ത നർത്തകൻ പാട്രിക് റൊഡോൾഫ് ആണ്.

ഇനി നമുക്ക് ടി.പി.ഗോപാലന്റെ ജീവിതത്തിലേക്ക് വരാം. അദ്ദേഹത്തെ അനുസ്മരിച്ചുകൊണ്ട് പാലക്കീഴ് നാരായണൻ എഴുതിയ കുറിപ്പിൽ ഇങ്ങനെ പറയുന്നു: 'സർവ്വകലാ വല്ലഭനെന്ന് ചെറുകാട് ആദരപൂർവ്വം വിളിച്ച ചൊവ്വൂർ നീലകണ്ഠൻ നമ്പൂതിരിപ്പാടാണ് ചെറുകാടിനേയും ടി.പി.ഗോപാലനേയും കൈപിടിച്ച് അരങ്ങത്തേക്ക് കയറ്റിവിട്ടത്. പ്രശസ്തമായ പി.എസ്.വി. നാട്യസംഘത്തിന്റെ മാതൃകയിൽ സംഗീത നാടകക്കൂട്ടു ഉണ്ടാക്കാൻ ചൊവ്വൂർ നമ്പൂതിരിപ്പാട് ഉൽസാഹിക്കുകയും ചെറുകാടിനെക്കൊണ്ട് സ്യമന്തകം, ശ്രീകൃഷ്ണലീല, പ്രഹ്ളാദചരിതം എന്നീ നാടകങ്ങൾ എഴുതിക്കുകയും ചെയ്തു. കുട്ടിക്കാലംതൊട്ടേ വേഷംകെട്ടി കളിക്കാൻ മോഹിച്ചിരുന്ന ടി.പി.ഗോപാലൻ നടാടെ നടിക്കുന്നത് ഈ നാടകങ്ങളിലാണ്. 15-ാം വയസിൽ.'

ടി.പി. ഗോപാലന്റേയും 'അഗ്നി' എന്ന ബാലകൃഷ്ണന്റേയും കലാ ജീവിതങ്ങൾ തമ്മിലുള്ള ഏറ്റവും പ്രധാന സമാനതകളിലൊന്നാണ് ഇരുവർക്കും കലാരംഗത്ത് ഓരോ രക്ഷാകർത്താക്കളുണ്ടായിരുന്ന എന്നത്. ഇവരിൽ ഒരാൾ ചൊവ്വൂർ നീലകണ്ഠൻ നമ്പൂതിരിപ്പാട് എന്ന ഗ്രാമീണ കലാകാരനാണെങ്കിൽ, മറ്റൊരാൾ അന്താരാഷ്ട്ര നൃത്തവേദിയിലെ പ്രഗൽഭനായ പാട്രിക് റൊഡോൾഫ് ആണ്. ആകസ്മികമായ ചില സംഭവങ്ങളാണ് 'അഗ്നി'യെയും ടി.പി.യെയും കലാകാരന്മാരാക്കുന്നതെങ്കിലും അവരുടെ കല അഭിമുഖീകരിക്കുന്നത്, വ്യത്യസ്തമായ രണ്ട് പ്രേക്ഷക വൃന്ദത്തെയാണ്. യൂറോപ്പിലെയും അമേരിക്കയിലെയും പണക്കാർക്കു മുന്നിൽ ശരീരം കൊണ്ട് മിന്നൽപ്പിണർ സൃഷ്ടിക്കുകയായിരുന്നു 'അഗ്നി' എന്ന ബാലകൃഷ്ണൻ. എന്നാൽ കേരളത്തിലെ പുലാമന്തോൾ എന്ന ഗ്രാമത്തിലെ ബഹു ഭൂരിപക്ഷം നിരക്ഷരരെ അഭിസംബോധന ചെയ്തുകൊണ്ടാണ് ടി.പി.ഗോപാലൻ അരങ്ങത്തേക്ക് വരുന്നത്.

കാലാന്തരത്തിൽ കലയിലുള്ള തങ്ങളടെ രക്ഷാകർത്തൃത്വത്തെ

അഗ്നിയും ടി.പി.യും ഉപേക്ഷിക്കുന്നുണ്ട്. ചൊവ്വൂർ നീലകണ്ഠൻ നമ്പൂതിരി യോട് വിട പറഞ്ഞ് മോഹൻ ആർട്സ് ക്ലബ് ഉണ്ടാക്കിയതിനെക്കുറിച്ച് ചെറുകാട് ഇങ്ങനെ സൂചിപ്പിക്കുന്നു. 'ബൂർഷ്വാ നാടക സംസ്കാരം മുറ്റി നിൽക്കുന്ന ഈ നാടകക്കമ്പനിയിൽ നിന്നാണ് ജനകീയ കലാവേദി ക്ക് മുതൽക്കൂട്ടായ മോഹൻ ആർട്സ് ക്ലബ് ഉണ്ടായത്.... നാടകബോധം അൽപമെങ്കിലും ഉണ്ടാവാൻ എന്നെ സഹായിച്ച നമ്പൂതിരിപ്പാടിനെയും ആ നാടകകമ്പനിയെയും അനുസ്മരിക്കാതെ ജീവിതപ്പാതയില്ലൂടെ മുന്നോട്ട് പോകാൻ ഞാനർഹനല്ല.' തന്റെ രക്ഷാധികാരിയായി വന്നയാൾ ബൂർഷ്വാ കലാകാരനാണ്- എന്ന് ചോദിച്ചറിയുമ്പോഴാണ് ടി.പി.യും ചെറുകാട്ടം അദ്ദേഹത്തോട് വിട ചോദിക്കുന്നത്. കലയെ സംബന്ധിച്ച വർഗ്ഗ നിലപാടാണ് ഇവിടെ തർക്ക വിഷയം. മുതലാളി ത്തം അതിന്റെ സ്വർഗത്തിൽ വരുന്ന എന്തിനെയും ചരക്കാക്കി അധ: പതിപ്പിക്കുന്നു. ഈ അപമാനവീകരണം കലയ്ക്കും സംഭവിക്കുന്നുണ്ട്. ഈ തിരിച്ചറിവാണ് ടി.പി.യെയും ചെറുകാടിനെയും ബൂർഷ്വാ നാടക സംസ്കാരത്തിൽ നിന്ന് അകറ്റിയത്. അതോടെ ടി.പി.യുടെ കലാപ്ര വർത്തനങ്ങളുടെ സ്വഭാവത്തിന് മാറ്റം വന്നു. നാടകപ്രവർത്തനത്തെ രാഷ്ട്രീയപ്രവർത്തനത്തിന്റെ ഭാഗമായി കണ്ടപ്പോഴാണ്, ജനകീയ ബോധവൽക്കരണത്തിന്റെ ഉപാധിയായി തിരിച്ചറിഞ്ഞപ്പോഴാണ് ടി.പി.യുടെ കലാജീവിതത്തിന്റെ അടിത്തറയിളകിയത്. ചുരുക്കത്തിൽ തന്റെ ചുറ്റുപാട്ടുള്ള സമൂഹത്തിൽ സംഭവിച്ചുകൊണ്ടിരുന്ന രാഷ്ട്രീയമാ റ്റങ്ങളാണ് ടി.പി.ഗോപാലൻ എന്ന നടനെ സൃഷ്ടിച്ചത്. സമൂഹമാണ് അദ്ദേഹത്തെ രൂപപ്പെടുത്തിയ വാർപ്പ് എന്നു പറയാം.

എന്നാൽ തന്നെ ലോക പ്രശസ്ത നർത്തകനാക്കി മാറ്റിയ പാട്രിക് റോഡോൾഫിനോട് ബാലകൃഷ്ണൻ വിടവാങ്ങുന്നത്, കൂടുതൽ പ്രതിഫലം ലഭിക്കുന്ന ഒരു ഓഫറിൽ ഒപ്പിട്ടുകൊണ്ടാണ്. ന്യൂയോർക്കി ൽനിന്ന് അലക്സാഡ്രിപ്പ്സ് എന്ന സഹപ്രവർത്തകൻ ഒരു ദിവസം അഗ്നിയെ വിളിക്കുന്നു. യൂറോപ്പ് വിട്ട് അമേരിക്കയിൽ വരുവാൻ നിനക്ക് താൽപര്യമുണ്ടോ? എങ്കിൽ രണ്ടു ലക്ഷം ഡോളറിന്റെ കോൺട്രാക്ട് നിന്നെ കാത്തിരിക്കുന്നു.' ഈ വാഗ്ദാനം അഗ്നിയിൽ പുതിയ വ്യാമോഹ ങ്ങൾ സൃഷ്ടിക്കുകയും അയാൾ പാട്രിക് റോഡോൾഫിനെ ഉപേക്ഷിച്ച് ന്യൂയോർക്കിലേക്ക് പോവുകയും ചെയ്യുന്നു. ശരീരവും പണവുമാണ് അഗ്നിയെ സൃഷ്ടിക്കുന്നത്. 'എന്റെ കണ്ണുകളിൽ ഞാൻ പെട്ടെന്ന് വലുതായ നാളുകളായിരുന്നു അത്. എന്റെ ശരീരമാണ് എന്നെ വലുതാക്കിയത്. എങ്കിലും ആ പ്രക്രിയയിൽ എന്റെ മനസിന് എന്റെ ആത്മാവിന് ഒരു പങ്കില്ലേ? എനിക്കറിയില്ല........'അകം ശൂന്യമായ

ഒരൊഴിഞ്ഞ പാത്രമാണ് തന്റെ ശരീരമെന്ന് അഗ്നി സാക്ഷ്യപ്പെടുത്തു
ന്നു. ശരീരത്തിന്റെ സാധ്യതകളാണ് അഗ്നിയെ കലാലോകത്തില്‍
ഒരിടത്തുനിന്ന് മറ്റൊരിടത്തേക്ക് നയിക്കുന്നത്. എന്നാല്‍ തന്റെ രാഷ്ട്രീ
യമായ ഉള്‍ക്കണ്ണകളാണ് ടി.പി.ഗോപാലന്‍ എന്ന കലാകാരനെ ഒരു
വേദിയില്‍നിന്ന് മറ്റൊരു വേദിയിലെത്തിച്ചത്. അഗ്നിയെ സംബന്ധി
ച്ചിടത്തോളം തന്റെ ശരീരം പണത്തിനും പ്രശസ്തിക്കും വേണ്ടി ഉഴിഞ്ഞു
വെച്ചുള്ള ഒന്നാണ്. എന്നാല്‍ ടി.പി.യെ സംബന്ധിച്ചിടത്തോളം തന്റെ
പ്രതിഭയും ശരീരവും രാഷ്ട്രീയത്തിനുവേണ്ടി നീക്കിവെക്കാനുള്ളതായിരു
ന്നു. അഗ്നി തന്റെ ശരീരത്തെ അമൂല്യമായി കണ്ടപ്പോള്‍ ടി.പി. തന്റെ
രാഷ്ട്രീയത്തെ അമൂല്യമായി കണ്ടു.

കമ്മ്യൂണിസ്റ്റ് പാര്‍ട്ടിയുമായി ബന്ധപ്പെട്ട് പ്രവര്‍ത്തിച്ചാല്‍ പല
കള്ളക്കേസുകളിലും കുടുക്കി ജയിലിലടക്കുന്ന ഒരു കാലത്താണ് ടി.പി.
തന്റെ കലാപ്രവര്‍ത്തനം തുടങ്ങുന്നത്. ആരെങ്കിലും ചെയ്യുന്ന തെറ്റിന്
കമ്മ്യൂണിസ്റ്റുകാരെയാണ് പലപ്പോഴും വേട്ടയാടിയിരുന്നത്. ടി.പി.യെ
പ്രതിയാക്കിയ മീന്‍പിടുത്തക്കേസ് ഇക്കൂട്ടത്തില്‍ പെട്ടതാണ്. ആ
കേസ് എന്താണെന്ന് പോലും ടി.പി.ക്കറിയുമായിരുന്നില്ല. മീന്‍പിടുത്ത
ക്കേസിന്റെ പേരില്‍ അദ്ദേഹത്തെ കണ്ണൂര്‍ സെന്‍ട്രല്‍ ജയിലിലടച്ചു.
മര്‍ദ്ദനത്തില്‍ കുപ്രസിദ്ധി നേടിയ ലണ്ടന്‍ കൃഷ്ണന്‍ എന്ന പോലീസുകാ
രന്റെ ലാത്തി പല തവണ ടി.പി.യുടെ ശരീരത്തില്‍ പ്രയോഗിക്കപ്പെട്ടു.
മരിക്കുന്നതുവരെ മുതുകത്ത് ലാത്തിക്കലയും വേദനയുമായി ടി.പി.
നടന്നു.

ഭരണകൂട ഭീകരതയാല്‍ വേട്ടയാടപ്പെട്ട ഒരു ശരീരമായിരു
ന്നു ടി.പി.യുടേത്. എന്നാല്‍ അഗ്നിയുടെ കഥയിലൊരിടത്തും നാം
പോലീസിന്റെ കാക്കി നിഴല്‍ കാണുന്നതേയില്ല. അവിടെ ശരീരം
ഉപാസിക്കാനുള്ള ഒന്നാണ്. വര്‍ഗരതിക്കാര്‍ക്കും കാമുകിമാര്‍ക്കും
അരങ്ങുതകര്‍ക്കാനുള്ള വേദിയാണ് അഗ്നിയുടെ ശരീരം. കലയെ ശരീ
രത്തിന്റെ ഒരു 'കാര്‍ണിവെല്‍' ആയാണ് മുകുന്ദന്‍ നിര്‍വചിക്കുന്നത്.

ടി.പി.യുടെ ജീവിതത്തിലെ മറ്റൊരു സന്ദര്‍ഭം നോക്കുക: 'ടി.
പി.യും കൂട്ടരും കൂടി പാട്ടബാക്കി അവതരിച്ചപ്പോള്‍ അതില്‍ പെണ്‍കു
ട്ടിയുടെ വേഷം കെട്ടിയത് ബാലന്‍ എന്ന സഖാവായിരുന്നു. ടി.പി.
കാര്യസ്ഥന്റെ ഭാഗമാണ് അഭിനയിച്ചത്. പെണ്‍കുട്ടി കാര്യസ്ഥനെ
ച്ചല്ലുകൊണ്ട് പൊതിരെ തല്ലി. ടി.പി.യുടെ ദേഹം അടികൊണ്ട്
മുറിഞ്ഞു. എന്നിട്ടും ബാലന്‍ തല്ല് നിര്‍ത്തിയില്ല. മറ്റ വഴികളില്ലാതെ
ടി.പി.അരങ്ങത്തുനിന്ന് പ്രേക്ഷകര്‍ക്കിടയിലേക്ക് ചാടി രക്ഷപ്പെട്ടു.'

 കണ്ണാടിയും കുമ്പസാരവും

ഈ വിവരണത്തിൽ ശരീരത്തെ ഉപാസിക്കുന്ന ഒരു കലയെയും കലാകാരനെയുമല്ല നാം കാണുന്നത്. മറിച്ച് പുതിയൊരു സാമൂഹ്യ സൃഷ്ടിക്കുവേണ്ടി പീഡനങ്ങളെല്ലാം ഏറ്റുവാങ്ങുന്ന ഒരു കലാകാരന്റെ ശരീരത്തെയാണ്.

കലാപ്രവർത്തനം പണം നേടാനുള്ള ഒരു തൊഴിലാണെന്ന് വരുന്നതോടെ മൂലധനവും അധ്വാനവും തമ്മിലുള്ള ബന്ധം നിർണായ കമായിത്തീരുന്നു. അഗ്നി എത്തിച്ചേർന്ന കലാസംഘത്തിൽ മൂലധനം നിയന്ത്രിക്കുന്നത് പാട്രിക് റോഡോൾഫ് ആണ്. ഇവിടെ കലാകാരനും ട്രൂപ്പ് മാനേജരും തമ്മിലുള്ള ബന്ധം തൊഴിലാളി-മുതലാളി ബന്ധത്തിന് സമാനമാണ്. *നൃത്തം* എന്ന നോവലിലെ ഒരു ഭാഗം നോക്കുക. 'ഞാൻ പങ്കെടുത്ത നൃത്തങ്ങളിൽ നിന്ന് റോഡോൾഫ് ബോധപൂർവ്വം വൃത്തങ്ങൾ ഒഴിവാക്കിയിരുന്നു. തെരേസാ മൊറീനയുടെയും ജെറാർ ഡീൻ ഫെർനാണ്ടസിന്റെയും ചലനങ്ങളിൽ ഫ്ളെമങ്കോയുടെ ചെറിയ ധ്വനികൾ കാണുമ്പോൾ പോലും റൊഡോൾഫ് ഒച്ചവെക്കുകയും ശകാരിക്കുകയും ചെയ്തു. ഒരിക്കൽ പരിശീലനത്തിനിടയിൽ തെരേസ ഓടിപ്പോയി കോണിപ്പടിയുടെ പടവിൽ ചെന്നിരുന്നു കണ്ണീർ തുകുന്നത് കണ്ട് എനിക്ക് വ്യസനം തോന്നി.' നൃത്തസംഘത്തിലെ മാനേജരോ സംവിധായകനോ നിയന്ത്രിക്കുന്ന പാവകൾ മാത്രമാണ് അതിലെ സംഘാംഗങ്ങൾ. ഇവിടെ കലാകാരന് അഭിപ്രായമോ ചിന്തയോ ഇല്ല. സംവിധായകൻ വരയ്ക്കുന്ന വടിവുകളിൽ നർത്തകന്റെ ശരീരം വാർന്നു വീഴണം. കലാരൂപം ഉറഞ്ഞുകിടക്കുന്നത് സംവിധായകന്റെ തലച്ചോ റിലാണ്. അതിന് ഭൗതികരൂപം നൽകുക മാത്രമാണ് കലാകരന്റെ ധർമ്മം. പണവും ശരീരവും മാത്രം പങ്കുവെയ്ക്കുന്ന ഒരു കലാസംഘമാണ് പാട്രിക് റോഡോൾഫിന്റേത്. ചിന്തകളോ സങ്കൽപങ്ങളോ അഭിപ്രാ യങ്ങളോ അവിടെ പങ്കുവെയ്ക്കുന്നില്ല. രതിജന്യമായ ശാരീരിക ബന്ധ ങ്ങളാണ് ഈ സംഘത്തിലെ സൗഹൃദം. പുത്തൻ മുതലാളിത്തത്തിന്റെ ആഗോളവ്യാപ്തിയുള്ള കലയെയാണ് അഗ്നിയും പാട്രിക് റോഡോൾഫും മറ്റുള്ളവരും പ്രതിനിധാനം ചെയ്യുന്നത്.

എന്നാൽ ചെറുകാട്ടം ടി.പി.ഗോപാലനും ഉൾപ്പെടുന്ന നാടക സംഘത്തിൽ ആശയങ്ങളും സങ്കൽപങ്ങളും മാത്രമല്ല, ജീവിതത്തിന്റെ ഇല്ലായ്മകളും വല്ലായ്മകളും പങ്കുവയ്ക്കപ്പെട്ടിരുന്നു. കലയിൽ അവർ എന്താണോ പ്രഖ്യാപിക്കാൻ ശ്രമിച്ചത് അതിന്റെ മറ്റൊരാവിഷ്കാര മായിരുന്നു അവർക്ക് ജീവിതം.

നാടകം ആദിമധ്യാന്തം ഒരു സംഘകലയാണെന്ന

ബോധമാണ് ചെറുകാടിനെയും ടി.പി.യെയും നയിച്ചത്. നാടകരച നയോ അവതരണമോ സ്വകാര്യസൃഷ്ടിയായി അവരാരും കണ്ടില്ല. *നമ്മളൊന്നിന്റെ* രചനയെക്കുറിച്ചുള്ള ഐതിഹ്യസമാനമായ കഥ പ്രസക്തമാകുന്നത് ഈ സന്ദർഭത്തിലാണ്. 'ആലോചിക്കലൊക്കെ പിന്നെ. പോരണം. വിളക്ക തരും കടലാസ് തരും. മുറുക്കാൻ വേണ്ട തൊക്കെ തരും. ബീഡി തരും. ചായ തരും. ഒരു മുറിയിലിട്ടു പൂട്ടും. നാടകം തീരാതെ തുറന്ന വിടില്ല. ഞങ്ങൾ സഖാക്കളെല്ലാവരും കൂടി കാവൽ നിൽക്കും.' രാഷ്ട്രീയ പ്രവർത്തനം മുഖ്യ തൊഴിലാക്കിയ നാടക കൃത്തിനോട്ടുള്ള ഒരു കൂട്ടം ചെറുപ്പക്കാരുടെ ആജ്ഞയായിരുന്ന അത്. *നമ്മളൊന്ന്* എന്ന നാടകം ചെറുകാട് എഴുതിത്തീരുന്നതുവരെ ടി.പി.യും കൂട്ടരും മുറിക്ക പുറത്ത് കാവൽ നിന്നു. എത്രയെഴുതിയിട്ടും ചെറുകാടിന് തൃപ്തി വന്നില്ല. രണ്ട് മൂന്ന് രംഗങ്ങൾ എഴുതിക്കഴിഞ്ഞപ്പോൾ ടി.പി. ചോദിച്ചു: 'എത്ര രംഗമായി' 'രണ്ട് മൂന്ന് രംഗമായി. ശരിയാവുന്നില്ല' ചെറുകാട് പറഞ്ഞു. കേൾക്കട്ടെ. ശരിയാവുന്നുണ്ടോ ഇല്ലയോ എന്ന് നിശ്ചയിക്കൽ നിങ്ങളല്ല ഞങ്ങളാണ്'. ടി.പി.പറഞ്ഞു.

എഴുതിയ ഭാഗങ്ങൾ ചെറുകാട് വായിച്ച കേൾപ്പിച്ചു. എല്ലാം കേട്ടശേഷം ടി.പി.പറഞ്ഞു: 'ഇത് ആ കള്ളിത്തോട്ടിലേക്ക് ഇടാനാ പാകം' അഭിപ്രായം ചെറുകാടിനെ കുഴക്കി. 'ഞാൻ മറ്റൊന്നെഴുതാം. ഇവിടെ ഇരുന്ന് ബദ്ധായി കാച്ചരുത്. എല്ലാവരും കിടന്നുറങ്ങണം. കാലത്ത് നാടകം കയ്യിൽ പകരും' ചെറുകാട് പറഞ്ഞു.

'റാൻ......മതി. അതുമതി. അടിയന് അനുമതി' ഗോപാലൻമാഷ് എഴുന്നേറ്റ നിന്ന് തൊഴുതു.

ചെറുകാട് വീണ്ടും മുറിക്കകത്ത് കയറി വാതിലടച്ചു. ഉറക്കം അദ്ദേഹത്തിന്റെ ഇന്ദ്രിയങ്ങളെ കീഴടക്കാൻ ശ്രമിക്കുമ്പോഴും തനിക്ക മുമ്പിൽ വളഞ്ഞുകുത്തിനിന്ന് റാൻ മൂളിയ ടി.പി.തെളിഞ്ഞുനിന്നു. ടി.പി. യുടെ ആ ഭാവത്തിൽ നിന്ന് ഒരു പുതിയ കഥാപാത്രം ജന്മമെടുത്തു. ജന്മിയുടെ മുമ്പിൽ വാ പൊത്തി. വളഞ്ഞുകുത്തി നിൽക്കുന്ന കർഷകൻ! വ്യക്തിത്വം മുഴുവൻ ചോർന്നുപോയ അടിയാളൻ! അങ്ങനെയാണ് നമ്മളൊന്ന് എന്ന നാടകത്തിലെ 'പട്ടിപ്പങ്ങൻ' സൃഷ്ടിക്കപ്പെട്ടത്.

ചെറുകാടിനെ ബന്ദിയാക്കിയതും അദ്ദേഹത്തിന്റെ പ്രതിഭയെ ലക്ഷ്യവേദിയാക്കിയതും ടി.പി.ഗോപാലനാണ് എന്ന് പറയാനാവില്ല. അവരുടെ കാലമാണ് അവരുടെ പ്രതിഭയെ നിർണ്ണയിച്ചത്. ലോകം മുഴുവൻ തങ്ങളുടെ പ്രേക്ഷകരാണെന്ന ധാരണ അവർക്കുണ്ടായി രുന്നില്ല. തങ്ങളുടെ മുരിങ്ങാച്ചുവട്ടിൽ ഉടിച്ചുനിന്ന ജീവിതത്തിന്

     കണ്ണാടിയും കുമ്പസാരവും

സമർപ്പിക്കാനുള്ളതായിരുന്ന അവർക്ക് കലാസ്യഷ്ടി. ആഗോളത ലത്തിൽ സമരോന്മുഖമാകുന്ന ഒരു കാലത്തിന്റെ സ്പന്ദനം പക്ഷേ അവയിലുണ്ടായിരുന്നു.

എന്നാൽ എല്ലാ മുരിങ്ങാച്ചവട്ടുകളിൽ നിന്നും വേരു പിഴുതെ ട്ടുത്ത് സൈബർ സ്പേസിൽ സ്വയം പ്രതിഷ്ടിക്കുന്ന ഒന്നിനെയാണ് പുത്തൻ മുതലാളിത്തം 'കല' എന്ന് വിശേഷിപ്പിക്കുന്നത്. കേരളത്തിലെ കളരിപ്പയറ്റും സ്പാനിഷ് ഫ്ളെമറ്റോവും റഷ്യൻ ഒപേയും ലോകത്തിലെ മറ്റെല്ലാ നൃത്തരീതികളും കൂടിക്കലർന്ന നൃത്തരീതിയാണ് പാടിക് റോഡോൾഫം അഗ്നിയും പ്രതിനിധാനം ചെയ്യുന്ന 'നവനൃത്തകല'. സംസ്കാരങ്ങളും രാഷ്ട്രങ്ങളും തമ്മിലുള്ള അതിരുകൾ ഇവിടെ മാഞ്ഞു പോകുന്നു. പുത്തൻ മുതലാളിത്തത്തിന്റെ കലയിൽ മുരിങ്ങാച്ചവട്ടുകളില്ല. ആകാശങ്ങൾ മാത്രമേയുള്ളൂ. അതുകൊണ്ടു തന്നെ ജീവിതത്തിന്റെ ഉള്ളടക്കമില്ലാത്ത ഉടലുകളുടെ സിംഫണി മാത്രമാണ് 'അഗ്നി'യുടെ കല. ജീവിതവും കലയും തമ്മിൽ പൊക്കിൾക്കൊടിബന്ധമില്ലായിരു ന്നതുകൊണ്ടതന്നെ, മുകുന്ദന്റെ കലാകാരന്മാർക്ക് ഇടക്കിടെ കലയി ൽനിന്ന് ജീവിതത്തിലേക്ക് ഒളിച്ചോടേണ്ടി വരുന്നു.

'അവർ പണം സമ്പാദിക്കുകയോ ഭാവിക്കുവേണ്ടി എവിടെ യെങ്കിലും നിക്ഷേപിക്കുകയോ സ്വത്ത് വാങ്ങുകയോ ചെയ്യില്ല. കയ്യിൽ പണം വന്നു ചേരുമ്പോൾ അവർ ഇണയോടൊന്നിച്ച് ദൂരെയുള്ള ഏതെങ്കിലും രാജ്യങ്ങളിൽ പോയി എല്ലാം ചെവഴിച്ച് ദരിദ്രരായി തിരി ച്ചുവരുമായിരുന്നു.' ടി.പി.യെ സംബന്ധിച്ചിടത്തോളം അദ്ദേഹത്തിനൊ രിക്കലും കലയിൽ തോറ്റതിന് ജീവിതത്തോട് കലഹിക്കേണ്ടിവന്നില്ല.

'അഗ്നി' പ്രതിനിധാനം ചെയ്യുന്ന കമ്പോളകലയുടെ ഉരകല്ല് അതിന്റെ ജനപ്രിയതയാണ്. പ്രേക്ഷകസമൂഹത്തിന്റെ ഘടനയിലും ഈ ജനപ്രിയ സംസ്കാരം സമൂലമായ പരിവർത്തനം വരുത്തിയതായി അഡോണോ നിരീക്ഷിക്കുന്നുണ്ട്. സാങ്കേതിക ഭദ്രത, കലയിലൂടെ ലഭ്യമാകുന്ന വിവരങ്ങളുടെ വിശ്വാസ്യത, ചെലവഴിച്ച പണവും ലഭിച്ച സേവനവും തമ്മിലുള്ള പൊരുത്തം എന്നിങ്ങനെയുള്ള ഉപഭോ ഗപരതയാണ് കമ്പോള കലയുടെ മുഖമുദ്ര. ആന്തരവൽക്കരണം, ആന്തരികമായ വൈരുദ്ധ്യങ്ങൾ, മന:ശാസ്ത്രപരമായ ദ്വന്ദ്വാത്മകത എന്നിവയെല്ലാം പ്രശ്നവൽക്കരണത്തിന് തയ്യാറല്ലാത്ത ക്ലീഷേക ൾക്ക് വഴിമാറിക്കൊടുക്കുന്നു എന്നതാണ് ജനപ്രിയ സംസ്കാരത്തിന്റെ സവിശേഷത. ഒന്നിനെയും പ്രശ്നവൽക്കരിക്കാൻ അത് തയ്യാറാകുന്നി ല്ല. ഒരു തരത്തിലുള്ള 'മധ്യവർഗ്ഗതാവാദം' ജനപ്രിയസംസ്കാരത്തിൽ

പ്രബലമാണെന്ന് അഡോണോ സൂചിപ്പിക്കുന്നു. ഉള്ള് പൊള്ളയായ കഥാപാത്രങ്ങളെയാണ് ഇത് ഉൽപാദിപ്പിക്കുന്നത്.

ജനപ്രിയതക്ക് വിപരീതമായി ജനകീയതയാണ് ടി.പി. യും ചെറുകാട്ടും പ്രതിനിധാനം ചെയ്ത നവോത്ഥാന കലയുടെ സവിശേഷത. ഗോപാലൻമാഷുടെ ജീവിതത്തിലെ ഒരവിസ്മരണീയ മുഷ്മർത്തം തന്നെയാണ് ഇതിന്റെ സാക്ഷ്യപത്രം: തിരട്ടർ കാട് നടന്ന 'ദേശാഭിമാനി' ക്ക് ഫണ്ട് ശേഖരിക്കലായിരുന്ന മേളയുടെ ലക്ഷ്യം. പതിനായിരക്കണക്കിനാളകൾ നാടകം കാണാൻ തടിച്ച കൂടി. നാടക ത്തിന്റെ അവസാനഭാഗത്ത് പങ്ങൻനായരെ ജന്മി പുത്രൻ പാടത്തേക്ക് ചവിട്ടി വീഴ്ത്തുന്ന രംഗം വന്നപ്പോൾ 'അടിയെടാ അവനെ' എന്നാർത്ത് പ്രേക്ഷകരൊന്നടങ്കം സദസ്സിലേക്ക് ഇരച്ചകയറിയത് കലയുടെ ജനപ്രി യതകൊണ്ടല്ല, ജനകീയതകൊണ്ടാണ്.

എന്നാൽ ഇതേ നാടകം ടി.പി.യുടെ സപ്രതിയോടനുബന്ധിച്ച് പെരിന്തൽമണ്ണയിൽ അരങ്ങേറിയപ്പോൾ ഉണ്ടായ ഒരനുഭവം ടി.പി. ഇങ്ങനെ അനുസ്മരിക്കുന്നു: 'ആ നാടകത്തിലും പങ്ങൻ നായരായി ഞാനാണ് അഭിനയിച്ചത്. നാടകം കഴിഞ്ഞപ്പോൾ മുന്നിലിരുന്ന പലരും കരയുകയായിരുന്നു. കണ്ണീരും സഹതാപവുമല്ല. പാട്ടം കൊടുത്ത് മുടിഞ്ഞ കൃഷിക്കാരന്റെ രോഷമാണ് നാടകം ആവശ്യപ്പെട്ട ന്നത്.' ജനകീയ കലയിൽ നിന്ന് കമ്പോള കലയിലേക്കുള്ള ചുവടുമാറ്റം തനിക്ക ചുറ്റും സംഭവിക്കുന്നത് ടി.പി.അറിഞ്ഞിരുന്നു.

ചെറുകാട് ഭൂമിയിൽ സൃഷ്ടിച്ച കഥാപാത്രങ്ങളെ ആകാശത്തി ന്റെ ശൂന്യതയിലേക്ക് പറിച്ചനടുന്നവരോട് രാജിയാകാൻ ടി.പി.ക്ക് കഴി യുമായിരുന്നില്ല. മണ്ണിന്റെ മാറിൽ, രാരിച്ചൻ എന്ന പൗരൻ തുടങ്ങിയ സിനിമകൾക്കശേഷം ടി.പി.സിനിമാരംഗത്തോട് വിടപറഞ്ഞത് ജനകീയകലയുടെ സംവേദനീയതയിൽ ഉയർന്ന ആത്മവിശ്വാസമുള്ള തുകൊണ്ടായിരുന്നു. മലയാളനാടകം ഒരു ഘട്ടത്തിൽ കാലത്തിന്റെ മുന്നിൽ സഞ്ചരിച്ച ഒരു കലാരൂപമാണ്. എന്നാൽ മലയാളസിനിമക്ക് ഇത്തരമൊരു ചരിത്രമില്ല. അതെന്നും കാലത്തിന്റെ പിന്നാലെയാണ് സഞ്ചരിച്ചിട്ടുള്ളത്. എല്ലാ സമരപോരാട്ടങ്ങൾക്കശേഷം മുക്കോൺ പ്രണയകഥയുടെ പശ്ചാത്തലത്തിലുള്ള അലസമായ ആഖ്യാനമായി നമ്മുടെ സിനിമകൾ അധഃപതിക്കാറാണ് പതിവ്. കാലത്തിന്റെ ഒരു ചുവട് മുന്നിൽ നടന്നുകൊണ്ടിരുന്ന ടി.പി.യെപ്പോലുള്ള കലാകാരന് സിനിമയിലേക്കുള്ള പ്രവേശം എന്നത് ഒരു പിൻമടക്കം മാത്രമാണെന്ന് മനസ്സിലാക്കാൻ നിരവധി അനുഭവങ്ങൾ വേണ്ടിയിരുന്നില്ല.

  കണ്ണാടിയും കുമ്പസാരവും

വ്യക്തിനിഷ്ഠ യാഥാർത്ഥ്യങ്ങളുടെ വസ്തുനിഷ്ഠത അന്വേഷിക്കുന്നതിന് പകരം വസ്തുനിഷ്ഠ യാഥാർത്ഥ്യങ്ങളെ വ്യക്തിനിഷ്ഠ തലത്തിലേക്ക് ഒതുക്കിക്കെട്ടുകയാണ് കമ്പോളകല ചെയ്യുന്നത്. ജനപ്രിയകലാകാര നെക്കുറിച്ചുള്ള ആഖ്യാനം ഇന്റർനെറ്റിൽ നിന്ന് അലസമായി വായിച്ച ടുക്കാമെന്ന് മുകുന്ദന്റെ കഥാപത്രം നമ്മെ ഓർമ്മിപ്പിക്കുന്നു. എന്നാൽ ടി.പി.യെപ്പോല്ലുള്ള ജനകീയ കലാകാരനെക്കുറിച്ചുള്ള ഓർമ്മകൾ ജീവിതത്തിന്റെ വഴിയോരങ്ങളിലേക്ക് വലിച്ചെറിയപ്പെട്ടവരുടെ ആഖ്യാനങ്ങളിൽനിന്നാണ് കണ്ടെടുക്കേണ്ടത്. കമ്പോളകലയോട് നിരന്തരമായി കലഹിച്ചുകൊണ്ടിരുന്ന ഈ രാഷ്ട്രീയ കലാകാരന് gopalantp@hotmail.com എന്നൊരു മേൽവിലാസം ഭാവിയിലെ ന്നെങ്കിലും ഉണ്ടാവുമെന്ന് പ്രതീക്ഷിക്കാനാവില്ല. സൈബർ സ്പേസ് നമ്മുടെ ലക്ഷ്യബോധത്തെ കീഴടക്കും മുമ്പ് നമുക്ക് അദ്ദേഹത്തെ തിരിച്ച പിടിക്കേണ്ടതുണ്ട്.

സാഹിത്യം എന്ന ജ്ഞാനസ്വരൂപം

ഒന്ന്

ആധുനിക ജ്ഞാനപദ്ധതി അനുഭവങ്ങളെ അതിന്റെ വ്യവഹാരസീ മക്ക് പുറത്തുനിർത്തി. അനുഭവം എന്നത് ഉത്തമപുരുഷസംബന്ധിയും ആത്മനിഷ്ഠവുമാണ്. എന്നാൽ അറിവാകട്ടെ വസ്തുനിഷ്ഠവും യുക്തിസ ഹവുമാണ്. പാശ്ചാത്യ-ജ്ഞാനപദ്ധതിയുടെ ഈ ദ്വന്ദ്വകല്പന അനുഭവ ങ്ങളെ സംശയത്തോടെ വീക്ഷിക്കുന്നതിനു പ്രേരണനൽകി. അനുഭവ ത്തിന് വിപരീതമായ ഒന്നായിരുന്ന അവർക്ക് അറിവ്. വികാരത്തിന്റെ നിഴൽ തട്ടാത്ത സാർവ്വലൗകികസത്യത്തെയാണ് പ്രബുദ്ധതാനന്തര യുഗത്തിൽ അറിവ് എന്ന് വിശേഷിപ്പിച്ചത്.

അനുഭവത്തിന് വികാരങ്ങളുമായുള്ള ബന്ധം സുവ്യക്തമാണല്ലോ. വികാരങ്ങളെ ജ്ഞാനസിദ്ധാന്തപരമായി വിലയിരുത്താനാവില്ല. അനുഭവങ്ങൾ എല്ലായ്പ്പോഴും വികാരങ്ങുടെ പുതപ്പോട്ടുകൂടിയാണ് കടന്നുവരിക. ആയതിനാൽ അനുഭവത്തെ നേരിട്ട് സ്പർശിക്കാൻ കഴിയാതെ വരുന്നു. അനുഭവങ്ങളെ വസ്തു എന്ന നിലയിൽ പരിചരി ക്കാൻ കഴിയാതെ വരുന്നു എന്നർത്ഥം. അനുഭവവും അറിവും തമ്മില്ല ള്ള അന്തരം ഇതാണ്. വികാരത്തിന്റെ പുറന്തോടാണ് അനുഭവത്തെ അതിന്റെ വസ്തുപദവിയിൽനിന്ന് പുറന്തള്ളുന്നത്.

'എംപിരിസിസം' എന്നു വിശേഷിപ്പിക്കുന്ന പദ്ധതിപോലും ഇന്ദ്രിയ ങ്ങളിലൂടെ ലഭിക്കുന്ന സൂചനകളെ സ്വീകരിക്കുന്നുണ്ടെങ്കിലും അവയെ സമന്വയിപ്പിക്കുന്ന 'ബോധ'ത്തെ പുറത്തുനിർത്തുന്നു. ഓരോ ഇന്ദ്രിയങ്ങ ളിലൂടെയും ലഭിക്കുന്ന സൂചനകളെ ബോധം/മനസ്സ് ഉദ്ഗ്രഥിക്കുമ്പോ ഴാണ് അനുഭവമുണ്ടാകുന്നത്. വികാരങ്ങളുടെ ഇരിപ്പിടം അതാണ്. പൂവിന്റെ ഗന്ധം, നിറം, വലിപ്പം എന്നിവയെല്ലാം ഇന്ദ്രിയങ്ങളിലൂടെ

നമുക്ക കിട്ടുന്ന സൂചനകളാണ്. ഈ സൂചനകളെ എംപിരിസിസം സ്വീ കരിക്കുകയും അറിവിന്റെ ആകരങ്ങളായി അംഗീകരിക്കുകയും ചെയ്യും. എന്നാൽ ഒരു പൂവ് വാടി വീഴുമ്പോൾ ഒരാൾക്കുണ്ടാകുന്ന സഹതാപം അഥവാ ദുഃഖം അനുഭവത്തിന്റെ ദ്വിതീയതലമാണ്. ഈ ദ്വിതീയത ലത്തെ ആധുനിക ജ്ഞാനപദ്ധതി തിരസ്കരിക്കുന്നു. അതായത് വികാരം വസ്തുസ്ഥിതിപരമായ (എംപിരിക്കലായ) അറിവ് ഉത്പാദി പ്പിക്കുന്നില്ല. വികാരങ്ങൾക്ക് വിഷയിയെക്കുറിച്ചുള്ള അറിവ് മാത്രമേ ഉൽപ്പാദിപ്പിക്കാനാവൂ. അതായത്, കൊഴിഞ്ഞുവീഴുന്ന പൂവിനെക്കുറിച്ച് കുമാരനാശാൻ 'എഴുതിയ കവിത' വാസ്തവത്തിൽ പൂവിനെക്കുറിച്ചുള്ള അറിവൊന്നും നൽകുന്നില്ല. മറിച്ച്, ആ കവിത, കുമാരനാശാനെക്കുറി ച്ചുള്ള അറിവാണ് പ്രദാനം ചെയ്യുന്നത്.

അറിവിനെക്കുറിച്ചുള്ള പാശ്ചാത്യധാരണ അതിന്റെ സൈദ്ധാന്തിക വും പ്രായോഗികവുമായ വശങ്ങളെ വ്യാവർത്തിപ്പിക്കുന്നുണ്ട്. തർക്ക ശാസ്ത്രം, ഗണിതം എന്നിവയാണ് സൈദ്ധാന്തികമായ അറിവുകൾ. ഇവയാണ് ആദർശാത്മകമായ അറിവുരൂപങ്ങൾ. മറ്റുള്ളവയെല്ലാം വസ്തുസ്ഥിതിപരമാണ്. അറിവിന്റെ ലോകത്ത് അതിന്റെ സ്ഥാനം ദ്വിതീ യമാണ്. സൈദ്ധാന്തികമായ അറിവ് സാധ്യമായ ലോകത്തെക്കുറിച്ച് വിശദീകരിക്കുമ്പോൾ പ്രായോഗികമായ അറിവ് യഥാർത്ഥലോകത്തെ ക്കുറിച്ച് നമ്മെ ബോധ്യപ്പെടുത്തുന്നു. നാം ജീവിക്കുന്ന യഥാർത്ഥലോ കത്തെക്കുറിച്ചുള്ള അറിവ് ആദർശാത്മകമായ അറിവല്ല. ആദർശാ ത്മകമായ അറിവ് യുക്തിപരമാണെങ്കിൽ പ്രായോഗികമായ അറിവ് വസ്തുസ്ഥിതിപരമാണ്. ആദ്യത്തെ ജ്ഞാനം മനുഷ്യയുക്തിയെയും രണ്ടാമത്തേത് വസ്തുവിന്റെ സ്ഥിതിയെയും ആശ്രയിച്ചിരിക്കുന്നു. ഇന്ത്യൻ തത്ത്വചിന്തയിൽ യുക്തിവാദപരമായ ആലോചനകളെക്കാൾ വസ്തുസ്ഥി തിപരമായ അറിവിനാണ് പ്രാധാന്യം. എന്നാൽ അറിവിന്റെ ഈ രണ്ടുരൂപങ്ങളും അനുഭവങ്ങളെയും അതിനെ പൊതിഞ്ഞുനിൽക്കുന്ന വികാരത്തെയും തിരസ്കരിക്കുന്നു. അനുഭവത്തോടുള്ള യുക്തിവാദപ രമായ വിമർശനം പ്രകൃതിശാസ്ത്രത്തിന്റെയും സാമൂഹ്യശാസ്ത്രത്തിന്റെയും ജ്ഞാനപദ്ധതികളെ മൗലികമായി സ്വാധീനിച്ചു. ഈ വിഷയങ്ങളെല്ലാം അനുഭവത്തെ അറിവിന്റെ പുറകിലോ അറിവിന്റെ സീമയ്ക്കു പുറത്തോ അടയാളപ്പെടുത്തുന്ന പതിവുണ്ട്. പ്രകൃതിശാസ്ത്രം അനുഭവത്തെ മാത്ര മല്ല അതിന്റെ കർത്താവിനെയും തിരസ്കരിക്കുന്നു.

എന്നാൽ, അറിവിനേയും അനുഭവത്തേയും വേർതിരിച്ച ഈ പദ്ധ തിയിൽനിന്ന് വ്യത്യസ്തമായിരുന്ന ആധുനികപൂർവ്വ ഘട്ടത്തിൽ അനു ഭവത്തെക്കുറിച്ച് ഉണ്ടായിരുന്ന ധാരണ. ഇന്ത്യൻ ജ്ഞാനവ്യവസ്ഥ,

അനുഭവം എന്ന പദവും അതിന് സമാനമായ പദങ്ങളും അറിവിനെയും അനുഭവത്തെയും ഉദ്ഗ്രഥിതമായാണ് മനസിലാക്കുന്നത്. ജർമ്മൻ ഭാഷയിൽ Lived experience/experience എന്നിങ്ങനെ രണ്ടർത്ഥ ത്തിലുള്ള സംജ്ഞകളുണ്ട്. ഇംഗ്ലീഷിലെ experience എന്ന വാക്കിന് Lived experience എന്ന ധ്വനിയില്ല. ലാറ്റിനിലെ experience എന്ന വാക്കിൽനിന്നാണ് ഇംഗ്ലീഷിലെ experience എന്ന വാക്കുണ്ടായത്. തെളിവ്, പരീക്ഷണം എന്നീ പദങ്ങളുടെ ഉൽപ്പത്തിയും ഇതേ ലാറ്റിൻ പദത്തിൽനിന്നാണ്. ആയതിനാൽ 'അനുഭവം' എന്ന വാക്കിൽ 'അറിവ്' എന്ന വാക്കിന്റെ അടിയൊഴുക്കുണ്ടായിരുന്നു. അനുഭവത്തിൽനിന്ന് അറിവിന്റെ അന്തർധാരയെ രോധിച്ചതും ചാലുകീറി വേർപ്പെടുത്തിയതും ആധുനികതയാണ്.

അറിവിൽനിന്ന് അനുഭവത്തെ വേർപ്പെടുത്തിയപ്പോൾ വാസ്തവത്തിൽ എന്താണ് സംഭവിച്ചത്? അറിവുൽപ്പാദിപ്പിക്കുന്ന പ്രക്രിയയിൽനിന്ന് ധാർമ്മികത കൈമോശം വന്നു എന്നതാണ് ഇതിന്റെ ആത്യന്തിക ഫലം. ഇവിടെ ധാർമ്മികത എന്നാൽ എന്താണ് എന്ന ചോദ്യം പ്ര സക്തമാണ്. ഏറ്റവും ലളിതമായി പറഞ്ഞാൽ ധാർമ്മികത എന്നത് ഒരു തെരഞ്ഞെടുപ്പാണ്. അതായത് ഒരാൾ എല്ലാവർക്കും വേണ്ടി നടത്തുന്ന തെരഞ്ഞെടുപ്പ്. അങ്ങിനെ വരുമ്പോൾ ഒരാൾ ഉത്പാദിപ്പി ക്കുന്ന അറിവ് മറ്റുള്ളവരെ എങ്ങനെയാണ് ബാധിക്കുക എന്ന ചോദ്യം തീർച്ചയായും പ്രസക്തമായി വരുന്നു. ഈ ചോദ്യത്തെ ആധുനികത അഭിമുഖീകരിച്ചിരുന്നില്ല. എന്നാൽ അനുഭവത്തിൽ എല്ലായ്പ്പോഴും 'ധാർമ്മികത' യുടെ സ്പർശിനികൾ ഉണർന്നിരിക്കുന്നുണ്ട്. അനുഭവങ്ങ ളിൽ എല്ലായ്പ്പോഴും തെരഞ്ഞെടുപ്പിന്റെ പ്രചലിത സാന്നിധ്യമുണ്ട്. എന്നാൽ അറിവിനെ അനുഭവത്തിൽനിന്ന് വേർതിരിക്കുന്നതോടെ ഈ പ്രചലിത സാന്നിധ്യമാണ് നഷ്ടപ്പെടുന്നത്.

അറിവും അനുഭവവും തമ്മിലുള്ള ഈ ബന്ധം പോലെ നിർണായ കമാണ് അനുഭവവും കർത്തൃത്വവും തമ്മിലുള്ള ബന്ധം. പതിനേഴാം നൂറ്റാണ്ടോട്ടുകൂടി 'ആത്മ'ത്തെക്കുറിച്ച് യൂറോപ്പിലുണ്ടായ ആലോച നകൾ ഇവിടെ പ്രസക്തമാണ്. ദക്കാർത്തിയൻ യുഗത്തോട്ടുകൂടി 'ആത്മ'ത്തെ യുക്തിയോട്ടും 'അനന്യത'യോട്ടും ബന്ധിപ്പിച്ച് കാണാൻ തുടങ്ങി. യുക്തിയുടെ തെളിച്ചം കൂടിവരുന്തോറും മനുഷ്യൻ കൂടുതൽ കൂടുതൽ അനന്യ വ്യക്തികളായി പരിണമിക്കുകയും ഗണപരതയി ൽനിന്ന് അകന്നുപോവുകയും ചെയ്യും എന്നതായിരുന്ന ധാരണ. സംസ്കാരങ്ങളെ വ്യാവർത്തിപ്പിക്കാനുള്ള മാനദണ്ഡമായി യുക്തി പരിഗണിക്കപ്പെട്ടു. അതുതന്നെ അധിനിവേശയുക്തിയായി പിന്നീട്

 കണ്ണാടിയും കുമ്പസാരവും

പരിണമിച്ച എന്നതാണ് ചരിത്രം.

മനസ്സിന് ആഗ്രഹത്തിന്റെയും യുക്തിയുടെയും ശേഷികളുണ്ടെന്ന് പ്ലാറ്റോ പറഞ്ഞിട്ടുണ്ട്. ഇതിൽ 'ആഗ്രഹ'ത്തിന്റെ ശേഷി താഴ്ന്നതും യുക്തിയുടെ ശേഷി ഉയർന്നതുമാണെന്ന് പരിഗണിക്കപ്പെട്ടു. അരിസ്റ്റോ ട്ടിൽ യുക്തിയെത്തന്നെ സക്രിയം/നിഷ്ക്രിയം എന്നു തിരിച്ചു. എന്നാൽ ഇതിനിടയിൽ 'ഇച്ഛ' എന്നൊന്നുകൂടി തിരിച്ചറിയപ്പെട്ടു. തെരഞ്ഞെടുപ്പി നുള്ള ശേഷിയാണ് 'ഇച്ഛ'. ഇച്ഛയാണ് പിൽക്കാലത്ത് 'ആത്മ' ത്തെയും കർത്തൃത്വത്തെയും വേർതിരിക്കുന്നതിൽ നിർണായകമായിത്തീർന്നത്.

ആത്മത്തെക്കുറിച്ച് കാർത്തീസ്യൻ അല്ലാത്ത നിരവധി സങ്കൽപ്പ നങ്ങളും യൂറോപ്പിൽ ഉണ്ടായിട്ടുണ്ട്. 'ആത്മം' ബോധമാണെന്നാണ് ലോക്കിന്റെ പക്ഷം. ഹ്യൂമാകട്ടെ 'ആത്മ'ത്തെ നിഷേധിക്കുകയാണ് ചെയ്യുന്നത്. കാന്റിനെ സംബന്ധിച്ചിടത്തോളം 'ആത്മം' അതിവർത്തിത മായ ഒന്നാണ്. മാർക്സിലും ഫ്രോയ്ഡിലും പരിണമിക്കുന്ന ആത്മത്തെ ക്കുറിച്ചുള്ള വിശദാംശങ്ങളാണുള്ളത്. ഗണപരവും ആധികാരികവുമായ ആത്മത്തിൽനിന്ന് ഇടറുന്നതും വ്യക്തിഗതവുമായ 'ആത്മ'ത്തിലേക്കുള്ള പരിണാമം എന്ന ആശയം പാശ്ചാത്യാധുനികതയുടെ കേന്ദ്രപ്രമേയ മാണ്.

'ആത്മ' ത്തെ വിധിനിർണ്ണയനവുമായി ബന്ധപ്പെട്ടുത്തുന്ന കാർത്തീ സ്യൻ പദ്ധതിക്കും അനുഭവത്തെ ജ്ഞാനപദ്ധതിയിൽനിന്ന് പുറന്തു ള്ളുന്നതിൽ നിർണായകമായ പങ്കുണ്ട്. ദെക്കാർത്ത് അനുഭവത്തെ വിധിനിർണ്ണയനത്തിൽനിന്ന് പുറന്തള്ളുന്നു. ഇത് ആത്മത്തെ രണ്ടായി മുറിച്ചു. അനുഭവിക്കുന്ന 'ആത്മ'വും വിധിക്കുന്ന 'ആത്മ'വും. അനുഭവം എന്നത് 'ആഗ്രഹ'ങ്ങളും 'വിശ്വാസ'ങ്ങളുമാണ്. എന്നാൽ ഇവയുടെ ഉള്ളടക്കത്തെ നിർണയിക്കുന്നതാണ് 'ആത്മ'ത്തിന്റെ മറുപാതി. ആത്മ ത്തിന്റെ വിധിക്കാനുള്ള ശേഷിയാണ് മുഖ്യം. കാരണം 'ആത്മ'ത്തിന് സംശയങ്ങളേതുമില്ലാതെ ഉണ്ട് എന്ന് വിധിക്കാവുന്ന ഒന്നുമാത്രമേ യുള്ളൂ. അത് 'ഞാൻ' എന്നതാണ്. എനിക്ക് എന്നിൽനിന്ന് അകന്ന നിൽക്കാനാവില്ല എന്നതുകൊണ്ടാണ് 'ആത്മ'ത്തിന് എന്നെക്കുറിച്ച് സംശയമേതുമില്ലാത്തത്. ആയതിനാൽ സംശയമേതുമില്ലാതെ നമുക്ക് ഉറപ്പിച്ചെടുക്കാവുന്ന ഒരേയൊരു യാഥാർത്ഥ്യം 'ഞാൻ' ആണ്. ഈ ഞാൻ എന്നത് അനുഭവിക്കുന്ന 'ഞാൻ' അല്ല വിധിക്കുന്ന 'ഞാൻ' ആണ്. എന്നാൽ ലോകത്തുള്ള മറ്റുള്ളതെല്ലാം എനിക്ക് പുറത്താണ്. അതുകൊണ്ട് ലോകത്തെ ഞാൻ സംശയിച്ചുകൊണ്ടേയിരിക്കുന്നു. ലോകത്തുനിന്നാണ് അനുഭവങ്ങൾ വരുന്നത്. ആ അനുഭവങ്ങളുടെ

ഉള്ളടക്കം പരിശോധിച്ച് പ്രതിവിധി പ്രസ്താവിക്കേണ്ടത് ആത്മം ആണ്. വിധി പ്രസ്താവിക്കുന്ന 'ആത്മം' ഞാൻതന്നെയാണ് എന്നാൽ അനുഭവത്തിന്റെ ഉറവിടം ലോകമാണ്. അതു തീർച്ചയില്ലാത്തതാണ്. ഈ കാർത്തീസ്യൻ യുക്തിയും അനുഭവത്തെ ജ്ഞാനമണ്ഡലത്തിന് പുറത്തു നിർത്തുന്നതിനിടയാക്കി.

അനുഭവിക്കുന്ന 'ഞാൻ' ആത്മമല്ല, കർത്താവാണ്. കർത്താവിന്റെ അനുഭവത്തെ ആത്മം വിധിക്കുകയാണ് ചെയ്യുന്നത്. അനുഭവിക്കുന്ന കർത്താവിനും മീതെ വിധിക്കുന്ന ആത്മത്തെ സ്ഥാപിക്കുകയാണ് ആധുനികത ചെയ്തത്. കർത്താവിന് അനുഭവിക്കാനേ കഴിയൂ. ആ അനുഭവത്തിനുമേൽ ചിന്തയെ വ്യാപരിപ്പിച്ച് അറിവുണ്ടാക്കുന്നത് 'ആത്മ'മാണ്. അറിവ് അനുഭവത്തെയും അനുഭവിച്ച കർത്താവിനെയും പുറന്തള്ളിക്കൊണ്ടു മാത്രമേ നിർമ്മിച്ചെടുക്കാനാവൂ.

അനുഭവത്തെ അറിവായി പരിഗണിക്കാത്തതിനുള്ള പ്രധാന ന്യായം അനുഭവം സാർവ്വലൗകികമല്ല എന്നതാണ്. വാസ്തവത്തിൽ അനുഭവം എന്നത് നാം ലോകവുമായി നടത്തുന്ന ഇടപാടുകളുടെ മാധ്യമമാണെന്ന് ജോൺ ഡ്യൂയി പറയുന്നു. അനുഭവമില്ലാതെ അറിവ് സാധ്യമല്ലെന്നും അദ്ദേഹം പറയുന്നുണ്ട്. അനുഭവം എന്നത് അതിന്റെ ഉള്ളടക്കവും സന്ദർഭവുമാണ്. ഈ സന്ദർഭത്തിൽ രാഷ്ട്രീയം, സദാചാരം, മതം, സൗന്ദര്യാത്മകത എന്നിവയെല്ലാം പെടും. ജെയിംസ് സ്കോട്ട് എന്ന കീഴാള ചിന്തകൻ അനുഭവം എന്നത് സാമൂഹ്യജീവിതത്തിനും സാമൂഹ്യബോധത്തിനും ഇടയിലുള്ള ഒന്നാണെന്ന് പറയുന്നുണ്ട്. ആയതിനാൽ എല്ലാ അനുഭവത്തിനും സാമൂഹ്യമാനങ്ങളുണ്ട്. വർഗ്ഗവിഭജിതമായ ഒരു സമൂഹത്തിൽ എല്ലാ അനുഭവങ്ങൾക്കും വർഗ്ഗപരമായ നിറമുണ്ടായിരിക്കും. അനുഭവങ്ങളെ വർഗ്ഗബന്ധങ്ങളിൽനിന്ന് വിടർത്തി പരിശോധിക്കുന്ന സിദ്ധാന്തങ്ങൾ സ്വന്തം വാലുവിഴുങ്ങുന്ന പാമ്പിനെ പ്പോലെയാണെന്ന് ജെയിംസ് സ്കോട്ട് പറയുന്നുണ്ട്. അവർ അനുഭവ ത്തെക്കുറിച്ച് എന്തോ പറയുന്നു എന്ന പ്രതീതി ജനിപ്പിക്കുക മാത്രമേ ചെയ്യുന്നുള്ളൂ. അനുഭവത്തിന്റെ ഈ സാർവ്വലൗകിക തലത്തെയാണ് ആധുനികശാസ്ത്രം നിഷേധിച്ചത്. വാസ്തവത്തിൽ സാർവ്വലൗകികമായ അനുഭവങ്ങൾ ഒരു പ്രത്യേക സ്ഥലകാലത്ത് സാക്ഷാത്കരിക്കപ്പെ ടുകയാണ് ചെയ്യുന്നത്. എന്നാൽ അനുഭവങ്ങളുടെ പ്രായോഗികമായ സാക്ഷാൽക്കാരത്തെ നാം വികാരമായി വ്യാഖ്യാനിക്കുകയാണ് ചെയ്യുന്നത്.

അനുഭവം വിനിമയക്ഷമമമല്ല എന്നാണ് അനുഭവങ്ങളെ

ജ്ഞാനമണ്ഡലത്തിൽനിന്ന് മാറ്റിനിർത്താനുള്ള മറ്റൊരു ന്യായം. അനുഭവങ്ങളെ സങ്കല്പനങ്ങളായോ സിദ്ധാന്തമായോ പരിവർത്തി പ്പിച്ചാൽ മാത്രമേ അവക്ക് വിനിമയശേഷി കൈവരൂ. ഇത്തരം സങ്ക ല്പനങ്ങളും സിദ്ധാന്തങ്ങളും രൂപപ്പെടുത്തണമെങ്കിൽ അനുഭവങ്ങൾ പ്രത്യയശാസ്ത്രപരമാണെന്ന കല്പനയിൽനിന്ന് ആരംഭിക്കേണ്ടി വരും. അനുഭവങ്ങൾക്ക് നേരിട്ട് അർത്ഥമൊന്നുമില്ലെങ്കിലും അധീശത്വത്തിന്റെ ബൃഹദ്ഘടനകൾക്കകത്ത് അടയാളപ്പെടുത്തപ്പെടുന്നതോടെ അവക്ക് അർത്ഥമുണ്ടാകുന്നു. അധീശത്വത്തിന്റെ ഈ ബൃഹദ്ഘടനകൾതന്നെ യാണ് അനുഭവങ്ങളെ സാർവലൗകികമാക്കുന്നതും അറിവായി പരിവ ർത്തിപ്പിക്കുന്നതും. ഒരാളുടെ അനുഭവവും അയാളുടെ സാമൂഹ്യപദവിയും തമ്മിലുള്ള ജൈവബന്ധം കണ്ടെത്താൻ കഴിയുമ്പോഴാണ് അനുഭവ ത്തിൽനിന്ന് അറിവുണ്ടാകുന്നത്. ഒരാളുടെ അനുഭവത്തിലേക്ക് മറ്റൊ രാൾക്ക് പറന്നിറങ്ങാൻ കഴിയില്ല. എന്നാൽ ഒരാളുടെ അനുഭവത്തെ അയാളുടെ സാമൂഹ്യപരിസരവുമായി ബന്ധിപ്പിക്കുന്നതിലൂടെ സംജാ തമാകുന്ന അറിവ് നിയതമായ ധാർമ്മിക നിലപാട് സ്വീകരിക്കാൻ മറ്റൊരാളെ പ്രേരിപ്പിക്കുന്നു. അതായത്, അനുഭവങ്ങളിൽനിന്ന് നാമു ൽപ്പാദിപ്പിക്കുന്ന അറിവിന്റെ ആത്യന്തികലക്ഷ്യം ധാർമ്മികതയാണ്.

'നവോത്ഥാനഭാവനയും മലയാളച്ചെറുകഥയും' എന്ന വിഷയത്തിന് അനുഭവത്തെയും അറിവിനെയും ബന്ധിപ്പിച്ചുകൊണ്ട് ഇത്രയും ദീർഘമായ ഒരാമുഖം നൽകിയത് ബോധപൂർവ്വമാണ്. വാസ്തവത്തിൽ ആധുനിക സാഹിത്യം പ്രബുദ്ധതാനന്തരഘട്ടത്തിലെ കാർത്തീ സ്യൻ പ്രപഞ്ചബോധത്തിനെതിരെ ഉയർന്നുവന്ന ശക്തമായ ഒരു താക്കീതായിരുന്നു. അനുഭവങ്ങളെയും കർത്തൃത്വത്തെയും അത് ജ്ഞാനമണ്ഡലത്തിലേക്ക് കൊണ്ടുവന്നു. അനുഭവത്തിൽനിന്ന് അറി വുൽപ്പാദിപ്പിക്കുന്നതെങ്ങനെയെന്ന് ആധുനികസാഹിത്യം ലോകത്തെ പഠിപ്പിച്ചു. സാഹിത്യം ഉൽപ്പാദിപ്പിച്ച ഈ ജ്ഞാനിമത്തെ സാമൂഹ്യശാ സ്ത്രവിഷയങ്ങൾ ഏറെക്കാലം പുറത്തുനിർത്തി. എന്നാൽ ആധുനിക സാഹിത്യത്തിന്റെ പരികൽപനകളിൽനിന്ന് വികസിച്ചുവന്ന ആശയ ങ്ങളും വിചാരമാതൃകകളും കാർത്തീസ്യൻ പ്രപഞ്ചബോധത്തിൽ വേരാഴ്ന്നിൽക്കാൻ ശ്രമിച്ച സാമൂഹ്യശാസ്ത്രങ്ങളുടെ അടിത്തറയിളക്കി. സ്വാതന്ത്ര്യം, സ്വത്വം, സമുദായം എന്നിവയെക്കുറിച്ചുള്ള ചർച്ചകളെ ല്ലാം ഒടുവിലെത്തിച്ചേർന്നത് 'ആത്മം' എന്ന പരികല്പനയിലാണ്. അനുഭവങ്ങൾക്കും അനുഭൂതികൾക്കും ജീവിതക്രമങ്ങൾക്കുമേലെയു ള്ള സ്വാധീനം മുമ്പൊന്നുമില്ലാത്തവിധം വികസിച്ച സമൂഹത്തിൽ സൗന്ദര്യാത്മകതക്ക് ജ്ഞാനോൽപ്പാദനത്തിൽ പങ്കുണ്ടെന്ന കാര്യം

സമ്മതിക്കാതെ തരമില്ലെന്നവന്നു. ചുരുക്കത്തിൽ, സമകാല സാമൂ
ഹ്യശാസ്ത്രവിഷയങ്ങളെ ആഴത്തിൽ സ്വാധീനിക്കാൻ കെല്പുള്ളവയായി
നവോത്ഥാനഭാവനക്ക് മാറാൻ കഴിഞ്ഞു. കാരണം ആത്മം, കർത്തൃത്വം,
അനുഭവം എന്നീ സങ്കല്പനങ്ങളെ പ്രയോജനപ്പെടുത്തിക്കൊണ്ട് അറിവു
ൽപ്പാദനം നിർവഹിച്ച പ്രഥമവ്യവഹാരമാണ് ആധുനിക സാഹിത്യം.
ആത്മത്തെ വ്യവഹാരങ്ങൾക്കും അധികാരഘടനകൾക്കും അകത്ത്
കുടിയിരുത്തിക്കൊണ്ട് സാമൂഹ്യശാസ്ത്രപരമായ അറിവുൽപ്പാദിപ്പിക്കാൻ
ശ്രമിച്ച ഫൂക്കോ വാസ്തവത്തിൽ ആധുനിക സാഹിത്യത്തിന്റെ ജ്ഞാന
പദ്ധതിയെ പിൻപറ്റുകയാണ് ചെയ്തത്. വിമർശനാത്മക ചിന്താപദ്ധതി
യെന്ന് പേരിട്ടുവിളിക്കുന്ന സിദ്ധാന്തങ്ങളെല്ലാം അവയുടെ പരികല്പന
കൾ വികസിപ്പിച്ചെടുത്തിട്ടുള്ളത് ആധുനികസാഹിത്യത്തിൽനിന്നാണ്.
ആദ്യകാല സാമൂഹ്യശാസ്ത്രപഠനങ്ങൾ അവയുടെ ആശയങ്ങൾക്കായി
പ്രധാനമായും ആശ്രയിച്ചത് പ്രകൃതിശാസ്ത്രങ്ങളെയാണ്. എന്നാൽ
ഇപ്പോൾ നമുക്കേറെക്കുറെ പരിചിതമായിക്കഴിഞ്ഞ പാഠം, വ്യവഹാരം,
കർത്തൃത്വം, എഴുത്ത്, വായന, ഇമാജിനേഷൻ എന്നിവയെല്ലാം സാഹി
ത്യവ്യവഹാരങ്ങളിൽനിന്ന് വികസിപ്പിച്ചെടുത്തവയത്രെ.

മലയാളത്തെ സംബന്ധിച്ചിടത്തോളം സാഹിത്യത്തിന്റെ വൈജ്ഞാ
നികപദവി ഉറപ്പിച്ചെടുക്കപ്പെടുന്നത് നവോത്ഥാന കഥാസാഹിത്യത്തി
ന്റെ സന്ദർഭത്തിലാണ്. അനുഭവത്തിന്റെ പ്രതിനിധാനത്തെക്കുറിച്ചുള്ള
ധാരണകൾ മലയാളിയുടെ സാമൂഹ്യജീവിതത്തിലേക്ക് കടന്നുവന്നത്
അപ്പോഴാണ്. ജാതി, വർഗം, ലിംഗപദവി, ദേശീയത, മനുഷ്യൻ,
പ്രകൃതി, മതം എന്നിങ്ങനെ സാമൂഹികമെന്ന നാം വിശേഷിപ്പിക്കുന്ന
എല്ലാ സങ്കല്പനങ്ങളും മലയാളിയുടെ ചിന്താമണ്ഡലത്തിലേക്ക് കടന്നു
വരുന്നത് സാമൂഹ്യശാസ്ത്രപഠനങ്ങളിലൂടെയല്ല; ചെറുകഥയിലൂടെയും
നോവലിലൂടെയുമാണ്. അറിവ്, അനുഭവം എന്ന ദ്വന്ദ്വകല്പനയെ പ്രശ്ന
വൽക്കരിക്കുന്നതിൽ നവോത്ഥാനകഥാപരിസരം വലിയ അളവിൽ
വിജയിച്ചു. നവോത്ഥാന കഥാസാഹിത്യത്തിന് ഈ കരുത്ത് കിട്ടിയത്
ധാർമ്മികതയെക്കുറിച്ച് അതുന്നയിച്ച മൗലികമായ ചോദ്യങ്ങളുടെ
പിൻബലത്തിലാണ്. പിന്നീട് മലയാളചെറുകഥ വളർന്ന പടർന്നത്
ധാർമ്മികതയുടെ ജാഗ്രതയിൽത്തന്നെയാണ്. നവോത്ഥാന
ഭാവനയുടെ കാലത്ത് ആരംഭിച്ച അനുഭവങ്ങളുടെ ആവിഷ്കാരം
പിൽക്കാലത്ത്, കൂടുതൽ സങ്കീർണ്ണവും സൂക്ഷ്മവുമായ വഴികൾ പിന്തു
ടർന്നാണ് സമകാല സമൂഹത്തെ അഭിമുഖീകരിച്ചത്.

     കണ്ണാടിയും കുമ്പസാരവും

രണ്ട്

മനുഷ്യർ മനുഷ്യർക്കുവേണ്ടി നിർവഹിക്കുന്ന ഒരു പ്രവൃത്തിയാണ് സാഹിത്യം എന്ന് സിമോൺ ദി ബുവെ പറയുന്നുണ്ട്. ലോകത്തെ അനാവരണം ചെയ്യുക എന്നതാണ് ഇതിന്റെ ലക്ഷ്യം. ലോകത്തെ അനാവരണം ചെയ്യുന്ന ഈ പ്രവൃത്തിയുടെ പേരാണ് സാഹിത്യ രചന. ഭാഷയെ ഒരു പ്രവൃത്തിരൂപമായാണ് ബുവെ കാണുന്നത്. ഒരു ഘടനയായല്ല സാഹിത്യത്തെ ഒരു മറനീക്കൽ പ്രക്രിയയായി വിശേ ഷിപ്പിക്കുന്ന സിമോൺ ദി ബുവെയുടെ സങ്കല്പനത്തിന് ഹൈദഗറിന്റെ ഭാഷാസങ്കല്പനവുമായി ബന്ധമുണ്ട്. ലോകം ഒരു സമഗ്രതയാണെങ്കിലും ശിഥിലമായ രൂപത്തിലാണ് അത് നമ്മുടെ മുന്നിൽ പ്രത്യക്ഷപ്പെടുന്നത്. കാരണം നാമോരോരുത്തരും ലോകത്തെ കാണുന്നത് ആയിത്തീരു ന്ന കർത്താവ് എന്ന നിലയിലാണ്. ആയിത്തീരുന്ന ഈ പ്രക്രിയക്ക് ലോകത്തെ വസ്തുസ്ഥിതിയിൽ അറിയാൻ കഴിയില്ല. കാരണം, ഓരോ സന്ദർഭത്തിലും അനന്യമായ രീതിയിലാണ് നാം ലോകത്തെ അഭിമു ഖീകരിക്കുന്നത്. അതുകൊണ്ട് ഒരു വ്യക്തിലോകത്തെ അറിയുന്നത് അയാളുടെ സന്ദർഭത്തിനനുസരിച്ചാണ്. അസ്തിത്വപരമായി വ്യക്തിക ളെല്ലാം വേറിട്ടുനിൽക്കുന്നവരാണെങ്കിലും അവർക്കിടയിൽ വിനിമയ ങ്ങൾ സാധ്യമാണ്. വ്യക്തികളുടെ സവിശേഷമായ പദ്ധതികളിലൂടെ യാണ് ഈ വിനിമയം സാധ്യമാകുന്നത്. കാരണം ഓരോ പദ്ധതികളും വ്യത്യസ്തമായിരിക്കുമ്പോൾത്തന്നെ അവയോരോന്നും മറ്റുള്ളവയിലേക്ക് തുറന്നിരിക്കുന്നു. കർത്താവ് ആയിത്തീരുന്നതുകൊണ്ടതന്നെ യാഥാ ർത്ഥ്യവും ആയിത്തീരുന്ന ഒന്നായാണ് അനുഭവപ്പെടുക. അതിന് ഒരു സ്ഥിരസത്തയുണ്ടാവുക എന്നത് അസാധ്യമാണ്. ശാസ്ത്രരൂപത്തിലുള്ള ജ്ഞാനപദ്ധതികൾക്ക് ലോകത്തെ പൂർണതയിലും വസ്തുസ്ഥിതിയിലും മനസിലാക്കാൻ കഴിയുമെന്ന് ബുവെ കരുതുന്നില്ല. ഇക്കാര്യത്തിൽ ബുവെ അമേരിക്കൻ നരവംശശാസ്ത്രജ്ഞനായ ഓസ്കാർ ല്വവിസിന്റെ ഒരു പഠനത്തെ ദൃഷ്ടാന്തമായെടുക്കുന്നുണ്ട്. ഒരു ലാറ്റിനമേരിക്കൻ നഗരത്തിൽ ചേരിയിൽ ജീവിക്കേണ്ടിവരുന്ന കുടുംബത്തെക്കുറിച്ചാണ് ഓസ്കാർ ല്വവിസിന്റെ പഠനം. 1963-ൽ പ്രസിദ്ധീകരിച്ച ഈ പഠനത്തി ന്റെ തലക്കെട്ട് 'The children of sanchez: The Autobiography of a Mexican Family' എന്നാണ്. ഈ പഠനത്തിന്റെ രീതിശാസ്ത്രം പുതുമയുള്ളതാണെന്ന് ബുവെ പറയുന്നുണ്ട്. എങ്കിലും അതിനെ സാഹി ത്യമായി പരിഗണിക്കാൻ വയ്യ. കാരണം അത് ലോകത്തെ പുതിയ രീതിയിൽ നമുക്കു മുന്നിൽ അവതരിപ്പിക്കുന്നില്ല. ലോകത്തെക്കുറിച്ചുള്ള ചില വിവരങ്ങൾ നൽകുക മാത്രമേ ചെയ്യുന്നുള്ളൂ. എന്നാൽ സാഹിത്യം

വായിക്കുമ്പോൾ വായനക്കാരൻ/ വായനക്കാരി സ്വന്തം അഹത്തെ ഭാഷകനുവേണ്ടി നിഷേധിക്കുന്നു. അപ്പോഴും അയാൾ അയാളായി തുടരുകയും ചെയ്യുന്നു. അതായത് മറ്റൊരാളുടെ 'സത്യം' അയാളായി മാറാതെത്തന്നെ എന്റേതു കൂടിയായിത്തീരുന്നു. ഇത് സവിശേഷമായ ഒരു വിനിമയരൂപമാണ്. സാഹിത്യം വ്യക്തികൾക്കിടയിലെ അസ്തിത്വ വാദപരമായ വേർതിരിവ്വകളെ അപ്രസക്തമാക്കുന്നു. ഇന്ദ്രിയങ്ങളിലൂടെ യാണ് ലോകത്തെ അറിയുന്നത് എന്ന എംപിരിക്കൽ സമീപനത്തെ സിമോൺ ദി ബുവെ നിരാകരിക്കുന്നു. കാരണം ഇന്ദ്രിയങ്ങളെ ആസ്പദമാ ക്കിക്കൊണ്ട് അനുഭവത്തെ വിശദീകരിക്കാൻ ശ്രമിച്ചാൽ അത് അസ്തി ത്വവാദപരമായ വേർതിരിവ്വകളിലാണ് ചെന്ന് കലാശിക്കുക. എന്നാൽ സാഹിത്യം സാത്മീകരണത്തിലൂടെയാണ് ഈ അസ്തിത്വവാദപരമായ വേർതിരിവ്വകളെ മറികടക്കുന്നത്. എഴുത്തുകാരൻ/എഴുത്തുകാരി ഏതു നിലയിൽനിന്നാണോ ലോകവുമായി ഒരു ബന്ധം സൃഷ്ടിക്കുന്നത് ആ നിലയിലേക്ക് വായനക്കാരനോ വായനക്കാരിയോ കയറിനിൽക്കുന്ന പ്രക്രിയയാണ് സാത്മീകരണം. അതായത് ഒരാൾ അയാളായി ഇരുന്ന കൊണ്ടുതന്നെ മറ്റൊരാൾ കാണുന്നതുപോലെ ലോകത്തെ കാണുന്നു. ഇത് സാഹിത്യം എന്ന വ്യവഹാരത്തിന്റെ അള്ളുതസിദ്ധിയാണ് എന്ന് ബുവെ കരുതുന്നു. കാർത്തീസ്യൻ ജ്ഞാനപദ്ധതി കരുതുന്നപോലെ ഇത് അനന്യവും വൈകാരികവും അനുഭവപരവുമായ ഒരസ്ഥിരതയല്ല. മറിച്ച് ലോകത്തെക്കുറിച്ച് ജ്ഞാനം ഉൽപ്പാദിപ്പിക്കുന്ന ഒരു പദ്ധതി തന്നെയാണ്. സാഹിത്യം ഒരർത്ഥത്തിൽ ഒരു ഭാഷണക്രിയയാണ്. സാഹിത്യപാഠത്തിനൊരു ശബ്ദമുണ്ടെന്നാണ് ബുവെ പറയുന്നത്. ശബ്ദം എന്നത് സവിശേഷമായ അർത്ഥത്തിലാണ് ബുവെ ഉപയോഗിക്ക ന്നത്. രൂപം, ഉള്ളടക്കം എന്ന കേവലമായ വിഭജനത്തെ മറികടക്കുന്ന ഒരു സംജ്ഞയാണ് ബുവെയുടെ 'ശബ്ദം' എന്നത്. ഏതെങ്കിലും ഒരു ക്രിയയിലേക്ക് വായനക്കാരനെ/വായനക്കാരിയെ പ്രത്യാനയിക്ക ന്ന ഒന്നാണ് ശബ്ദം. അത് ഒരേസമയം രൂപവും ഉള്ളടക്കവുമാണ്. ശബ്ദിക്കാൻ തുടങ്ങുമ്പോഴാണ് ലോകം യഥാർത്ഥമായിത്തീരുന്നത്. കൃതിയിലെ ശബ്ദം വായനക്കാരനെ/വായനക്കാരിയെ മനുഷ്യസ മൂഹവുമായി ഉദ്ഗ്രഥിക്കുന്നു. *Second sex* എന്ന പുസ്തകത്തിൽ തന്റെ സിദ്ധാന്തങ്ങളെ രൂപപ്പെടുത്തുന്നതിന് സിമോൺ ദി ബുവെ വിപുലമായ തോതിൽ സാഹിത്യപാഠങ്ങളെ ഉപയോഗിച്ചത് അവയുടെ വൈജ്ഞാ നികമൂല്യംകൊണ്ടുതന്നെയാണ്. ബുവെ മാത്രമല്ല മാർക്സ്, ഫ്രോയിഡ് തുടങ്ങിയ ചിന്തകരും സാഹിത്യത്തിന്റെ വൈജ്ഞാനിക മൂല്യത്തെ കണ്ടെറിഞ്ഞവരാണ്. കാരണം, സാഹിത്യപാഠം മറ്റൊരാൾക്കുമുന്നിൽ

വെളിപ്പെട്ട ലോകത്തെ അയാളായി മാറാതെ തന്നെ നമുക്ക മുന്നിലേ ക്കെത്തിക്കുന്നു. അത് ലോകത്തെക്കുറിച്ച് സവിശേഷമായ അറിവ് നൽകുന്നു.

<h1 align="center">മൂന്ന്</h1>

തുടർന്ന് പരിശോധിക്കാനുള്ളത് നവോത്ഥാന കഥാസാഹിത്യത്തി ന്റെ ജ്ഞാനവസ്തു എന്തായിരുന്നു എന്നതാണ്. ഒറ്റവാക്കിൽപ്പറഞ്ഞാൽ അത് 'മനുഷ്യൻ എന്ന ജീവി' തന്നെയായിരുന്നു. കുറേക്കൂടി ശരിയായ അർത്ഥത്തിൽ അത് മനുഷ്യപ്രകൃതത്തെക്കുറിച്ചുള്ള അറിവാണ് നമുക്ക് നൽകിയത്. അടിസ്ഥാനപരമായി മനുഷ്യൻ സാമൂഹ്യജീവിയാണ്. പരസ്പരം ആശ്രയിക്കാതെ അവനോ അവൾക്കോ ഭൂമിയിൽ അതി ജീവിക്കാനാവുകയില്ല. ഇത് നരവംശശാസ്ത്രപരമായ ഒരു വസ്തുതയും രാഷ്ട്രീയമായ ഒരു മൂല്യവുമാണ്. ഇവ രണ്ടിനേയും നമ്മുടെ അറിവിന്റെ മണ്ഡലത്തിൽ ഉറപ്പിച്ചെടുക്കുകയാണ് നവോത്ഥാന ഭാവന ചെയ്തത്. മനുഷ്യൻ സൃഷ്ടിച്ച സ്ഥാപനങ്ങളും വ്യവസ്ഥകളും ചരിത്രത്തിന്റെ നിർമ്മിതികളാണ്. അവ ഉദിക്കുകയും അസ്തമിക്കുകയും പരിണമി ക്കുകയും ചെയ്തുകൊണ്ടിരിക്കും. അതേസമയം ഇതിനപ്പുറം മനുഷ്യന് ചില സത്താവിശേഷങ്ങളുണ്ടെന്ന പരികൽപ്പനയാണ് നവോത്ഥാന കഥാപ്രപഞ്ചം ആവിഷ്കരിച്ചത്. മനുഷ്യസത്തയെ ചരിത്രപരവും സാമൂഹ്യവ്യമായി മാത്രമേ ആവിഷ്കരിക്കാനാവൂ എന്ന് ഈ കഥകൾ നമ്മെ ഓർമ്മിപ്പിച്ചുകൊണ്ടിരുന്നു.

ഓരോ മനുഷ്യന്റേയും അസ്തിത്വം മറ്റുള്ളവർക്കുവേണ്ടി കൂടിയാണ്. ഇതാണ് അടിസ്ഥാനപരമായ മനുഷ്യപ്രകൃതം. പ്രകൃതി മനുഷ്യ നിൽ ഇപ്രകാരമുള്ള ഒരു വേഷപ്പകർച്ചയോടെയാണ് ഭവിക്കുന്നത്. അതായത് സമൂഹം എന്നത് മനുഷ്യനും പ്രകൃതിയും ഏകാത്മകമാവു ന്ന ഒരു സങ്കൽപ്പനമാണ്. മനുഷ്യനിലെ 'പ്രകൃതി'യും പ്രകൃതിയിലെ 'മാനവികത'യും സമൂഹം എന്ന സങ്കൽപ്പനത്തിൽ പുനർജ്ജനിക്കുന്നു. മനുഷ്യന്റെ ഉണ്മ സാമൂഹ്യമാണെന്ന് ഉറപ്പിച്ചെടുത്തത് നവോത്ഥാന കഥകളാണ്. 'വിനിമയം' എന്ന പ്രക്രിയ വാസ്തവത്തിൽ മനുഷ്യന്റെ സാമൂഹ്യമായ ഉണ്മയുടെ പ്രകാശനമാണ്. അതായത് മനുഷ്യൻ എന്ന വ്യക്തിയുടേയും മനുഷ്യൻ എന്ന ജീവിവർഗ്ഗത്തിന്റേയും ഉണ്മ രണ്ടല്ല, ഒന്നതന്നെയാണെന്ന് തെര്യപ്പെടുത്തിയത് നവോത്ഥാന കഥകളാണ്.

മനുഷ്യനിൽ അനന്യമായ ചില സിദ്ധിവിശേഷങ്ങളുണ്ട്. ഇതിന്റെ ആകത്തുകയാണ് മനുഷ്യപ്രകൃതം. ആ സിദ്ധികളുടെ പൂർണ്ണമായ വികാസമാണ് സ്വാതന്ത്ര്യം. എന്നാൽ ഈ വികാസത്തെ തടയുന്നത്

മനുഷ്യർ തന്നെ സൃഷ്ടിച്ച വ്യവസ്ഥകളാണ്. ആയതിനാൽ സ്വാത ന്ത്ര്യം കാംക്ഷിക്കുന്ന മനുഷ്യർ വ്യവസ്ഥകളോട് പോരടിച്ചുകൊണ്ടിരി ക്കും. നവോത്ഥാന കഥകൾ മനുഷ്യനെക്കുറിച്ച് അവതരിപ്പിച്ച ഈ ആശയം ഒരേസമയം അറിവും ധാർമ്മികതയും ഉൾക്കൊള്ളുന്നതാണ്. ധാർമ്മികത മനുഷ്യപ്രകൃതത്തിന്റെ ഭാഗമാണ്. അതിനെ പൂർണ്ണമായ തോതിൽ ആവിഷ്കരിക്കാനാവുന്നില്ല. വ്യവസ്ഥകളാണ് ഇതിന് കാരണം. ധാർമ്മികതയെ തടയുന്ന വ്യവസ്ഥകൾ ഉണ്ടാക്കുകയും പിന്നീട് ആ വ്യവസ്ഥകൾക്ക് മുകളിൽക്കയറി ധാർമ്മികമായ പ്രസ്താ വനകൾ നടത്തുകയും ചെയ്യുന്നതിലെ അർത്ഥശൂന്യത വെളിപ്പെടുത്തി യത് നവോത്ഥാന കഥാപ്രപഞ്ചമാണ്.

മനുഷ്യപ്രകൃതത്തിലെ മറ്റൊരു പ്രധാന ഘടകം 'അധ്വാന'മാണ്. മനുഷ്യരെ സംബന്ധിച്ചിടത്തോളം ആവശ്യങ്ങളെ തൃപ്തിപ്പെടുത്താ നുള്ള കേവലമായ ഉപാധിയല്ല അധ്വാനം. മനുഷ്യർ ഭൗതികമായ ആവശ്യമൊന്നുമില്ലെങ്കിലും ഉൽപാദനപ്രവർത്തനത്തിൽ പങ്കെടുക്കും. അതിനെയാണ് നാം കലാപ്രവർത്തനം എന്ന് പറയുന്നത്. അത് മനു ഷ്യപ്രകൃതത്തിന്റെ ഭാഗമാണ്. അധ്വാനം ബോധപൂർവ്വമായ ഒരു പ്രവൃ ത്തിയാണ്. വാസ്തവത്തിൽ അധ്വാനത്തിന്റെ സ്വതന്ത്രമായ ആവിഷ്കാ രമാണ് മനുഷ്യജീവിതത്തിന്റെ ലക്ഷ്യം, എന്നാൽ മറ്റ് ലക്ഷ്യങ്ങൾക്കുള്ള ഉപാധിയായി മനുഷ്യന്റെ അധ്വാനം അധഃപതിക്കുന്ന എന്നതാണ് വാസ്തവം. ആത്മസാക്ഷാൽക്കാരമായിത്തീരേണ്ട അധ്വാനം അതിജീവ നത്തിനുള്ള കേവല ഉപാധിയായി മാറുന്ന സാമൂഹ്യവ്യവസ്ഥയെക്കുറിച്ച് നമ്മെ ധരിപ്പിച്ചത് നവോത്ഥാന കഥകളാണ്. തൊഴിലിന്റെ ദൈർഘ്യം, ഒഴിവുവേളയുടെ ദൗർലഭ്യം, ചൂഷണം എന്നിങ്ങനെ മുതലാളിത്ത/ മുതലാളിത്തപൂർവ്വ വ്യവസ്ഥകൾ മനുഷ്യസ്വാതന്ത്ര്യത്തിന് മുന്നിൽ ഉയർത്തിയ വെല്ലുവിളികൾ നവോത്ഥാന കഥകളിൽ ഗൗരവപൂർവ്വം പരിചരിക്കപ്പെട്ടു. മനുഷ്യന്റെ ഉൽപ്പന്നങ്ങൾ ചരക്കുകളായിത്തീരുന്നതും ഉപയോഗമൂല്യം വിനിമയമൂല്യത്തിന് കീഴ്പ്പെടുന്നതും അന്യവൽക്കര ണത്തിന്റെ പ്രശ്നങ്ങളും നാം ആദ്യം മനസ്സിലാക്കിയത് നവോത്ഥാ നകഥകളിൽനിന്നാണ്. നവോത്ഥാന കഥകളിലധികവും പണം എപ്രകാരമാണ് മനുഷ്യനെ അപമാനവീകരിക്കുന്നതെന്ന കാര്യം ചർച്ച ചെയ്യുന്നവയാണ്. ആത്മസാക്ഷാൽക്കാരത്തിന് യത്നിക്കുന്തോറും നമ്മുടെ സമ്പാദ്യം കുറഞ്ഞുവരുന്നു. ആത്മസാക്ഷാൽക്കാരത്തിനായി നടത്തുന്ന യത്നങ്ങളെ നാം ധൂർത്തായാണ് മനസ്സിലാക്കുന്നത്. ആത്മസാക്ഷാൽക്കാരത്തിൽനിന്ന് വിട്ടുനിൽക്കുന്നതോടെ നമ്മുടെ തന്നെ ജീവിതം നമുക്കു മുന്നിൽ അപരിചിതമായി പ്രത്യക്ഷപ്പെടുന്നു.

ഈ അപരിചിതത്വമാണ് അന്യവൽക്കരണം. ആത്മസാക്ഷാൽക്കാരത്തെ രോധിച്ച് നാമുണ്ടാക്കിയ പണം ഒട്ടവില്‍ എല്ലാ സുഖങ്ങളേയും ഉൽപ്പന്നരൂപത്തില്‍ നമുക്ക മുന്നിലേക്ക് കൊണ്ടവരുന്നു. ഇത് അന്യവൽക്കരണത്തിന്റെ കാഠിന്യം വര്‍ദ്ധിപ്പിക്കുന്നു. മനുഷ്യപ്രകൃതത്തിന് സംഭവിക്കുന്ന ഈ ഉൽപ്പരിവർത്തനം നാം അനുഭവിച്ചറിഞ്ഞത് നവോത്ഥാന കഥകളുടെ വായനയില്ലൂടെയാണ്.

ആധുനിക ഭരണക്കൂടങ്ങള്‍ അതിന്റെ പൗരരെ കേവല വ്യക്തികളാക്കി മാറ്റുകയും അവര്‍ക്കിടയിലെ അസമത്വങ്ങളെ ദമനം ചെയ്യുകയും ചെയ്തു. പൗരന്‍/പൗരി എന്നത് അമൂര്‍ത്തവല്‍ക്കരണത്തിലൂടെ ആധുനിക ഭരണക്കൂടങ്ങള്‍ സൃഷ്ടിച്ചെടുത്ത യാഥാര്‍ത്ഥ്യങ്ങള്‍ മാത്രമാണ്. അവ ഒരര്‍ത്ഥത്തില്‍ രൂപമാത്ര സങ്കൽപ്പമാണ്. മനുഷ്യന്‍ എന്ന ഉള്ളടക്കം അതില്‍നിന്ന് ചോര്‍ന്നു പോയിരിക്കുന്നു. മനുഷ്യപ്രകൃതത്തെ അസാധ്യമാക്കിത്തീര്‍ക്കുന്ന ആധുനിക ഭരണക്കൂടങ്ങളെക്കുറിച്ച് ആദ്യമായി റിപ്പോര്‍ട്ട് ചെയ്തത് നവോത്ഥാന കഥകളാണ്. മനുഷ്യന്റെ ഇന്ദ്രിയ ങ്ങള്‍ പ്രപഞ്ചത്തെ കേവലമായി വീക്ഷിക്കുക മാത്രമല്ല ചെയ്യുന്നത്. അതോടെ പ്രകൃതി സവിശേഷ യാഥാര്‍ത്ഥ്യമായി മനുഷ്യന് മുന്നില്‍ എത്തുന്നു. വസ്തുസ്ഥിതിവാദത്തില്‍നിന്ന് വ്യത്യസ്തമായ ഈ കാഴ്ചപ്പാട് സമകാല പരിസ്ഥിതിപഠനത്തില്ലും മറ്റും നിര്‍ണ്ണായകമാവുന്നുണ്ട്. ഈ കാഴ്ച നമുക്കുമുന്നില്‍ ആദ്യം അവതരിപ്പിച്ചത് നവോത്ഥാനകഥക ളാണ്. കാര്‍ത്തീസ്യന്‍ ദര്‍ശനം ശരീരത്തേയും മനസ്സിനേയും ദ്വന്ദ്വമായി അവതരിപ്പിച്ചപ്പോള്‍ ആധുനിക കഥാസാഹിത്യം മനുഷ്യശരീരത്തെ സാമൂഹ്യജീവിതത്തിന്റെ ഉറവിടമായി മനസ്സിലാക്കി. ആ മനസ്സിലാ ക്കലിന്റെ വഴിയിലാണ് ഇന്ന് നമ്മുടെ സാമൂഹ്യശാസ്ത്രപഠനങ്ങള്‍ മുന്നേറിക്കൊണ്ടിരിക്കുന്നത്.

നാല്

നടേ സൂചിപ്പിച്ചതുപോലെ മനുഷ്യപ്രകൃതത്തെക്കുറിച്ച് ധാരാളം ഉള്‍ക്കാഴ്ചകള്‍ പ്രദാനം ചെയ്യു കഥകളാണ് നവോത്ഥാന കഥകള്‍ കേശവദേവിന്റെ 'ത്യാഗം' എന്ന കഥ നോക്കുക. അന്യവല്‍കൃതമല്ലാത്ത മനുഷ്യബന്ധങ്ങള്‍ക്കകത്ത് മനുഷ്യന്റെ അധ്വാനത്തിന് സൗന്ദര്യാത്മ കമായി വികസിക്കാനാവുമെന്ന് സൂചിപ്പിക്കുന്ന കഥയാണ് ത്യാഗം. ഒരാള്‍ ക്ഷയരോഗം വന്ന് മരിക്കുന്നതും മരണസമയത്ത് തന്റെ മകനെ സംരക്ഷിക്കാനുള്ള ബാധ്യത അയാള്‍ ഡോക്ടറെ ഏല്‍പ്പിക്കുന്നതു മാണ് കഥയുടെ സാരാംശം. പിന്നീട് ഡോക്ടറും രോഗിയുടെ മകന്‍ ബാലനും തമ്മില്‍ ഗാഢമായ സൗഹൃദം രൂപപ്പെട്ടു വരുന്നു. മകനോട്

ഡോക്ടർക്കുള്ള വാൽസല്യം അവന്റെ അമ്മയിലെ പ്രണയത്തെ തൊട്ട ണർത്തുന്നു. എന്നാൽ മകനെയോർത്ത് അവരിരുവരും അതിൽനിന്ന് പിന്തിരിയുന്നു. ഒടുവിൽ ബാലനെ സങ്കടപ്പെടുത്തിക്കൊണ്ട് ഒരു ദിവസം ഡോക്ടർ അവരുടെ നാട്ടിൽനിന്ന് പോകുന്നു. ഇതാണ് കഥ.

ഈ കഥയിൽ കാണുന്നതുപോലെയുള്ള ഒരു ഡോക്ടർ മുതലാളിത്ത സമൂഹത്തിനകത്ത് സ്വാഭാവികമല്ല. ആധുനിക വൈദ്യശാസ്ത്രം ഉൽപ്പാ ദിപ്പിച്ച അറിവും ആ അറിവ് നിർമ്മിച്ച കർത്തൃത്വവും തമ്മിലുള്ള സങ്കീർണ്ണ ബന്ധം എന്തെന്ന് മിഷേൽ ഫൂക്കോ വിശദീകരിക്കുന്നുണ്ട്. ആശയങ്ങൾ വ്യവഹാരങ്ങളേയും കർത്തൃത്വങ്ങളേയും സൃഷ്ടിക്കും. മനുഷ്യപ്രകൃതത്തിന്റെ അടിസ്ഥാന ഘടകമായ കാരുണ്യത്തിന്റെ ഉറവകളെ അടച്ചുകളഞ്ഞു കൊണ്ടാണ് ആധുനിക വൈദ്യശാസ്ത്രം അതിന്റെ ജ്ഞാനവ്യവസ്ഥകൾ വികസിപ്പിച്ചിട്ടുള്ളത്. രോഗി/ഡോക്ടർ എന്ന രണ്ട് കർത്തൃത്വങ്ങളെക്കൂടി ആധുനിക വൈദ്യശാസ്ത്രത്തിന്റെ വ്യവഹാരങ്ങൾ രൂപപ്പെടുത്തിയിട്ടുണ്ട്. ഈ കർത്തൃത്വങ്ങളെക്കുറിച്ച് പക്ഷെ വൈദ്യശാസ്ത്രം മൗനംപാലിക്കുന്നു. കാരണം കർത്തൃപദവികൾ ധാർമ്മികതയുമായി ബന്ധപ്പെട്ടതാണ്. വൈദ്യശാസ്ത്രത്തിന്റെ പ്രത്യക്ഷവാദയുക്തിക്ക് കർത്തൃത്വവുമായി ഇടപാട് തീർക്കാനാവില്ല. രോഗത്തെപ്പറ്റിയും മരുന്നുകളെപ്പറ്റിയുമുള്ള വസ്തുനിഷ്ഠ ജ്ഞാനം അതേനിലയിൽ അപൂർണ്ണമാണ്. കാരണം വൈദ്യശാസ്ത്രം രോഗത്തേയും മരണത്തേയും മാത്രം വിശദീകരിച്ചാൽപ്പോര. അത് ആരോഗ്യത്തെയും ജീവിതത്തേയും കുറിച്ച് പ്രതിപാദിക്കാൻ കരുത്ത് നേടണം. എന്നാൽ ഇന്നത്തെ നിലയിലുള്ള വൈദ്യശാസ്ത്രം ഇത്തരം അറിവുകളെ പ്രബുദ്ധതാനന്തര യുക്തിയുടെ പേരിൽ അതിന്റെ സീമകൾക്ക് പുറത്ത് നിർത്തിയിരിക്കയാണ്. ഈ ജ്ഞാനപദ്ധതി രൂപപ്പെട്ടുന്നതെങ്ങനെയെന്ന് തന്റെ ആർക്കിയോളജിയിലൂടെ കണ്ടെത്തുകയാണ് ഫൂക്കോ ചെയ്യുന്നത്. ആധുനികതയുടെ ജ്ഞാന പദ്ധതിക്ക് നിശ്ചലമായ - വസ്തുസ്വഭാവമുള്ള - ഒന്നിൽനിന്ന് മാത്രമേ അറിവ് ഉൽപ്പാദിപ്പിക്കാനാവൂ. ആയതിനാൽ ആധുനികവൈദ്യശാസ്ത്രം ശവശരീരത്തിലാണ് ജീവന്റെ രഹസ്യങ്ങൾ തെരഞ്ഞത്. ഒരു കാലത്ത് നിഗൂഢമായിരുന്ന മനുഷ്യശരീരത്തിന്റെ ഉള്ളറകളും മരണമെന്ന പ്രഹേ ളികയും വൈദ്യശാസ്ത്രത്തിന്റെ ഭാഷയിൽ കുളിച്ചുനിന്നതോടെ അവയുടെ ഉണ്മ നമുക്ക് മുന്നിൽ നിഷ്കളങ്കമായി - സുതാര്യമായി - പ്രത്യക്ഷപ്പെ ട്ടു. മരണത്തെ ആധുനിക സംസ്കാരത്തിലെ ഏറ്റവും പ്രധാനപ്പെട്ട വൈയക്തികാനുഭവമായി മാറ്റിയെടുക്കുന്നതിൽ ഈ ജ്ഞാനപദ്ധതി വിജയിച്ചു. ജീവിതത്തിന് വിപരീതമായിനിന്നിരുന്ന മരണം ജീവിത ത്തിൽത്തന്നെ ഉടലെടുത്തത് ആധുനിക വൈദ്യവിജ്ഞാനത്തിന്റെ

ആവിർഭാവത്തോടെയാണ്. മരണത്തിന്റെ ഉടലാണ് ജീവിതം. ഉടൽ വ്യക്തിയുടേതായയ്യകൊണ്ട് മരണവും വ്യക്തിയുടേത മാത്രമാ യിത്തീരുന്നു. ഉടലിനെക്കുറിച്ചുള്ള അറിവാണ് ജീവിതത്തെക്കുറിച്ചും മരണത്തെക്കുറിച്ചുമുള്ള അറിവിനാധാരം. അതോടെ അറിവ് എന്നാൽ ധനാത്മകമായ അറിവ് മാത്രമാണെന്ന് വരുന്നു. മനുഷ്യന്റെ ലോക വീക്ഷണത്തെത്തന്നെ സ്വാധീനിക്കാൻ കഴിയുംവിധം ഈ ധനാത്മ കജ്ഞാനം മാറി. മനുഷ്യജീവിതത്തിന്റെ സീമ നിർണ്ണയിക്കുന്നതാണ് ഈ ധനാത്മകജ്ഞാനം. ആരോഗ്യം മോക്ഷത്തെ പകരംവെക്കുന്ന സങ്കൽപ്പനമായി മാറി. മരണം കൂടെക്കൂടെ ആവർത്തിക്കുന്നതും മരുന്ന് അതിൽനിന്ന് മുക്തി തരുന്ന ഒന്നുമായി മനസ്സിലാക്കപ്പെട്ടു. തന്റെ ജീവിതത്തിന്റെ സീമ തന്റെ ശരീരത്തിലാണെന്ന് മനസ്സിലാക്കുന്ന ഒരാളാണ് 'ആധുനിക രോഗി'. ഇപ്രകാരം ഒരു പുതിയ കർത്തൃത്വം രൂപ പ്പെട്ടതോടെ ആധുനിക വൈദ്യശാസ്ത്രത്തിന് ദാർശനികമായ സാന്ദ്രത കൈവന്നു. മരണത്തിന്റെ ചാരക്കണ്ണുകളോടെ അത് ജീവിതത്തേയും ലോകത്തേയും വ്യാഖ്യാനിച്ചു. മനുഷ്യനെ മരണവുമായി ബന്ധപ്പെട്ട ത്തിയ ഈ ആധുനിക യുക്തിക്ക് ദൈവമുൾപ്പെടെയുള്ള നിരവധി അനിശ്ചിതത്വങ്ങളെ മാറ്റിവെക്കാൻ കഴിഞ്ഞു. അതേസമയം സീമിതത്വ ത്തെ കൽപ്പിച്ചുകൊണ്ട് ആധുനിക വൈദ്യവിജ്ഞാനം നിർമ്മിച്ചെടുത്ത അറിവിന്, മനുഷ്യാസ്തിത്വത്തിന്റെ പ്രശ്നങ്ങൾക്ക് ദൈവം നൽകിയ പരിഹാരത്തിന് പകരം മറ്റൊന്നും നൽകാനുണ്ടായിരുന്നില്ല. കാരണം മരണമാണ് ആധുനിക വൈദ്യശാസ്ത്രത്തിന്റെ ജ്ഞാനസിദ്ധാന്തപരവും സത്താശാസ്ത്രപരവുമായ അടിത്തറ.

ഇത്തരമൊരു സൈദ്ധാന്തികാടിത്തറ വാസ്തവത്തിൽ അവഗണി ച്ചത് മനുഷ്യപ്രകൃതത്തെയാണ്. മരണത്തെ സീമയായിക്കാണുന്ന ഒരു സത്താശാസ്ത്രം മനുഷ്യനെക്കുറിച്ച് നിർമ്മിക്കുന്ന അറിവ് ഭാഗികം മാത്രമായിരിക്കും. അതുകൊണ്ടാണ് സാഹിത്യം മറ്റൊരു തലത്തിൽനി ന്നുകൊണ്ട് ജീവിതത്തെക്കാണാനും 'സത്യ'ത്തിന്റെ മറ്റ ചില വശങ്ങളെ വെളിച്ചത്തിലേക്ക് കൊണ്ടുവരാനും ശ്രമിക്കുന്നത്. വൈദ്യശാസ്ത്രത്തിന്റെ ഭാഷ മനുഷ്യാസ്തിത്വത്തിന്റേയും അതുവഴി മനുഷ്യപ്രകൃതത്തിന്റേയും വശങ്ങൾക്ക് ഉണ്മ നൽകുകയാണ് ചെയ്യുന്നത്. ത്യാഗം എന്ന കഥയിൽ ബാലന്റെ അമ്മയുടെ ചിന്ത നോക്കുക.

"ഭർത്താവ് തന്റെ സുഹൃത്തായ ഡോക്ടറെ ഏൽപ്പിച്ച ജോലി, അയാൾ വിശ്വസ്തതയോടുകൂടിത്തന്നെ നിർവ്വഹിക്കുന്നുണ്ട്. അതോടൊപ്പം ഭർത്താവ് അവളേയും ഒരു ജോലി ഏൽപ്പിച്ചിട്ടുണ്ട്. എന്താണത്? ഭർത്താവ് എന്നന്നേക്കുമായി ഈ ലോകത്തുനിന്ന്

പോയാലും അയാളടെ പ്രേമം ഇവിടെ അവശേഷിക്കുമത്രേ. അതിനെ കാത്തു സൂക്ഷിക്കുക - അതാണ് അവളടെ ജോലി. ഉടമസ്ഥനില്ലാത്ത ഒരു സാധനം - അത് ഉടഞ്ഞ് തകർന്നുപോയാൽ ചോദിക്കാൻ ആരുമില്ല. അതിനെ അവർ ആർക്കെങ്കിലും വിറ്റാൽ അരുതെന്ന് പറയാൻ ആരുമില്ല. പക്ഷെ പത്തുവർഷക്കാലത്തെ ആനന്ദകരമായ വൈവാഹിക ജീവിതത്തിനുശേഷം മരണശയ്യയിൽനിന്ന് ഭർത്താവ് നൽകിയ ആജ്ഞ - അതിനെ അനുസരിക്കേണ്ടത് അവളടെ ധർമ്മ മാണ്."

മരണത്തിലും ശരീരത്തിലും മനുഷ്യജീവിതത്തിന്റെ സീമ കൽപ്പിക്കു ന്ന ഒരു ജ്ഞാനപദ്ധതിയെയാണ് ഈ കഥാസന്ദർഭം വെല്ലുവിളിക്കു ന്നത്. മരിച്ചപോയ ആൾ ഭൂമിയിൽ ചിലത് അവശേഷിപ്പിക്കുന്നുണ്ട്. ആ അവശേഷിപ്പുകളെക്കുറിച്ചും അയാൾക്ക് ചില ഭാവനകളുണ്ട്. മരണമല്ല, ഉടരുന്ന ജീവിതംതന്നെയാണ് അയാളടെ അസ്തിത്വപ്ര ശ്നം. ഇക്കാര്യം അവതരിപ്പിക്കുന്ന കഥ മനുഷ്യപ്രകൃതത്തിലേക്കാണ് വെളിച്ചം വീശുന്നത്. മരണത്തെ സീമയായിക്കാണുന്ന ഒരു സത്താശാ സ്ത്രത്തിനകത്ത് രൂപപ്പെട്ട കർത്തൃത്വമല്ല ഇതിലെ ഡോക്ടർ. അദ്ദേഹം ബാലനുമായുണ്ടാക്കുന്ന സൗഹൃദം വാസ്തവത്തിൽ ഒരു 'ഉട്ടോപ്യൻ ഭാവന'യാണ്. ആധുനിക സമൂഹത്തിലെ പ്രത്യക്ഷവാദിയായ ഒരു ഡോക്ടർ വാസ്തവത്തിൽ തന്റെതന്നെ മനുഷ്യത്വത്തിൽനിന്നും കാരു ണ്യത്തിൽനിന്നും അന്യവൽകൃതനാണ്. എന്നാൽ ഈ കഥയിലെ ഡോക്ടർ ഇപ്രകാരം അന്യവൽക്കരിക്കപ്പെട്ട കർത്താവല്ല.

"ചില ദിവസങ്ങളിൽ ഡോക്ടർ ബാലനേയും കൊണ്ട് നടക്കാൻ പോകും. അതാണ് ബാലന്റെ ഏറ്റവും ആനന്ദകരമായ വിനോദം. അവർ പട്ടണത്തിൽനിന്ന് വളരെ അകലെപ്പോകും. കുന്നുകളിലും കുറ്റിക്കാട്ട കളിലും കയറി അവർ പൂക്കളും കാട്ടുപഴങ്ങളും ശേഖരിക്കും. അവർ പുൽത്തകിടികളിൽ കമിഴ്ന്ന് കിടന്ന് ഉറക്കം അഭിനയിക്കും. ഡോക്ടർ പാട്ടും. ബാലനും പാട്ടും. സന്ധ്യയാകുമ്പോഴേക്കും ഡോക്ടർ ബാലനെ വീട്ടിൽ കൊണ്ടുചെന്ന് വിട്ടിട്ട് പോവുകയും ചെയ്യും."

സ്വന്തം മക്കളോടൊത്തുപോലും സമയം ചെലവഴിക്കാൻ കഴിയാത്ത തൊഴിലാളികളെയാണ് മുതലാളിത്ത ഉൽപ്പാദന വ്യവസ്ഥ സൃഷ്ടിച്ചത്. ഈ സന്ദർഭത്തിലാണ് യഥാർത്ഥ മനുഷ്യപ്രകൃതത്തിന്റെ ഉണ്മയെ ആവിഷ്കരിക്കുന്ന 'ഉട്ടോപ്യൻ ഭാവന' പ്രസക്തമായിത്തീരുന്നത്. മരണം ഒരു വ്യക്തിയുടെ ജീവിതത്തിൽ ഉടലെടുക്കുന്ന ഉണ്മയല്ല എന്ന് ഈ കഥ നമ്മെ ഓർമ്മിപ്പിക്കുന്നു. മരണത്തിന് സാമൂഹ്യമായ

മാനങ്ങളുണ്ട്. അതുകൊണ്ടുതന്നെ വ്യക്തിയുടെ ശരീരത്തിലും മരണ ത്തിലും സീമ കൽപ്പിക്കുന്ന ഒരു ജ്ഞാനപദ്ധതി ഭാഗികമായ സത്യം മാത്രമേ പുറത്തുകൊണ്ടുവരുന്നുള്ളൂ. ഇക്കാര്യത്തിന് അടിവരയിടുന്ന കഥയാണ് 'ത്യാഗം'.

മൃതശരീരത്തിന് ജീവന്റെ രഹസ്യങ്ങൾ തിരയുകയാണ് പ്രത്യക്ഷവാദം ചെയ്യുന്നതെങ്കിൽ, ജീവൽശരീരത്തിൽ തെഴുത്തു നിൽക്കുന്ന കാമനക ളിൽനിന്ന് മനുഷ്യപ്രകൃതത്തെക്കുറിച്ചുള്ള രഹസ്യങ്ങൾ കണ്ടെത്തുക യാണ് സാഹിത്യം ചെയ്യുന്നത്. വൈക്കം മുഹമ്മദ് ബഷീറിന്റെ 'മരുന്ന്' എന്ന കഥ നോക്കുക. മരണം സുനിശ്ചിതമായ ഒരു രോഗിയാണ് ഇതിലെ കഥാപാത്രം. വൈദ്യൻ കൊണ്ടുവരുന്ന മരുന്നിൽ അയാൾക്ക് പ്രതീക്ഷയുണ്ട്. കിടക്കുന്ന മുറിയുടെ ജനലിനപ്പുറത്തുള്ള പ്രകൃതിദൃശ്യ ങ്ങൾ അയാളെ ജീവിതത്തിലേക്ക് തിരികെ വിളിക്കുന്നുണ്ട്. ഭാര്യയുടെ കമനീയ ശരീരം അയാളെ പ്രലോഭിപ്പിക്കുന്നു. പനിച്ചട് നോക്കുന്ന വേലക്കാരിയുടെ കൈ തന്റെ ഹൃദയത്തിലാണ് സ്പർശിക്കുന്നതെന്ന് അയാൾക്ക് തോന്നുന്നു. എന്നാൽ വൈദ്യൻ തന്റെ ഭാര്യയുമായി നടത്തുന്ന രഹസ്യ സമാഗമം അയാളെ ആകെ തകർത്തു കളയുന്നു. കാമനകൾ തെഴുത്തുനിൽക്കുന്ന ഈ ജീവൽശരീരം മരണത്തെ അതിന്റെ സീമയായി കാണുന്നില്ല. മനുഷ്യാസ്തിത്വത്തെ കാമനകളുമായി ബന്ധപ്പെടുത്തിക്കൊണ്ടുള്ള വിചാരങ്ങൾ മനുഷ്യപ്രകൃതത്തെക്കുറിച്ചുള്ള അറിവിൽ പ്രധാനമാണ്. മരുന്ന് മുക്തിയായിത്തീരുന്ന വീക്ഷണത്തി നുപകരം ശരീരത്തിന്റെ ജൈവചോദനകൾ മുക്തിയായി അനുഭവ പ്പെടുന്നു എന്നതും മനുഷ്യനെക്കുറിച്ചുള്ള ഒരു യാഥാർത്ഥ്യമാണ്. ഈ യാഥാർത്ഥ്യത്തെക്കുറിച്ചുള്ള അറിവ് മനുഷ്യനെക്കുറിച്ചുള്ള അറിവിനെ സമ്പന്നമാക്കുന്നുണ്ട്.

ലൈംഗികമായ കാമന എന്നതുപോലെ വിശപ്പും മനുഷ്യന് ശാരീരിക മായ ഒരനുഭവം മാത്രമല്ല. വിശക്കുന്ന ശരീരം ചിന്തിക്കുന്ന ശരീരം കൂടി യാണെന്നും ആയതിനാൽ മനസ്സ്/ശരീരം എന്ന കാർത്തീസ്യൻ ദ്വന്ദ്വം മനുഷ്യനെക്കുറിച്ച് അപൂർണ്ണമായ അറിവുമാത്രമേ നൽകൂ എന്നും നമ്മെ ആദ്യം പഠിപ്പിച്ചത് നവോത്ഥാനകഥകളാണ്. ഇക്കാര്യം മലയാളത്തിൽ ഏറെ ചർച്ചചെയ്ത വിഷയമാണല്ലോ. ദാരിദ്ര്യം എന്നത് വിഭവങ്ങളുടെ ഇല്ലായ്മ മാത്രമല്ല. അത് മനുഷ്യപ്രകൃതത്തിന്റെ ശോഷണം കൂടിയാണ്. കല്യാണിയും നാണിയും തമ്മിലുള്ള പോരിന് കാരണം ദാരിദ്ര്യമാണ്.

"കല്യാണിയുടെ കയ്യിലുണ്ടായിരുന്ന കാശു മുഴുവൻ തീർന്നു.... എന്റെ എല്ലാം മുടിഞ്ഞാലും ദീനം പൊറുപ്പിച്ചേ ഞാൻ അടങ്ങുള്ളൂ.

- അതാണ് അവളുടെ പ്രതിജ്ഞ. മറ്റൊരു പ്രതിജ്ഞ ഉരുളി വാങ്ങുമെ ന്ന്. പരസ്പര വൈരുദ്ധ്യമുള്ള രണ്ട് പ്രതിജ്ഞകൾ! രണ്ടും നിറവേറ്റാൻ ഒരൊറ്റ മാർഗ്ഗം മാത്രമേ അവശേഷിച്ചിട്ടുള്ള - തള്ളക്കോഴി ഉൾപ്പെടെ ആറ് പിടക്കോഴികളും നാല് പൂവൻകോഴികളും."

നാണിയോട്ടുള്ള വാശിക്കാണ് കല്യാണി അവൾ വാങ്ങിയതുപോലെ ഒരു ഉരുളി വാങ്ങുമെന്ന് പ്രതിജ്ഞ ചെയ്തത്. അതിനായി അവൾ കൂടുതൽ അധ്വാനിച്ച് അൽപ്പം പണം സമ്പാദിക്കുന്നു. അത് ഇത്തി ശ്ക്കണ്ണിയായ ഭർത്താവ് കാണാതിരിക്കാൻ കൂട്ടുകാരിയായ മാധവിയെ ഏൽപ്പിക്കുന്നു. എന്നാൽ ഇതിനിടയിൽ അവളുടെ ഭർത്താവിന് രോഗം പിടിപെടുന്നു. അവളുടെ സമ്പാദ്യം മുഴുവൻ അയാളുടെ ശുശ്രൂഷക്കായി ചെലവിടേണ്ടിവരുന്നു. അതോടെ അവൾ നാണിക്കുമുന്നിൽ തോറ്റപോ കുന്നു. ഇതാണ് 'പ്രതിജ്ഞ' എന്ന കഥ.

മറ്റ് നിരവധി നവോത്ഥാനകഥകളിൽ എന്നതുപോലെ, ദാരിദ്ര്യ ത്തെ മനുഷ്യപ്രകൃതവുമായി ബന്ധിപ്പിക്കുന്ന ഒരു രീതിശാസ്ത്രമാണ് ഈ കഥ പിൻപറ്റുന്നത്. അതിനായി കർത്തൃത്വത്തെ സാമൂഹ്യബന്ധ ങ്ങൾക്കിടയിൽ സ്ഥാപിക്കുന്നു. അതോടെ ദാരിദ്ര്യം എന്ന അനുഭവം വ്യക്തിതലത്തിൽനിന്ന് സാർവലൗകികതയിലേക്ക് വരുന്നു. അത് എഴുത്തുകാരന്റെ/എഴുത്തുകാരിയുടെ കർത്തൃത്വത്തിന് അതിവർത്ത നശേഷി പകരുന്നു. അനുഭവത്തെ സാർവലൗകികമാക്കുന്നതോടെ അത് ജ്ഞാനോൽപ്പാദനത്തിന്റെ വഴിയിലേക്ക് പ്രവേശിക്കുന്നു. മനുഷ്യപ്രകൃതത്തെക്കുറിച്ചുള്ള അറിവാണ് കഥ ഉൽപ്പാദിപ്പിക്കുന്നത്. അറിവുൽപ്പാദിപ്പിക്കുന്നതോടൊപ്പം 'ഭാഷണക്രിയ' എന്ന നിലയില്ലുള്ള 'വിനിമയ'സിദ്ധിയെ കഥാകൃത്ത് പ്രയോജനപ്പെടുത്തുകയും ചെയ്യുന്നു. ഇത് കഥയിൽ ധാർമ്മികതയുടെ ഒരു 'ശബ്ദം' മുഴങ്ങുന്നതിന് ഇടയാ ക്കുന്നു. ആയതിനാൽ സാഹിത്യം നൽകുന്ന ജ്ഞാനത്തിന് പ്രത്യക്ഷ വാദപരമായ ജ്ഞാനത്തേക്കാൾ ദൈനംദിനത്തിൽ പ്രവൃത്തിയുണ്ട്. സാഹിത്യവും സാമൂഹ്യവിപ്ലവവും തമ്മിലുള്ള ബന്ധത്തെക്കുറിച്ച് നവോത്ഥാനകാലത്ത് ഉയർന്നുവന്ന ചർച്ചയുടെ പൊതുപശ്ചാത്തലം ജ്ഞാനനിർമ്മാണം തന്നെയാണ്.

മനുഷ്യപ്രകൃതത്തെക്കുറിച്ച് വിസ്മയകരമായ ഉൾക്കാഴ്ച നൽകുന്ന നവോത്ഥാന ചെറുകഥയാണ് 'മരപ്പാവകൾ'. അധ്വാനത്തിന്റെ സർഗ്ഗാ ത്മകമായ ആവിഷ്കരണമാണ് മനുഷ്യനെ സംബന്ധിച്ചിടത്തോളം സ്വാതന്ത്ര്യം എന്ന് ഈ കഥ നമ്മെ പഠിപ്പിക്കുന്നു. സൃഷ്ടിയിലൂടെ മാത്രമേ മനുഷ്യർക്ക് അവരുടെ ഉണ്മയെ സാക്ഷാൽക്കരിക്കാൻ കഴിയൂ എന്ന

വസ്തുതയും ഈ കഥയിലൂടെ വെളിപ്പെടുന്നുണ്ട്. പരമാധികാരത്തിന്റെ യുക്തിയിൽനിന്ന് ഗവൺമെന്റാലിറ്റിയിലേക്ക് നമ്മുടെ സമൂഹം മാറു ന്നതിന്റെ സൂചനകളും കഥയിൽ കാണാം. ഭരണകൂടത്തിന്റെ ഇടയാ ധികാരം അതിന്റെ പ്രജകളെ സൃഷ്ടിക്കുന്നതും അത്തരം യുക്തികളെ മനുഷ്യപ്രകൃതത്തിലെ ജൈവചോദനകൾ എതിരിടുന്നതും കഥയിൽ വ്യക്തം. 'കെട്ടുകഥ'യെന്ന് പറഞ്ഞൊഴിയാൻ കഴിയാത്തവിധം സങ്ക ൽപ്പനങ്ങളുടെയും പരികൽപ്പനകളുടെയും സാന്ദ്രത നവോത്ഥാന കഥകളുടെ പാഠങ്ങളിൽ നിർവ്വഹിക്കുന്ന ഉൽഖനനത്തിലൂടെ കണ്ടെ ത്താനാകും. ഈ ഉൽഖനനമോരോന്നും മനുഷ്യൻ എന്ന ജീവിവർഗ്ഗത്തി ന്റെസാമൂഹ്യപരിണാമ ഘട്ടങ്ങളുടെ അടരുകൾ പുറത്തുകൊണ്ടുവരും. മനുഷ്യർ സൃഷ്ടിച്ച ഏതൊരറിവും പോലെ ഈ അറിവും പ്രധാനമാണ്. ശാസ്ത്രീയമായ അറിവിന്റെ അപര്യാപ്തി മനുഷ്യരെ അന്ധവിശ്വാസിക ളാക്കുന്നതുപോലെ സൗന്ദര്യശാസ്ത്രപരമായ അറിവിന്റെ അപര്യാപ്തി അവരെ അവിവേകികളാക്കും. ശാസ്ത്രത്തെയും സാഹിത്യത്തെയും താരതമ്യം ചെയ്ത് ഒരു കാലത്ത് ധാരാളം ചർച്ചകൾ നടന്നിരുന്നു. ആ ചർച്ചയെ പുതിയ മാനങ്ങളിലേക്കയർത്താൻ സാഹിത്യപഠിതാക്ക ൾക്ക് കഴിയണം.

ഗ്രന്ഥസൂചി

1.	കേശവദേവ് പി., *കേശവദേവിന്റെ കഥകൾ*, ഡി.സി.ബുക്സ്, കോട്ടയം, 2011.

2.	Fromm, Erich, *Marx's Concept of Man,* London : Blooms Bury, 2015.

3.	Guru Gopal and Sarukkai Sundar, The Cracked Mirror: An Indian Debate on *Experience and Theory*, Oxford University Press, New Delhi, 2012.

പൗരസ്ത്യവാദവും കേരളീയഭാവനയും

ഒരറിവും നിഷ്കളങ്കമല്ല. അവയിൽ എല്ലായ്പ്പോഴും അധികാരം പ്രവർത്തിക്കുന്നുണ്ട് എന്ന ഫൂക്കോൾഡിയൻ ആശയത്തിൽനിന്ന് ലഭിച്ച പ്രചോദനമാണ് സെയ്ദിന്റെ പൗരസ്ത്യവാദം എന്ന പരിക ല്പന. പൗരസ്ത്യദേശം എന്നത് പാശ്ചാത്യദേശം നിർമ്മിച്ചെടുത്ത ഒരു ഭാവനയാണ്. അതായത് പടിഞ്ഞാറിന്റെ നോട്ടം പതിഞ്ഞപ്പോഴാണ്, പടിഞ്ഞാറിനാൽ ആഖ്യാനം ചെയ്യപ്പെട്ടപ്പോഴാണ് പൗരസ്ത്യദേശം ഉണ്ടായത്. പടിഞ്ഞാറിന്റെ സാഹിത്യപഠനങ്ങളിലും നരവംശശാസ്ത്ര പഠനങ്ങളിലും സാമൂഹ്യശാസ്ത്രപഠനങ്ങളിലും കിഴക്കിന്റെ പ്രതിനിധാ നമുണ്ടായി. പാശ്ചാത്യഭാവനയുടെ സവിശേഷമായ വ്യാഖ്യാനത്തി ലൂടെയാണ് പൗരസ്ത്യദേശം പിറന്നുവീണത്. മധ്യകാലഘട്ടത്തിലെ യാത്രികരുടെ മനംമയക്കുന്ന വിവരണങ്ങളിൽ നിന്നാണ് പൗര സ്ത്യദേശം കാണുവാനും അത് അറിയുവാനുമുള്ള അടക്കാനാകാത്ത അഭിനിവേശം പാശ്ചാത്യദേശത്തുണ്ടായത്. ക്രിസ്തുവർഷം 1254-1324 കാലത്ത് ജീവിച്ചിരുന്ന മാർക്കോപോളോയുടെ യാത്രാവിവരണങ്ങളിൽ നിന്നാണ് ഇതിന്റെ ഇടക്കം. 1453-ൽ തുർക്കികൾ കോൺസ്റ്റാന്റി നോപ്പിൾ പിടിച്ചെടുത്തതോടെ യൂറോപ്യന്മാർ തങ്ങളുടെ അധീശത്വം പൗരസ്ത്യദേശങ്ങളിലേക്ക് വ്യാപിപ്പിക്കാൻ ശ്രമിച്ചു. ഇതിന്റെ ഭാഗമായി പാശ്ചാത്യനാവികർ നടത്തിയ യാത്രകളാണല്ലോ പിൽക്കാലത്ത് കൊളോണിയലിസത്തിന് അടിപ്പടവായിത്തീർന്നത്. കോളണിവ്യാ പനവും ക്രിസ്തമതപ്രചാരണവും ലക്ഷ്യമാക്കി യൂറോപ്യന്മാർ നടത്തിയ ഈ യാത്രകൾ അവയുടെ ലക്ഷ്യങ്ങൾക്കപ്പുറത്തേക്ക് നീങ്ങി. അവർ പൗരസ്ത്യദേശത്തിന്റെ സാംസ്കാരിക വൈവിധ്യങ്ങൾക്ക് മുന്നിൽ അമ്പരന്നു നിന്നു. ഈ വൈവിധ്യങ്ങളെ തങ്ങൾക്ക് പരിചിതമായ വിചാരമാതൃകകൾക്കകത്തുവെച്ച് വ്യാഖ്യാനിക്കാനാണ് യൂറോപ്യന്മാർ

ശ്രമിച്ചത്. ഈ വ്യാഖ്യാനങ്ങളാണ് പൗരസ്ത്യവാദത്തിന് അടിത്തറയി ട്ടത്.

പതിനെട്ടാം നൂറ്റാണ്ടിൽ സർ വില്യം ജോൺസ് അറബിക്-പേർഷ്യൻ ഭാഷകളിലുള്ള നിരവധി കൃതികൾ തർജ്ജമ ചെയ്തു. ഈ തർജ്ജമകൾ പൗരസ്ത്യദേശത്തെക്കുറിച്ചുള്ള പടിഞ്ഞാറൻ കാല്പനിക കാവ്യഭാവ നയെ ഉണർത്തി. പൗരസ്ത്യ ദേശത്തെക്കുറിച്ചറിയാൻ നെപ്പോളിയൻ ബോണോപ്പാർട്ട് വലിയ ഔത്സുക്യമാണ് പ്രദർശിപ്പിച്ചത്. അങ്ങനെ യുള്ള പഠനങ്ങളെ അദ്ദേഹം പ്രോത്സാഹിപ്പിക്കുകയും ചെയ്തു. ഇത്തരം പഠനങ്ങൾ കിഴക്കിനെ സൃഷ്ടിക്കുകയും പുനഃസൃഷ്ടിക്കുകയും ചെയ്തുകൊ ണ്ടിരുന്നു. ഇവയിലെല്ലാം കിഴക്ക് നിഗൂഢവും അദ്ഭുതകരവുമായ ഒരു സമസ്യയാണ്. മാത്രമല്ല പൗരസ്ത്യവാസികൾ ഒട്ടും സദാചാരബോ ധമില്ലാത്തവരാണെന്നും ചില വിവരണങ്ങളിൽ വിലയിരുത്തപ്പെട്ടു. കിഴക്കിനെക്കുറിച്ച് പടിഞ്ഞാറുണ്ടാക്കിയ ഈ ഭാവന കൊളോണിയൽ അധികാരവ്യവസ്ഥയെ ഉറപ്പിച്ചെടുക്കുന്നതിൽ നിർണ്ണായകമായി ത്തീർന്നു. പൗരസ്ത്യം, പാശ്ചാത്യം എന്ന ദ്വന്ദ്വാത്മകവൈരുദ്ധ്യത്തെ തീർക്കുകയാണ് പൗരസ്ത്യവാദം ചെയ്തത്. വാർപ്പമാതൃകകളിലൂടെ യാണ് പൗരസ്ത്യവാദം പ്രവർത്തിച്ചത്. വാസ്തവത്തിൽ പൗരസ്ത്യവാദം വംശീയതകളെയാണ് നിർമ്മിച്ചെടുത്തത്. നിഷ്ഠുരന്മാരായ അറബികൾ, മടിയന്മാരായ ഇന്ത്യക്കാർ എന്നിവയെല്ലാം ഇത്തരത്തിലുള്ള വാർപ്പ മാതൃകകളാണ്. പൗരസ്ത്യദേശത്തെ സ്ത്രീകൾ പാശ്ചാത്യദേശത്തെ പുരു ഷന്മാരുടെ കാമനകളെ തൃപ്തിപ്പെടുത്തുന്ന വസ്തുക്കളെന്ന നിലയിലാണ് ചിത്രീകരിക്കപ്പെട്ടത്. അപരിഷ്കൃതത്വവും ഭീരുത്വവും പൗരസ്ത്യദേശത്തി ന്റെ സവിശേഷ സ്വഭാവങ്ങളായി അവതരിപ്പിക്കപ്പെട്ടു.

ഇന്ത്യൻ സാമൂഹ്യജീവിതത്തിന്റെ വ്യത്യാസം വ്യക്തമാക്കുന്നവ, ആ വ്യത്യാസങ്ങളെ വിശദീകരിക്കുന്നവ, ഇവയുടെ അടിസ്ഥാനത്തിൽ യൂറോപ്പിന്റെ അധിനിവേശത്തെ സാധൂകരിക്കുന്നവ എന്നിങ്ങനെ പൗരസ്ത്യവാദപരമായ രചനകൾ മൂന്നുതരത്തിലുണ്ട്. ഈ രചനകൾ അധിനിവേശിതരിൽ സമ്മതി നിർമ്മിക്കുന്നതിൽ പ്രധാന പങ്കുവഹിച്ചു. ഇവയുടെ വെളിച്ചത്തിൽ ഇന്ത്യയെക്കുറിച്ചുള്ള വ്യത്യസ്തമായ ചിത്രങ്ങൾ രൂപപ്പെട്ടു വന്നു. ചില പൗരസ്ത്യവാദപഠനങ്ങൾ ഇന്ത്യൻ സമൂഹത്തെ നിശ്ചലഗ്രാമവ്യവസ്ഥയായി കണ്ടപ്പോൾ, ചിലത് ജാതിവ്യവസ്ഥയെ ഇന്ത്യൻസമൂഹത്തിന്റെ സവിശേഷതയായി മനസ്സിലാക്കി. ചിലത് ഇന്ത്യയുടെ ചാർച്ചകളെയാണ് (കിൻഷിപ്പ്) കൗതുകത്തോടെ വീക്ഷി ച്ചത്. എന്നാൽ ഈ പഠനങ്ങൾ സാമാന്യമായും ക്രിസ്തമതത്തിന്

സമാനമായി ഇന്ത്യയിൽ നിലനിന്ന മതസംഹിതയായി ഹിന്ദുയിസ ത്തെ നിർമ്മിച്ചെടുത്തു. അതുകൊണ്ട് ഹിന്ദുയിസം എന്ന പറയുന്നത് വാസ്തവത്തിൽ ഒരു കാല്പനിക സങ്കല്പമാണ്. ഇന്ത്യയിലെ വിവിധങ്ങ ളായ ജാതികളെയും സമുദായങ്ങളെയും ചേർത്ത് ഹിന്ദുയിസമെന്ന വെളിച്ചത്തിലൂടെ ഇന്ത്യൻ സാമൂഹ്യജീവിതത്തെ സത്താവത്കരിക്കുക യാണ് ഓറിയന്റലിസ്റ്റുകൾ ചെയ്തത്. ഹിന്ദുയിസം എന്ന ഈ സത്തയെ ത്തന്നെയാണ് പത്തൊമ്പതാം നൂറ്റാണ്ടിലെ പരിഷ്കരണവാദികൾ ഉപയോഗിച്ചത്. വളരെ സങ്കീർണ്ണമായിരുന്ന ഈ പ്രക്രിയ.

പൗരസ്ത്യവാദം രണ്ടു തരത്തിലുണ്ട്. അതിലൊന്ന് ബ്രിട്ടീഷുകാർ ഉണ്ടാ ക്കിയ മാതൃകയിലുള്ളതാണ്. അത് യൂറോപ്യൻ സമൂഹത്തിനകത്തുനി ന്ന് പുറത്തേക്ക് നോക്കുന്നവയാണ്. അതിലാണ് മുൻപു സൂചിപ്പിച്ചതു പോലെ ഇന്ത്യയിലെ മനുഷ്യരുടെ സദാചാരബോധത്തെപ്പറ്റിയും പുരോ ഗമനത്തെപ്പറ്റിയുമൊക്കെ പറയുന്നത്. എന്നാൽ ജർമ്മനി-റഷ്യപോലു ള്ള രാജ്യങ്ങളിലുണ്ടായ പൗരസ്ത്യവാദം സ്വസമുദായത്തിനകത്തേക്ക് നോക്കാൻ അവരെ പ്രേരിപ്പിക്കുകയാണ് ചെയ്തത്. സംസ്കൃതമൊക്കെ പഠിച്ച്, സംസ്കൃതത്തിലെ കൃതികളൊക്കെ മനസ്സിലാക്കി, അവരുടെ സംസ്കാരത്തെക്കുറിച്ച് ചില വീണ്ടുവിചാരങ്ങൾക്ക് തയ്യാറാവുകയാണ് ജർമ്മൻ-റഷ്യൻ ഓറിയന്റലിസ്റ്റുകൾ ചെയ്യുന്നത്. ഇങ്ങനെ രണ്ടുതരം ഓറിയന്റലിസ്റ്റ് സമീപനങ്ങൾ ഉണ്ടായി വന്നിട്ടുണ്ട്.

ഇന്ത്യൻ സമൂഹത്തെക്കുറിച്ച് ജർമ്മൻ പണ്ഡിതരുണ്ടാക്കിയ ജ്ഞാനമാണ് ആര്യവംശത്തെക്കുറിച്ചുള്ള ധാരണയിലേക്ക് ആ സമൂഹത്തെ നയിച്ചത്. ജർമ്മൻ പണ്ഡിതരുടെ നേതൃത്വത്തിൽ നടന്ന പൗരസ്ത്യവാദപഠനങ്ങളെ ഗഹനമായ പൗരസ്ത്യവാദപഠനമെന്ന പേരിലാണ് ഷെൽഡൻ പൊള്ളോക്ക് വിശദീകരിക്കുന്നത്. ഡീപ്പ് ഓറിയന്റലിസം എന്ന പേരിലാണ് അവയെ വിളിക്കുന്നത്. ഗഹനമായ പൗരസ്ത്യവാദപഠനങ്ങൾ ഭൂഗോളത്തെ കിഴക്ക് - പടിഞ്ഞാറ് എന്നി ങ്ങനെ രണ്ടായി തിരിച്ചെങ്കിലും, അത് കിഴക്കിനെ ഏകപക്ഷീയമായി മാത്രം നോക്കുന്ന തരത്തിലുള്ളതായിരുന്നില്ല എന്നതാണ് വ്യത്യാസം. ഇംഗ്ലണ്ട് സൃഷ്ടിച്ചെടുത്ത പൗരസ്ത്യവാദമാതൃകകളെ വിമർശനാത്മക മായി നേരിടാൻ പിൽക്കാല ദേശീയവാദികളെ സഹായിച്ചത് ജർമ്മൻ പൗരസ്ത്യവാദമാണെന്നത് കൗതുകകരമാണ്. ജർമ്മനിയിൽ കാല്പനി കദേശീയവാദത്തിന്റെ പശ്ചാത്തലത്തിലാണ് ഇൻഡോളജി പഠന ങ്ങൾ നിർവ്വഹിക്കപ്പെട്ടന്നത്. അതായത് കൊളോണിയലിസത്തി ന്റെയും മതപ്രചാരണത്തിന്റെയും ഭാഗമായി മാത്രമല്ല ഇൻഡോളജി പഠനങ്ങൾ നിർവ്വഹിക്കപ്പെട്ടിട്ടുള്ളത്. ആത്മബോധപ്രചോദിതമായി

      കണ്ണാടിയും കുമ്പസാരവും

നിർവ്വഹിക്കപ്പെട്ട ഇൻഡോളജി പഠനങ്ങളാണ് ആര്യസിദ്ധാന്തത്തിലേ ക്കും പിൽക്കാലത്ത് ഹിന്ദുയിസത്തിലേയ്ക്കും നയിച്ചത്. ഈ ഹിന്ദുയിസ ത്തെ കൊളോണിയൽ പ്രതിനിധാനങ്ങൾക്കെതിരെ പ്രവർത്തിക്കുന്ന ഒരു പ്രതിരോധകവചമായി പിൽക്കാല ദേശീയവാദികൾ ഉപയോ ഗിച്ചു. ദേശീയസംസ്കൃതിയെ സൂചിപ്പിക്കുന്ന അതിഭൗതികസത്തയാ യാണ് ഹിന്ദുയിസം വിശദീകരിക്കപ്പെട്ടത്. അതായത് ഹിന്ദുയിസം = ഭാരതീയത എന്ന ആശയം രൂപപ്പെടുത്തിയെടുക്കുന്നതിൽ ജർമ്മൻ ഇൻഡോളജിസ്റ്റുകളുടെ പഠനം വലിയതോതിൽ സ്വാധീനിച്ചിട്ടുണ്ട്.

ആര്യന്മാരുടെ മേൽകൈയിൽ ഇന്ത്യക്കാരും യൂറോപ്യന്മാരും തമ്മിലു ള്ള വംശീയമായ ചാർച്ചകൾ വിശദീകരിക്കാൻ ജർമ്മൻ ഇൻഡോളജി പഠനങ്ങൾ വലിയതോതിൽ സഹായിച്ചു. ബ്രാഹ്മണിസത്തിന്റെയും വർണ്ണാശ്രമവ്യവസ്ഥയുടെയും പിടിയിലമർന്നതുകൊണ്ടാണ് ഹിന്ദുയി സത്തിന് ഒരു ലോകശക്തിയായി മാറാൻ കഴിയാതെ പോയതെന്നും ഈ ഋണാത്മകശക്തികളിൽനിന്ന് സംസ്കൃതവിജ്ഞാനത്തെ വിമോചിപ്പിച്ചാൽ വിപ്ലവകരമായ ഊർജ്ജം ഉല്പാദിപ്പിക്കാനാവുമെന്നും ഇന്ത്യൻ ദേശീയവാദികളിൽ ചിലർ ആത്മാർത്ഥമായി വിശ്വസിച്ചു. ഈ വിശ്വാസം അവരിൽ ജനിപ്പിച്ചത് ജർമ്മൻ ഇൻഡോളജിസ്റ്റുകളുടെ പഠനമായിരുന്നു. ജാതിവ്യവസ്ഥ എന്ന രാഷ്ട്രീയാധികാര രൂപത്തി ൽനിന്ന് ഭാരതീയ (സംസ്കൃത) വിജ്ഞാനീയം വിമുക്തമാക്കാനുള്ള ശ്രമമാണ് സ്വാമി വിവേകാനന്ദനും മഹാത്മാഗാന്ധിയും ഉൾപ്പെട്ട ദേശീയനേതാക്കൾ പിൽക്കാലത്ത് നിർവ്വഹിച്ചത്. ആര്യശബ്ദം വംശ ത്തെക്കുറിക്കാനും ഭാഷയെ കുറിക്കാനും ഉപയോഗിച്ചുവന്നു. ആര്യന്മാർ എന്ന ഏകശിലകൊണ്ടു തീർത്ത ഇന്ത്യൻ നാഗരികതയെ വിശദീ കരിക്കാനാണ് ഇൻഡോളജിസ്റ്റുകൾ ശ്രമിച്ചത്. ഇന്ത്യയിൽനിന്നും ലഭിച്ച പുരാണങ്ങളിലൊന്നും ആര്യശബ്ദം ഉപയോഗിച്ച കാണുന്നില്ല. എന്നാൽ വേദങ്ങളെ ആധാരമാക്കി യൂറോപ്യൻ പണ്ഡിതന്മാർ ഇന്ത്യൻ നാഗരികതയെ വിശദീകരിക്കാനാരംഭിച്ചപ്പോഴാണ് ആര്യശബ്ദത്തിന് പ്രാധാന്യം ലഭിച്ചത്.

ബ്രിട്ടീഷ് ഈസ്റ്റിന്ത്യകമ്പനി ഇന്ത്യയിലെത്തിയപ്പോൾ ആകാംക്ഷ കൊണ്ടും ഭരണപരമായ ഉദ്ദേശം മുൻനിർത്തിയും ഇവിടെ നിലനിന്ന സംസ്കാരത്തെക്കുറിച്ച് പഠിക്കാനാരംഭിച്ചു. പ്രബുദ്ധതാനന്തര കാലമാ യിരുന്ന അത്. അധികാരത്തിലേക്കുള്ള വഴി അറിവാണെന്ന് അവർക്ക് അറിയാം. ബ്രിട്ടീഷുകാർ ഇവിടെ വന്ന് ആദ്യം അന്വേഷിച്ചത് ഇന്ത്യയുടെ ചരിത്രമായിരുന്നു. എന്നാൽ അവരുടെ സങ്കല്പത്തിനനുസരിച്ചൊരു ചരിത്രം ഇവിടെ ഉണ്ടായിരുന്നില്ല. ഈ സന്ദർഭത്തിലാണ് അവർ

ഇന്ത്യാചരിത്രരചനയ്ക്ക് ഒരുങ്ങുന്നത്. കാലഗണന, തുടർച്ച ഇവയുടെ കാര്യത്തിലെല്ലാം തീർച്ചവരുത്താനവർ സംസ്കൃതത്തിലെഴുതപ്പെട്ട കൃതികളെയാണ് പ്രധാനമായും ഉപജീവിച്ചത്. അതിനായി അവർ സംസ്കൃതം പഠിച്ചു. സംസ്കൃതവും യൂറോപ്യൻ ഭാഷകളും തമ്മിലുള്ള സാദൃശ്യം അവരിൽ കൗതുകം ജനിപ്പിച്ചു. ഈ സാദൃശ്യത്തെക്കു റിച്ച് യൂറോപ്യന്മാർ വളരെക്കാലം മുമ്പുതന്നെ സൂചിപ്പിച്ചിരുന്നു. ആ ദിശയിൽ ക്രമപ്രവർത്തനപരമായ ഗവേഷണം നടത്താൻ സർ വില്യം ജോൺസിന്റെ നേതൃത്വത്തിൽ ശ്രമങ്ങൾ നടന്നു. പല മേഖലകൾ തമ്മിലുള്ള താരതമ്യപഠനങ്ങൾ നടന്നെങ്കിലും ഭാഷകളുടെ താരതമ്യ പഠനമാണ് അവയിൽ ഏറ്റവും ശ്രദ്ധേയമായത്.

ഈ താരതമ്യപഠനങ്ങളാണ് ഇന്തോ-ആര്യൻ ഭാഷാഗോത്രമെന്ന സങ്കല്പത്തിന് അടിത്തറയിട്ടത്. ഇന്തോ-ആര്യൻ ഭാഷാഗോത്രത്തിന് പുറത്തുനിൽക്കുന്ന പ്രാദേശിക ഭാഷകളാണ് ദ്രാവിഡഗോത്രത്തിൽ ഉൾപ്പെടുത്തപ്പെട്ടത്. ഈ ഭാഷ സംസാരിച്ചിരുന്നവരാണ് ഇന്ത്യയിലെ ആദിമവാസികളെന്നും അനുമാനിക്കപ്പെട്ടു. വടക്കുനിന്നു വന്നവർ എന്ന അർത്ഥത്തിൽ ആര്യർ എന്ന സംജ്ഞ തമിഴ് സംഘം കൃതികളിൽ ഉപയോഗിച്ചതും ആര്യ ശബ്ദത്തിനുള്ള നിദർശനമായി സ്വീകരിക്കപ്പെ ട്ടു. ഭാഷാഗവേഷണത്തിലൂടെ ആരംഭിച്ച പഠനം പിന്നീട് വംശീയമായ ഗണകല്പനകളിലേക്ക പ്രവേശിച്ചു. നേരത്തെ സൂചിപ്പിച്ച ജർമ്മൻ കാല്പ നികതാവാദം ഇവയെ പുരസ്കരിക്കുകയും ചെയ്തു. ഹെർഡർ, ഹെഗൽ തുടങ്ങിയ ജർമ്മൻ കാല്പനികർ മാനവസംസ്കാരത്തിന്റെ വേരുകൾ തിരയേണ്ടത് സംസ്കൃതത്തിലാണെന്ന് യൂറോപ്യൻ നിവാസികളെ ഓർമ്മപ്പെടുത്തി. ഇന്തോ-യൂറോപ്യൻ ഭാഷ സംസാരിക്കുന്നവരെ ആര്യന്മാരെന്ന് സാമാന്യമായി വിളിക്കാൻ തുടങ്ങിയത് പത്തൊമ്പ താം നൂറ്റാണ്ടിന്റെ പകുതിയോട്ടുകൂടിയാണ്. ഋഗ്വേദമന്ത്രങ്ങളിൽ ആര്യ ശബ്ദത്തിന്റെ പ്രയോഗമുണ്ട്. അവയിൽ ആത്മസൂചകമായ പദമാണ് ആര്യശബ്ദം. ഇറാനിയൻ ഗ്രന്ഥമായ *അവസ്ഥയിൽ* ഐരിയ എന്ന സംജ്ഞ ആര്യശബ്ദത്തിനു സമാനമായി ഉപയോഗിച്ചിട്ടുണ്ട്. ആര്യശ ബ്ദം സംസ്കൃതഗ്രന്ഥങ്ങളിൽ പദവിയെ സൂചിപ്പിക്കുന്നതിനും ഉപയോ ഗിച്ചു കാണാം.

ആര്യഭാഷ മൊഴിയുന്നവർ (Aryan speaking person) എന്നത് സമൂഹത്തിൽ വരേണ്യരെ സൂചിപ്പിക്കുന്ന പ്രയോഗം കൂടിയായിരുന്നു. ആര്യഭാഷ സംസാരിക്കുന്നവരെ ആര്യന്മാരെന്ന് വിശേഷിപ്പിക്കുക യും പിന്നീടത് വംശീയതയെ കുറിക്കുന്ന സംജ്ഞയായിത്തീരുകയും ചെയ്തു. അതോടെ യൂറോപ്പിലുടനീളം ആര്യവംശങ്ങളെയും ആര്യേതര

വംശങ്ങളെയും അവർ തമ്മിലുള്ള സംയോഗങ്ങളെയും കുറിച്ചുള്ള പഠന
ങ്ങൾ ത്വരിതഗതിയിൽ നടന്നു. കൊൾ ലിവേൻ ജനുസ്സുകളായും സ്പിഷി
സുകളായും ജന്തുവർഗ്ഗങ്ങളെ വിഭജിക്കുന്നതിനുള്ള തത്ത്വമാവിഷ്കരിച്ചു.
അതോടൊപ്പം അനുയോജ്യമായവയെ അതിജീവിക്കുന്ന ഡാർവീനി
യൻ സിദ്ധാന്തവും പത്തൊമ്പതാം നൂറ്റാണ്ടിലെ ശ്രദ്ധേയമായ പരി
കല്പനയായി മാറി. ഈ സിദ്ധാന്തങ്ങൾ മനുഷ്യവംശങ്ങളെക്കുറിച്ചുള്ള
ആശയരൂപീകരണത്തിലും പ്രയോഗിക്കപ്പെട്ടു. മനുഷ്യവംശങ്ങളെ
പരിഷ്കൃതം, അപരിഷ്കൃതം എന്നിങ്ങനെ വ്യാവർത്തിച്ച് അവയെ
ശ്രേണീകരിച്ചു. വംശീയശാസ്ത്രം (race science)പോലും യൂറോപ്പിൽ
വളർന്നു വന്നു. സോഷ്യൽ ഷവനിസം എന്ന ആശയമായിരുന്നു വംശീ
യശാസ്ത്രത്തിന്റെ ഉല്പന്നങ്ങളിലൊന്ന്. കൈയൂക്കുള്ളവൻ കാര്യക്കാരൻ
എന്നതിനെ ന്യായീകരിക്കുന്ന ശാസ്ത്രമായിരുന്ന വംശീയശാസ്ത്രം. അധി
നിവേശസമൂഹങ്ങൾ വംശീയമായി ദുർബ്ബലരായതാണ് അവർക്കുമേൽ
അധിനിവേശിതർ ആധിപത്യം സ്ഥാപിക്കാൻ ഇടയായതെന്നും അത്
സ്വാഭാവിക നീതിയാണെന്നുമുള്ള സാധൂകരണമാണ് സോഷ്യൽ
ഷവനിസം നൽകിയത്. ആദ്യകാല ജർമ്മൻ പൗരസ്ത്യവാദികൾ
സംസ്കൃതത്തെയും ഇന്ത്യൻ സംസ്കാരത്തെയും മനുഷ്യനാഗരികത
യുടെ പവിത്രമായ ഉൽപ്പത്തിസ്ഥാനങ്ങളായി ചിത്രീകരിച്ചു. ഇന്ത്യയിൽ
ആര്യന്മാരുടെ മാതൃഭാഷയായിരുന്ന സംസ്കൃതമെന്ന് അവർ കല്പിച്ചു.
ഈ ആര്യന്മാരുടെ സംസ്കാരത്തിൽനിന്നും ഭാഷയിൽനിന്നും ചിന
പൊട്ടിപ്പടർന്നതാണ് ലോകത്തിലെ മറ്റ് സംസ്കൃതികളെന്നും ജർമ്മൻ
കാല്പനികർ സിദ്ധാന്തിച്ചു. അതോടെ ചരിത്രപഠനത്തിന്റെ ഫോക്കൽ
കേന്ദ്രമായി ഇന്ത്യയും ഏഷ്യയും മാറി. ഈ അറിവ് ജർമ്മനിയുടെ
ചരിത്രം തിരുത്തിയെഴുതുന്നതിലേക്ക് നയിച്ചു.

അഞ്ചാം നൂറ്റാണ്ടോടെ റോമാസാമ്രാജ്യത്തിന്റെ തകർച്ച ആരംഭിച്ച
തെന്നും അതിനു കാരണം ജർമ്മനിയിലും വടക്കേ യൂറോപ്പിലുമുണ്ടാ
യിരുന്ന ബാർബേറിയന്മാരുടെ തുടർച്ചയായ ആക്രമണങ്ങളാണെന്നു
മുള്ള കണ്ടെത്തലാണ് അതുവരെയുണ്ടായിരുന്നത്. എന്നാൽ ജർമ്മൻ
ഇൻഡോളജിസ്റ്റുകളുടെ പഠനം ജർമ്മൻ ജനത ബാർബേറിയന്മാരാ
യിരുന്നുവെന്ന ധാരണയായി തിരുത്താൻ പ്രേരിപ്പിച്ചു. തങ്ങൾ ആര്യ
വംശജരായിരുന്നുവെന്നും അത്യുന്നതമായ സംസ്കാരത്തിന്റെ ഉടമക
ളായിരുന്നുവെന്നുമുള്ള ധാരണകൊണ്ട് തങ്ങൾക്കുമേൽ ആരോപിക്ക
പ്പെട്ട ബാർബേറിയൻ ഭൂതകാലത്തെ അവർ അട്ടിമറിച്ചു. അതിലൂടെ
പാൻജർമ്മാനിക്കായ ബോധം ഉൽപ്പാദിപ്പിക്കാൻ അവർക്കു കഴിഞ്ഞു.
റോമൻ ചരിത്രകാരനായ ടാസിറ്റസിന്റെ രക്തശുദ്ധിവാദം ജർമ്മൻ

രാഷ്ട്രീയത്തിൽ നിരന്തരം ഉദ്ധരിക്കപ്പെട്ടു. ആദിമ ആര്യൻ ജനത എന്ന അർത്ഥത്തിൽ ജർമ്മൻകാർ തങ്ങളൊരു ഉർഫോക്ക് ആണെന്ന് സ്വയം ധരിക്കുന്നതിലേക്കുവരെ എത്തി ഈ ശ്രുദ്ധിവാദം. ഈ വാദത്തെ ശക്തിപ്പെടുത്തുന്ന നരവംശശാസ്ത്രപഠനങ്ങളും ഇക്കാലത്ത് മുന്നേറി. ഏറ്റവും ഒടുവിൽ അത് നാസിപ്രത്യയശാസ്ത്രത്തിൽ അവസാനിച്ച കഥ നമുക്കെല്ലാവർക്കും അറിയാവുന്നതാണ്.

ആര്യന്മാരെ അടിപ്പടവായി സ്വീകരിച്ച കൊണ്ട് ഇന്ത്യാചരിത്രം പുനരാഖ്യാനിക്കാനുള്ള ശ്രമങ്ങൾക്ക് മാക്സ് മുള്ളർ നൽകിയ സംഭാവനയും പരിശോധിക്കപ്പെടേണ്ടതാണ്. വേദങ്ങളുടെ കണ്ണില്ലൂടെയാണ് അദ്ദേഹം ഇന്ത്യൻ സമൂഹത്തെ വിലയിരുത്തിയത്. ഒരു ഉദ്ധരണി ഇങ്ങനെയാണ്:

"....... ഭാരതീയതത്ത്വചിന്തയെപ്പറ്റിയുള്ള എന്റെ പഠനങ്ങളുടെ ഫലങ്ങൾ പ്രസിദ്ധപ്പെടുത്തുന്നതിന്റെ ഉദ്ദേശ്യം ഓരോ ചിന്താപദ്ധതിയുടെയും തത്ത്വം ആവർത്തിച്ച പറയുന്നതിനെക്കാളേറെ അത് ഇന്ത്യയിലെ പ്രമുഖ തത്ത്വചിന്തകളുടെ സുപ്രസിദ്ധരായ കർത്താക്കൾ സശ്രദ്ധം സുവ്യക്തമായി നിരത്തിയിട്ടുണ്ട്. ഏറ്റവും ആദികാലം മുതൽ ഭാരത രാഷ്ട്രത്തിലുണ്ടായ താത്വിക പ്രവർത്തനങ്ങളുടെ കൂടുതൽ സമഗ്രമായ വിവരങ്ങൾ ഭാരതനിവാസികളുടെ ദേശീയസ്വഭാവമായി. അവരുടെ തത്വചിന്ത മാത്രമല്ല, മതവും എത്ര സമ്യക്കായി ബന്ധപ്പെട്ടിരിക്കുന്ന എന്ന് കാണിക്കുകയാണ്." പ്രാചീന ഇന്ത്യക്കാർക്ക് ഭൗതികജീവിതം ഉണ്ടായിരുന്നില്ലെന്നും അവരെല്ലാം ആദ്ധ്യാത്മകചിന്തയിൽ സ്വയമലിഞ്ഞില്ലാതായിത്തീർന്നവരാണെന്നും മാക്സ് മുള്ളർ കരുതുന്നു. തത്വചിന്തയിലെ ആറ്റ പദ്ധതികളിൽ നമുക്ക ദർശിക്കാവുന്ന മട്ടില്ലുള്ള തത്വചിന്തയുടെ സമൃദ്ധമായ വികാസം തനതായുള്ള ഭൗതിക സൗകര്യങ്ങളും അസൗകര്യങ്ങളും ചേർന്നുള്ള ഇന്ത്യപോലുള്ള ഒരു രാജ്യത്തുമാത്രമേ ഉണ്ടാകാൻ കഴിയൂ. ഇന്ത്യാരാജ്യത്ത് ഇത്രയധികം അസൗകര്യങ്ങൾ ഉണ്ടായതുകൊണ്ടാണ് വളരെ ആഴത്തിലുള്ള തത്വചിന്തകൾ ഇവിടെ രൂപമെടുത്തത് എന്നാണ് അദ്ദേഹം പറഞ്ഞതിന്റെ സാരം. പ്രാചീന ഭാരതത്തിൽ ജീവിക്കാൻ വേണ്ടിയുള്ള കടുത്ത സമരങ്ങൾ വേണ്ടിവന്നിരിക്കാൻ ഇടയില്ല. ജീവിതാവശ്യങ്ങൾക്കായുള്ള വസ്തുക്കൾ പ്രകൃതി തന്നെ സുലഭമായി നൽകിയിരുന്നു. കുറച്ച് താല്പര്യങ്ങൾ മാത്രമുണ്ടായിരുന്ന ആളുകൾക്ക് കാട്ടിലെ പറവകളെപ്പോലെ ആകാശത്തിലെ ശുദ്ധവായുവിലേക്കും സനാതനമായ പ്രകാശത്തിന്റെ പ്രഭവങ്ങളിലേക്കും സന്യാസത്തിലേക്കും പറന്ന കയറാൻ കഴിയുമായിരുന്നു. വളരെ കുറച്ച് ആവശ്യങ്ങളെ ഇവിടെയുള്ള ആളുകൾക്കുണ്ടായിരുന്നുള്ളൂ.

അതിനവേണ്ടതൊക്കെ പ്രകൃതി കൊട്ടുക്കുകയും ചെയ്തു. അതുകൊണ്ട് അവർക്ക് ഗുഹയിലൊക്കെയിരുന്ന് ധ്യാനിക്കാനും മറ്റും ധാരാളം സമയമുണ്ടായിരുന്നു. പാശ്ചാത്യരായ നമ്മളോ ആവശ്യമില്ലാത്ത പുരോഗതിയുടെയും ശാസ്ത്രത്തിന്റെയുമൊക്കെ പിന്നാലെ പോയതുകൊ ണ്ട് തത്ത്വചിന്താപാരമ്പര്യം നമുക്ക് കൈമോശം വന്നുപോയി എന്നും മാക്സ്മുള്ളർ തന്റെ കൃതികളെ പരിചയപ്പെടുത്തുന്ന ആമുഖത്തിൽ അഭിപ്രായപ്പെടുന്നു.

"മധ്യരേഖാപ്രദേശത്തെ സൂര്യന്റെ ചൂടിൽനിന്നും രക്ഷനേടി, തോപ്പ കളുടെ തണലിലോ മലനിരകളുടെ അടിവാരത്തിലുള്ള ഗുഹകളിലോ അഭയസ്ഥാനം കണ്ടെത്തിയ അവർക്ക്, തങ്ങൾ എന്തിനെന്നോ എങ്ങി നെയെന്നോ അറിയാതെ എത്തിപ്പെട്ടിരിക്കുന്ന സ്ഥാനങ്ങളിൽനിന്ന് ആ ലോകത്തെപ്പറ്റി ധ്യാനിക്കുകയല്ലാതെ മറ്റെന്തു ചെയ്യാനാണുള്ളത്. വേദങ്ങളിൽ സൂചിപ്പിക്കുന്നതുപോലെ, പ്രാചീന ഭാരതത്തിൽ ഒരുതര ത്തിലുള്ള രാഷ്ട്രീയജീവിതവുമില്ലായിരുന്നു. അതുകൊണ്ടുതന്നെ രാഷ്ട്രീയ സംഘർഷങ്ങളോ നാഗരിക അഭിലാഷങ്ങളോ അവർക്കുണ്ടായിരുന്നി ല്ല. നമുക്കു വ്യാപരിക്കാൻ ധാരാളം വർത്തമാനപ്പത്രങ്ങളും പാർലമെ ന്റിനെ സംബന്ധിച്ചുള്ള റിപ്പോർട്ടുകളും അന്നന്നു കണ്ടുപിടുത്തങ്ങളും ചർച്ചകളും പുതിയ നോവലുകളും സമയം പോക്കാനുള്ള സാമൂഹിക ചടങ്ങുകളും ഉള്ളതുകൊണ്ട് അതിഭൗതിക കാര്യങ്ങളിലോ മതപരമായ പ്രശ്നങ്ങളിലോ ഇടപെടാൻ സമയമില്ലെന്നിരിക്കെ, മിക്കവാറും ഈ അതിഭൗതിക കാര്യങ്ങളും മതപരമായ പ്രശ്നങ്ങളും മാത്രമാണ് പ്രാചീ നഭാരതത്തിലെ നിവാസികൾക്ക് സ്വന്തം ബുദ്ധികോർജ്ജം ചിലവഴി ക്കാനുള്ള ഉപാധിയായി ഉണ്ടായിരുന്നത്. ഇന്ത്യയിലെ ചൂടുള്ള കാലാവ സ്ഥയും വനത്തിലെ ഒറ്റപ്പെട്ടിട്ടുള്ള ജീവിതവും അസംഭവ്യമായിരുന്നില്ല. സർവ്വസാധാരണമായ ആശയവിനിമയോപാധികളുടെ അഭാവത്തിൽ രാജ്യത്തവിടവിടെയായി ചിതറിക്കിടന്ന ചെറിയ ജനവാസകേന്ദ്രങ്ങ ളിലെ അംഗങ്ങൾക്ക് ലോകത്തെക്കുറിച്ച് അവർക്ക് തോന്നിയ അത്ഭുത ങ്ങൾ പ്രകടിപ്പിക്കുകയല്ലാതെ മറ്റെന്താണ് ചെയ്യവാനുള്ളത്. അതാണ് എല്ലാ തത്ത്വചിന്തയുടെയും ആരംഭം. എഴുത്തുവിദ്യ കണ്ടുപിടിക്കാതിരുന്ന അക്കാലത്ത് ഓർമ്മയിൽനിന്നും പകരുകയും പരക്കുകയും ചെയ്യേണ്ട ശ്രദ്ധാപൂർവ്വമായ ശിക്ഷണത്തിലൂടെ അസാധാരണവും കുറയൊക്കെ അവിശ്വസനീയവ്വമായ ഒരു നിലയിലേക്ക് വികസിച്ച രീതിയിൽ മാത്രം സാഹിത്യം വളർന്നിരിക്കെ സാഹിത്യപരമായിരുന്ന താല്പര്യങ്ങൾ വിരളമായിരുന്നെന്നു കരുതണം. ശ്രദ്ധാപൂർവ്വം ചിട്ടപ്പെടുത്തിയ ഒരു പദ്ധതി തന്നെയായിരുന്നു അത്. പൊതുജനങ്ങളുടെ അഭിനന്ദനമോ

സ്വകാര്യനേട്ടമോ അചിന്ത്യമായിരുന്ന അക്കാലത്ത് അവർ ഏറ്റവുമ
ധികം ചിന്തിച്ചത് സത്യത്തെപ്പറ്റിയായിരുന്ന. അങ്ങനെ അവരുടെ മിക്ക
തത്വചിന്തകളും തികച്ചും സ്വതന്ത്രവും മൗലികസ്വഭാവമുള്ളതുമായി."

തത്വചിന്തയിലുള്ള ഈ കണിശബുദ്ധി ഹൈന്ദവദർശനത്തിന്റെ
യും അതുവഴി ഇന്ത്യൻ ദേശീയതയുടെയും സ്വഭാവമാണെന്നപോലും
മാക്സ്മുള്ളർ പറയുന്നു. ബുദ്ധിവിഷയകമോ അമൂർത്തമോ ആയിരുന്ന
തിനെ ഒന്നാം സ്ഥാനം നൽകുക വഴി പൂർവ്വദേശത്തെ ചിന്തകന്മാർ
പശ്ചിമദേശത്തെ മിക്ക തത്വജ്ഞാനികളെയും അപേക്ഷിച്ച് തങ്ങൾക്ക
ള്ള ഔന്നത്യം വ്യക്തമാക്കുന്നതായി അദ്ദേഹം കരുതി.

മാക്സ് മുള്ളർ ഋഗ്വേദവും സായണന്റെ വ്യാഖ്യാനവും തർജ്ജമ
ചെയ്ത പ്രസിദ്ധീകരിക്കുകയുണ്ടായി. മധ്യേഷ്യയിൽനിന്ന് ആര്യന്മാർ
രണ്ട ശാഖകളായി പിരിഞ്ഞുവെന്നും ഒരു വിഭാഗം യൂറോപ്പിലേക്കും
ഒരു വിഭാഗം വടക്കപടിഞ്ഞാറൻ ഇന്ത്യയിലേക്കും കുടിയേറിയെന്നും
മാക്സ് മുള്ളർ വിശ്വസിച്ച. ആര്യന്മാർ ദാസന്മാരെ കീഴടക്കിയതിന്റെ
സൂചനയാണ് ഋഗ്വേദം നൽകുന്നതെന്നും ദാസന്മാർ കല്പവല്ലിയിലുള്ള
പ്രദേശീയരാണെന്നും അദ്ദേഹം വ്യാഖ്യാനിച്ച. ആര്യന്മാർ വെളുത്തവ
രായിരുന്ന. യൂറോപ്പിലേക്ക് കടന്നുചെന്ന ആര്യന്മാരാണ് രാഷ്ടങ്ങൾക്ക്
രൂപം നൽകിയത്. എന്നാൽ ഇന്ത്യയിലേക്കും ഇറാനിലേക്കും കുടി
യേറിയവർ പൊതുവേ നിഷ്ക്രിയരും തത്വചിന്താവ്യവഹാരങ്ങളിലും
മുഴുകാൻ താല്പര്യമുള്ളവരുമായിരുന്നത്രേ. കടന്നുവന്ന ആര്യന്മാരും
തദ്ദേശീയരും നിറം, ഭാഷ, മതവിശ്വാസം എന്നിവയിലെല്ലാം വ്യത്യ
സ്തതകൾ പുലർത്തി. ഈ വ്യത്യസ്തതകളിൽനിന്നാണ് ജാതിവ്യവസ്ഥ
ഉടലെടുത്തത്. ഉയർന്ന ജാതികൾ ആര്യന്മാരുടെയും താഴ്ന്ന ജാതിക്കാർ
ദാസന്മാരുടെയും പിൻമുറക്കാരാണെന്ന വിലയിരുത്തപ്പെട്ടു. മാക്സുള്ള
റുടെ രചനകളിലുടനീളം, ഹിന്ദു-ഇന്ത്യൻ, വംശം-രാഷ്ടം, ജനത-രക്തം
എന്നീ സംജ്ഞകൾ മാറിമാറി ഉപയോഗിക്കുന്നത്ര കാണാം.

പ്രാചീന കൃതികളിൽ ഭാഷയെയും പദവിയെയും സൂചിപ്പിക്കാൻ
ഉപയോഗിക്കുന്ന ആര്യശബ്ദം പത്തൊമ്പതാം നൂറ്റാണ്ടിൽ വംശത്തെ
ക്കുറിക്കുന്ന സംജ്ഞയായി ഉറപ്പിച്ചെടുക്കുകയാണുണ്ടായത്. എന്നാൽ
ഭാഷയെയും വംശത്തെയും ഒന്നായിക്കാണുന്ന ഈ സമീപനം ചരിത്രപ
രമായ സ്ഖലിതമാണെന്ന് തെളിയിക്കപ്പെട്ടിട്ടുണ്ട്. റാം മോഹൻ റോയി
1883-ൽ ഇംഗ്ലണ്ട് സന്ദർശിച്ചപ്പോൾ മാക്സ് മുള്ളർ ഇങ്ങനെ പറഞ്ഞു:
"റാം മോഹൻ റോയി ആര്യവംശജനാണ്. ഇംഗ്ലണ്ടിലെത്തുമ്പോൾ
അദ്ദേഹം സംസാരിക്കുന്ന ബംഗാളി ആര്യഭാഷയാണ്. അദ്ദേഹം

 കണ്ണാടിയും കുമ്പസാരവും

ഇംഗ്ലണ്ടിലെത്തുമ്പോൾ ഒരേ ആര്യവംശത്തിന്റെ രണ്ടു ശാഖകൾ പരസ്പരം കണ്ടുമുട്ടുകയാണ് ചെയ്യുന്നത്. പൊതുവായ ഉത്ഭവസ്ഥാനവും ഭാഷയും വിശ്വാസവും വീണ്ടെടുക്കാൻ കഴിയാത്ത വിധം ആ ശാഖകൾ തമ്മിൽ വേർപെട്ടുപോയിരിക്കുന്നു." ഈ നിരീക്ഷണത്തിൽ വംശവും ഭാഷയും പര്യായപദങ്ങളായി ഉപയോഗിക്കപ്പെടുന്നു. ദ്രാവിഡജനത യെയും ദ്രാവിഡഭാഷകളെയും ഇതേവിധം ഒന്നിന പകരം മറ്റൊന്ന് എന്ന തരത്തിൽ സൂചിപ്പിക്കാറുണ്ട്. ദ്രാവിഡരെ തദ്ദേശീയരായും ആര്യ ന്മാരെ അധിനിവേശകരായും ചിത്രീകരിക്കുന്നതും ഇതേ കല്പനയുടെ ഭാഗമാണ്. ഇന്ത്യയിലെ മുസ്ലിം രാജാക്കന്മാരുടെ ഭരണത്തെ മാക്സ് മുള്ളർ നിഷ്ഠുരമായ ഭരണം എന്നാണ് വിശേഷിപ്പിക്കുന്നത്. ബ്രിട്ടീഷ് ചരി ത്രകാരന്മാരുടെ അഭിപ്രായം അദ്ദേഹം ഇടയ്ക്കിടെ ആവർത്തിക്കുന്നുണ്ട്. ഇന്ത്യയിലെ ജാതിവ്യവസ്ഥയെ ശ്രുദ്ധി, അശ്രുദ്ധി, തൊഴിൽ പ്രത്യുൽപാ ദനം, ചാർച്ചകൾ എന്നിവയുടെയെല്ലാം പശ്ചാത്തലത്തിൽ പഠിക്കുന്ന തിന പകരം വംശീയമായി പഠിക്കാനാണ് മാക്സ് മുള്ളറിനശേഷമുള്ള മിക്ക പണ്ഡിതന്മാരും ശ്രമിച്ചത്. ചുരുക്കത്തിൽ ഇന്ത്യാചരിത്രത്തിന്റെ കേന്ദ്രപ്രമേയമായി ആര്യവംശസിദ്ധാന്തം മാറി. നമ്മുടെ ജാതിവ്യവ സ്ഥയെക്കുറിച്ചും ചരിത്രത്തെക്കുറിച്ചുമെല്ലാം പറയാനുള്ള റഫറൻസ് പോയിന്റായി ആര്യൻ എന്ന സങ്കല്പം മാറി. മാത്രമല്ല, അത് ഇന്ത്യയിലെ ബ്രാഹ്മണമേൽക്കോയ്മയെ പല നിലയ്ക്കും സാധൂകരിച്ചു. വംശീയമായ വേർതിരിവാണ് ഇന്ത്യക്കാരുടെ ഐക്യത്തെ തകർത്തതെന്നും വ്യാ ഖ്യാനിക്കപ്പെട്ടു. പ്രസ്തുത അനൈക്യമാണ് ഇസ്ലാമിക ആക്രമണത്തിന് വഴിവെച്ചതെന്നും വിലയിരുത്തപ്പെട്ടു. ഇത്തരത്തിൽ വംശീയമായ ചരി ത്രവ്യാഖ്യാനം പിന്നീട് വർഗ്ഗീയമായ ചരിത്രവ്യാഖ്യാനത്തിലേക്ക് വഴി തുറക്കുന്നതും കാണാം. പിൽക്കാലത്ത് മിഷനറിമാർ ഇന്ത്യൻ സമൂഹത്തിൽ ഇടപെടാൻ തുടങ്ങിയപ്പോൾ അവർ അധഃസ്ഥിതരുടെ ജാതിക്കാരോട് അനുഭാവം പുലർത്തി. താഴ്ത്തപ്പെട്ട ജാതികൾ യഥാർത്ഥത്തിൽ ഈ മണ്ണിന്റെ ഉടമകളായ ദാസന്മാരാണെന്നും മേൽജാതിക്കാർ പുറത്തു നിന്നും വന്നവരാണെന്നുമുള്ള വംശീയസിദ്ധാന്തത്തെതന്നെയാണ് മിഷനറിമാരും ഉപയോഗിച്ചത്.

ഇന്ത്യാചരിത്രത്തിന്റെ ആമുഖ അദ്ധ്യായമായി ആര്യവൽക്കരണം എന്ന സിദ്ധാന്തം സ്ഥിതീകരിക്കപ്പെട്ടു. ഇന്ത്യൻ സാമൂഹ്യവ്യവസ്ഥയുടെ അടിസ്ഥാന രൂപമായ ജാതിവ്യവസ്ഥയും ഇതേ സിദ്ധാന്തത്തിന്റെ വെളിച്ചത്തിലാണ് വിശദീകരിക്കാൻ ശ്രമിച്ചത്. ഇന്തോ-ആര്യൻ ഭാഷാഗോത്രത്തെ മുൻനിർത്തി ആര്യവംശത്തെ വിശദീകരിക്കാൻ ശ്രമിച്ചതുപോലെ, ദ്രാവിഡഭാഷയെ മുൻനിർത്തി ദ്രാവിഡവംശത്തെയും

വിശദീകരിക്കാനുള്ള ശ്രമം നടന്നു. കാൽറെന്റെയും മറ്റും പഠനങ്ങൾ ഇക്കാര്യം വ്യക്തമാക്കുന്നു. പിൽക്കാലത്ത് ഭാഷയെയും വംശത്തെയും പര്യായപദങ്ങളായി കാണുന്ന രീതിയെ മാക്സ് മുള്ളർ തള്ളിക്കള ഞ്ഞെങ്കിലും മായ്ച്ചാലും മായാത്ത സിദ്ധാന്തക്കുറയായി അത് ഇന്ത്യൻ ഭാവനയിൽ തുടർന്നു. ഇന്ത്യൻ ജനതയുടെ സ്വത്വബോധത്തിനകത്തു പ്രവർത്തിക്കുന്ന അടിസ്ഥാന വൈരുദ്ധ്യമായി ആര്യൻ-ദ്രാവിഡൻ എന്ന ദ്വന്ദ്വം മാറി. പിൽക്കാലത്ത് ഓരോ സാമൂഹ്യവിഭാഗവും തങ്ങളുടെ നിലപാടുകൾ സാധൂകരിക്കാനായി ഈ സിദ്ധാന്തത്തെ പല തരത്തിൽ പുനരുത്പാദിപ്പിച്ചു. ആര്യവൽക്കരണം എന്ന ആശയം ചോദ്യം ചെയ്യാതെ ഏറെക്കുറെ സ്ഥിരീകരിക്കപ്പെട്ടു. തർക്കം പ്രധാനമായും നടന്നത് ആര്യന്മാർ വന്നവരാണോ അതോ തദ്ദേശീയരാണോ എന്ന കാര്യത്തിൽ മാത്രമാണ്. ആര്യവൽക്കരണം എന്ന ആശയത്തെ വ്യാഖ്യാനിക്കാനുള്ള മാതിരിഭേദങ്ങളാണ് ഇന്ത്യൻ രാഷ്ട്രീയത്തിൽ നിർണ്ണായകമായിത്തീർന്നത്.

ദേശീയതയുടെ സന്ദർഭത്തിലാണ് ഈ വ്യാഖ്യാനഭേദങ്ങളോരോന്നും രൂപപ്പെടുന്നത്. ആരാണ് ഇന്ത്യയുടെ യഥാർത്ഥ അവകാശികൾ എന്ന ചോദ്യത്തിന് ഉത്തരം കണ്ടെത്താൻ ശ്രമിച്ചവരെല്ലാം ആര്യവൽക്കരണ സിദ്ധാന്തത്തിലേക്കാണ് തിരിഞ്ഞത്. ഇന്ത്യൻ ദേശീയതയുടെ തന്നെ പ്രാരംഭബിന്ദുവായി ചർച്ച ചെയ്യപ്പെട്ടത് ആര്യാധിനിവേശം എന്ന പ്രക്രി യയെയാണ്. നേരത്തെ സൂചിപ്പിച്ചതുപോലെ, ഇന്ത്യ എന്ന രാജ്യത്തി ന്റെ നേരവകാശികൾ ദ്രാവിഡവംശജരായ ദളിതരാണെന്നും അവരെ കീഴടക്കിയത് ആര്യന്മാരായ ബ്രാഹ്മണരാണെന്നും ആദ്യമായി വ്യാഖ്യാനിച്ചത് ക്രിസ്ത്യൻ മിഷനറിമാരായിരുന്നു. ഈ ആശയത്തെ പ്ര തിരോധാത്മകമായി വികസിപ്പിച്ച ആദ്യത്തെ ദളിത് സൈദ്ധാന്തികൻ മഹാത്മാ ജ്യോതി റാവു ഫൂലെയാണ്. ഈ ദേശത്തെ ആദിമനിവാ സികൾ ശൂദ്രരും അതിശൂദ്രരും ഉൾപ്പെട്ട ആദിവാസികളാണെന്ന് അദ്ദേഹം വാദിച്ചു. ബലി ബ്രാഹ്മണർക്കെതിരെ യുദ്ധം ചെയ്ത രാജാ വായിരുന്നു. പക്ഷേ ബ്രാഹ്മണരെ തോൽപ്പിക്കാൻ ബലിക്ക് കഴിയില്ല. അതോടെ ഭാരതദേശത്തിന്റെ സുവർണയുഗം അവസാനിച്ചുവെന്നും ഫൂലെ കരുതുന്നു. ബലിയുടെ കാലത്ത് ശൂദ്രർ ഭൂമിയുടെ ഉടമകളും കൃഷിക്കാരുമായിരുന്നു. ബ്രാഹ്മണർ അധികാരത്തിൽ വന്നതോടെ, അവർ അവതരിപ്പിച്ച ചൂഷണവ്യവസ്ഥയാണ് ജാതിയെന്നും ഫൂലെ പറയുന്നു. ബലിയുടെ പുരാവൃത്ത ആഖ്യാനം തന്റെ വാദഗതികൾക്ക് ഉപോൽബലകമായ തെളിവായി ഫൂലെ ഉദ്ധരിക്കുന്നുണ്ട്. ഫൂലെയുടെ ഈ വ്യാഖ്യാനങ്ങളിൽനിന്നാണ് പിന്നീട് അംബേദ്കർ അദ്ദേഹത്തിന്റെ

പല ആശയങ്ങളും വികസിപ്പിച്ചിട്ടുള്ളത്.

ദശാവതാരകഥയെയും ആര്യാധിനിവേശത്തിന്റെ സാക്ഷ്യങ്ങളാ യിട്ടാണ് ഏലെ മനസ്സിലാക്കുന്നത്. ആര്യന്മാർ കടലിലൂടെ വന്നതി ന്റെ സൂചനയാണ് മത്സ്യാവതാരവും കൂർമ്മാവതാരവും. പിന്നീടുള്ള അവതാരങ്ങൾ കരയിലൂടെ വന്ന ആര്യന്മാരെയാണ് സൂചിപ്പിക്കുന്നത്. ഒടുവിൽ പരശുരാമൻ ഉൾപ്പെടെയുള്ളവർ ക്ഷത്രിയരെ (ശുദ്രരെ) പലത വണയായി കൊന്നൊടുക്കി. ഇങ്ങനെ അക്രമത്തിലൂടെ ബ്രാഹ്മണർ ശുദ്രരിൽനിന്നു തട്ടിയെടുത്ത ദേശമാണ് ഇന്ത്യ എന്ന് ഏലെ പറയുന്നു. ചുരുക്കത്തിൽ, ഇന്ത്യൻ ദളിത് വൈജ്ഞാനികതയുടെ ഒരു പ്രധാന പരികല്പനയായി ആര്യവംശാധിനിവേശം എന്ന സങ്കല്പത്തിന് മാറാൻ കഴിഞ്ഞു. ബ്രാഹ്മണവിരുദ്ധ പ്രസ്ഥാനങ്ങൾ രാജ്യത്തിന്റെ പല ഭാഗങ്ങളിലും രൂപപ്പെട്ടുവന്നപ്പോൾ അവർക്കും വെളിച്ചം പകർന്നത് ആര്യവംശസിദ്ധാന്തം തന്നെയാണ്. ഇന്ത്യയുടെ യഥാർത്ഥ സ്വാതന്ത്ര്യം സാക്ഷാത്കരിക്കപ്പെടണമെങ്കിൽ, ഇവിടത്തെ ആദിവാസികൾക്ക് അവർക്ക് നഷ്ടപ്പെട്ട അധികാരം തിരിച്ചുകിട്ടണമെന്ന വാദം ദേശീയ പ്രസ്ഥാനകാലത്ത് ശക്തിപ്പെട്ടത് അങ്ങനെയാണ്. എന്നാൽ ഇതി ൽനിന്നും വ്യത്യസ്തമായ ചില വ്യാഖ്യാനങ്ങളും അക്കാലത്തുണ്ടായി. ആര്യന്മാർ സാംസ്കാരികമായി വളരെ ഉയർന്നവരായിരുന്നതുകൊ ണ്ട്, അവരുടെ സംസ്കാരം പിൽക്കാലത്ത് മറ്റുള്ളവർ അനുകരിക്കാൻ ശ്രമിക്കുകയാണുണ്ടായതെന്നും, ഇന്ത്യയിലെ മേൽജാതിക്കാർ കൊളോണിയൽ ഭരണകർത്താക്കൾക്ക് സമശീർഷരാണെന്നും വാദിച്ചവരും ഉണ്ട്. ഏതോ കാലത്ത് പിരിഞ്ഞുപോയ കുടുംബക്കാർ ഒന്നിച്ചുചേർന്നതാണ് കോളനിവൽക്കരണം എന്നും ഇക്കൂട്ടർ വ്യാഖ്യാ നിച്ചു. കേശവ് സുന്ദർസെൻ എന്ന തദ്ദേശപണ്ഡിതനെ ഉദ്ധരിച്ചുകൊണ്ട് റോമിലാ ഥാപ്പർ ഇക്കാര്യം വിശദമാക്കുന്നുണ്ട്. ദേശീയപ്രസ്ഥാനം, അത് കോളനിവിരുദ്ധമായാലും മതപരമായാലും പ്രാദേശികമായാലും ഭാഷാപരമായാലും ഉല്പത്തിയുടെയും സ്വത്വത്തിന്റെയും സിദ്ധാന്തങ്ങ ളുടെ പിൻബലം ആവശ്യപ്പെടുന്നതാണ്. ആര്യസമാജസ്ഥാപകനായ സ്വാമി ദയാനന്ദസരസ്വതി ഏലെയുടെ അഭിപ്രായങ്ങളുടെ നേർവിപരീ തദിശയിലാണ് തന്റെ ആലോചനകൾ കൊണ്ടുപോയത്. വേദങ്ങളിൽ പരാമർശിക്കുന്ന സാമൂഹ്യജീവിതത്തിലേക്ക് തിരിച്ചുപോകാനാണ് ദയാ നന്ദസരസ്വതി ആഹ്വാനം ചെയ്യുന്നത്. വേദങ്ങളായിരുന്നു അദ്ദേഹത്തി ന്റെ ആദർശ രൂപം. ആധുനിക ശാസ്ത്രം പോലും ഉത്ഭവിക്കുന്നത് വേദങ്ങ ളിൽനിന്നാണെന്ന് അദ്ദേഹം പറയുന്നുണ്ട്. ആര്യന്മാരുടെ വംശീയവും ഭാഷാപരവുമായ ശുദ്ധിയെക്കുറിച്ചും അദ്ദേഹം ആവർത്തിക്കുന്നു.

ആര്യന്മാരുടെ സമാജം എന്ന അർത്ഥത്തിൽതന്നെയാണ് അദ്ദേഹം തന്റെ പ്രസ്ഥാനത്തിന് ആര്യസമാജം എന്ന പേരിട്ടത്. ശൂദ്രരെ ഈ സമാജത്തിൽ ചേർത്തിരുന്നില്ല. എന്നാൽ ശുദ്ധി എന്ന അനുഷ്ഠാന ത്തിലൂടെ കടന്നുപോകുന്നവർക്ക് ജാതീയമായ അശുദ്ധിയിൽനിന്ന് പുറത്തുകടന്ന് ആര്യസമാജത്തിൽ അംഗമാകാൻ കഴിയുമായിരുന്നു. ദയാനന്ദസരസ്വതിയെ സംബന്ധിച്ചിടത്തോളം , ആര്യന്മാർ ടിബറ്റി ൽനിന്നും ഇന്ത്യയിലേക്ക് കുടിയേറിയവരാണ്. ഇതിന് ചരിത്രപരമായ തെളിവുകൾ ഹാജരാക്കാനൊന്നും അദ്ദേഹം ശ്രമിച്ച കാണുന്നില്ല. 1875-ൽ സ്ഥാപിതമായ തിയോസഫിക്കൽ സൊസൈറ്റിയും ആര്യവും ശശ്രുദ്ധിയെക്കുറിച്ചുള്ള അഭിമാനബോധത്തിൽനിന്നും ഉണ്ടായതാണ്. മേഡം ബ്ലാവ്സ്കിയും കേണൽ ഓൾക്കോട്ടുമാണ് ഈ സംഘത്തിന്റെ രൂപീകരണത്തിൽ പ്രധാന പങ്കുവഹിച്ചത്. ബ്ലാവിസ്കി യൂറോപ്പിലാണ് ശ്രദ്ധ കേന്ദ്രീകരിച്ചിരുന്നതെങ്കിൽ, കേണൽ ഓൾക്കോട്ട് ഇന്ത്യൻ ആത്മീയതയുടെ മഹത്വത്തെ സ്ഥാപിക്കാനും യൂറോപ്യൻ ഭൗതിക ജീവിതത്തിന്റെ അന്തഃസാരശൂന്യത ഓർമ്മിപ്പിക്കാനുമാണ് ശ്രമിച്ചത്. ആര്യന്മാരുണ്ടാക്കിയ മഹത്തായ സംസ്കാരത്തെ തകർത്തത് മുസ്ലി ങ്ങളാണെന്നും തിയോസഫിക്കൽ സൊസൈറ്റി കരുതി. ഈ വാദ ങ്ങളെല്ലാം പത്തൊമ്പതാം നൂറ്റാണ്ടോട്ടുകൂടി അവസാനിച്ചില്ല. പുതിയ രൂപഭാവങ്ങളിൽ അത് ഇന്ത്യൻ ഡൈഷണികജീവിതത്തെ നിരന്തരം പിന്തുടർന്നു.

ഗോൾവാൾക്കറുടെ (വിചാരധാര) ഒരു ഉദ്ധരണി നോക്കുക: "ആര്യ നെന്നത് പ്രാചീനവും അഭിമാനിക്കാവുന്നതുമായ ഒരു പേരാണെന്ന തിന് സംശയമില്ല. എന്നാൽ അത് കഴിഞ്ഞ ആയിരം വർഷങ്ങളായി പ്രത്യേകിച്ചും ഉപയോഗത്തിലില്ലാതായിട്ടുണ്ട്. അതിനും പുറമെ കഴിഞ്ഞ നൂറ്റാണ്ടിൽ ചരിത്രഗവേഷണത്തിന്റെ മറപിടിച്ചുകൊണ്ട് ബ്രിട്ടീഷുകാർ നടത്തിയ ദുഷ്ടചരണത്തിന്റെ ഫലമായി സൃഷ്ടിക്കപ്പെട്ട ആര്യ-ദ്രാവിഡ വാദത്തിന്റെ വിഷവേരുകൾ നമ്മുടെ ആളുകളുടെ മനസ്സിൽ ആണ്ടിറങ്ങി യിട്ടുണ്ട്. അതിനാൽ ആര്യനെന്ന പദത്തിന്റെ ഉപയോഗം ഹിമാലയം മുതൽ കന്യാകുമാരി വരെ വ്യാപിച്ചുകിടക്കുന്ന ജനങ്ങളെ ആകമാനം പഴയതോ പുതിയതോ ആയ യാതൊരു ഭേദഭാവനയും കൂടാതെ കൺമുന്നിൽ കൊണ്ടുവരിക എന്ന ഉദ്ദേശത്തെതന്നെ പരാജയപ്പെ ടുത്തുകയാണുണ്ടായത്." ഗോൾവാൾക്കറെ സംബന്ധിച്ചിടത്തോളം, ആര്യനെന്നത് പ്രാചീനഭാരത്തിൽ ജീവിച്ചിരുന്ന എല്ലാവരെയും ഉൾപ്പെടുത്തുന്ന സാമാന്യമായ ഒരു സംജ്ഞയാണ്. ആര്യം-ദ്രാവിഡം എന്ന വേർതിരിവിനെ അദ്ദേഹം തള്ളിക്കളയുന്നു. മാത്രമല്ല, ആര്യമതം

തന്നെയാണ് ഹിന്ദുമതം എന്നുകൂടി അദ്ദേഹം വാദിക്കുന്നു. ആര്യന്മാരെ ഹിന്ദുക്കളെന്നു വിശേഷിപ്പിക്കുന്നതിലുള്ള തന്റെ വിയോജിപ്പ് പണ്ഡിറ്റ് ജവഹർലാൽ നെഹ്റു സംശയത്തിന് ഇടയില്ലാത്തവിധം സൂചിപ്പിച്ചി ട്ടുണ്ട്. അദ്ദേഹം ആര്യ-ദ്രാവിഡ സംഘർഷത്തിലല്ല, അവർ തമ്മിലുള്ള സമ്മേളനത്തിലാണ് ഊന്നിയത്.

ഇന്ത്യയെ കണ്ടെത്തൽ എന്ന തന്റെ പുസ്തകത്തിൽ നെഹ്റു സൂചി പ്പിക്കുന്നത് നോക്കുക: "ആര്യന്മാരുടെ ഈ കുടിയേറ്റങ്ങൾ സിന്ധുതട കാലത്തിന് ഒരു ആയിരം കൊല്ലം ശേഷം സംഭവിച്ചിരിക്കുമെന്നാണ് കരുതുന്നത്. എങ്കിലും ഗണ്യമായ ഒരു വിടവൊന്നുമില്ലെന്നും, പിൽക്കാ ലത്തുണ്ടായ പോലെ ഇടയ്ക്കിടെ വിവിധ വർഗ്ഗങ്ങളും ജനങ്ങളും വടക്കുപടിഞ്ഞാറൻ ഇന്ത്യയിലേക്കു വരികയും ഇവിടെ ലയിച്ചുചേരു കയുമാണുണ്ടായതെന്നു വരാം. ആദ്യന്തസംസ്കാരമഹാസമ്മേളനം എന്ന് അതിനെ വിളിക്കാം. ആര്യന്മാർ ഇന്ത്യയിലേക്കു വന്നതോടുകൂടി സംഘർഷമല്ല സംഭവിച്ചത്, മഹാസമ്മേളനമാണ്, പരസ്പര ലയം. അന്നു കേറിവരുന്ന ആര്യന്മാരും സിന്ധുതടപരിഷ്കാരത്തിന്റെ പ്രതിനിധികളായി നിലനിന്ന ദ്രാവിഡരും തമ്മിൽ സംഭവിച്ചുവെന്നു പറയാവുന്ന ഈ മേളനത്തിൽനിന്നും ലയത്തിൽനിന്നുമാണ് ഇന്ത്യൻ വംശങ്ങളും, അടിസ്ഥാനപരമായി ഇന്ത്യൻ സംസ്കാരവും വളർന്നുവ ന്നത്. ഇതിൽ ആര്യന്മാരുടെയും ദ്രാവിഡരുടെയും സവിശേഷതകളു ണ്ട്."എല്ലാ സംസ്കാരങ്ങളെയും ലയിപ്പിച്ചെടുക്കുന്ന ഒന്നാണ് ഇന്ത്യൻ സംസ്കാരമെന്ന് നെഹ്റു തുടർന്നെഴുതുന്നുണ്ട്. ഏലെയുടെ ഭാവന ആര്യ-ദ്രാവിഡ സംഘർഷത്തിലൂന്നിക്കൊണ്ടാണ് ഇന്ത്യാചരിത്രത്തെ വ്യാഖ്യാനിക്കുന്നതെങ്കിൽ, ആര്യ-ദ്രാവിഡ സംലയനമാണ് സംഭവി ച്ചതെന്ന് നെഹ്റു പറയുന്നു. എന്നാൽ ദ്രാവിഡവർഗ്ഗമെന്നൊന്നില്ലെ ന്നും ഇന്ത്യയിലുണ്ടായിരുന്നവർ മുഴുവനും ആര്യന്മാരാണെന്നും ആ ജീവിതമാണ് നമ്മൾ വേദോപനിഷത്തുകളിലും പുരാണങ്ങളിലുമെല്ലാം കാണുന്നതെന്നുമാണ് ഗോൾവാൾക്കരുടെ വാദം.

ഇന്ത്യൻ സംസ്കാരത്തെ ഹൈന്ദവമെന്നു വിളിക്കുന്നതിനോട് നെഹ്റുവിന് ഒട്ടും യോജിപ്പുണ്ടായിരുന്നില്ല. ഒരു ഉദ്ധരണി നോക്കുക: "ഹിന്ദു എന്നൊരു വാക്ക് നമ്മുടെ പുരാണസാഹിത്യത്തിൽ ഒരിടത്തും കാണാനില്ല. ഒരു ഇന്ത്യൻ പുസ്തകത്തിൽ ഇദംപ്രഥമമായി അതിനെ ക്കുറിച്ച് പ്രസ്താവിക്കുന്നത് ക്രിസ്തുവിന് മുൻപ് എട്ടാം ശതകത്തിൽ ഒരു താന്ത്രിക ഗ്രന്ഥത്തിലാണെന്ന് അറിയുന്നു. അവിടെ ഹിന്ദു എന്നതിന് ഒരു ജനത എന്നാണർത്ഥം. ഒരു മതത്തിന്റെ അനുയായികളെന്നല്ല." വാസ്തവത്തിൽ ഹിന്ദ് എന്നത് ഒരു ദേശപ്പേരാണെന്ന് നെഹ്റു തുടർന്ന്

വാദിക്കുന്നുണ്ട്. ഒരു സവിശേഷ മതത്തോട് ബന്ധപ്പെടുത്തിക്കൊണ്ട് ഹിന്ദു എന്നുപയോഗിക്കാൻ തുടങ്ങിയത് ഈ അടുത്ത കാലത്താ ണെന്നും അദ്ദേഹം പിന്നീട്ട പറയുന്നുണ്ട്. ഇന്ത്യയിൽ പണ്ട് മതത്തെ കുറിക്കുന്നതിന് ഉപയോഗിച്ചപോന്ന സമഗ്രമായ പദം ആര്യധർമ്മം എന്നായിരുന്നു. വാസ്തവത്തിൽ ധർമ്മത്തിന് മതത്തെയും കവിഞ്ഞുനി ൽക്കുന്ന അർത്ഥമാണുള്ളത്. ഒന്നിച്ചുനിർത്തുക എന്നർത്ഥമുള്ള ഒരു ധാതുവിൽ നിന്നാണ് ആ പദം രൂപമെടുക്കുന്നത്. ഇന്ത്യയിൽ ഉത്ഭവിച്ച വൈദികമോ അവൈദികമോ ആയ എല്ലാ മതവിശ്വാസങ്ങളും ആര്യ ധർമ്മത്തിൽപ്പെട്ടും. അങ്ങനെ ആര്യനെന്ന സങ്കല്പത്തെ നെഹ്റു ഒരു വിപുലമായ പരികല്പനയാക്കി മാറ്റുകയും എല്ലാറ്റിനെയും അതിലേക്ക് കൊണ്ടുവരാൻ ശ്രമിക്കുകയും ചെയ്തു.

ബൗദ്ധരും ജൈനരുമെന്നപോലെ വേദത്തെ സ്വീകരിച്ചവരും ആ വാക്ക് ഉപയോഗിച്ച പോന്നു. ബുദ്ധൻ എന്നും താൻ കാണിച്ച മുക്തിമാർഗ്ഗത്തെ ആര്യപഥം എന്നാണ് വിളിച്ചിരുന്നത്. പുരാതന മതം എന്ന അർത്ഥത്തിലുള്ള സനാതനധർമ്മം എന്ന പദം പുരാ തനേന്ത്യൻ മതങ്ങളിൽ ഏതിനെ സംബന്ധിച്ചും പ്രയോഗിക്കാം. ബുദ്ധമതവും ജൈനമതവും തീർച്ചയായും ഹിന്ദുമതമായിരുന്നില്ല. ദൈവീകധർമ്മംപോലുമായിരുന്നില്ല. എങ്കിലും അവ കുരുത്തത് ഇന്ത്യയിലാണ്. ഇന്ത്യൻ ജീവിതത്തിന്റെയും സംസ്കാരത്തിന്റെയും തത്വചിന്തയുടെയും അവശ്യഅംശങ്ങളുമാണ്. ഇന്ത്യയിലെ ഒരു ബൗദ്ധനോ ജൈനനോ തികച്ചും നൂറുശതമാനവും ഇന്ത്യൻ ചിന്തകള ടെയും സംസ്കാരത്തിന്റെയും സന്താനമാണ്. ഇങ്ങനെ, മതം എന്ന സങ്കല്പത്തിൽനിന്നും സംസ്കാരം എന്ന സങ്കല്പത്തിലേക്ക് മാറ്റി ആര്യശബ്ദത്തെ വിപുലീകരിക്കുകയാണ് നെഹ്റു ചെയ്തത്. എങ്കിലും അവരിലൊരാളുപോലും വിശ്വാസം കൊണ്ട് ഹിന്ദുവല്ല. അതുകൊണ്ട് ഇന്ത്യൻ സംസ്കാരത്തെക്കുറിച്ച് ഹിന്ദു സംസ്കാരം എന്നു പറയുന്നത് കേവലം തെറ്റായ ധാരണയ്ക്ക് ഇടയാക്കും. ആര്യ-ദ്രാവിഡ സംഘർഷ ത്തെയും ഹിന്ദുമതത്തെയും നിഷേധിച്ചുകൊണ്ട്, അവയ്ക്കെല്ലാം അതീതമായ ഒരു യാഥാർത്ഥ്യമായി ഇന്ത്യൻ സംസ്കാരത്തെ നെഹ്റു കാണുന്നു. ഇന്ത്യൻ സംസ്കാരത്തിന് ഒരു ചേതനയുണ്ടെന്ന് അദ്ദേഹം കരുതുന്നു. ഈ ഭാഗം നോക്കുക: "നമ്മുടെ സാംസ്കാരിക പാരമ്പര്യ ത്തെ നാം ഇന്ത്യനെന്നോ ഹിന്ദിയെന്നോ ഹിന്ദുസ്ഥാനിയെന്നോ എന്തു പദം കൊണ്ട് വിശേഷിപ്പിച്ചാലും ശരി അതീത കാലങ്ങളിൽ ഇന്ത്യൻ സാംസ്കാരിക വികാസത്തിന്റെ വംശീയമായ വളർച്ചയുടെപോലും മുന്തിനിന്ന ഒരു സവിശേഷത സമവായീകരണത്തിലേക്കുള്ള ഒരു

    കണ്ണാടിയും കുമ്പസാരവും

ആഭ്യന്തര ചേതനയാണ്." സമവായീകരണത്തിലേക്കുള്ള ചേതന ഇന്ത്യൻ സംസ്കാരത്തിനുണ്ടെന്ന് നെഹ്റു കരുതുന്നു. ഇതൊരു കവിഭാവനയായി തോന്നാമെങ്കിലും, വലിയൊരു ഊർജ്ജമാണ് അക്കാലത്ത് ഉണ്ടാക്കിയത്. ഇത്തരം കാവ്യഭാവനകൾക്കും കല്പിത യാഥാർത്ഥ്യങ്ങൾക്കുമെല്ലാം വലിയ ഭൗതികശക്തികളായിത്തീരുവാൻ കഴിയും. ഈ ഊർജ്ജം ഉൾക്കൊണ്ടുകൊണ്ടാണ് ഇന്ത്യൻ നാഷണൽ കോൺഗ്രസ്സും ഇന്ത്യൻ ദേശീയപ്രസ്ഥാനവുമൊക്കെ അക്കാലത്ത് പ്രവർത്തിച്ചത്. മാത്രമല്ല, ഹിന്ദുക്കളും മുസ്ലിങ്ങളും ജൈനരും ബുദ്ധരു മൊക്കെ ഒന്നാണ് എന്ന തോന്നൽ ഉണ്ടാക്കിയെടുക്കുന്നതിലും ഈ ഭാവനയ്ക്ക് വലിയ പങ്കുണ്ടെന്നു പറയാം.

ചുരുക്കത്തിൽ, ആര്യ-ദ്രാവിഡ സങ്കല്പനം ഒരു വിജ്ഞാനമെന്ന നിലവിട്ട് ഒരു വൈകാരിക അനുഭൂതിയായിത്തീരുകയും, അത് രാഷ്ട്രീ യത്തിലൂടെയും സാഹിതീയ പൊതുമണ്ഡലത്തിലൂടെയും ഒഴുകിപ്പരക്കുക യുമാണുണ്ടായത്. ആ അനുഭൂതിയുടെ ചരിത്രജീവിതത്തിന് ഒറ്റ നിറമോ രൂപമോ അല്ല ഉണ്ടായിരുന്നത്. പരസ്പരം മുറിച്ചു കടന്നും എതിരിട്ടുമാണ് അവ പലതരം ഉടലുകളാർന്ന അവതാരരൂപം കൈക്കൊണ്ടത്. സാഹിത്യത്തിൽ അതുണ്ടാക്കിയ ഭാവപ്രപഞ്ചത്തെയാണ് ഇനി ചില ദൃഷ്ടാന്തങ്ങളിലൂടെ വിവരിക്കാനുള്ളത്.

മൂന്ന് തരത്തിലുള്ള സങ്കല്പമാണുള്ളത്. ഏലെ അവതരിപ്പിച്ച ആര്യ-ദ്രാ വിഡ സങ്കല്പം. ഗോൾവാൾക്കർ അവതരിപ്പിച്ച ആര്യ സങ്കല്പം, നെഹ്റു അവതരിപ്പിച്ച സമവായീകരണമെന്ന സങ്കല്പം. മലയാളത്തിലെ കാവ്യഭാവനയെ ഇവരിൽ ആരാണ് സ്വാധീനിച്ചത് എന്നു നോക്കാം.. നെഹ്റുവിന്റെ സമവായീകരണ സംസ്കാരചേതന എന്ന സങ്കല്പം ധാരാളം കവികളെ സ്വാധീനിച്ചിട്ടുണ്ട്. അവരിൽ ഏറ്റവും പ്രധാനപ്പെട്ട ഒരാളാണ് പി.കുഞ്ഞിരാമൻനായർ. ഇന്ത്യൻ ദേശീയതയുമായി ബന്ധ പ്പെട്ട ഒരു സവിശേഷ ശാഖയെ തന്റെ കവിതകളിലേക്ക് കൊണ്ടുവന്ന ഒരു കവിയായിരുന്നു അദ്ദേഹം. *സർവ്വോദയസന്ദേശം* എന്ന അദ്ദേഹ ത്തിന്റെ കവിതതന്നെ നോക്കാം.

> ഭാവാനാസുന്ദര താരമേ വെൽക നീ
>
> ഭാരതസംസ്കാര ചൈതന്യസാരമേ
>
> ഘോരദുഃസ്വപ്നനരകമായി പാരിടം
>
> ക്രൂരിശൾ മൂടിപ്പുതച്ചുകിടക്കവേ
>
> പൊന്നും പുലരിതൻ വിത്തുവിതയ്ക്കുവാൻ

വന്ന കിഴക്കൻ മലനിരയിങ്കൽ നീ

1940-50 കളിലാണ് കുഞ്ഞിരാമൻനായരുടെ കവിതകളധികവും വന്നിട്ടുള്ളത്. രണ്ടാം ലോക മഹായുദ്ധം കൊണ്ട് ലോകം തകർന്ന തരി പ്പണമായിക്കൊണ്ടിരിക്കുന്ന കാലം. അപ്പോഴാണ് കവി പറയുന്നത്, ഇതാ നോക്കൂ ഞങ്ങളുടെ നാട്ടിലേക്ക നോക്കൂ.

കിഴക്കതാ ഒരു പ്രകാശമായി വരികയാണ്. ഇവിടെ സമാധാന ത്തിന്റെ സന്ദേശമുണ്ട്. മാക്സ് മുള്ളറെത്തന്നെയാണ് നമുക്കിവിടെ കാണാനാവുക. മാക്സ് മുള്ളറെ വായിച്ച പഠിച്ച് കുഞ്ഞിരാമൻനായർ കവിതയെഴുതി എന്നല്ല അതിനർത്ഥം. എങ്ങനെയാണ് ഒരാശയം ഒരു തരംഗമായി, ഒരു ആശയരൂപമായി, ഒരു പ്രത്യയശാസ്ത്രരൂപമായി, എഴ ത്തുകാരെ സ്വാധീനിക്കുന്നത് എന്നതിന്റെ ഒരു ഉദാഹരണമാണ് ഇത്.

"ഉന്മിഷൽ ജീവിതം ഊതിപ്പിടിപ്പിച്ചതുജ്ജ്വല

പൗരസ്ത്യ ചക്രവാളത്തിൽ നീ"

ടാഗോറിനെപ്പോലുള്ളവർ യ്യൂറോപ്പില്ലുടനീളം സ്വീകരിക്കപ്പെടാനുള്ള കാരണവും അതുതന്നെയാണ്. ഇന്ത്യയ്ക്കത്താണ് ഇനി സമാധാനത്തി ന്റെ സന്ദേശമുള്ളതെന്ന സങ്കല്പം അക്കാലത്ത് വളരെ പ്രബലമായി രുന്നു.

"സിന്ധുവിനപ്പറമ്മൂന്നിനിൽക്കുന്ന

നിൻ അന്തരാത്മാവിന്റെ അന്തർവിലോചനം"

"നീരവം വന്ന നീ ചൈതന്യകേന്ദ്രമേ

പൗരസ്ത്യദിക്കിൻ സമാധാന ദൂതനായി"

"വേദനതിന്നും ഞെരിഞ്ഞും വലഞ്ഞൊരീ

പ്രാചീനഭ്രമിതൻ ആത്മനിരതമായി"

"അക്ഷയപ്രാചീന സംസ്കാരനിക്ഷേപരക്ഷയ്ക്

സാക്ഷിയാം അദ്വൈതമന്ത്രമായി

പൊന്നം പുലരിതൻ പുഞ്ചകൾകാക്കുവാൻ

വന്ന കിഴക്കൻ മലനിരയിങ്കൽ നീ...."

അദ്വൈതമാണ് ഇനി ലോകത്തെ രക്ഷിക്കാൻ പോകുന്നത്. അദ്വൈ തമാണ് ലോകത്തെ രക്ഷിക്കാനുള്ള ആശയം എന്ന് കുഞ്ഞിരാമൻനാ യരെപ്പോലുള്ളവർ അക്കാലത്ത് വിശ്വസിച്ചിരുന്നു.

     കണ്ണാടിയും കുമ്പസാരവും

"ഇമ്പംകലർന്നീ മനസ്സമാധാനത്തിന്

വെമ്പൽകൊള്ളുന്നിതാ നിൻ അയൽനാട്ടുകൾ"

"തേട്ടേണ്ട നിന്നടി പട്ടടയായിപ്പോയ

പൗരസ്ത്യനാടിന്റെ പാഠമോരോന്നുമേ"

ഇന്ത്യയ്ക്ക് വലിയൊരു പാരമ്പര്യമുണ്ടായിരുന്നുവെന്നും അതൊക്കെ തകർന്നുപോവുകയാണ് ചെയ്തതെന്നും ഇനി ആ പാര മ്പര്യത്തിന്റെ ഉയിർത്തെഴുന്നേല്പില്ലൂടെ മാത്രമേ ലോകരക്ഷ സാധ്യമാ വൂയെന്നും അദ്ദേഹം കവിതയില്ലൂടെ പറയുന്നു.

ഇന്ത്യയുടെ തണ്ണീർപ്പന്തൽ എന്ന കവിതയിൽ

"വിശ്വസ്ത സുഹൃത്തോട് ബദ്ധമാം പോളണ്ടിലെ

വിശ്വവിശ്വതരനൊരു കവിതക്കാരൻ ചൊല്ലി

കാന്തയെപ്പിരിഞ്ഞമൽ ജീവിതസർവ്വസ്വത്തെ

ശാന്തിയെത്തേടിത്തേടി ലോകമൊക്കെയും ചുറ്റി

സ്വാത്മനിർവ്വതിനേടാൻ അമ്മട്ടിലലഞ്ഞുഞാൻ

ആത്മീയദാഹംകൊണ്ടു ദീനബന്ധുവോടൊപ്പം

ശിവനേ ശ്രമിക്കുന്നു മാനുഷൻ അവിശ്രാന്തം ഭവനക്ഷേത്രം

ചോര ചിന്തുന്ന കശാപ്പാക്കാൻ

മുൾക്കിരീടവും ചൂടി കുരിശേറിനാൽ വീണ്ടും

ക്രിസ്തുവിനോടോപ്പമിന്ന് ബൈബിളിൻ മൊഴികളും

പല്ലുവെച്ചൊരു ലോഹം മനുഷ്യത്വത്തിൽ വാരിയെല്ലുകൾ

കടിച്ചടയ്ക്കുന്നതാം ശബ്ദം കേട്ടു.

എന്നാണ് അദ്ദേഹം എഴുതിയിരിക്കുന്നത്. യൂറോപ്പിലാണെ ങ്കിൽ ശാസ്ത്രവും സാങ്കേതികവിദ്യയും വന്ന്, സാങ്കേതികവിദ്യ മനുഷ്യന്റെ നട്ടെല്ലു തന്നെ ഞെരിച്ചടയ്ക്കുന്ന ഒരു കാലം വന്നിരിക്കുന്നു. മാക്സ്മുള്ളർ എന്തിന്റെ പേരിലാണോ നമ്മെ വാഴ്ത്തിയത്, അതേ ആശയത്തെയാണ് കുഞ്ഞിരാമൻനായർ തന്റെ കവിതയില്ലൂടെ ചൂണ്ടിക്കാട്ടുന്നത്. യൂറോ പ്പില്ലുള്ള ആളുകൾ മുഴുവൻ യന്ത്രസംസ്കാരത്തിന്റെ പിടിയിലകപ്പെട്ട് വാരിയെല്ലുകൾ തകർന്ന് ഞെരിഞ്ഞമരുമ്പോഴും അവർ ആശ്വാസത്തി നായി തിരിയുന്നത് ഇന്ത്യയിലേക്കാണെന്ന് അദ്ദേഹം പറയുന്നു.

"അന്ധകാരത്തിൽ ച്ചുളംവിളിക്കും

നവലോകയന്ത്രശാലയിൽനിന്ന് വെളിക്ക് കടന്നപ്പോൾ"

യന്ത്രശാലയിൽനിന്ന് പുറത്തുകടന്നാൽ ഇന്ത്യയല്ലാതെ മറ്റെവിടെ യാണ് നിങ്ങൾക്ക് സമാധാനത്തിനായിട്ടുള്ള സ്ഥലം വേറെയുള്ളത് എന്നദ്ദേഹം ചോദിക്കുന്നു.

"തോഴനോതിനാൽ നോക്ക

വെളിച്ചംകാണുന്നുണ്ടങ്ങാടിക്കം മറുകരെ

മാമരച്ചാർത്തിനുള്ളിൽ "

കുളിർത്തൽക്ലുമ്പ് ഗംഗതൻവക്കത്താണാ വെളിച്ചം എന്നാണ് അദ്ദേഹം പറയുന്നത്. ലോകത്തിന്റെ വെളിച്ചം ഗംഗയുടെ വക്കിലാണ്.

അടുത്തതായി, എൻ.വി.കൃഷ്ണവാരിയയുടെ മിഷനറി എന്ന കവിതയെ ക്കുറിച്ച് നോക്കാം. ഒരു മിഷനറി ഇന്ത്യയിൽ വന്നു. ഇന്ത്യയിൽ വന്ന മിഷനറി മാക്സ് മുള്ളർ എന്തൊക്കെയാണ് ഇന്ത്യൻജനതയ്ക്ക് ഇല്ല എന്നു കരുതിയത് അതെല്ലാം ഇവിടത്തെ മനുഷ്യർക്ക് നല്ലുന്നതിനാണ് ശ്രമിച്ചതെന്ന് കവിതയില്ലൂടെ അദ്ദേഹം പറയുന്നുണ്ട്. അതായത്, വിദ്യാ ഭ്യാസം നല്ലുക, പട്ടിണിക്ക് പരിഹാരം കാണുക, ആശുപത്രികൾ നിർമ്മി ക്കുക എന്നിങ്ങനെയുള്ള പ്രവർത്തനങ്ങളിലാണ് മിഷനറി ഏർപ്പെട്ടത്. പക്ഷേ ഇതൊക്കെ ചെയ്തിട്ടും നാട്ടുകാർ ആരും ഈ മിഷനറിയെയും അദ്ദേഹത്തിന്റെ പ്രവർത്തനങ്ങളെയും കാര്യമായെട്ടുക്കുകയോ, ക്രിസ്ത മതത്തിന്റെ വഴിയിലേക്ക് വരികയോ ചെയ്തില്ല. അങ്ങനെ അവസാനം മിഷനറി ഒരു അന്വേഷകനായിത്തീരുന്നതാണ് ഈ കവിത. ഈ അന്വേഷണങ്ങൾക്കൊട്ടവിൽ അദ്ദേഹം ചില ഗോസായിമാർക്കുട ത്തെയ്ക്കുന്നു. അവരും നാട്ടുകാരുടെ അവഗണനയ്ക്കുള്ള കാരണമൊന്നും പറഞ്ഞു കൊട്ടക്കാതെ അന്വേഷിക്കു എന്ന ഉത്തരമാണ് നൽകിയത്. അന്വേഷണങ്ങൾക്കൊട്ടവിൽ അദ്ദേഹത്തിന് ഒരു കാര്യം മനസ്സിലാവു ന്നു. ഈ ദേശത്തിന് ഒരു സാംസ്കാരിക ചേതനയുണ്ട്. ഈ ചേതന അവരെ എല്ലാ ദാരിദ്ര്യത്തെയും കഷ്ടപ്പാട്ടുകളെയും അതിജീവിക്കാൻ സഹായിക്കുന്ന ഒന്നാണ്. അവസാനം മിഷനറിയും ഈ സംസ്കാരം സ്വീകരിക്കാൻ തയ്യാറാവുന്നതാണ് ഈ കവിതയുടെ വിഷയം. രാമചന്ദ്ര ഗുഹയുടെ ഒരു പുസ്തകത്തിൽ *ഗാന്ധിയുടെ മതം* എന്നൊരു ലേഖനമുണ്ട്. അതിൽ മൂന്ന് മിഷനറിമാരെക്കുറിച്ച് അദ്ദേഹം പറയുന്നുണ്ട്. അവർ മൂന്നുപേരും മിഷനറിപ്രവർത്തനത്തിനായി ഇന്ത്യയിൽ വരികയും അവസാനം ഒരാൾ സിക്കമതം സ്വീകരിക്കുകയും ബാക്കി രണ്ടുപേർ ക്രിസ്തമതം ഉപേക്ഷിക്കുകയും ചെയ്തതായി അതിൽ പറയുന്നുണ്ട്. അങ്ങനെയൊരു മിഷനറിയെക്കുറിച്ചാണ് ഈ കവിതയിൽ അദ്ദേഹം പ്രതിപാദിക്കുന്നത്. കവിതയുടെ ആരംഭം ഇങ്ങനെയാണ്.

"അജ്ഞാനചെളിക്കുണ്ടിൽ

ആണ്ടുള്ളോരേഷ്യക്കാർക്ക്

വിജ്ഞാനം നല്ലീടുവാൻ

വന്നോനാം മിഷനറി

നസ്രേത്തിലെ യേശുക്രിസ്തുവിൽ

സന്ദേശത്തെ പ്രചരിപ്പിക്കാൻ

ഇന്ത്യാനാട്ടിലെത്തിയോൻ

അയാൾ

അന്ധവിശ്വാസങ്ങളും അക്രമങ്ങളും വാച്ച

ഹിന്ദുധർമ്മത്തെ ധ്വംസിച്ച്

ആയതിൽ, പീഠത്തിന്മേൽ

കരുണാമൃതം തൂകും

ക്രിസ്തുവിൻ മതം സ്ഥാപിച്ച്

ഇരുളിന്ത്യയിൽനിന്നോടിപ്പാൻ

വന്നോനവൻ"

അക്രമത്തിലും അനീതിയിലും മുങ്ങിനില്ക്കുന്ന ഹിന്ദുധർമ്മത്തെ മാറ്റി, അവിടെ ക്രിസ്തുധർമ്മത്തെ പ്രതിഷ്ഠിച്ച്, ഇന്ത്യയ്ക്ക് വെളിച്ചം നല്കാൻവേണ്ടി വന്നയയാളാണ് ആ മിഷനറി.

"പ്രേതത്തെ, മരങ്ങളെ, കല്ലിനെ പൂജിക്കുവോർ

പൂതനീശനെച്ചൊല്ലി ജന്തുഹിംസയെചെയ്വോർ

സ്വന്തസഹോദരങ്ങളെ ആട്ടിയോടിപ്പോർ

ചെറുപെൺകിടാങ്ങളെ ബലാൽകല്യാണം കഴിക്കുവോർ

ക്ഷുദ്രന്മാർ നികൃഷ്ടരോഗാസ്ഥന്മാർ അബോധമാന്ദ്യമഗ്നർ

ഹൈന്ദവർ സായിപ്പുകേട്ടിട്ടുണ്ട് സത്യങ്ങൾ"

ബ്രിട്ടീഷ് ഓറിയന്റലിസത്തിന്റെ വിശദീകരണങ്ങൾ കേട്ടിട്ടാണ് മിഷനറി ഇന്ത്യയിലെത്തിയത്. അങ്ങനെ ഇന്ത്യയിലെത്തിയ അദ്ദേഹം കുറെയേറെ കാര്യങ്ങളെല്ലാം ചെയ്യുന്നു. അപ്പോഴെല്ലാം താൻ ഒറ്റപ്പെ ടുന്നതായി അദ്ദേഹത്തിന് തോന്നുന്നു. അദ്ദേഹം ഇങ്ങനെ പറയുന്നു. എന്തായിരിക്കും ഈ ജീവിതത്തിന്റെ അർത്ഥം?

"ഏകരൂപമായി പരം സൗമ്യമായി ഒലിച്ചുപോയ്

ശോകഭൂയിഷ്ഠം ഗ്രാമജീവിതം ഈഷൽദോഷം

പച്ചപ്പുൽമൈതാനത്തിൽ കാലികൾ മേച്ച പിള്ളേർ

പട്ടിണിപ്പാടങ്ങളിൽ പണിത കൃഷിവലർ

ഈറ്റയാൽ പനമ്പുകൾ നിർമ്മിച്ച ഗൃഹിണിമാർ

ആറ്റവക്കിലെ ചന്തയിരമ്പി വ്യാഴാഴ്ചനാൾ

വേലയും വിശ്രമവും വേനൽവർഷവും

ജന്മം വേളിയും മരണവും സംസാരമേവവും നീണ്ട"

ഇന്ത്യൻ ഗ്രാമജീവിതമെന്നു പറഞ്ഞാൽ ഒരു ക്ലോക്കുപോലെ, യാതൊരു അല്ലലും അലട്ടലുമില്ലാതെ സ്വയം ചലിക്കുന്ന ഗ്രാമം എന്ന യൂറോപ്യൻ ഓറിയന്റലിസ്റ്റുകളുടെ ഭാവനതന്നെയാണ് വാസ്തവത്തിൽ എൻ.വി. സ്വീകരിച്ചിരിക്കുന്നത്. ഇന്ത്യൻ ഗ്രാമങ്ങൾ നിശ്ചലമായ ചില ജലാശയങ്ങൾപോലെയാണ്. അവ സ്വയം സമ്പൂർണ്ണങ്ങളാണ്.

"നിശ്ചലം പ്രവാഹമിതാ മിഷനറിയുടെ എത്തിലും

ചലിപ്പിച്ച നേരിയ തരംഗങ്ങൾ

ഈ ഒഴുക്കിനും അടിത്തട്ടിലെ സനാതനാതാത്മമായ

തത്വത്തെക്കാൺമാനഴറി തൻമാനസം"

സനാതനമായ ധർമ്മം ഈ ഗ്രാമത്തിന്റെ അടിത്തട്ടിലൂടെ ഒഴുകി ക്കൊണ്ടിരിക്കുന്നുണ്ട്. അതെന്തായിരിക്കും എന്ന അന്വേഷണത്തി ലാണ് മിഷനറി.

"വാടിയമാമ്പൂവിന്റെ ഗന്ധവും പരത്തിയങ്ങോടിയെത്തിടും

ഇളംകാറ്റ് ജനലിൽക്കൂടി "

വേനൽക്കാലത്ത് ഒരുദിവസം ഉച്ചയ്ക്ക് ജനലുകളെല്ലാം തുറന്നിട്ട് മിഷനറി തന്റെ മുറിയിൽ കിടക്കുമ്പോൾ മാമ്പൂവിന്റെ ഗന്ധമുള്ള കാറ്റ് ജനലിൽക്കൂടി അകത്തേക്കുവന്നു.

"രാമനും തൻ കാന്തയും കാട്ടുപുക്കിയകഥ

ദൂരത്തെ കുടിലുകളിൽനിന്നുരക്കെ കേൾക്കാറാകുന്നു

ആയിരംകൊല്ലങ്ങളായിന്ത്യയെ രോമാഞ്ചത്തിലാറാടിച്ചൊരാ

കാവ്യം"

സായിപ്പിനെക്കുളിർപ്പിക്കാൻ തുടങ്ങി.

രാമായണകഥ കേട്ട് സായിപ്പിനുപോലും കുളിർമ അനുഭവപ്പെട്ടു. ഈ

 കണ്ണാടിയും കുമ്പസാരവും

കഷ്ടപ്പാടിനകത്തും

"അന്തിക്ക് നക്ഷത്രങ്ങൾ വാനിലെത്തിടും മുമ്പേ
അമ്പലത്തിങ്കൽക്കാണാം ആളകൾ തിങ്ങിക്കൂടി"

രാമകഥ മാത്രമല്ല ശ്രീകൃഷ്ണന്റെ ചരിത്രവും മിഷനറി കേൾക്കുന്നുണ്ട്. അങ്ങനെ നിരന്തരം ഇന്ത്യൻ ഗ്രാമജീവിതത്തെക്കുറിച്ച് അദ്ദേഹം കേൾക്കുന്നുണ്ട്. മറുപുറത്ത്, യൂറോപ്പിനെക്കുറിച്ചും അദ്ദേഹം ചിന്തിക്കുന്നുണ്ട്.

"പൊന്തിടും പിയാനോവിൻ പാട്ടൊത്ത നൃത്തം ചെയ്യും
സുന്ദരസ്ത്രീപുംസങ്ങൾ അന്യോന്യസംസ്ലൂഷ്ണങ്ങൾ
ബോധനത്തിൻപുളപ്പ് അതാ പൊയ്മമീ ദൃശ്യങ്ങളെ
ഭീതനായ് പ്രഭ്രനായ് നോക്കിടും മിഷനറി."

തന്റെ സംസ്കാരമെന്ന പറയുന്നത് പിയാനോ വായനയും ആണം പെണ്ണം ചേരുന്നുള്ള നൃത്തവും ഉപഭോഗപരതയുമൊക്കെയാണ്. എന്നാൽ ഇവിടെയോ അതിൽനിന്നും വളരെ വ്യത്യസ്തമാണ്. എന്താണ് ഈ ജനതയെ ഇത്തരത്തിൽ പ്രചോദിപ്പിക്കുന്നത് എന്ന് ചിന്തിച്ച മിഷ നറിക്ക് കിട്ടുന്ന ഉത്തരമിതാണ്. ഈ ജന്മത്തിൽ നേട്ടങ്ങളൊന്നും തന്നെ ഉണ്ടായില്ലെങ്കിലും ഏതെങ്കിലും ജന്മത്തിൽ തങ്ങളുടെ കഷ്ടപ്പാടുകളെ ല്ലാം തീരും എന്ന് വിചാരിക്കുന്നവരാണ് ഇന്ത്യൻ ഗ്രാമീണർ. അങ്ങനെ ഗോസായിമാരുടെ അടുത്തെത്തുകയും അവരോട് ചോദിക്കുമ്പോൾ അന്വേഷിക്ക എന്ന പറയുകയും ചെയ്യുന്നു. അങ്ങനെ മിഷനറി ഹിമാ ലയത്തിലേക്ക പോകുന്നു. അവിടെ ധ്യാനാത്മകമായ അവസ്ഥയിൽ, ഇന്ത്യൻ ജനതയെ ഈ അവസ്ഥയിൽ നിലനിർത്തുന്നത് അതിന്റെ അടിത്തട്ടിലുള്ള ഒരു സാംസ്കാരിക ചേതനയാണെന്ന് അദ്ദേഹം മനസ്സിലാക്കുന്നു. അത് സാംസ്കാരികമായ ചേതനയുള്ള, എല്ലാറ്റി നെയും അതിവർത്തിക്കുന്ന ഒരു യാഥാർത്ഥ്യമായി, ഒരു സത്തയായി, നിലനിൽക്കുന്നുവെന്നും അദ്ദേഹം മനസ്സിലാക്കുന്നു.

ഈ ഓറിയന്റൽ ഭാവന പലമട്ടിൽ മലയാളകാവ്യചേതനയെ സ്വാ ധീനിച്ചിട്ടുണ്ട്. അതിലധികവും ദേശീയപ്രസ്ഥാനകാലത്ത് നെഹ്റുവി നെപ്പോലുള്ള ആളകൾ അവതരിപ്പിച്ച വളരെ അമൂർത്തമായ, വളരെ രൂപകാത്മകമായ, അതേസമയം അതീതമായ ഒരു സങ്കല്പനമാണ് കവികളെയും എഴുത്തുകാരെയും ഒക്കെ അക്കാലത്ത് സ്വാധീനിച്ചിട്ട ള്ളത്. ഏലെ അവതരിപ്പിച്ച ഇന്ത്യ നമ്മുടെ കവികളെയും എഴുത്തുകാരെ യും സ്വാധീനിച്ചതായി കാണുന്നുമില്ല. അത്തരത്തിലുള്ള വ്യാഖ്യാനങ്ങൾ

ഇന്ത്യൻ സംസ്കാരത്തെക്കുറിച്ച് ഇനിയുമുണ്ടാകും. കാരണം ഇന്നത്തെ ഇന്ത്യൻ രാഷ്ട്രീയം എന്നു പറയുന്നത് ഇന്ത്യൻ സംസ്കാരത്തെക്കുറിച്ചുള്ള പുനരാലോചനകൾ തന്നെയായി മാറിക്കൊണ്ടിരിക്കുകയാണ്.

കലയും സ്വാതന്ത്ര്യവും

മനുഷ്യാവകാശ സംരക്ഷണത്തിൽ നാമെപ്പോഴും ജാഗ്രത പുല
ർത്താറുണ്ട്. വാസ്തവത്തിൽ അവകാശം എന്ന സങ്കൽപ്പത്തിൽത്ത
ന്നെ ഭരണകൂടത്തിന്റെ നിഴലുണ്ട്. മനുഷ്യപ്രകൃതത്തിന് സ്വതന്ത്രമായി
വികസിക്കാൻ കഴിയുന്ന ഒരു സാഹചര്യം രൂപപ്പെടുക എന്നതാണ്
പ്രധാനം. അതിനാകട്ടെ ആദ്യമായി നാം മനുഷ്യപ്രകൃതത്തെ തെറ്റായി
മനസ്സിലാക്കുകയോ പലപ്പോഴും നിഷേധിക്കുകയോ ചെയ്യുന്ന വ്യവസ്ഥി
തികളാണ് നാഗരികതയുടെ പേരിൽ മനുഷ്യർ വികസിപ്പിച്ചിട്ടുള്ളത്.
അതിന്റെ ഏറ്റവും തീവ്രമായ ഘട്ടമാണ് മുതലാളിത്തം. മുതലാളിത്ത
വ്യവസ്ഥക്കെതിത് മനുഷ്യാവകാശങ്ങളെക്കുറിച്ച് നാം നടത്തുന്ന ഏത്
തർക്കവും അസംബന്ധവും വ്യാജവുമായിരിക്കും എന്ന് പറയാനാണ്
സാമാന്യമായി ഈ കുറിപ്പിൽ ശ്രമിക്കുന്നത്. നിലവിൽ മനുഷ്യസമൂഹ
ത്തിന് ലഭ്യമായിട്ടുള്ള സ്വാതന്ത്ര്യത്തിന്റെ പരമമായ രൂപമാണ് കല.
എന്നാൽ മുതലാളിത്തത്തിനകത്ത് ഏറ്റവുമധികം മൂലധനതാൽപ്പര്യ
ങ്ങൾ ഇടകലരുന്ന മണ്ഡലം കലയുടേതാണ്. സ്വാതന്ത്ര്യത്തിനു പകരം
അത് അടിമത്തത്തെയാണ് ഉൽപ്പാദിപ്പിച്ചുകൊണ്ടിരിക്കുന്നത്.

മനുഷ്യപ്രകൃതത്തെ അത് വ്യക്തമായി ചരക്കുവൽക്കരിച്ചതോടെ
മനുഷ്യപ്രകൃതത്തിന്റെ മൗലിക ഘടകമായ കലയും അന്യവൽക്ക
രിക്കപ്പെട്ടുകയാണ് ഉണ്ടായത്. എല്ലാ അന്യവൽക്കരണങ്ങളേയും
മറികടക്കാൻ മനുഷ്യരെ സഹായിക്കേണ്ട കല ഇന്ന് ഏറ്റവുമധികം
അന്യവൽക്കരിക്കപ്പെട്ട മനുഷ്യവ്യവഹാരമായി മാറിയിരിക്കുന്നു.
ഇത് വിമോചനത്തിന്റെ സാധ്യതകളെത്തന്നെ അടച്ചുകളയുന്നുണ്ട്.
അതുകൊണ്ട് കലയിലെ സ്വാതന്ത്ര്യത്തിനു വേണ്ടിയുള്ള എല്ലാ പിട
ച്ചിലുകളും മനുഷ്യാവകാശം പൂർണ്ണമായും നിഷേധിക്കപ്പെട്ടതിന്റെ
ലക്ഷണമായി മനസ്സിലാക്കണം. കലാകാരന്മാർക്കെതിരെയും കലാ
സൃഷ്ടികൾക്കെതിരെയും ഉയരുന്ന ഭീഷണികളും വിലക്കുകളും മനുഷ്യ

സ്വാതന്ത്ര്യത്തിന്റെ അവസാനശ്വാസത്തിന്മേൽ വീഴുന്ന പിടികളായി വേണം മനസ്സിലാക്കാൻ. ഈ ഭയത്തിൽനിന്നാണ് ഈ കുറിപ്പ് രൂപപ്പെട്ടത്.

മനുഷ്യപ്രകൃതത്തെ ചരിത്രപരമായാണ് മനസ്സിലാക്കേണ്ടത്. കാരണം ഉൽപ്പാദനപരവും സക്രിയവും സാമൂഹികവുമായ ഉണ്മയാണ് മനുഷ്യനുള്ളത്. ഉൽപ്പാദനപ്രക്രിയയിൽ സൃഷ്ടിക്കപ്പെടുന്ന മാറ്റങ്ങൾ മനുഷ്യനുചുറ്റുമുള്ള പ്രകൃതിയിൽ മാത്രമല്ല, സാമൂഹിക ബന്ധങ്ങളിലും അതുവഴി മനുഷ്യപ്രകൃതത്തിലും മാറ്റം വരുത്തുന്നു. മനുഷ്യർ അവരുടെ ഉൽപ്പാദന പ്രവൃത്തികളുടെ വിഷയവും വിഷയിയുമാണ്. അതുകൊണ്ട് മനുഷ്യരുടെ ചരിത്രമെന്നത് മനുഷ്യർ സ്വയം സൃഷ്ടിച്ചതിന്റെ ചരിത്രമാണ്. മനുഷ്യന്റെ വികാസം എന്നത് സാമൂഹ്യജീവി എന്ന നിലക്കുള്ള അവന്റെ/ അവളുടെ എല്ലാ ഗുണങ്ങളുടേയും വികാസമാണ്. ആവശ്യങ്ങളുടെ വികാസത്തിനനുസരിച്ച് സാമൂഹ്യജീവിതത്തിന്റെ വൈവിധ്യമാർന്ന രൂപങ്ങൾ സൃഷ്ടിക്കാൻ കഴിയുക എന്നതാണ് യഥാർത്ഥത്തിൽ മനുഷ്യന്റെ വികാസം. ഈ വികാസഘട്ടങ്ങൾ പിന്നിടുന്തോറും മനുഷ്യർ കൂടുതൽ പൂർണ്ണതയിലേക്കും സാർവ്വലൗകികതയിലേക്കും പ്രവേശിക്കും. ആവശ്യങ്ങളിലുണ്ടാകുന്ന വർദ്ധനവും അത് നിറവേറ്റാനാവശ്യമായ രൂപങ്ങളുടെ വികാസവുമാണ് സ്വാതന്ത്ര്യത്തിന്റെ മാനദണ്ഡം.

മനുഷ്യൻ അടിസ്ഥാനപരമായി ഉപഭോക്താവാണെന്നും അതുകൊണ്ട് വേദനയും കഷ്ടപ്പാടും കഴിയുന്നത്ര ഒഴിവാക്കുക എന്നതാണ് മനുഷ്യപ്രകൃതമെന്നും വാദിക്കുന്ന പ്രയോജനവാദികളായ സൈദ്ധാന്തികരുണ്ട്. ഈ വാദം അംഗീകരിക്കുന്നവർ തന്നെ നേരിടുന്ന ഒരു പ്രതിസന്ധിയുണ്ട്. സുഖം തേടലാണ് മനുഷ്യപ്രകൃതമെന്ന് വാദിച്ചാൽ മനുഷ്യന്റെ സദാചാരബോധം, ധാർമ്മികത എന്നിവ വിശദീകരിക്കുക ശ്രമകരമാവും. ഈ പ്രതിസന്ധിയെ അവർ മറികടന്നത് മനുഷ്യന്റെ ആവശ്യങ്ങളെ ശാരീരികം/ മാനസികം എന്നും ഉയർന്നത്/ താഴ്ന്നത് എന്നും മറ്റും വർഗ്ഗീകരിച്ചുകൊണ്ടാണ്. ഉയർന്ന/ മാനസികമായ ആഹ്ലാദങ്ങൾക്കായി താഴ്ന്ന/ ശാരീരികമായ ആഹ്ലാദങ്ങളിൽ വിട്ടുവീഴ്ച ചെയ്യുന്നതാണ് മനുഷ്യപ്രകൃതം എന്നത്രേ പ്രയോജനവാദികളുടെ പക്ഷം. അതേ സമയം ശാരീരികമായ സുഖമാണ് മനുഷ്യർ അന്വേഷിക്കുന്നതെന്നും അതിന് വിഘാതമാകുന്നതിനെയെല്ലാം അവർ അടിച്ചമർത്തുമെന്നും അതാണ് വേഷപ്പകർച്ച നേടി കലയും സാഹിത്യവുമായി പ്രത്യക്ഷപ്പെടുന്നതെന്നുമുള്ള ഫ്രോയ്ഡിയൻ സിദ്ധാന്തം, മനസ്സിന്റെ സൃഷ്ട്യുന്മുഖതയെ ശരീരത്തിന്റെ ഇച്ഛാഭംഗമായാണ് വിശദീകരിക്കുന്നത്. മനുഷ്യപ്രകൃതത്തിലെ ജന്തുതയ്ക്കാണ് ഫ്രോയ്ഡും മറ്റും

ഈന്നൽ നൽകുന്നതെങ്കിൽ മനുഷ്യപ്രകൃതത്തിൽ ഏറ്റവും പ്രധാനം മനസ്സാണെന്ന ആശയമാണ് മറ്റ ചില ആനന്ദവാദികൾ ഉയർത്തുന്നത്. ശരീരത്തിന്റെ തൃപ്തി ജന്തുപ്രകൃതമാണെന്നും മനസ്സിന്റെ തൃപ്തിയാണ് മനുഷ്യപ്രകൃതത്തിൽ പ്രധാനമെന്നും ഇവർ വാദിക്കുന്നു. പ്ലാറ്റോയുടെ ഗുഹയെക്കുറിച്ചുള്ള നിരീക്ഷണമാണ് ഈ സന്ദർഭത്തിൽ പലരും ഉന്നയിക്കാറുള്ളത്. ഗുഹക്കെത്ത് നിഴലുകൾ മാത്രം കണ്ട് ജീവിച്ച ഒരടിമയെ വെളിച്ചത്തിലേക്ക് കൊണ്ടുവരാൻ ശ്രമിച്ചാൽ അയാൾ അതിനെ എതിർക്കാൻ ശ്രമിക്കും. കാരണം ആദ്യമായി ഗുഹക്ക വെളിയിലെത്തുന്ന അയാളുടെ കണ്ണുകൾക്ക് വെളിച്ചത്തിന്റെ കാഠിന്യം താങ്ങാനാവുന്നതില്ലും അധികമായിരിക്കും. കാലാന്തരത്തിൽ വെളിച്ച ത്തിന്റെ തീവ്രതയുമായി അയാൾ പൊരുത്തപ്പെട്ട വരികയും സ്വാതന്ത്ര്യ ത്തിന്റെ പൊരുൾ അയാൾക്ക് തിരിഞ്ഞുകിട്ടുകയും ചെയ്യും. ആദ്യത്തെ ശാരീരിക പീഡയെ അയാൾ കുറേക്കൂടി ഉയർന്ന ഒരു ലക്ഷ്യത്തിനായി സഹിക്കാൻ തയ്യാറാവുന്നു. വിദ്യാഭ്യാസം തുടങ്ങിയ വ്യവഹാരങ്ങൾ പീഡാകരമെങ്കിലും അത് നൽകുന്ന മാനസികമായ ആനന്ദം അവയെ സ്വീകരിക്കാൻ മനുഷ്യരെ പ്രേരിപ്പിക്കുന്നു. ചുരുക്കത്തിൽ മനുഷ്യപ്രകൃത ത്തെ ജന്തുപ്രകൃതത്തിൽനിന്നുയർന്ന ഒന്നായിക്കാണുന്ന സമീപനവും അതിനെ ജന്തുപ്രകൃതത്തിന്റെ അനുബന്ധമായിക്കാണുന്ന സമീപനവും ഉണ്ട്. ചുരുക്കത്തിൽ മനുഷ്യപ്രകൃതത്തെക്കുറിച്ചുള്ള ചർച്ചയിൽ കാർത്തീ സ്യൻ ദ്വന്ദ്വഭാവനയുടെ ഘടകം പ്രവർത്തിക്കുന്നുണ്ട്. ശരീരത്തെയും മനസ്സിനെയും പരസ്പര വിരുദ്ധമായി അവതരിപ്പിക്കുകയും ശരീരത്തെ മനസ്സിന് കീഴ്പ്പെടുത്തി മാനസികമായ പ്രവൃത്തികൾക്ക് വരേണ്യത കൽപ്പിക്കുകയും ചെയ്യുമ്പോൾ അത് സാമൂഹികമായ ശ്രേണീവൽക്ക രണത്തിനുകൂടി കാരണമാകുന്നു. എന്നാൽ അധ്വാനത്തെ ശാരീരി കമെന്നും മാനസികമെന്നും വേർതിരിക്കുന്നത് ആദ്യഘട്ടം മുതലുള്ള തൊഴിൽ വിഭജനത്തിൽ കാണാം. അത് രൂക്ഷമായിത്തീരുന്നത് മുതലാളിത്ത സമൂഹത്തിലാണ്. ഉൽപ്പാദനപ്രക്രിയയെ മുഴുവൻ ശകലീ കരിക്കുകയും അതുവഴി അധ്വാനത്തെ അസമഗ്രമാക്കുകയും ചെയ്യുന്ന സമ്പ്രദായം മുതലാളിത്തത്തിൽ തീവ്രതരമാണ്. അതുവഴി ഓരോ അധ്വാനരൂപങ്ങളിലും ശ്രേണീബദ്ധമായ നിലകൾ പ്രത്യക്ഷപ്പെടുന്നു. മുതലാളിത്ത പൂർവ്വ സമൂഹങ്ങളിൽ ഒരു കമ്മാളൻ ചെയ്തിരുന്ന ജോലി ഇപ്പോൾ ഒരു ഫാക്ടറിയാണ് ചെയ്യുന്നതെന്നും തൊഴിലാളി ഫാക്ട റിയുടെ അനുബന്ധം മാത്രമാണെന്നുള്ള മാർക്സിന്റെ നിരീക്ഷണം പ്രസിദ്ധമാണല്ലോ? മാർക്സിന്റെ കാലത്തുനിന്ന് നമ്മുടെ കാലത്തെ ത്തുമ്പോഴേക്കും ഈ വിഭജനം കുറേക്കൂടി വിപുലമാവുന്നതാണ് നാം

കാണുന്നത്. അധ്വാനവിഭജനത്തിലൂടെ മനുഷ്യരും വിഭജിക്കപ്പെടുന്നു. ഈ മുതലാളിത്ത ദർശനമാണ് ആധുനിക വിദ്യാഭ്യാസ സമ്പ്രദായ ത്തിനാധാരം. ആയതിനാൽ ആധുനിക വിദ്യാഭ്യാസം അസമഗ്രവും മനുഷ്യപ്രകൃതത്തെ നിഷേധിക്കുന്നതുമാണ്. വിദ്യാഭ്യാസത്തെ ജീവിത ത്തിൽനിന്ന് അന്യവൽക്കരിക്കുകയും ....ചെയ്തു എന്നതാണ് ഇതിന്റെ സവിശേഷത. അറിവിനെ പഠനവിഭാഗങ്ങളായും പരസ്പരം വേറിട്ട നിൽക്കുന്ന രീതിശാസ്ത്രങ്ങളായും ആധുനികത വിഭജിച്ചു. ജ്ഞാനത്തെ ഉൽപാദിപ്പിക്കുന്ന ഒരു വലിയ പദ്ധതിയുടെ അനുബന്ധ തൊഴി ലാളികളായി അധ്യാപകരും അധ്യേതാക്കളും മാറി. മുതലാളിത്ത ഉൽപാദനവ്യവസ്ഥയുടെ അവിഭാജ്യഘടകമായ അന്യവൽക്കരണം ജ്ഞാനോൽപ്പാദനത്തിൽ മാത്രമല്ല കലയുടേയും സാഹിത്യത്തിന്റെയും മണ്ഡലത്തിലും പ്രത്യക്ഷപ്പെട്ടു തുടങ്ങി. കലയും സാഹിത്യവും പരീക്ഷ ണാത്മകമാവുകയും അത് നിത്യജീവിതവുമായുള്ള ബന്ധം അവസാനി പ്പിക്കുകയും ചെയ്തു. ചുരുക്കത്തിൽ മനുഷ്യപ്രകൃതത്തെ പൂർണ്ണമാക്കാൻ സഹായിക്കേണ്ട വിദ്യാഭ്യാസവും കലയും പ്രസ്തുത ലക്ഷ്യത്തിന് തീർത്തും അപര്യാപ്തമാണെന്നാണ് ഈ അനുഭവങ്ങൾ തെളിയിക്കുന്നത്. മനുഷ്യ പ്രകൃതത്തെക്കുറിച്ചുള്ള ആനന്ദതത്വം തന്നെയാണ് മുതലാളിത്തത്തിന് പ്രമാണം. ഈ ആനന്ദതത്വം മനുഷ്യരെ ഉൽപ്പാദകരായല്ല, ഉപഭോ ക്താക്കളായാണ് കാണുന്നത്. ആധുനിക സമൂഹത്തിലെ നിയമവ്യവ സ്ഥയും ഇതേ ആനന്ദതത്വത്തെയാണ് അതിന്റെ വ്യവഹാരങ്ങളിൽ പിന്തുടരുന്നത്. അതുകൊണ്ട് മനുഷ്യർ കഷ്ടപ്പെടാതെ സ്വന്തം കാര്യം തേടുന്നവരും ജന്തുത മനസ്സിൽ സൂക്ഷിക്കുന്നവരുമായിരിക്കുമെന്ന് നിയമവ്യവസ്ഥ പൂർവ്വ കൽപ്പന ചെയ്യുന്നു. അത് ഉപഭോക്താവായ മനുഷ്യന്റെ താൽപര്യങ്ങൾ സംരക്ഷിക്കുന്നതിൽ ജാഗ്രത പുലർത്തുക യും ചെയ്യുന്നു.

എന്നാൽ മനുഷ്യരെ ഉൽപ്പാദകരായിക്കാണുന്ന ഒരുപര ഭാവനക്ക് മനുഷ്യപ്രകൃതത്തെ കുറേക്കൂടി ശരിയായ രീതിയിൽ വിശദീകരിക്കാൻ കഴിയുമെന്ന് കാണാം. പ്രയോജനവാദം മനുഷ്യരെ ഏതാനും ആവശ്യ ങ്ങളുടേയും ഇച്ഛകളുടേയും ഒരു ശേഖരമായാണ് കാണുന്നത്. ഈ ആഗ്രഹങ്ങളുടെ പൂർത്തീകരണം സന്തോഷമുണ്ടാക്കുമെന്നും അവയുടെ നിഷേധം ദുഃഖമുണ്ടാക്കുമെന്നും അവർ കരുതുന്നു. ആനന്ദത്തേയും വേദനയേയും ബാഹ്യപരിതാവസ്ഥകളോടുള്ള നിഷ്ക്രിയ പ്രതികരണ മായാണ് പ്രയോജനവാദം കാണുന്നത്. ജോലി ചെയ്യാൻ മനുഷ്യർക്ക് മടിയാണ്. വിശ്രമമാണ് അവർ ആഗ്രഹിക്കുന്നത്. നിഷ്ക്രിയതയാണ് മനുഷ്യപ്രകൃതം. സക്രിയതയല്ല. മനുഷ്യർക്ക് ആവശ്യങ്ങൾ മാത്രമല്ല

ഉള്ളത്. അവർക്ക് പ്രവർത്തിക്കാനുള്ള കഴിവുകൂടിയുണ്ട്. മനുഷ്യർ സ്വയം നിർമ്മിച്ചുകൊണ്ടാണ് ചരിത്രഘട്ടങ്ങളെയെല്ലാം അതിജീവിച്ചത്. ഉൽപ്പാദിപ്പിച്ച കൊണ്ടുമാത്രമേ മനുഷ്യർക്ക് അടിസ്ഥാനപരമായ ആവശ്യങ്ങൾ പോലും നിറവേറ്റാനാകൂ. അതുകൊണ്ട് ഉപഭോഗമല്ല ഉൽപ്പാദനമാണ് മനുഷ്യപ്രകൃതത്തിന്റെ അടിസ്ഥാന സ്വഭാവം. അടിസ്ഥാന വസ്തുക്കളുടെ ഉൽപ്പാദനമാണ് പ്രാഥമികമായ ചരിത്ര പ്രക്രിയ. അതായത് ഭക്ഷണം, വസ്ത്രം, പാർപ്പിടം എന്നിവ പോലും സ്വയം ഉൽപ്പാദിപ്പിച്ച കൊണ്ടല്ലാതെ മനുഷ്യകുലങ്ങൾക്ക് ഭൂമിയിൽ അതിജീവിക്കാനാവില്ല. അതുകൊണ്ടാണ് ഉപഭോഗമല്ല ഉൽപ്പാദന മാണ് മനുഷ്യപ്രകൃതത്തിന്റെ അടിസ്ഥാനഭാവം എന്ന് സൂചിപ്പിച്ചത്. ഉൽപ്പാദനപ്രക്രിയ മനുഷ്യരുടെ ആവശ്യങ്ങളെ വിപുലീകരിക്കുകയും അത് നിറവേറ്റാൻ നടത്തുന്ന ശ്രമങ്ങൾ മനുഷ്യപ്രകൃതത്തിന്റെ വികാ സത്തിലേക്ക് നയിക്കുകയും ചെയ്യുന്നു. അധ്വാനം എന്ന പ്രക്രിയയിൽ മനുഷ്യരും പ്രകൃതിയും ഇടപെടുന്നു. പ്രകൃതിയിൽ ഇടപെടുന്തോറും മനു ഷ്യപ്രകൃതവും മാറ്റത്തിന് വിധേയമാകുന്നു. അധ്വാനമാണ് പ്രാകൃതിക സന്ദർഭങ്ങളെ അതിവർത്തിക്കുന്ന കാര്യത്തിൽ മനുഷ്യരെ സഹായി ക്കുന്നത്. അതുകൊണ്ട് അധ്വാനത്തെ ഉപഭോഗമെന്ന നിലയിലോ അഹിതമായ ഒരു ഭാരമെന്ന നിലയിലോ കാണുന്നതിനുപകരം മനുഷ്യപ്രകൃതത്തിന്റെ മൗലിക സ്വഭാവമായി കാണുകയാണ് കൂടുതൽ ശരിയായ രീതിയെന്ന് വരുന്നു. മനുഷ്യരുടെ പ്രവൃത്തികളുടെ ലക്ഷ്യം ബാഹ്യശക്തികൾ നിർണ്ണയിക്കുന്നതല്ല. അത് മനുഷ്യർതന്നെ ഉറപ്പി ച്ചെടുക്കുന്നതാണ്. ഈ ലക്ഷ്യത്തിലെത്തിച്ചേരുകയെന്നതതന്നെയാണ് സ്വാതന്ത്ര്യം.

ആത്മസാക്ഷാൽക്കാരം, വിഷയിയുടെ വസ്തുവൽക്കരണം എന്നി വയെല്ലാം സാധ്യമാകുന്നത് അധ്വാനത്തിലൂടെയാണ്. അതായത് ഉൽപ്പാദനമാണ് ആഹ്ലാദം. ഉപഭോഗമല്ല. എന്നാൽ മനുഷ്യമോചനം സാധ്യമാക്കേണ്ട അധ്വാനം അടിമജോലിയായിത്തീരുന്നതെങ്ങനെ യെന്ന വിചാരം ഇത്രതന്നെ പ്രസക്തമാണ്. അതിന് അധ്വാനരൂപ ങ്ങളുടെ ചരിത്രപരമായ വികാസം പരിശോധിക്കുകയാണ് വേണ്ടത്. നിശ്ചിതമായ സാമൂഹ്യഘടനക്കകത്ത് പ്രവർത്തിക്കുന്ന അധ്വാന ത്തിന്റെ സമകാല രൂപങ്ങളെ തകർത്തുകൊണ്ടു മാത്രമേ അതിനെ വിമോചനപരമാക്കാൻ കഴിയൂ. പ്രയോജനപ്രദമായ അധ്വാനം മാത്ര മല്ല ഒഴിവുവേളകളിൽ മനുഷ്യർ ചെയ്യുന്ന പ്രവൃത്തികളും വളരെ പ്രധാ നപ്പെട്ടതാണ്. ഐന്ദ്രികമായ കേവലാഹ്ലാദങ്ങൾക്കും അവയുടേതായ പങ്കുണ്ട്. മനുഷ്യരുടെ ആവശ്യങ്ങളെ ഉയർന്നത്/ താഴ്ന്നത് എന്നൊക്കെ

തരംതിരിക്കാൻ ആനന്ദവാദികൾ ശ്രമിക്കുന്നുണ്ടെങ്കിലും സൂക്ഷ്മമായി ആലോചിച്ചാൽ അത്തരം ഭേദങ്ങൾക്കൊന്നും യുക്തി കാണുന്നില്ല.

അധ്വാനത്തെ മനുഷ്യരുടെ ഭൗതിക ആവശ്യങ്ങൾ നിറവേറ്റാനുള്ള കേവലമായ ഉപാധിയായി കാണുന്നത് ഒരുതരം ശുദ്ധിവാദമാണ്. ആനന്ദവാദികൾ മാനസികമായ അധ്വാനത്തെ ഉദാത്തമായിക്കരുതി യപ്പോൾ ചില സോഷ്യലിസ്റ്റ് ചിന്തകർ ശാരീരികമായ അധ്വാനത്തെ മഹത്വവൽക്കരിച്ചു. ആദ്യത്തേത് വരേണ്യവാദമാണെങ്കിൽ രണ്ടാ മത്തേത് ശുദ്ധിവാദമാണ്. അന്യവൽക്കരിക്കപ്പെടാത്ത അധ്വാനം, അധ്വാനത്തിന്റെ ഉൽപ്പന്നങ്ങളെ ആസ്വദിക്കാനും അവയെക്കുറിച്ച് വീണ്ടുവിചാരത്തിലേർപ്പെടാനുമുള്ള ഒഴിവുവേള ഇവ രണ്ടുമാണ് മനുഷ്യപ്രകൃതത്തെ പൂർണ്ണവികാസത്തിലെത്തിക്കുക. അതായത് ഉൽപ്പാദകരും ഉപഭോക്താക്കളുമായി മനുഷ്യസമുദായം വേർപിരി യാത്ത ഘട്ടത്തിൽ മാത്രമേ മനുഷ്യപ്രകൃതത്തിന് പൂർണ്ണവികാസം സാധ്യമാകൂ. അതായത് അധ്വാനവിഭജനം ഇല്ലാത്ത ഒരു സമൂഹം സൃഷ്ടിക്കപ്പെടുക തന്നെ വേണം. ആധുനിക വ്യവസായത്തൊഴിലാളി കേവലം കൈത്തൊഴിലാളിയായി മാത്രം ന്യൂനീകരിക്കപ്പെടുന്നതെങ്ങ നെയെന്ന് മാർക്സ് വിശദീകരിക്കുന്നത് ഈ പശ്ചാത്തലത്തിലാണ്. തൊഴിലാളികളുടെ കാര്യത്തിൽ മാത്രമല്ല കലാകാരന്മാരുടെ കാര്യ ത്തിലും ഈ അന്യവൽക്കരണം പ്രകടമാണെന്ന് അദ്ദേഹം പറയുന്നു. ഉൽപ്പാദനശക്തികളെ സാർവ്വലൗകികമായി വികസിപ്പിക്കാനും ഉൽപ്പ ന്നങ്ങളെ സാർവ്വലൗകികമായി വിതരണം ചെയ്യാനും മുതലാളിത്ത ത്തിന് സാധിച്ചു. എന്നാൽ മനുഷ്യപ്രകൃതത്തെ സാർവ്വലൗകികമായി വികസിപ്പിക്കാൻ മുതലാളിത്തത്തിന് സാധിച്ചില്ല. തൊഴിലിനോട്ടുള്ള മനുഷ്യരുടെ സമീപനം ഏറെ സങ്കീർണ്ണമാണ്. അധ്വാനത്തെ മനുഷ്യർ പീഡനമായാണ് കാണുന്നതെന്ന് പറയാമെങ്കിലും തൊഴിലില്ലായ്മ വ്യക്തികൾക്ക് അപമാനമായും ശൂന്യതയായുമാണ് അനുഭവപ്പെടുന്നത്.

തൊഴിലില്ലായ്മ മനുഷ്യരെ ലക്ഷ്യബോധമില്ലാത്തവരാക്കുമെന്നെ ല്ലാം സാമാന്യമായി പറയാറുണ്ടല്ലോ? തൊഴിലിടത്തിൽ തൊഴിലാ ളിക്കനുഭവപ്പെടുന്ന സംതൃപ്തി പരിശോധിക്കുന്ന നിരവധി പഠനങ്ങൾ നടക്കാറുണ്ടെന്നതും സുവിദിതമായ കാര്യമാണ്. തൊഴിലിനെ പൂർണ്ണ മായും പീഡനമായി കാണുന്നവർ ഇത്തരം സർവ്വേകളിൽ ദുർലഭമ ത്രേ. ആയതിനാൽ ആനന്ദവാദികൾ പറയുന്നതുപോലെ മനുഷ്യർ അധ്വാനത്തെ തീർത്തും പീഡനമായി കാണുന്നില്ല. ജോലിയിൽനിന്ന് പിരിഞ്ഞുപോയതിനുശേഷവും ആരോഗ്യമുള്ള തൊഴിലാളികൾ പുതിയ തൊഴിലന്വേഷിക്കുന്നത് തീർത്തും അതിൽ നിന്നുള്ള സാമ്പത്തിക

ലാഭം മാത്രം ഉദ്ദേശിച്ചുകൊണ്ടല്ല. അധ്വാനത്തിന് മനുഷ്യാസ്തിത്വവു
മായി- മനുഷ്യപ്രകൃതവുമായി- ചില മൗലികബന്ധങ്ങളുണ്ടെന്ന് വേണം
ഊഹിക്കാൻ. അതേസമയം തൊഴിലിൽ അലംഭാവം കാണിക്കുന്നതും
തൊഴിലെടുക്കാതിരിക്കുന്നതും തൊഴിലിൽ ആത്മാർത്ഥത കാണിക്കേ
ണ്ടതിന്റെ ആവശ്യകതയെപ്പറ്റി ഗിരിപ്രഭാഷണങ്ങൾ നടത്തുന്നതും
നമ്മുടെ അനുഭവസീമയില്ലുള്ള കാര്യങ്ങളാണല്ലോ? അധ്വാനവിഭജനം
തൊഴിലാളിയെ തൊഴിലിന്റെ അനുബന്ധമാക്കി മാറ്റുന്നുവെന്ന കാര്യം
നടേ സൂചിപ്പിച്ചു. തൊഴിലാളി അനുഭവിക്കുന്ന അന്യവൽക്കരണമാണ്
ഇതിന്റെ ആത്യന്തികഫലം. അധ്വാനത്തെ മനുഷ്യപ്രകൃതത്തിന്റെ
മൗലികഭാവമായി പരിഗണിച്ചതുകൊണ്ടാണ് മാർക്സിന് അന്യവ
ൽക്കരണത്തെക്കുറിച്ചുള്ള ആശയത്തിലേക്ക് എത്തിച്ചേരാനായത്.
ആ മൗലികത നിഷേധിക്കപ്പെടുന്നിടത്താണ് അത് പീഡനമായിത്തീ
രുന്നത്. അധ്വാനം എന്ന മൗലികപ്രകൃതത്തെ നിഷേധിക്കുന്നതോടെ
മനുഷ്യന് അപമാനവീകരണം കൂടി സംഭവിക്കുന്നുണ്ട്. അതിലൊന്നാ
മത്തേത് ഉൽപ്പന്നവും ഉൽപ്പാദകരും (തൊഴിലാളിയും) തമ്മിലുള്ള
ബന്ധം വിച്ഛേദിക്കപ്പെടുന്നതാണ്. അതായത് തൊഴിലാളിക്ക് താൻ
ഉൽപ്പാദിപ്പിച്ച ഉൽപ്പന്നത്തോട് യാതൊരു മമതയും തോന്നാത്ത
അവസ്ഥ. അതിനെ നിയന്ത്രിക്കുന്നത് അയാളല്ല. ഉൽപ്പാദനപ്രക്രിയ
യുടെ സാഹചര്യങ്ങളുടെ മേലും തൊഴിലാളിക്ക് നിയന്ത്രണമൊന്നുമില്ല.
ഇതിന്റെയെല്ലാം ഫലമായി തൊഴിലാളിക്ക് അധ്വാനം എന്നത് ആത്മ
സാക്ഷാൽക്കാരത്തിനുള്ള ഉപായമല്ലാതായിത്തീരുന്നു. ഇതോടെ
അയാൾ മനുഷ്യൻ എന്ന ഉണ്മയിൽനിന്നുതന്നെ പുറന്തള്ളപ്പെടുന്നു.
അന്യവൽക്കരണത്തിന്റെ അവസാനഘട്ടമാണിത്. ഈ സങ്കൽപ്പ
ത്തിനെല്ലാം ആധാരം മനുഷ്യൻ ഇച്ഛയാലാണ് നയിക്കപ്പെടുന്നത്,
ചോദനകളാലല്ല എന്ന ബോധ്യമത്രേ. ഇച്ഛ സാമൂഹികവും ചോദന
ശരീര/ വ്യക്തിധിഷ്ഠിതവുമാണ്.

ഉൽപ്പാദനപ്രക്രിയകൾ സാമാന്യമായും മുതലാളിത്ത ഉൽപ്പാദന
പ്രക്രിയ സവിശേഷമായും മനുഷ്യന്റെ ഇച്ഛകളെ പരമാവധി നിയന്ത്രി
ക്കുകയും ചോദനകളെ കയറൂരി വിട്ടുകയും ചെയ്യുന്നു. ഇത് മനുഷ്യരെ
അവരുടെ ജന്തുതയിലേക്ക് ന്യൂനീകരിക്കുന്നു. മനുഷ്യർക്ക് ആവശ്യങ്ങൾ
മാത്രമല്ല, അവ പരിഹരിക്കാനാവശ്യമായ ശക്തിയുമുണ്ട്. ആവശ്യ
ങ്ങളെ തങ്ങളുടെ ശക്തിയില്ലൂടെ പരിഹരിക്കുമ്പോഴാണ് വാസ്തവത്തിൽ
മനുഷ്യർക്ക് ആനന്ദം അനുഭവപ്പെടുന്നത്. ഈ ആനന്ദത്തെയാണ്
സ്വാതന്ത്ര്യം എന്ന് വിളിക്കുന്നത്. കേവലമായ സ്വാതന്ത്ര്യമില്ല. മനുഷ്യ
രുടെ ആവശ്യങ്ങളും അവയുടെ പരിഹാരവും ഭൗതികവും സ്ഥകാല

ബന്ധിയുമായ ഒരു സന്ദർഭത്തെ ആശ്രയിച്ചിരിക്കുന്നു. ആ സന്ദർഭ ത്തിൽ നിന്നാണ് മനുഷ്യന്റെ ആവശ്യങ്ങൾ ഉത്ഭവിക്കുന്നതും ആ സന്ദ ർഭത്തിൽത്തന്നെയാണ് അവ പരിഹരിക്കപ്പെടേണ്ടയും. അപ്രകാരം പരിഹരിക്കുമ്പോഴാണ് ഒരാൾ സ്വതന്ത്രയാണ് എന്ന് പറയുന്നത്. മനു ഷ്യന്റെ സ്വാതന്ത്ര്യം അയാൾക്ക് പുറത്തുള്ള വസ്തുപ്രപഞ്ചത്തെ ആശ്ര യിച്ചിരിക്കുന്നുവെന്നാണ് ഇപ്പറഞ്ഞതിനർത്ഥം. പ്രപഞ്ചത്തിലെ എല്ലാ വസ്തുക്കളുടെയും പ്രകൃതം ആ വസ്തുക്കൾക്ക് പുറത്താണ്. പ്രകൃതിയിലെ വസ്തുക്കൾ വിഷയി- വിഷയ ഭാവത്തോടെ പരസ്പരം പ്രതിപ്രവർത്തിക്ക കയാണ് ചെയ്യുന്നത്. മനുഷ്യർക്ക് സ്വന്തം പ്രകൃതത്തെ തിരിച്ചറിയാൻ കഴിയുന്നത് വസ്തുവൽക്കരണത്തിലൂടെയാണ്. വസ്തുവൽക്കരണപ്രക്രി യയിൽ അധ്വാനം ഉള്ളടങ്ങിയിരിക്കുന്നു. അധ്വാനത്തിലൂടെയല്ലാതെ മനുഷ്യർക്ക് ബാഹ്യവസ്തുക്കളെ നിർമ്മിക്കാനോ തങ്ങളെത്തന്നെ ആവി ഷ്കരിക്കാനോ ആവില്ല. അതായത് അധ്വാനത്തിന്റെ മൗലികമായ ഭാവം ആത്മാവിഷ്കാരമാണ്. എന്നാൽ ഈ പ്രക്രിയയിൽത്തന്നെ അന്യവൽക്കരണത്തിന്റെ ഭ്രതങ്ങൾ ച്ഝ്ക്ര നിൽക്കുന്നുമുണ്ട്. ഇതാണ് മനുഷ്യരുടെ അധ്വാനത്തിൽ ഉൾച്ചേർന്നിട്ടുള്ള ആന്തരവൈരുദ്ധ്യം.

രണ്ട് മനുഷ്യാസ്തിത്വത്തിന് സൗന്ദര്യാത്മകമായ ചില മാനങ്ങൾ കൂടിയുണ്ട്. അത് കലയുമായി മാത്രം ബന്ധപ്പെട്ട കിടക്കുന്നതല്ല. ഭൗതി കോൽപ്പാദനത്തിന്റെ ഭാഗം തന്നെയാണ് കലാസൃഷ്ടിയും. ഉൽപ്പാദ നത്തിന്റെ മണ്ഡലത്തിൽ സാക്ഷാൽക്കരിക്കാൻ കഴിയാതെ പോയ മനുഷ്യപ്രകൃതത്തെ നാം കലയിലാണ് അന്വേഷിക്കുന്നത്. ഉൽപ്പാദന പ്രക്രിയയിൽ ശിഥിലമാക്കപ്പെടുന്ന ലോകത്തെ മനുഷ്യർ ഉദ്ഗ്രഥിക്കാൻ ശ്രമിക്കുന്നത് കലയിലൂടെയാണ്. അധ്വാനത്തെക്കുറിച്ചുള്ള പര്യാ ലോചന മാർക്സിനെ അന്യവൽക്കരണമെന്ന ആശയത്തിൽ കൊണ്ട ചെന്നെത്തിച്ചതുപോലെ കലയെക്കുറിച്ചുള്ള ചില മൗലിക ചിന്തകളിലും കൊണ്ടുചെന്നെത്തിക്കുകയുണ്ടായി. വിഷയിയുടെ വസ്തുവൽകൃതമായ വിപ്ലവനമാണ് കലാസൃഷ്ടി. മനുഷ്യന്റെ സാമൂഹ്യവും ചരിത്രപരവുമായ ഉണ്മക്കാധാരം പ്രാക്സിസ് ആണെന്ന് മാർക്സ് പറയും. ഈ പ്രാ ക്സിസാണ് പ്രകൃതി വസ്തുക്കളെ മനുഷ്യപ്രകൃതിക്കനുയോജ്യമായ വസ്തു ക്കളാക്കി മാറ്റുന്നത്. യാഥാർത്ഥ്യവുമായി മനുഷ്യർ സൃഷ്ടിക്കുന്ന ബന്ധ ങ്ങൾക്കാധാരവും ഈ പ്രാക്സിസാണ്. ആന്തരികമോ ബാഹ്യമോ ആയ ഒരു നവ യാഥാർത്ഥ്യ നിർമ്മിതിയാണ് പ്രാക്സിസ്. കല മനുഷ്യപ്രകൃതത്തെത്തന്നെ വെളിപ്പെടുത്തുന്ന പ്രവൃത്തിയാണ്. മനുഷ്യർ ഉൽപാദിപ്പിക്കുന്ന വസ്തുക്കൾ മനുഷ്യരുള്ളതുകൊണ്ടുമാത്രമാണ് നിലനി ൽക്കുന്നത്. പ്രകൃതിയെ പരിണമിപ്പിച്ച് മനുഷ്യർ അവർക്കാവശ്യമായ

വസ്തുക്കൾ ഉൽപ്പാദിപ്പിക്കുന്ന പ്രക്രിയക്കിടയിൽത്തന്നെയാണ് കലയും രൂപപ്പെടുന്നത്. ജന്തുക്കളും ലോകവും തമ്മിലുള്ള ബന്ധം ഏകമാനമാണ്. മുൻകൂട്ടി നിശ്ചയിക്കപ്പെട്ടതും ഇടനിലകളില്ലാത്തതും ഒറ്റതിരിഞ്ഞതുമായ ചോദനകളിലൂടെയാണ് ജന്തുക്കൾ അവയുടെ ചുറ്റു പാടുമായി ബന്ധപ്പെടുന്നത്. എന്നാൽ മനുഷ്യരും അവരുടെ ചുറ്റപാടും തമ്മിലുള്ള ബന്ധം ബഹുമാനങ്ങളുള്ളളതും മാധ്യമീകൃതവും സ്വതന്ത്രവു മാണ്. തന്റെ ചുറ്റപാടുമുള്ള യാഥാർഥ്യത്തെ പിടിച്ചപറ്റാനാണ് മനുഷ്യർ ശ്രമിക്കുന്നത്. ഈ ഓരോ ശ്രമവും മനുഷ്യന്റെ യഥാർത്ഥത്തിലുള്ള ആവശ്യത്തിന്റെ ഫലമാണ്. മുതലാളിത്ത വ്യവസ്ഥിതി മനുഷ്യന്റെ ആവശ്യങ്ങളെ കേവലം അതിജീവനത്തിനുള്ള ആവശ്യങ്ങളായി പരി മിതപ്പെടുത്തുന്നു. യഥാർത്ഥത്തിലുള്ള ആവശ്യങ്ങളെ പണം എന്ന ഒറ്റ ആവശ്യത്തിലേക്ക് അത് പരിമിതപ്പെടുത്തുന്നു. മനുഷ്യരുടെ സമ്പത്ത് അവരുടെ യഥാർത്ഥത്തിലുള്ള ആവശ്യങ്ങളാണ്. മനുഷ്യജീവിതത്തെ സമഗ്രമായി ആവിഷ്കരിക്കുക എന്നതാണ് ഒരു മനുഷ്യന്റെ ആവശ്യം. ആവശ്യങ്ങൾ ശാരീരികമോ മനുഷ്യർ സൃഷ്ടിക്കുന്ന ആവശ്യങ്ങളോ ആകാം. കല മനുഷ്യർ സൃഷ്ടിക്കുന്ന ആവശ്യമാണ്. ആവശ്യങ്ങൾ നിറവേറ്റുന്നതിനായി മനുഷ്യർക്ക് പലതരം ബന്ധങ്ങളിലേർപ്പെടേണ്ടി വരും. ഈ ബന്ധങ്ങളുടെ സംസ്ഥാപനമാണ് മനുഷ്യന്റെ ഉണ്മ.

മനുഷ്യർക്ക് വിഷയികൾ എന്ന നിലക്ക് സ്വയം തിരിച്ചറിയാൻ സാധിക്കുന്നത് ലോകവുമായി സൗന്ദര്യാത്മകമായി ബന്ധപ്പെടാൻ കഴിയുമ്പോഴാണ്. കലയുടെ വസ്തുസ്വഭാവമാണ് കലാകാരനെ അതി വർത്തിച്ച് കടന്നുപോകാൻ അതിനെ സഹായിക്കുന്നത്. വസ്തുസ്വഭാവം തന്നെയാണ് കലാസൃഷ്ടിയെ സാമൂഹികമാക്കുന്നത്. മനുഷ്യരുടെ ലക്ഷ്യങ്ങൾ, ആശയങ്ങൾ, അനുഭൂതികൾ എന്നിവയെല്ലാം കലയിൽ വസ്തുവൽക്കരിക്കപ്പെടുന്നു. മനുഷ്യർ നിർമ്മിക്കുന്ന വസ്തുക്കളും കലാ സൃഷ്ടിയും വിഭിന്നമായ രീതിയിൽ മനുഷ്യന്റെ ഉണ്മയെ ആവിഷ്കരി ക്കുകയാണ് ചെയ്യുന്നത്. അതായത് മനുഷ്യർ സൃഷ്ടിച്ച വസ്തുക്കളെല്ലാം മനുഷ്യരെക്കുറിച്ചാണ് തെര്യപ്പെടുത്തുന്നത്. ആനന്ദവാദികൾ അധ്വാ നത്തെ പീഡനമായിക്കാണുമ്പോൾ കലയെ ആനന്ദദായകമായ പ്ര വൃത്തിയായിക്കാണുന്നു. കലയേയും അധ്വാനത്തേയും ധ്രുവങ്ങളിലേക്ക് പിരിച്ചനിർത്തുന്നത് വാസ്തവത്തിൽ മനുഷ്യപ്രകൃതത്തെ നിഷേധിക്ക ലാണ്. മുതലാളിത്ത സമൂഹത്തിലാണ് ഈ ധ്രുവീകരണം തീക്ഷ്ണമാ യത്. മുതലാളിത്ത സമൂഹത്തിൽ മറ്റേതൊരു വസ്തുവും എന്ന പോലെ കലയും വിൽക്കാനുള്ള ഒരു ചരക്കാണ്. അതോടെ കലാകാരൻ തന്റെ സൃഷ്ടിയിൽനിന്ന് പൂർണ്ണമായും അന്യവൽക്കരിക്കപ്പെടുന്നു. അതോടെ

കല അതിന്റെ ഉപകരണാത്മകതയിലേക്ക് ചുരുങ്ങുകയും കലയുടെ മൗലികതയിൽ നിന്ന് പിഴുതുമാറ്റപ്പെടുകയും ചെയ്യുന്നു. ഇതോടെ കലാകാരൻ പൂർണ്ണമായും അസ്വതന്ത്രനായിത്തീരുന്നു. അതായത് മുതലാളിത്ത ലോകത്ത് കലാനിർമ്മാണം സാമാന്യവസ്തുക്കളുടെ നിലവാരത്തിലേക്ക് താഴ്ന്നുപോകുന്നു. അതുകൊണ്ട് ആധുനിക കലയിൽ ലാഭത്തിനായുള്ള ഉൽപ്പാദനവും സർഗ്ഗാത്മക സ്വാതന്ത്ര്യവും ഇടഞ്ഞു നിൽക്കുന്നതു കാണാം. അന്യവൽകൃതമായ കല വാസ്തവത്തിൽ കലയുടെതന്നെ നിഷേധമാണ്. ഈ അന്യവൽക്കരണത്തിനെതിരെ കലാകാരൻ പ്രതിഷേധിക്കാൻ ശ്രമിക്കുമെങ്കിലും അയാൾക്ക് അതിൽ വിജയിക്കാനാവില്ല. കാരണം കലയിലെ അന്യവൽക്കരണത്തിന്റെ കാരണങ്ങൾ കലക്കകത്തല്ല, അതിന് വെളിയിലാണ് നിലനിൽക്കു ന്നത്. അതായത് അധ്വാനത്തെ അന്യവൽക്കരിക്കുന്ന ശക്തികൾ തന്നെയാണ് കലയേയും അന്യവൽക്കരിക്കുന്നത്. അതുകൊണ്ട് അധ്വാനത്തെ അന്യവൽക്കരണത്തിൽനിന്ന് വിമോചിപ്പിക്കാൻ നടത്തുന്ന ശ്രമങ്ങളുടെ വിജയത്തിനനുസരിച്ച മാത്രമേ കലാകാരന്റെ സ്വാതന്ത്ര്യവും ഉറപ്പിക്കാനാവൂ. കലയിലെ പരീക്ഷണാത്മകത വാസ്തു വത്തിൽ അന്യവൽക്കരണത്തിനെതിരെ കലാകാരന്മാർ നടത്തുന്ന കലഹമാണ്. എന്നാൽ പരീക്ഷണങ്ങളേയും സ്വാംശീകരിക്കാൻ കഴിയുംവിധം മുതലാളിത്തസമൂഹം സാങ്കേതികവിദ്യയാൽ നിയന്ത്രി ക്കപ്പെടുന്ന സമഗ്രാധിപത്യ വ്യവസ്ഥയായി വളർന്ന കഴിഞ്ഞതോടെ എല്ലാ പരീക്ഷണങ്ങളും കേവലം പ്രവണതകളായി ഒടുങ്ങിപ്പോകുക യാണ് ചെയ്യുന്നത്.

വാസ്തവത്തിൽ ആധുനികസമൂഹത്തിൽ കല അതിന്റെ ലക്ഷ്യം നിർവചിക്കുന്നതിൽ ഏറെ മുന്നോട്ട പോയിട്ടുണ്ട്. സാങ്കേതികവിദ്യ യിലുണ്ടായ വികാസവും സാമൂഹ്യബന്ധങ്ങളുടെ സാർവ്വലൗകിക സ്വഭാവവുമാണ് ഇതിന് കലയെ സഹായിച്ചത്. മനുഷ്യന്റെ ഉണ്മയെ കൂടുതലായി വെളിപ്പെടുത്താൻ സാങ്കേതികവിദ്യയിലുണ്ടായ വികാസം ഏറെ സഹായിച്ചിട്ടുണ്ട്. കലയുടെ രംഗത്തുണ്ടാകുന്ന ഏറ്റവും വലിയ വിപ്ലവം പുതുരൂപങ്ങളുടെ കണ്ടെത്തലാണ്. ഓരോ രൂപവും വസ്തു ക്കളുടെ ഉണ്മയെ പുതിയ മാനങ്ങളോടെ പുറത്തുകൊണ്ടുവരികയും ദമിതമായ ഉണ്മകളെ പുറത്തെടുക്കുകയും ചെയ്യുന്നു. കല യഥാർത്ഥ ത്തിൽ ഇന്ദ്രിയാത്മകമാണ്. അതുകൊണ്ടതന്നെ അത് ശരീരത്തെ അതിന്റെ ഇച്ഛകളിലേക്ക് ഇറങ്ങുവിടാൻ യത്നിക്കുന്നു. മനസ്സിനാൽ നിയന്ത്രിക്കപ്പെടുന്ന ശരീരത്തെയല്ല കല ലക്ഷ്യമിടുന്നത്. നമുക്ക് പരിചിതമായ ഒന്നിനെ അപരിചിതമായി അവതരിപ്പിക്കുകയാണ്

 കണ്ണാടിയും കുമ്പസാരവും

കല ചെയ്യുന്നതെന്ന് സാമാന്യമായി പറയാറുണ്ട്. കല വസ്തുവിന്റെ ദമിതമായ/ മറഞ്ഞു കിടക്കുന്ന ഉണ്മയെ അനാവരണം ചെയ്യുകയാണ് ചെയ്യുന്നത്. സൗന്ദര്യാത്മകതക്ക് ശാരീരികവും അസ്തിത്വപരവുമായ മാനങ്ങളുണ്ട്. കലാസൃഷ്ടി എന്നത് ആത്യന്തികമായി രൂപ നിർമ്മിതി യാണ്. അതുകൊണ്ടതന്നെ അതൊരു അധ്യാനരൂപമാണ്. രൂപമാണ് സൗന്ദര്യത്തിന്റെ അധിഷ്ഠാനം. സങ്കേതവും ചിന്തയും കലാസൃഷ്ടിയിൽ ഇടപെടുന്നുണ്ട്. കല സാങ്കേതികമെങ്കിലും അത് സാങ്കേതികവിദ്യയി ൽനിന്ന് വ്യത്യസ്തമാണ്. സാങ്കേതികവിദ്യ (ഉപകരണം) വസ്തുത്വത്തെ മൂടിവെക്കുന്നതാണെങ്കിൽ കലാസൃഷ്ടി വസ്തുത്വത്തെ തുറന്ന വെക്ക ന്നുണ്ട്. അത് വസ്തുവിന്റെ ജീവൽശക്തിയെ വിമോചിപ്പിക്കുകയാണ് ചെയ്യുന്നത്. എന്നാൽ കലാസൃഷ്ടി തന്നെ സാങ്കേതിക വിദ്യകൾക്ക് കീഴ്പ്പെടുമ്പോൾ അത് ഉപകരണത്തിന്റെ പദവിയിലേക്ക് തരം താഴുന്നു. കലയുടെ മൗലികത അതിന്റെ രൂപമാണ്. രൂപത്തിന്റെ നിർമ്മാണത്തിലൂടെയാണ് അത് കേവല ഭൗതികതയെ അതിവർത്തി ക്കുന്നത്. അതോടെ കല ഒരു പുതിയ സമൂഹത്തിന്റെ നിർമ്മിതിക്കനി വാര്യമായ ഉപായമായി മാറുന്നു.

കല ഐന്ദ്രിയമാണെന്ന് പറഞ്ഞല്ലോ. മനുഷ്യപ്രകൃതം എന്നാൽ മനുഷ്യരുടെ ചിന്താപരമായ പ്രത്യേകത മാത്രമല്ല. മനുഷ്യശരീര ത്തെ ശിൽപ്പപ്പെടുത്തുന്നതിൽ സൗന്ദര്യാത്മകതകള്ള പങ്ക് വളരെ വലുതാണ്. എല്ലാ ജീവികളും ശബ്ദം കേൾക്കുന്നുണ്ടെങ്കിലും മനുഷ്യ ന്റെ കാതുകൾ ശബ്ദങ്ങളുടെ വിന്യാസക്രമത്തിനനുസരിച്ച് ട്യൂൺ ചെയ്യപ്പെട്ടിരിക്കുന്നു. അതുകൊണ്ട് മനുഷ്യർ സംഗീതം സൃഷ്ടിക്കുക മാത്രമല്ല സംഗീതം മനുഷ്യരുടെ കാതുകളെ സൃഷ്ടിക്കുകയും ചെയ്യുന്നു. വർണ്ണങ്ങളും ദൃശ്യങ്ങളും മനുഷ്യരുടെ നേത്രങ്ങൾ രൂപപ്പെടുന്നതിൽ വലിയ പങ്ക് വഹിക്കുന്നുണ്ട്. അതുകൊണ്ടതന്നെ മനുഷ്യരുടെ ശരീരവും മാറിക്കൊണ്ടിരിക്കുന്നുണ്ട്.

പേനയിൽനിന്ന് കമ്പ്യൂട്ടറിലേക്ക് മാറുമ്പോൾ മനുഷ്യരുടെ വിര ലുകൾക്ക് മാതിരിഭേദം വരുന്നതുപോലെ ഭാവുകത്വത്തിൽ വരുന്ന മാറ്റം എന്നത് മനുഷ്യശരീരത്തിൽ വരുന്ന പരിണാമം കൂടിയാണ്. കല ഉപകരണമാവുന്നതോടെ കലയും മനുഷ്യശരീരവും തമ്മിലുള്ള വൈരുദ്ധ്യാത്മക ബന്ധം തകർക്കപ്പെടുകയും മനുഷ്യശരീരത്തിന്റെ മൗലിക പ്രകൃതം നിഷേധിക്കപ്പെടുകയും ചെയ്യുന്നു. മനുഷ്യശരീരത്തെ അതിന്റെ ഇച്ഛകളിലേക്ക് തുറന്നുവിടുമ്പോഴാണ് സ്വതന്ത്രമായ കല പിറവിയെടുക്കുന്നത്. എന്നാൽ അതുവഴി സൃഷ്ടിക്കപ്പെടുന്ന കല മനു ഷ്യശരീരത്തെ പുതുക്കിപ്പണിയുകയും ചെയ്യുന്നു. മുതലാളിത്തം ഈ

സാധ്യതകളെയെല്ലാം അടച്ചുകളയുകയും കലയെ അതിന്റെ വേട്ടപ്പട്ടി
യാക്കുകയും ചെയ്തു. അതുകൊണ്ട് കലയെ മോചിപ്പിക്കുക, എന്നാൽ
മനുഷ്യപ്രകൃതത്തെ മോചിപ്പിക്കുക എന്നാണ് അർത്ഥം.

വിപ്ലവകരമായ ഭക്തി

ഉത്തരേന്ത്യൻ ഭക്തിപ്രസ്ഥാനത്തിന്റെ പാരമ്യഘട്ടമെന്നു പറയാ
വുന്നത് പതിനഞ്ച്, പതിനാറ് നൂറ്റാണ്ടുകളാണ്. കബീർ, രവിദാസ്,
ദാദു മുതലായ പല പ്രധാന ഭക്ത/സന്യാസ കവികളുടെയും (saint
poets) കാലം ഇതാണ്. ഇക്കാലത്തുണ്ടായ സാമൂഹികവും മതപരവും
മൗലികവുമായ എല്ലാ മാറ്റങ്ങളെയും വിപ്ലവാശയങ്ങളെയും ഒരുമിച്ച്
ചേർത്ത് 'ഭക്തിപ്രസ്ഥാനം' എന്ന ഒരു പൊതു സംജ്ഞയുപയോ
ഗിച്ചാണ് നാം അടയാളപ്പെടുത്താറ്. ഈ ഭക്തിപ്രസ്ഥാനത്തിന്റെ
ആരംഭം ദക്ഷിണേന്ത്യയിലാണ്. കഴിഞ്ഞ സഹസ്രാബ്ദത്തിന്റെ മധ്യ
ത്തിൽ ദക്ഷിണേന്ത്യയിൽ ആരംഭിച്ച ഭക്തിപ്രസ്ഥാനം കർണാടക,
മഹാരാഷ്ട്ര വഴി ബംഗാളിലേക്കും മറ്റ് ഉത്തരേന്ത്യൻ പ്രദേശങ്ങളിലേക്കും
വ്യാപിക്കുകയാണുണ്ടായത്. ഏകദേശം പതിനാലാം നൂറ്റാണ്ടോട്ടു
കൂടി ഭക്തിപ്രസ്ഥാനം ഉത്തരേന്ത്യയിലും ബംഗാളിലും പൂർണമായും
വ്യാപിച്ചു. ഭക്തിപ്രസ്ഥാനം ബ്രാഹ്മണധാര, ബ്രാഹ്മണവിരുദ്ധധാര
എന്നിങ്ങനെ രണ്ടു ധാരകളായാണ് നിലനിന്നിരുന്നത്. സാമൂഹികവും
മതപരവുമായ വിവേചനങ്ങൾക്കെതിരെ, ജാതിവിരുദ്ധപ്രസ്ഥാനം
എന്ന നിലയ്ക്കാണ് ഭക്തിപ്രസ്ഥാനത്തിന്റെ ഒരു ധാര പ്രവർത്തിച്ചിരു
ന്നത്. മതത്തെ നിഷേധിച്ചുകൊണ്ട് രംഗപ്രവേശം ചെയ്ത കർഷകരും
കൈവേലക്കാരും തൊഴിലാളികളുമാണ് ഭക്തിപ്രസ്ഥാനത്തിന്റെ ഈ
ധാരയ്ക്ക് രൂപം നൽകിയതും പ്രചരിപ്പിച്ചതും. അവർ സാധാരണക്കാ
രായ ജനങ്ങളുടെ ഭാഷയിൽ അതിമനോഹരമായ കവിതകൾ രചിച്ചു.
ജാതി-ജന്മിത്തത്തിന്റെ പ്രമാണങ്ങളെ ചോദ്യം ചെയ്തുകൊണ്ട് രൂപപ്പെ
ട്ട ഒരു സംവാദാത്മക അന്തരീക്ഷത്തെ പ്രതിനിധീകരിക്കുന്നവയായി
രുന്നു അവരുടെ കവിതകളും പ്രവർത്തനങ്ങളും. ഭക്തിപ്രസ്ഥാനം ഒരേ
സമയം ഒരു ജനകീയ പ്രസ്ഥാനവും (ജൻ ആന്ദോളൻ) ഒരു പ്രതിരോധ

പ്രസ്ഥാനവ്യമായിരുന്നു. ജാതിവിരുദ്ധമായ, സമത്വത്തിലൂന്നിക്കൊണ്ട
ുള്ള പ്രമാണങ്ങൾ മുന്നോട്ടവച്ചുകൊണ്ട് ജാതി-ജന്മിത്ത സമ്പ്രദായത്തെ
വെല്ലുവിളിച്ചതിനാലാണ് ഒരു ജനകീയ-പ്രതിരോധ പ്രസ്ഥാനമായി
വളരാൻ ഭക്തിപ്രസ്ഥാനത്തിന സാധിച്ചത്.

ഭക്തിപ്രസ്ഥാനം സമൂഹത്തിന്റെ അടിത്തട്ടിൽ നിന്നാണ് ഉത്ഭവി
ച്ചത്. അതേ സമയം അത് അതിവർത്തന സ്വഭാവത്തോട്ട കൂടിയത
മായിരുന്നു. അതിനാലാണ് സമൂഹത്തിന്റെ വിവിധ തലങ്ങളിലേക്ക
വ്യാപിക്കാൻ ഭക്തിപ്രസ്ഥാനത്തിന സാധിച്ചത്. വിഗ്രഹഭഞ്ജകത്വമാ
യിരുന്ന ഭക്തിപ്രസ്ഥാനത്തിന്റെ പ്രധാന സവിശേഷതകളിലൊന്ന്.
കബീറിന്റെ അനശ്വരവാക്യമായ 'ഭയരഹിതമായ സത്യം' എന്ന പ്ര
യോഗത്തിൽ ഇത് പ്രതിഫലിക്കുന്നുണ്ട്. ആത്മീയവും സാമൂഹികവുമായ
സമത്വത്തിലാണ് അവർ ഊന്നിയത്. ഇതവരുടെ വിമോചനപരമായ
ദർശനത്തിന്റെയും അതിനുവേണ്ടിയുള്ള പോരാട്ടത്തിന്റെയും സൂചകമാ
യിരുന്ന. ഒരു മതേതര സന്ദർഭത്തിനകത്ത വെച്ച തന്നെ മതാത്മകമായ
സൂചനകളും സംജ്ഞകളുമുപയോഗിച്ച് ഒരു സംവാദാത്മകമായ അന്ത
രീക്ഷം സൃഷ്ടിച്ചു. ഭക്തിപ്രസ്ഥാനം മുന്നോട്ടവെച്ച പല ആശയങ്ങളും
ശൈലികൊണ്ട് മതപരമാണെന്ന തോന്നിയാലും ആ സംവാദങ്ങളുടെ
ഊന്നൽ മതപരമല്ലാത്ത രാഷ്ട്രീയമാണ്. ഇത്ത തന്നെയാണ് ഇവയുടെ
ശക്തിയും. ഭക്തിപ്രസ്ഥാന വക്താക്കളിൽ കൂടുതൽ പേരും സ്വതന്ത്ര
ചിന്തയ്ക്കവേണ്ടി നിലകൊണ്ടവരാണ്. മിക്കവരും മാനവിക-യുക്തിവാദി
(Radical humanists) കളായിരുന്നു. പണ്ഡിതരുടെ ഉരുവിടൽ
പോലെയായിരുന്നില്ല ഇവരുടെ ജ്ഞാനം, അത് പ്രയോഗക്ഷമമമായതാ
യിരുന്നു. ഇക്കാലത്തെ കീഴാളരായ ഭക്തിപ്രസ്ഥാനകവികളെഴുതിയ
പല മൗലികമായ കൃതികളും പിൽക്കാലത്ത് വക്രീകരിക്കപ്പെടുകയും
ജാതിഹിന്ദുക്കൾ അവയെ തങ്ങളുടെ താൽപര്യാർത്ഥം പിടിച്ചെട
ക്കുകയും അവരുടെ യാഥാസ്ഥിതികതയ്ക്ക് വിട്ടപണി ചെയ്യാൻ തക്ക
വണ്ണം അവയെ മാറ്റിയെടുക്കുകയും ചെയ്തിട്ടുണ്ട്. ഭാഗികമായി നാം
കണ്ടെടുത്തിട്ടുള്ള അതിന്റെ യഥാർത്ഥ വരികളിൽ നിന്ന്, സാധാരണ
ജനതയുടെ അനിതരസാധാരണമായ സർഗ്ഗാത്മതയെ പ്രതിഫലി
പ്പിക്കുന്ന ഒരു സാംസ്കാരിക വിപ്ലവത്തിന്റെ പ്രതിഫലനമായിരുന്ന
ഭക്തിപ്രസ്ഥാനം എന്ന് മനസ്സിലാക്കാം.

ഒരു ശ്രേണീകൃത സമൂഹത്തിനകത്ത് നിലയുറിപ്പിച്ച സവിശേഷ
പദവികളും വിവേചനങ്ങളും (ഇവ പാരമ്പര്യാർജ്ജിതമായി കൊണ്ട
നടക്കുന്നവയായിരിക്കും) അനിവാര്യമായ സാമൂഹിക സംഘർഷങ്ങളി
ലേക്ക് നയിക്കും. ഇത് സാമൂഹിക സഹകരണവും വിട്ടുവീഴ്ചയും തകർത്ത

കളയുന്നു. ഉത്തമർ/അധമർ എന്ന ദ്വന്ദ്വകല്പനയും അതുമൂലം ഭൗതികവും സാംസ്കാരികവുമായ വിഭവങ്ങളുടെ നീതിയുക്തമല്ലാത്ത വിതരണവും സംഭവിക്കുന്നു. ഇത് താഴേക്കിടയിൽപ്പെട്ട, അടിച്ചമർത്തപ്പെട്ട ജനവി ഭാഗങ്ങൾക്ക് എപ്പോഴും അസ്വീകാര്യമായിരിക്കും. ജാതീയമായും വർഗ്ഗ പരമായും വിഭജിക്കപ്പെട്ട ഒരു സമൂഹത്തിനകത്ത് ഈ സംഘർഷങ്ങൾ ആഴത്തിൽ വേരുപിടിച്ച കിടക്കുന്നവയായിരിക്കും. ഈ സംഘർഷം ക്രമേണ സാമൂഹികവും മനഃശാസ്ത്രപരവുമായ മണ്ഡലങ്ങളിൽ പല രീതിയിൽ ആവിഷ്കരിക്കപ്പെടുന്നു. ഏതൊരു ഉല്പാദനവ്യവസ്ഥയ്ക്ക കത്തും രണ്ട് പ്രധാനപ്പെട്ട, വ്യതിരിക്തങ്ങളായ പ്രത്യയശാസ്ത്രങ്ങൾ രൂപപ്പെട്ടു വരും. രണ്ടു വർഗ്ഗവിഭാഗങ്ങളുടെ നിലപാടമായി ബന്ധപ്പെട്ട വികസിക്കുന്ന ഈ പ്രത്യയശാസ്ത്രങ്ങളെ മേലാളപ്രത്യയശാസ്ത്രം, കീഴാള പ്രത്യയശാസ്ത്രം എന്നിങ്ങനെ അടയാളപ്പെടുത്താം. ഇതിൽ അധീശത്വം പുലർത്തുന്ന പ്രത്യയശാസ്ത്രം എല്ലായ്പ്പോഴും തർക്കങ്ങളുടെയും സമര ങ്ങളുടെയും മണ്ഡലമായിരിക്കും. അധീശത്വപ്രത്യയശാസ്ത്രത്തെ കീഴടക്ക പ്പെട്ട ജനത ഒന്നാകെ പൂർണമായും അംഗീകരിക്കണമെന്നില്ല. അതിനു തയ്യാറാകാത്ത ആളുകളുടെ അനീതിക്കെതിരെയുള്ള പ്രത്യക്ഷമോ പരോക്ഷമോ ആയ പ്രതിഷേധങ്ങളാണ് ചരിത്രത്തിന്റെ താളത്തെ അടയാളപ്പെടുത്തുന്നത്. അനീതി നിരന്തരം പലമട്ടിലുള്ള വിയോജിപ്പു കൾക്കും പ്രതിഷേധങ്ങൾക്കും കാരണമായിത്തീരുന്നു. കീഴ്പ്പെടുത്തൽ, ചൂഷണം, പ്രതിഷേധം എന്നൊരു തുടർച്ച എല്ലായ്പ്പോഴും നിലനി ർത്തപ്പെടും. ഇതാണ് സാമൂഹിക വിപ്ലവത്തെക്കുറിച്ചുള്ള പ്രതീക്ഷയെ നിലനിർത്തുന്നത് എന്നാണ് ഗ്രാംഷിയുടെ നിരീക്ഷണം (ഗ്രാംഷി (1971) 1966).

ഗ്രാംഷിയുടെ ഈ ചിന്തയെ സാംസ്കാരിക മണ്ഡലത്തിലേക്ക് സന്നിവേശിപ്പിച്ചുകൊണ്ടാണ് സ്റ്റുവർട്ട് ഹാൾ (1966) പ്രത്യയശാസ്ത്രത്തെ പുനഃസ്ഥാപിക്കുന്നത്. സംസ്കാരവും പ്രത്യയശാസ്ത്രവും തമ്മിലുള്ള തന്ത്രപരമായ ബന്ധത്തെ പുനർവിചാരണ ചെയ്യുകയാണ് അദ്ദേഹം. ഗ്രാംഷിയെ സംബന്ധിച്ചിടത്തോളം മേൽക്കോയ്മ എന്നത് സാമൂഹിക ശക്തികളുടെ ചരിത്രപരമായ ഒരു മുന്നണി നിർമ്മിക്കുകയും അതിനെ ശക്തിപ്പെടുത്തുകയും ചെയ്യുമ്പോഴാണ് ആ ആശയത്തിനു മേൽക്കൈ കിട്ടുന്നത്. സാമൂഹ്യ പ്രവർത്തനങ്ങളുടെയും ഇടപെടലുകളെയും വളരെ നിർണായകമായ ഒരിടമാണ് സംസ്കാരം എന്നാണ് സ്റ്റുവർട്ട് ഹാൾ പറയുന്നത് (Hall, 1996: 26). അധികാര ബന്ധങ്ങൾ സൃഷ്ടിക്കപ്പെടുന്ന യും അസ്ഥിരപ്പെടുന്നയും സംസ്കാരത്തിന്റെ ഈ ഇടത്തിൽ വെച്ചാണ്. മാനസികമായ ചട്ടക്കൂട് (mental frame work) എന്നാണ് സ്റ്റുവർട്ട്

ഹാൾ പ്രത്യയശാസ്ത്രത്തെ വിളിക്കുന്നത്. മാനസികമായ ചട്ടക്കൂട് എന്ന തുകൊണ്ട് ഭാഷ, സങ്കല്പനങ്ങൾ, സംവർഗ്ഗങ്ങൾ, പ്രതിനിധാന വ്യവ സ്ഥകൾ, ചിന്തയിലെ പ്രരൂപങ്ങൾ എന്നിവയെയാണ് ഉദ്ദേശിക്കുന്നത്. ഈ മാനസികമായ ചട്ടക്കൂട് സമൂഹത്തിലെ ഓരോ വിഭാഗത്തിനും വ്യത്യസ്തമായിരിക്കും. അവരുടെ പെരുമാറ്റങ്ങൾക്കും പ്രവൃത്തികൾക്കും അർത്ഥം നൽകുന്നതും, സമൂഹത്തിന്റെ പ്രവർത്തനത്തെ അവർ മനസ്സി ലാക്കുന്നതും ഈ മാനസിക ചട്ടക്കൂടിന്റെ അടിസ്ഥാനത്തിലായിരിക്കും. പ്രത്യയശാസ്ത്രത്തിലൂടെയാണ് സമൂഹം നിരന്തരമായി നിർവ്വചിക്ക പ്പെട്ടുകൊണ്ടിരിക്കുന്നത് എന്നതാണ് പ്രധാനം. സംസ്കാരമെന്നത് സ്ഥിരമായ ഒന്നല്ല. അത് നിരന്തരമായി വെല്ലുവിളിക്കപ്പെടുന്നതാണ്. ഈ സംഘർഷത്തിലൂടെയാണ് നാം ഭൂതകാലത്തെയും വർത്തമാനകാ ലത്തെയും മനസ്സിലാക്കുന്നത്. ഭൂത-വർത്തമാന കാലങ്ങൾ തമ്മിലുള്ള സംഘർഷത്തിലൂടെയാണ് സംസ്കാരത്തെയും മനസ്സിലാക്കുന്നത്. ബ്രാഹ്മണപ്രത്യയശാസ്ത്ര വിരുദ്ധമായ ഒരു കാഴ്ചപ്പാടോടെ ഭക്തിപ്ര സ്ഥാനത്തെ വിലയിരുത്തുന്നത് തുറന്നതും വ്യാവഹാരികവുമായ ഒരു ചട്ടക്കൂടിനകത്തു നിന്നുകൊണ്ടാണ്.

ഭക്തിപ്രസ്ഥാനത്തിന്റെ പ്രധാന സവിശേഷതകൾ പരിശോധിക്കും മുമ്പ്, ഭക്തി എന്ന സങ്കൽപ്പനത്തെ പൊതിഞ്ഞു നിൽക്കുന്ന ചില സന്ദിഗ്ധതകൾ വിശദീകരിക്കേണ്ടതുണ്ട്. ഹിന്ദിയിലും ഇന്ത്യയിലെ മറ്റ് പ്രാദേശിക ഭാഷകളിലും 'ദൈവത്തോടോ ആരാധനായോഗ്യമായ മറ്റ വസ്തുക്കളോടോ തോന്നുന്ന അർപ്പണ ബുദ്ധിയോടു കൂടിയ സ്നേഹം' എന്നാണ് ഭക്തിക്ക് അർത്ഥം. പക്ഷേ ഇതിന്റെ വ്യവഹാരമോ പരിശീ ലനമോ ശാസ്ത്രമോ ഒന്നും ഒരുപോലെയല്ല. പ്രധാനമായും രണ്ടുതരം ഭക്തികളാണുള്ളത്. സഗുണഭക്തിയും നിർഗുണഭക്തിയും. ഏതെങ്കിലും ഗുണത്തോടു കൂടിയതാണ് (with attributes) സഗുണഭക്തി. ഗുണ സ്വഭാവമില്ലാത്തതാണ് നിർഗുണഭക്തി (without attributes). സവിശേഷമായ ഗുണങ്ങളോ പ്രത്യേകതകളോ ഉള്ള ഒന്നായാണ് നാം സഗുണഭക്തിയിൽ ഈശ്വരനെ സങ്കല്പിക്കുന്നത്. രാമൻ, കൃഷ്ണൻ മുതലായ സങ്കല്പങ്ങൾ ഉദാഹരണം. എന്നാൽ നിർഗുണഭക്തിയിൽ ഈശ്വരരൂപമില്ല. അനുഭവിക്കാൻ മാത്രമേ സാധിക്കുകയുള്ളൂ. നിർഗുണഭക്തി പ്രമാണങ്ങളെയും അനുഷ്ഠാനങ്ങളെയും മതപരമായ സ്ഥാപനങ്ങളെയും തള്ളിക്കളയുകയും ഏകദൈവവിശ്വാസത്തിനു പ്രാധാന്യം നൽകുകയും ചെയ്യുന്നു. കബീറിനെപ്പോലുള്ള സന്യാസ കവികളുടെ ഭക്തി നിർഗുണ സ്വഭാവമുള്ളതാണ്. ലോകമെന്നത് മനുഷ്യർ നിർമ്മിച്ച മിഥ്യകളാലും കെണികളാലും സങ്കീർണമാണ്. ഇത്

മനുഷ്യജീവിതത്തെ ദുരിത പൂർണമാക്കിത്തീർക്കുന്നു. നന്മ-തിന്മ, സത്യം -അസത്യം, പ്രത്യക്ഷം-യാഥാർത്ഥ്യം എന്നീ വേർതിരിവുകൾ പരിപൂ ർണമായി മനസ്സിലാക്കാൻ സാധിക്കുന്നവയല്ല. ഒന്ന് മറ്റേതിലേക്ക് കടന്നു കയറുകയും വ്യാപിക്കുകയും ചെയ്യുന്നു. വ്യാപനശേഷി കൂടുതൽ തിന്മക്കാണ് എന്നതിനാൽ അതിനാണ് ശക്തി കൂടുതൽ. അതാണ് ലോകത്തെ ഭരിച്ചുകൊണ്ടിരിക്കുന്നതും. ലോകത്തെ മൂടിയിരിക്കുന്ന ഈ ഇരുട്ടിനെ മുറിച്ച് കടക്കണമെങ്കിൽ നമ്മുടെ ഉള്ളിലെ ആത്യന്തികമായ വെളിച്ചത്തെ/നന്മയെ പുറത്തുകൊണ്ടുവരണം. ശരിയായ വഴി കാണിച്ച തരാൻ ദൈവത്തിന്റെ ഇടപെടൽ ആവശ്യമുണ്ട്. ഇതാണ് നിർഗ്ഗുണ ഭക്തിയുടെ സങ്കല്പനങ്ങൾ. ദൈവത്തെ ഭക്തിയില്ലൂടെ മാത്രമേ പ്രാപി ക്കാനാവൂ. പക്ഷെ അവിടെയും ചില അപകടങ്ങൾ പതിയിരുപ്പുണ്ട്. അതിലൊന്നാണ് കപടഭക്തിരൂപങ്ങളും സഗുണഭക്തിയും. സഗുണഭ ക്തിയിലെ ദൈവസങ്കല്പം തെറ്റാണെന്നാണ് നിർഗ്ഗുണഭക്തിയുമായി ബന്ധപ്പെട്ടവർ പറയുന്നത്. നിരവധി ദൈവങ്ങളും അവയുമായി ബന്ധപ്പെട്ട തത്വങ്ങളും അസംബന്ധങ്ങളാണ്. ഇത്തരം രൂപങ്ങളെ സ്വീകരിക്കുന്നതും അതിനുവേണ്ടി ആചാരാനുഷ്ഠാനങ്ങൾ നിർമ്മിക്കുന്ന തും ഉപയോഗശൂന്യമായ കാര്യങ്ങളാണ്. വ്യവസ്ഥാപിത മതങ്ങളുടെ പരമ്പരാഗത സമ്പ്രദായങ്ങളെല്ലാം ഇതുപോലെ ഉപയോഗ ശൂന്യമാ യവയാണ്. കബീറിന്റെ സങ്കല്പമനുസരിച്ച് വേദങ്ങളും ഖുർആനുമെല്ലാം പാവപ്പെട്ട മനുഷ്യാത്മാക്കളെ കെണിയിൽ വീഴ്ത്താനുള്ള ഉപായങ്ങ ളാണ്. രാമന്റെയും കൃഷ്ണന്റെയും കഥകളും ഇതിൽനിന്നും വ്യത്യസ്തമല്ല. അവയും ജാതിയുടെയും വംശത്തിന്റെയും ആധിപത്യം ഉറപ്പിക്കുകയാണ് ചെയ്യുന്നത്. ശ്രുദ്ധാശ്രുദ്ധങ്ങളെയും സഗോത്ര വിവാഹങ്ങളെയും സാമൂ ഹികമായ വേർതിരിവുകളെയും നിലനിർത്താനുള്ളവയാണ് ഇത്തരം കഥകളും ആചാരാനുഷ്ഠാനങ്ങളുമെല്ലാം. ഇവയൊന്നും ഒരിക്കലും മനുഷ്യനെ ദൈവവുമായി ബന്ധിപ്പിക്കില്ല. മനുഷ്യന്റെയുള്ളിലെ ശ്രുദ്ധമായ ഭക്തിയാണ് ദൈവികതയിലേക്കുള്ള ഏകവഴി. ദൈവം എല്ലാ ഹൃദയങ്ങളിലുമുണ്ട്. പക്ഷേ ഉള്ളിൽ തന്നെയുള്ള, പരിണാമവിധേ യമായ ഈ ദിവ്യത്വത്തെ നാം തിരിച്ചറിയാറില്ല എന്നതാണ് വാസ്തവം.

അജ്ഞാനത്തെ ഇല്ലാതാക്കി, നമുക്ക് ചുറ്റുമുള്ള മായയുടെയും അസത്യ ങ്ങളുടെയും ചങ്ങലക്കണ്ണികൾ പൊട്ടിച്ചാലേ ആത്മാവിൽ തന്നെയുള്ള ദൈവത്തെ അഥവാ സദ്ഗുരുവിനെ (ജീവിതത്തെ പൊതിഞ്ഞു നിൽക്കു ന്ന ഇരുട്ടിനെ മുറിച്ചുകടക്കാൻ സഹായിക്കുന്നവരാരോ അതാണ് സദ്ഗുരു) കണ്ടെത്താനാവൂ. സമൂഹത്തെയും മതത്തെയും കൈപ്പി ടിയിൽ ഒതുക്കി അധികാരം കയ്യാളുന്നവർ സാധാരണ ജനങ്ങളെ

കെണിയിൽപ്പെടുത്താനാണ് ഇത്തരം സങ്കല്പങ്ങൾ ഉപയോഗിക്കുന്നത് എന്ന് മിക്കവാറും എല്ലാ സന്യാസ കവികളും അടിവരയിട്ടു പറയുന്ന കാര്യമാണ്. അസത്യമായ കപടരൂപങ്ങളെ അവയുടെ പൂർണതയി ൽത്തന്നെ തള്ളിക്കളയണമെന്ന് ഇത്തരം കവികൾ പറയുന്നു. കബീർ പറയുന്നു;

വാക്കുകളും ഭാഷണങ്ങളും കെട്ടവയാണ്

വേദങ്ങളിലെല്ലാം കറപുരണ്ടിരിക്കുന്നു.

മാലിന്യം പല രൂപത്തിൽ കടന്നു കയറുന്നു.

പുരാണ ഗ്രന്ഥങ്ങളുടെ വായനയും

പഠനവും ആലാപനവും കപടമാണ്.

വില കുറഞ്ഞതും അശുദ്ധവുമായ ജ്ഞാനം അശ്ലീലമാണ്.

കപടജ്ഞാനത്തെ ളുത്തെറിയാതെ നമ്മുടെയുള്ളിലെ വെളിച്ചത്തെ അഥവാ ശരിയായ ജ്ഞാനത്തെ കണ്ടെത്താനാവില്ല എന്ന് കബീർ പറയുന്നു. ജ്ഞാനത്തെ കണ്ടെത്താൻ 'സഹജ സമാധി' (accessible mediation - ഇതിനു പുരോഹിതരുടേയോ മതഗ്രന്ഥങ്ങളുടേയോ ആവശ്യമില്ല) യിലൂടെ സാധിക്കുമെന്ന് കബീർ പറയുന്നു. അനുഭവനി ഷ്ടമായ അറിവിനെ യുക്തിയുപയോഗിച്ച് ബുദ്ധിപരമായി വിലയിരു ത്തുന്ന 'പരഖ്പഥ്' ആണ് കബീർ നിർദ്ദേശിക്കുന്ന മറ്റൊരു മാർഗ്ഗം. ഇത്തരത്തിലുള്ള സാധനയും പരഖ്പഥം 'അനുഭയ് സന്ജ'യിലേക്കും 'സ്വച്ഛംവേദ' (critical knowledge) യിലേക്കും നയിക്കും എന്നാണ് കബീറിന്റെ അഭിപ്രായം.

നമ്മുടെ സ്വയംബുദ്ധി ഉപയോഗിച്ച് അനുഭവങ്ങളെയും നിരീ ക്ഷണങ്ങളെയും വിലയിരുത്തുകയാണ് വേണ്ടത്. അല്ലാതെ ആ കാര്യത്തെക്കുറിച്ച് വേദ-പുരാണാദികളിലും ഖുർആനിലും എന്താണ് പറഞ്ഞിട്ടുള്ളത് എന്നു നോക്കുകയല്ല. വിദ്യാഭ്യാസം ജാത്യാനുകൂല മായി നിലനിൽക്കുന്ന ഒരു സമൂഹത്തിൽനിന്നും ആർജ്ജിച്ച വിദ്യാ ഭ്യാസത്തെയും അറിവുകളെയും നിരാകരിക്കണം എന്നാണ് കബീർ ഊന്നിപ്പറയുന്നത്. വലിയൊരു വിഭാഗം താഴ്ജനതയ്ക്ക് ഈ ശാസ്ത്രാ ഭ്യാസം നിഷേധിക്കപ്പെട്ടിരിക്കുന്നു. ഈ ശാസ്ത്രങ്ങളുടെ പ്രമാണങ്ങളെ ല്ലാം ജാത്യാധിഷ്ഠിതമാണ്. അതിനാൽ തന്നെ ഈ ദൈവശാസ്ത്രവും പ്രമാണങ്ങളുമെല്ലാം മലിനമാണ്. 'ആഘിൻ കി ദേഖി' (aakhin ko dekhi - സ്വന്തം നിരീക്ഷണം/കാഴ്ചയിലൂടെയുള്ള അറിവ്) അംഗീകരി ക്കുകയും 'കാഘട് കി ലേഖി' ((kaghad ki lehi - കെട്ടിച്ചമച്ച അറിവ്)

നിഷേധിക്കുകയും ചെയ്യുന്ന കബീർ. ഈ വിശകലന പ്രകാരം ഈ സന്യാസ കവികൾ യുക്തിവാദികളും യഥാതഥവാദികളുമായിരുന്നുവെന്ന് പറയാം. അവരെ മിസ്റ്റിക്കുകളെന്നോ പലായനവാദികളെന്നോ വിളിക്കുന്നത് ശരിയല്ല. ജാതിബ്രാഹ്മണ്യത്തിനും അതുപോലെയുള്ള മറ്റ് അനീതി രൂപങ്ങൾക്കുമെതിരെയുള്ള യുദ്ധത്തിൽ അവരുടെ ആയുധങ്ങളായി വർത്തിച്ചത് പരഖ്പഥം അനഭയ്സൻജയുമായിരുന്നു. ഈ സന്യാസ കവികൾ വെറും ആത്മീയവാദികൾ മാത്രമല്ല സാമൂഹ്യപരവും മനഃശാസ്ത്രപരവുമായ ഉൾക്കാഴ്ചയോടു കൂടിയ യഥാതഥവാദികൾ കൂടിയായിരുന്നു. അവരുടെ മതബോധവും അതിഭൗതികവാദവും സാമൂഹ്യവിമർശനാത്മകവും വിപ്ലവാത്മകവുമായ രാഷ്ട്രീയത്തിലേക്കും ധാർമികമായ തത്വചിന്തയിലേക്കും നയിക്കുന്നതുമായിരുന്നു. ബ്രാഹ്മണപ്രത്യയശാസ്ത്രം നിർമ്മിച്ച മനഃശാസ്ത്ര-അതിഭൗതിക ജ്ഞാനത്തിനെതിരെ ഇവർ പ്രതിജ്ഞാനരൂപങ്ങൾ വികസിപ്പിച്ചെടുത്തു. അതിനായി അവർ സവിശേഷമായ, നാടകീയശക്തിയോടു കൂടിയ പ്രതീക വ്യവസ്ഥകളും സങ്കല്പനങ്ങളും നിർമ്മിച്ചു. അവരുടെ ഭക്തിസങ്കല്പവും മുക്തിസങ്കല്പവും മതദർശനവുമായി ചേർന്നു നിൽക്കുന്നതായിരുന്നില്ല. 'ബീ-ഗംദേശ്' (ദുഃഖങ്ങളില്ലാത്ത ദേശം) എന്ന കബീറിന്റെ സങ്കല്പവും 'ബീ-ഗം പുര' (ദുഃഖങ്ങളില്ലാത്ത നഗരം) എന്ന രവിദാസിന്റെ സങ്കല്പവും കേവലം ഉട്ടോപ്യകളല്ല, മറിച്ച് പ്രത്യയശാസ്ത്രരൂപങ്ങൾ തന്നെയാണ്. എല്ലാവർക്കും ദൈവത്തെ സമീപിക്കാനാവും, എല്ലാവർക്കും മോക്ഷം സാധിക്കും എന്ന അവരുടെ ആശയം മതപരവും സാമൂഹികവുമായ പ്രവർത്തനങ്ങളിലൂടെ കടന്നുപോവുകയും അട്ടിമറി ശേഷിയുള്ള ഒന്നായിത്തീരുകയും ചെയ്തു. എല്ലാവർക്കും ദൈവത്തെ പ്രാപിക്കാം എന്നു പറഞ്ഞാൽ അവിടെ അസ്പൃശ്യരെന്നോ താഴ്ജാതിക്കാരെന്നോ ഉള്ള വേർതിരിവുകളില്ല. ഈ മതേതരവും മൗലികവുമായ വശങ്ങളാണ് ഭക്തിപ്രസ്ഥാനത്തെ ഒരു സാമൂഹിക പ്രസ്ഥാനമാക്കിത്തീർത്തത്. ആ അർത്ഥത്തിൽ ഭക്തിപ്രസ്ഥാനം മുക്തിപ്രസ്ഥാനം കൂടിയാണ്.

ജാതി-ബ്രാഹ്മണ മേൽക്കോയ്മക്കെതിരെയുള്ള കലാപം

ഭക്തിപ്രസ്ഥാനത്തിന്റെ ഇന്ത്യയിലെ വ്യാപനം സമമായ ഒന്നായിരുന്നില്ല. പ്രാദേശിക വ്യത്യാസമനുസരിച്ച് അതതു പ്രദേശങ്ങളിൽ ഭക്തിപ്രസ്ഥാനത്തിന്റെ വക്താക്കളായിരുന്നവരുടെ ഭാവുകത്വ വ്യത്യാസം അതിനെ വൈവിധ്യങ്ങൾ നിറഞ്ഞതാക്കി. എന്നാൽ ഇവയുടെയെല്ലാം പൊതുവായ ലക്ഷ്യം ജാതിയെയും ബ്രാഹ്മണ മേൽക്കോയ്മയെയും എതിർക്കുക എന്നതായിരുന്നു. എല്ലാവരെയും ഉൾക്കൊള്ളിച്ചുകൊണ്ടുള്ള ഒരു സാമൂഹിക നിർമാണമായിരുന്ന

ഭക്തിപ്രസ്ഥാന നേതാക്കളടെ ലക്ഷ്യം. അതിനാൽത്തന്നെ ഇസ്ലാമിക സൂഫിസത്തിന്റെയും നാടോടി ഹിന്ദുമതത്തിന്റെയും (folk hinduism) ആകരങ്ങളെ അവർ ധാരാളമായി ഉപയോഗിച്ചു. അതേസമയം പരമ്പരാഗത ഹിന്ദുമതവുമായി നാടോടി ഹിന്ദുമതത്തെയും പരമ്പരാഗത ഇസ്ലാംമതവുമായി സൂഫിസത്തെയും ബന്ധിപ്പിക്കാൻ ശ്രമിച്ചവരാണിവർ എന്ന ചില പണ്ഡിതരുടെ വാദം ശരിയല്ല. ഇവരെ സൂക്ഷ്മമായി വായിക്കാനും ചരിത്രപരമായി അടയാളപ്പെടുത്താനും ശ്രമിച്ചാൽ, സമൂഹത്തിലും സംസ്കാരത്തിലും നിലനിന്നിരുന്ന ശ്രേണീകൃത വ്യവസ്ഥകളെ തകർക്കാനാണിവർ ശ്രമിച്ചതെന്ന മനസ്സിലാകും. ഭക്തി പ്രസ്ഥാന നേതാക്കളെല്ലാം സ്വതന്ത്രമായി ചിന്തിക്കുന്നവരായിരുന്നു. പക്ഷേ വരേണ്യ ബ്രാഹ്മണ പണ്ഡിതർ പറഞ്ഞുവെച്ചപോലെ അവർ മിസ്റ്റിക്കുകളോ, വൈയക്തിക ചിന്തയുള്ളവരോ, കേവല മതപ്രചാരകരോ ആയിരുന്നില്ല. ഇതെല്ലാം ഭക്തികവികളെക്കുറിച്ച് വരേണ്യവർഗ്ഗം ഉണ്ടാക്കിവെച്ച വാർപ്പ് മാതൃകകളാണ്. സാമൂഹികവിമർശനത്തിനു തടയിട്ടന്നതായിരുന്നില്ല അവരുടെ മതചിന്ത. പാരമ്പര്യമായ, യാഥാസ്ഥിതികമായ ഒന്നിനോടും പൊരുത്തപ്പെടാത്ത ഭക്തിപ്രസ്ഥാനക്കാർ സ്ഥാപനവൽക്കരിക്കപ്പെട്ട മതപരതയെയും അതിന്റെ അനുഷ്ഠാനങ്ങളെയും തള്ളിക്കളഞ്ഞു. ഇതിനു നിദാനമായിത്തീർന്നത് അവരുടെ വിമർശനാത്മക സാമൂഹ്യചിന്തയാണ്.

ഇന്ത്യയിലുടനീളമുള്ള സന്യാസ കവികൾ ജാതിവിരുദ്ധതയുടെ കാര്യത്തിൽ അത്ഭുതകരമായ സമാനതയാണ് പങ്കുവെയ്ക്കുന്നത്. ബ്രാഹ്മണനായി ജനിച്ചുവെങ്കിലും ബ്രാഹ്മണകുലത്തിൽ നിന്നും പുറത്തു കടന്ന ബസവ, തോൽപ്പണിക്കാരനായ ഹരളയ്യ, ആദ്യകാല പ്രാക് സ്ത്രീവാദിയെന്നു വിളിക്കാവുന്ന അക്കമഹാദേവി മുതലായവർ കർണാടകത്തിലും ഉന്നൽപ്പണിക്കാരനായ നാമദേവൻ, ഗ്രാമസേവകനായ ചൊക്കമേള, കച്ചവടക്കാരനായ തുക്കാറാം, പച്ചക്കറി കൃഷിക്കാരനായ സവതമാലി മുതലായവർ മഹാരാഷ്ട്രയിലും, നെയ്ത്തുകാരനായ കബീർ, ചെരുപ്പത്തിയായ രവിദാസ്, പരുത്തി നൂൽനൂൽപ്പുകാരനായ ദാദുദയാൽ, കലാപങ്ങൾക്കു തുടക്കമിട്ട രാജകുമാരിയായ മീര, ഖത്രി യായിരുന്ന നാനാക്ക്, കുംഭാരനായിരുന്ന ഗോര, ക്ഷുരകനായിരുന്ന സേന മുതലായവർ ഉത്തരേന്ത്യയിലും ഭക്തിപ്രസ്ഥാനത്തിനു നേതൃത്വം നൽകി. തമിഴിലെ ചിത്തർ അഥവാ സിദ്ധന്മാരായ ചിവവാക്കിയരും പാമ്പാട്ടിച്ചിത്തരും മറ്റും സാമൂഹികമായ പ്രതിവിപ്ലവശേഷിയുള്ള പാട്ടുകൾ സൃഷ്ടിച്ചവരാണ് (Mani 2005: 134-187).

ഭക്തിപ്രസ്ഥാനത്തിന്റെ ഈ കീഴാളധാര ജഡമായി മാറിയിരുന്ന ആചാരാനുഷ്ഠാനങ്ങളെ പിഴുതു കളയുകയും മതത്തെയും ദൈവത്തെയും സംബന്ധിച്ച ചില പുതിയ കാഴ്ചപ്പാടുകൾ അവതരിപ്പിക്കുകയും ചെയ്തു. നീതിയുടെയും കാരുണ്യത്തിന്റെയും പരമമായ പ്രതീകം എന്ന നിലയിലാണ് അവർ ദൈവത്തെ കണ്ടത്. കീഴാളരായ ഭക്തികവിക ളുടെ ദൈവം, അടിച്ചമർത്തപ്പെടുന്നവരുടെയും തരംതാഴ്ത്തപ്പെടുന്നവ രുടെയും കൂടെ നിലയുറപ്പിച്ചതായിരുന്നു. സാമൂഹ്യമനഃസാക്ഷിയുടെ രൂപത്തിലും വ്യക്തിയുടെ രൂപത്തിലുമാണ് അവരുടെ ദൈവം അവരി ൽത്തന്നെ നിലയുറപ്പിച്ചത്. അകത്തുനിന്നും പുറത്തേക്കു സഞ്ചരിക്കുന്ന അതിവർത്തനശേഷിയുള്ള ദൈവസങ്കല്പമായിരുന്നില്ല അത്. 'നിങ്ങ ൾക്കും മറ്റുള്ളവർക്കും വേണ്ടി ശരിയേതാണ് തെറ്റേതാണ് എന്ന തീരു മാനിക്കാൻ നിങ്ങൾ നിങ്ങളുടെ ഉള്ളിലേക്കു നോക്കൂ. ദൈവം നിങ്ങളുടെ ഉള്ളിലാണ് കുടികൊള്ളുന്നത്' എന്നത് ഭക്തിപ്രസ്ഥാനത്തിലുടനീളം കാണുന്ന ആശയമാണ്. സാമൂഹികമായ ശ്രേണീകരണത്തെ സംര ക്ഷിക്കുന്നയാളല്ല, മറിച്ച് അതിനെ എതിർക്കുന്ന ദൈവത്തെയാണ് ഭക്തിപ്രസ്ഥാനം ആവിഷ്കരിച്ചത്. ജാതിയുടെയോ പദവിയുടേയോ അടിസ്ഥാനത്തിലല്ലാതെ ധർമ്മാത്മകമായ ജീവിതം നയിക്കുന്ന എല്ലാ വരെയും അനുഗ്രഹിക്കുന്ന ദൈവമാണ് ഭക്തിപ്രസ്ഥാനം ഭാവനയിൽ കണ്ട ദൈവം. ഈ പ്രതീക്ഷക്കൊത്ത് ദൈവം ഉയർന്നില്ലെങ്കിൽ, ആ ദൈവത്തെ ചോദ്യം ചെയ്യാനും അവർ മടിച്ചില്ല. അവരെ സംബന്ധിച്ച് മതവും ദൈവവും ഭക്തർക്കുവേണ്ടിയുള്ളതാണ്. അല്ലാതെ ഭക്തർ മതത്തിനും ദൈവത്തിനും വേണ്ടിയല്ല. ഇക്കൂട്ടത്തിൽ പ്രധാനപ്പെട്ടയാൾ കബീറാണ്. കബീറിനെ സംബന്ധിച്ചിടത്തോളം ഭക്തരും ദൈവവും തമ്മിൽ ദ്വൈതഭാവമില്ല. ദിവ്യമായ ഒരു കൂട്ടുകെട്ടിലൂടെ അവർ ഒന്നാ യിരിക്കുന്നു.

സന്യാസ കവികൾ അനീതിക്കെതിരെയുള്ള കലാപത്തെ ദൈവ ത്തോടുള്ള അനുസരണ കൊണ്ട് ആവരണം ചെയ്യുകയാണ് ചെയ്തത്. ബലം പ്രയോഗിക്കുന്നവരെല്ലാം കുറ്റകൃത്യമാണ് ചെയ്യുന്നതെന്നും കബീർ പറയുന്നു. ഇങ്ങനെ ബലം പ്രയോഗിക്കുന്നവരെ ദൈവം ശിക്ഷിക്കും. ഭക്തഹൃദയങ്ങളിൽ കലാപത്തിനു തിരികൊളുത്തുന്ന ശക്തിയെയാണ് അവർ ദൈവമെന്നു വിളിച്ചത്. ഈ ദൈവം അജ്ഞാ നികളും വിഗ്രഹാരാധകരും കപടമതാത്മകവാദികളുമായ ആളുകളിൽ നിന്ന് തന്നെ വിമോചിപ്പിക്കണമെന്നു ഭക്തരോട് യാചിക്കുന്നയാളാണ്. ഇങ്ങനെ ദൈവവും ഭക്തരും തമ്മിൽ ഒരു സഹകരണം സൃഷ്ടിക്കപ്പെ ടുന്നു. സമൂഹത്തെ അതിന്റെ കെട്ടുപാടുകളിൽനിന്നും മോചിപ്പിക്കുക

എന്നതാണ് ഈ സഹകരണത്തിന്റെ ലക്ഷ്യം. മറ്റൊരർത്ഥത്തിൽ പറഞ്ഞാൽ, എല്ലാവരെയും ഉൾക്കൊള്ളുന്ന നീതിയുക്ത സമൂഹത്തി നുവേണ്ടി ഒരു യഥാർത്ഥ മതത്തിന്റെ സൃഷ്ടിക്കുവേണ്ടിയാണ് അവർ പ്രവർത്തിച്ചത്. ഏകദൈവദർശനം എന്ന ആശയത്തിലൂടെ ഒരു സാമൂഹ്യവിപ്ലവത്തിന രൂപം നൽകാനാണ് അവർ ശ്രമിച്ചത് എന്ന ഇതിൽനിന്നും മനസ്സിലാക്കാം.

ഇഹലോക ജീവിതത്തിൽ നിന്നുള്ള വിമുക്തി, മോക്ഷത്തിനുള്ള മുന്ന പാഥിയാണെന്ന ഈ സന്ന്യാസകവികൾ ഒരിക്കലും കരുതിയിരുന്നില്ല. എന്നത് പ്രത്യേകം ശ്രദ്ധേയമാണ്. ജ്ഞാനോദയത്തിലേക്കുള്ള വഴി വിരക്തിയാണെന്നോ, ബ്രഹ്മചര്യമാണെന്നോ, സന്ന്യാസമാണെന്നോ അവർ കരുതിയില്ല. അത്തരം സങ്കല്പങ്ങളെയെല്ലാം അവർ തള്ളിക്ക ളഞ്ഞു. തല മുണ്ഡനം ചെയ്ത്, ബ്രഹ്മചാരിയായി, ഇഹലോകജീവിതം ഉപേക്ഷിച്ച ഒരു യോഗിയെ കബീർ തന്റെ കവിതയിൽ പരിഹസിക്കുന്ന ണ്ട്. ഈ സന്ന്യാസകവികളിൽ മിക്കവരും വിവാഹിതരും എന്തെങ്കിലും തൊഴിലെടുത്തു ജീവിച്ചിരുന്നവരമായിരുന്നു. ബ്രാഹ്മണരിൽ നിന്നും വിഭിദ്ധമായി, അധ്വാനത്തിന അന്തസ്സുണ്ടെന്നും അത് സാമൂഹ്യസേ വനവും അതേസമയം ആത്മീയമൂല്യമുള്ളതുമാണെന്നും കരുതുന്നവരാ യിരുന്ന സന്ന്യാസ കവികൾ. സിഖുമതസ്ഥാപകനായ ഗുരുനാനാക്ക് ദൈവത്തെ അന്വേഷിച്ചത് ക്ഷേത്രങ്ങളിലും പള്ളികളിലുമല്ല, മറിച്ച് വയലേലകളിലും നെയ്ത്തുശാലകളിലും സന്തുഷ്ട കുടുംബങ്ങളിലുമാണ്.

ഭാഷയെയും സാഹിത്യത്തെയും ജനാധിപത്യവൽക്കരിക്കുന്ന പ്രക്രി യയിൽ ഈ സന്ന്യാസ കവികൾ വലിയ സംഭാവനയാണ് നൽകിയത്. സാമാന്യഭാഷയുടെ സങ്കരത്തിൽ അതിമനോഹരമായ കവിതകളാണ് ഇവർ രചിച്ചത്. ഇവർ ഉപയോഗിച്ച സാമാന്യമായ സങ്കരഭാഷയെ 'സാധുകരി' എന്നാണ് വിളിച്ചിരുന്നത്. ദേവഭാഷ/വിശ്രുദ്ധഭാഷ എന്നെല്ലാം അറിയപ്പെട്ടിരുന്ന സംസ്കൃതഭാഷയെ കബീർ കളിയാക്ക നുണ്ട്. സംസ്കൃതഭാഷ കിണറിലെ വെള്ളം പോലെ കെട്ടിക്കിടക്കുന്ന താണ്. സാധാരണ ജനങ്ങളുടെ ഭാഷയാകട്ടെ അരുവിയിലെ വെള്ളം പോലെയാണ്. കബീറിന്റെ ഈ നിലപാട്ട തന്നെയാണ് മിക്കവാറും എല്ലാ ഭക്തകവികളും സ്വീകരിച്ചത്. സംസ്കൃതം ദേവഭാഷയാണെ ങ്കിലും, ജനങ്ങളുടെ സംസ്കാരത്തെയും വികാരങ്ങളെയും ആവിഷ്ക രിക്കാൻ കഴിയുന്ന ഭാഷ സാമാന്യഭാഷയാണ്. തദ്ദേശീയ ഭാഷകൾ ഉത്തേജിക്കപ്പെട്ടുന്നത് ഭക്തിപ്രസ്ഥാനത്തിന്റെ കാലത്താണ്. ഇതിന്റെ ഫലമായി സംസ്കൃത ഭാഷയുടെ ആധിപത്യം നഷ്ടപ്പെട്ടു. ഇതോടെ ബ്രാഹ്മണകവികളായ സൂർദാസ്, തുളസിദാദ് മുതലായവർ പോലും പ്രാദേശിക ഭാഷയിൽ എഴുതാൻ നിർബന്ധിതരായി.

 കണ്ണാടിയും കുമ്പസാരവും

നാടകീയമായ ചില സംഭവവികാസങ്ങൾ ഇതേത്തുടർന്ന് സമൂഹ
ത്തിലുണ്ടായി. കർമ്മകാണ്ഡത്തിൽ പാണ്ഡിത്യമുണ്ടായിരുന്ന പണ്ഡി
തർക്കാണ് അതുവരെ സമൂഹത്തിൽ കേന്ദ്രസ്ഥാനമുണ്ടായിരുന്നത്.
എന്നാൽ ഭക്തിപ്രസ്ഥാനത്തിന്റെ വരവോടെ ഈ പണ്ഡിതർക്ക
പകരം പ്രാദേശിക ഭാഷയിൽ കവിതകൾ രചിച്ച കവികൾ സംസ്കാ
രത്തിന്റെ കേന്ദ്രങ്ങളായിത്തീർന്നു. സാമൂഹികവും സാംസ്കാരികവും
ആത്മീയവുമായ വിഷയങ്ങൾ ഇവർ ജനങ്ങളുമായി സംവദിച്ചു. "ജാതി
യെപ്പറ്റി ചോദിക്കരുത്, നിങ്ങൾ ഈശ്വരനെ സ്നേഹിക്കുന്നുണ്ടെങ്കിൽ,
നിങ്ങൾ ഈശ്വരനിൽ തന്നെയാണ് നിലകൊള്ളുന്നത്" (ജാത് - പാത്
പുച്ഛേ നഹികോയി, ഹരികാ ഭജേ സോ ഹരികാ ഹോയ്) എന്ന
മുദ്രാവാക്യം അഗ്നിസ്ഫുലിംഗമായി പടർന്നു. ജാതി എന്നത് അടിസ്ഥാ
നപരമായി തെറ്റാണെന്നും, മനുഷ്യത്വരഹിതമാണെന്നും പ്രഖ്യാപിച്ച്
സന്ത്കവികൾ രംഗത്തുവന്നു. പുതിയ നേതൃത്വത്താലും പുത്തൻ
ആശയങ്ങളാലും ശാക്തീകരിക്കപ്പെട്ട ഭക്തിപ്രസ്ഥാനം സാമൂഹിക
- സാംസ്കാരിക പരിവർത്തനത്തിനായുള്ള പ്രചാരണം കെട്ടഴിച്ച
വിട്ടു. 1900-ൽ എഴുതപ്പെട്ട എം.ജി റാനെഡെയുടെ കൃതിയിൽ (അത്
ബ്രാഹ്മണ കാഴ്ചപ്പാടിൽ എഴുതപ്പെട്ട കൃതിയായിരുന്നിട്ടുകൂടി) ഭക്തി
പ്രസ്ഥാനം എങ്ങനെയാണ് ബ്രാഹ്മണാധിപത്യത്തെ വെല്ലുവിളിച്ചത്
എന്ന് വിശദീകരിക്കുകയും, യൂറോപ്പിൽ കത്തോലിക്കാ മതവിഭാഗത്തി
നിടിയിൽ അതിനെ പ്രതിരോധിച്ചുകൊണ്ട് ഉയർന്നുവന്ന പ്രൊട്ടസ്റ്റന്റ്
പ്രസ്ഥാനവുമായി അതിനെ സാദൃശ്യപ്പെടുത്തുകയും ചെയ്യുന്നുണ്ട്.

"യൂറോപ്പിലെ പ്രൊട്ടസ്റ്റന്റ് പരിഷ്കരണ പ്രസ്ഥാനം എന്നതു
പോലെ പതിനാറാം നൂറ്റാണ്ടിൽ ഇന്ത്യയിലും മതപരവും സാമൂഹികവും
സാഹിതീയവുമായ ഒരു പുനരുത്ഥാനം സംഭവിച്ചു. അത് ബ്രാഹ്മണ
യാഥാസ്ഥിതികത്വത്തിലൂടെ രൂപപ്പെട്ടതല്ല, ജന്മംകൊണ്ട് തീരുമാനിക്ക
പ്പെട്ടിരുന്ന വർഗ്ഗം, ആചാരം, അതിന്റെ രൂപങ്ങൾ എന്നിവയോടൊപ്പം
കലഹിക്കുന്നതായിരുന്നു. ഹൃദയശുദ്ധിയാണ് ഏറ്റവും പ്രധാനപ്പെട്ട
ധാർമ്മികമൂല്യം എന്നവർ വാദിച്ചു. സ്നേഹത്തിന്റെ തത്വം അവതരിപ്പി
ച്ചു. എല്ലാ നന്മകളുടെയും അടിസ്ഥാനം സ്നേഹമാണെന്നവർ കരുതി.
ഇത് ജനതയുടെ ആവിഷ്കാരമായിരുന്നു, ഏതെങ്കിലും വർഗ്ഗത്തിന്റെ
തായിരുന്നില്ല. പ്രവാചകരും സന്യാസിമാരുമാണതിനു നേതൃത്വം
നൽകിയത്. അവർ കവികളും തത്വചിന്തകരുമായിരുന്നു. സമൂഹത്തി
ന്റെ കീഴ്ത്തട്ടിൽനിന്നും ഉയർന്നുവന്നവരായിരുന്നു. തോട്ടപ്പണിക്കാരും
കുംഭാരന്മാരും ഇന്നൽപ്പണിക്കാരും ആശാരിമാരും കച്ചവടക്കാരും
ക്ഷുരകന്മാരും അസ്പൃശ്യരായ മഹറുകളുമെല്ലാം അതിൽ ഉൾപ്പെട്ടിരുന്നു"
(റാനഡെ (1900) 1961: 5).

ഈ സന്ദർഭത്തിൽ ചില ബ്രാഹ്മണരും അവരോടൊപ്പം ചേർന്നി ട്ടുണ്ട്. രാമാനന്ദനും ജ്ഞാനേശ്വരനും ഇത്തരത്തിലുള്ളവരാണ്. പക്ഷേ ഇവരെയും സ്വാധീനിച്ചത് കീഴാള ഭക്തകവികളുടെ ആശയങ്ങളായി രുന്നു. കീഴാളമതദർശനം ബ്രാഹ്മണരെപ്പോലും സ്വാധീനിച്ചുവെന്ന തിന്റെ തെളിവാണിത്. തിരിച്ചുള്ള വാദങ്ങൾ ശരിയല്ല, മുഗളന്മാരുടെ കടന്നുവരവ്, അത് സമൂഹത്തിൽ സൃഷ്ടിച്ച പ്രശ്നങ്ങൾ, സാമ്പത്തിക പ്രശ്നങ്ങൾ എന്നിവ ജാതി-ജന്മിത്തശക്തികളെ കൂടുതൽ രൂക്ഷമായി പ്രവർത്തിക്കാൻ പ്രേരിപ്പിച്ചു. അത് സാമൂഹികവും മതപരവുമായ നിയ ന്ത്രണങ്ങൾ വർദ്ധിപ്പിച്ചു. ഈ പശ്ചാത്തലത്തിലാണ് ഭക്തിപ്രസ്ഥാനം ഉണ്ടായിവരുന്നത്. ഒരു വഴിയിൽ ഭൂമിയും ഭൂബന്ധങ്ങളും കൂടുതൽ ജന്മി ത്വവൽക്കരിക്കപ്പെട്ടു. ഇതിനനുസരിച്ച് ദൈവങ്ങളുടെ എണ്ണം കൂടിക്കൂടി വന്നു. ഈ ഓരോ ദൈവവും സമൂഹത്തിലെ ശ്രേണീവൽക്കരണത്തെ പ്രതിനിധീകരിക്കുന്നതായിരുന്നു. വിവാഹബന്ധങ്ങളിൽ പുതിയ നിയ ന്ത്രണങ്ങളും അതിലൂടെ പുതിയ ജാതികളും ഉണ്ടായി വന്നു. ശുദ്ധാശുദ്ധ നിയമങ്ങൾ കൂടുതൽ കർക്കശമായി. ഈ സാഹചര്യത്തിൽ ജനങ്ങൾ രോഷാകുലരാവുകയും പ്രതിഷേധിക്കുകയും കൂടുതൽ മികച്ച മൂല്യങ്ങളുള്ള സമൂഹം വേണമെന്ന മൗലികമായ ആശയം മുന്നോട്ട വെയ്ക്കുകയും ചെയ്തു. ഇങ്ങനെ നുരച്ച പൊന്തിയ അവബോധം സമൂഹത്തിന്റെ താഴേത്തട്ടി ൽനിന്നും ഉയർന്ന വന്നതാണ്. ഈ സാംസ്കാരിക നായകർ മുന്നോട്ട വെച്ച 'ഒറ്റ ദൈവം, ഒറ്റ മനുഷ്യത്വം' എന്ന ആശയം സാമൂഹികമായ അനീതികൾക്കെതിരെ പ്രതികരിക്കാൻ അവരെ പ്രേരിപ്പിച്ചു.

രണ്ടാം സഹസ്രാബ്ദത്തിന്റെ ഇടക്കത്തിൽ (പത്താം നൂറ്റാണ്ട മുതൽ) ബംഗാളിലെയും ബീഹാറിലെയും ബുദ്ധ സന്ന്യാസിമാർ, 'സിദ്ധ ന്മാർ' എന്നാണ് അറിയപ്പെട്ടിരുന്നത്. ഇവർ സമൂഹത്തിലെ അധഃ സ്ഥിതവിഭാഗങ്ങളിൽനിന്നും വന്നവരാണ്. സഹജ്യാനി, താന്ത്രിക്, നാദപന്ഥി എന്നീ ധാരകളിലുള്ള ആശയങ്ങളിൽ നിഷ്ണാതരായിരുന്ന ഇവർ. കബീറിന്റെ വിപ്ലവകരമായ ഭക്തിപ്രസ്ഥാനത്തിനു ബുദ്ധിസ ത്തിന്റെ പിൽക്കാല രൂപങ്ങളായ സഹജ്യാനി, താന്ത്രിക്, നാദപന്ഥ് എന്നിവയുമായുള്ള ബന്ധത്തെക്കുറിച്ച് നിരവധി പഠനങ്ങൾ നടന്നിട്ടു ണ്ട്. ഭക്തിപ്രസ്ഥാനനായകരും ഈ ബുദ്ധമതധാരയിൽപ്പെട്ടവരും ബ്രാഹ്മണാധിപത്യത്തെയും ശ്രുതി-സ്മൃതി-ശാസ്ത്രാദികളുടെ ആധികാ രികതയെയും ചോദ്യം ചെയ്തവരായിരുന്നു. സഹജ്യബുദ്ധിസത്തിനും നാദയോഗികൾക്കും ബീഹാറിലെയും കിഴക്കൻ ഇന്ത്യയിലെയും ജനങ്ങൾക്കിടയിൽ സ്വാധീനമുണ്ടായിരുന്നു. എട്ട്, ഒമ്പത് നൂറ്റാണ്ടുക ളിൽ ഈ സിദ്ധന്മാരും യോഗികളും സാമാന്യജനതയുടെ ഭാഷയിൽ

അവരുടെ ആശയങ്ങൾ പ്രചരിപ്പിച്ചു. ഈ സാമാന്യഭാഷ എന്നത് പഴയ ബംഗാളിയോ, പടിഞ്ഞാറൻ അപഭ്രംശഭാഷയോ ആയിരുന്നു. ഇവരെക്കുറിച്ചുള്ള വിവരങ്ങൾ അവ്യക്തതകൾ നിറഞ്ഞതാണെങ്കിലും യാഥാസ്ഥിതികത്വത്തെ നേരിടാനാണ് അവർ ശ്രമിച്ചത് എന്ന കാര്യം ഉറപ്പാണ്. അക്കാര്യത്തിൽ അവർ സംഘടിതരായിരുന്നു. ജാതി, വംശം, ലിംഗം എന്ന വ്യാത്യാസമേതുമില്ലാതെ ആർക്കും താന്ത്രിക് ധാരയിലേ ക്കോ, നാദപന്ഥിയിലേക്കോ കടന്നുവരാമായിരുന്നു. അസ്പൃശ്യ ജാതി വിഭാഗങ്ങളിലെ സ്ത്രീകളെ ഗുരുക്കന്മാരായി അംഗീകരിക്കുന്ന ധാരാളം സന്ദർഭങ്ങൾ ഈ സന്യാസ പാരമ്പര്യങ്ങളിൽ കാണാം.

നിലവിലുള്ള വ്യവസ്ഥയെ അട്ടിമറിക്കുന്ന ആശയങ്ങളും ജീവിതരീ തികളുമാണ് പിന്തുടർന്നത് എന്നതിനാൽ സിദ്ധന്മാരും യോഗികളും ബ്രാഹ്മണരുടെയും നാട്ടുവാഴികളുടെയും കോപത്തിനിരയായി. അവരുടെ വിശ്വാസത്തിന്റെയും ആചരണങ്ങളുടെയും നിഗൂഢസ്വഭാവം യഥാർത്ഥത്തിൽ രാഷ്ട്രീയമായ പീഡനങ്ങളിൽനിന്നും രക്ഷപ്പെടാൻ ഉള്ള ഉപായമായിരുന്നു. ധാരാളം എതിർപ്പുകൾ നേരിട്ടുകൊണ്ടു തന്നെ ഗൊരഖ്നാഥിന്റെ ആകർഷണീയമായ നേതൃത്വത്തിൽ നാദപന്ഥികൾ സംഘടിക്കുകയും കെട്ടുറപ്പുള്ള ഒരു സമുദായം എന്ന നിലയ്ക്ക് രൂപപ്പെ ടുകയും ചെയ്തു. കിഴക്കൻ ഇന്ത്യയിലും തെക്കേ ഇന്ത്യയിലും വടക്കെ ഇന്ത്യയിലും നാദപന്ഥികളുടെ ആസ്ഥാനങ്ങൾ ഉണ്ടായിരുന്നതിനു തെളിവുകളുണ്ട്. ഇത്തരത്തിലുള്ള ശക്തികളാണ് ഭക്തിപ്രസ്ഥാന ത്തിന് ഇന്ത്യയിലെ വിവിധ പ്രദേശങ്ങളിൽ വേരോട്ടം ഉണ്ടാക്കാൻ സഹായിച്ചത്. കുറേക്കൂടി വിശാലമായ ചരിത്രപശ്ചാത്തലത്തിൽ പരിശോധിച്ചാൽ നാട്ടുവാഴി-ഭൂപ്രഭുക്കളുടെ കൂട്ടുകെട്ട് ശക്തിപ്രാപിക്കുന്ന ഒരു സന്ദർഭത്തിൽ, ബുദ്ധിസത്തിന്റെ അപചയത്തിനു ശേഷം, ഈ നാട്ടുവാഴി-ഭൂപ്രഭുത്വത്തെ തടയുന്നതിനു വേണ്ടിയുണ്ടായ സ്വതശ്ചലിത പ്രസ്ഥാനമാണ് നാദപന്ഥികളുടേത്. വൈദിക ബ്രാഹ്മണാധിപത്യ ത്തിന്റെ ഭ്രതാവേശം അധഃസ്ഥിതജാതിക്കാരെ വേട്ടയാടിയിരുന്നു. ഏകദേശം ഒരു സഹസ്രാബ്ദത്തോളം ആ ഭീതിയെ തടഞ്ഞു നിർത്തി യത് ബുദ്ധമതമാണ്. ബുദ്ധമതത്തിന്റെ പരാജയത്തിനു ശേഷം ഈ ഭീതി വീണ്ടും സമൂഹത്തിൽ കടന്നുവന്നിരുന്നു. അക്രമകമായ ബ്രാഹ്മ ണാധിപത്യത്തിന്റെ അപകടത്തെ ചെറുക്കുക എന്ന ലക്ഷ്യത്തോട്ടുകൂടി കീഴാളരിൽ നിന്നും ഉയർന്നുവന്ന ബോധാധീതമായ പ്രസ്ഥാനമാണ് ഭക്തിപ്രസ്ഥാനം. ഈ യുദ്ധോദ്യുക്തമായ ബ്രാഹ്മണാധിപത്യത്തി ന്റെ വക്താക്കളായിരുന്നു കുമാരിലഭട്ടനും ആദിശങ്കരനും. ബുദ്ധമതം തടഞ്ഞുവെച്ചിരുന്ന ബ്രാഹ്മണിസത്തിന്റെ ശക്തികളെ പുനരുത്ഥാനം

ചെയ്യാനാണ് അവർ ശ്രമിച്ചത്. പ്രതിലോമകരമായ ഈ പുനരുത്ഥാനം ബൗദ്ധർക്കും ജൈനർക്കുമെതിരെയുള്ള വിദ്രോഹകരമായ പ്രവൃത്തിക ളായി മാറി എന്നു ചരിത്രകാരനായ സതീഷ് ചന്ദ്ര പറയുന്നു. ഇതിന്റെ തെളിവുകളും അദ്ദേഹം അവതരിപ്പിക്കുന്നുണ്ട്. മിക്കവാറും എല്ലാ ജൈന-ബുദ്ധ വിഹാരങ്ങളും ഹിന്ദുക്ഷേത്രങ്ങളായി മാറി. ലഭിക്കുന്ന തെളിവുകളുടെ അടിസ്ഥാനത്തിൽ ഈ പുനരുത്ഥാനം വളരെ അക്രാ മകമായാണ് നിർവ്വഹിക്കപ്പെട്ടതെന്ന കാണാൻ കഴിയും.

"അക്കാലത്ത് ഹിന്ദുവർണവ്യവസ്ഥയ്ക്ക് പുറത്തു നിന്നിരുന്ന പല ഗോത്രങ്ങളെയും ഹിന്ദുത്വവൽക്കരണത്തിലൂടെ വർണവ്യവസ്ഥയിലേ ക്ക് ഉൾച്ചേർക്കാൻ ആരംഭിച്ചു. ഇതിന്റെ ഭാഗമായി നിരവധി ജാതികളും ഉപജാതികളും രൂപപ്പെട്ടുവന്നു. നിലവിലുള്ള വർണാശ്രമവ്യവസ്ഥയ്ക്ക് അനുരൂപമായ വിധത്തിൽ അവർ പരിവർത്തിതരായ ഗോത്രവിഭാ ഗങ്ങളെ സാമൂഹികഘടനയിലേക്ക് സ്വീകരിച്ചു. ഇതിനായി അവർ സൃഷ്ടിച്ചതാണ് 'വർണസങ്കര സിദ്ധാന്തം'. വിഗ്രഹാരാധന, അന്ധ വിശ്വാസങ്ങളുടെ വളർച്ച, മതാത്മകമായ കർമ്മസിദ്ധാന്തങ്ങളുടെ വികാസം ഇവയെല്ലാം ഇക്കാലത്തെ മതത്തിന്റെ സവിഷേതകളാണ്. സാമൂഹികവും മതപരവുമായ ഈ ക്രമം നിലനിൽക്കുകയും സംരക്ഷി ക്കപ്പെടുകയും ചെയ്തത് രജപുത്ര-ബ്രാഹ്മണ സഖ്യത്തിലൂടെയാണ്. ഈ വ്യവസ്ഥാപിത സാമൂഹ്യക്രമത്തെ ഏതെങ്കിലും തരത്തിൽ തകർക്കാൻ ശ്രമിക്കുന്നവർക്ക് ഈ രണ്ട് അധീശവിഭാഗങ്ങളുടെയും എതിർപ്പും പീഡനങ്ങളും നേരിടേണ്ടി വന്നു"(സതീഷ് ചന്ദ്ര 2001: 118).

വിപ്ലവകരമായ ഭക്തിപ്രസ്ഥാനത്തിന് ഉടക്കത്തിൽ ഉത്തരേന്ത്യ യിൽ ഉറച്ച അടിത്തറയുണ്ടാക്കാൻ സാധിക്കാതെ പോയതിന്റെ കാരണം ഇതിൽനിന്നും വ്യക്തമാകും. എന്നാൽ ദക്ഷിണേന്ത്യയിൽ സാഹചര്യം വ്യത്യസ്തമായിരുന്നു. അവിടെ മേൽക്കോയ്മയുള്ള ബ്രാ ഹ്മണവിഭാഗങ്ങൾ കുറവായിരുന്നു. മാത്രമല്ല ബ്രാഹ്മണ-ക്ഷത്രിയ ബാന്ധവം രൂപപ്പെട്ടു വരുന്നതേ ഉണ്ടായിരുന്നുള്ളൂ. ദക്ഷിണേന്ത്യയിൽ ക്ഷത്രിയവിഭാഗങ്ങൾ കുറവായതിനാൽ ശൂദ്രർക്കും അതിശൂദ്രർക്കും ഒരു പരിധി വരെ ബ്രാഹ്മണരെ എതിർക്കാൻ സാധിക്കുമായിരുന്നു. എന്നാൽ ഉത്തരേന്ത്യയിൽ ഈ പ്രസ്ഥാനത്തിന ജനങ്ങൾക്കിടയിൽ വേരോട്ടം ലഭിക്കാൻ ഇസ്ലാംമതത്തിന്റെ കടന്നുവരവ്വവരെ കാത്തി രിക്കേണ്ടി വന്നു. ഇസ്ലാം അധികാരികൾ അവിടെ നിലനിന്നിരുന്ന ബ്രാഹ്മണ-ക്ഷത്രിയ കൂട്ടുകെട്ടിനെ ക്ഷീണിപ്പിച്ചു.

ദക്ഷിണേന്ത്യയിലും ഡക്കാൻ പ്രദേശത്തും ഉത്തരേന്ത്യയിൽ പോലും ഭക്തിപ്രസ്ഥാനം മതപരമായ അതിരുകളെ ലംഘിക്കുകയും

                    കണ്ണാടിയും കുമ്പസാരവും

സാമൂഹികവും സാംസ്കാരികവും സാഹിതീയവുമായ മാറ്റങ്ങൾക്കു
ള്ള വേദിയായിത്തീരുകയും ചെയ്തിട്ടുണ്ട്. ദൽഹി സുൽത്താന്മാരുടെ
അധികാരം ശക്തിപ്പെട്ടവരുംതോറും ബ്രാഹ്മണമേൽക്കോയ്മയെ
പിന്തുണച്ചിരുന്ന ക്ഷത്രിയവംശങ്ങളുടെ അധികാരം ക്ഷയിക്കാൻ
തുടങ്ങി. ജാതിവിരുദ്ധതയും ബ്രാഹ്മണവിരുദ്ധതയും മുഖമുദ്രയാക്കിയ
സിദ്ധന്മാരുടെയും നാദപനഥികളുടെയും പ്രസ്ഥാനത്തിന് ജനങ്ങളുടെ
ഇടയിൽ വലിയ സ്വീകാര്യത ലഭിച്ച എന്നതാണ് രണ്ടാമത്തെ കാര്യം.
ഭക്തിപ്രസ്ഥാനത്തിന്റെയും സൂഫിസത്തിന്റെയും ആശയങ്ങൾ തമ്മി
ല്യുണ്ടായിരുന്ന സാദൃശ്യമാണ് മൂന്നാമത്തെ ഘടകം. സൂഫി പാരമ്പര്യ
ത്തിന് ഉത്തരേന്ത്യൻ ഗ്രാമങ്ങളിൽ വലിയ സ്വീകാര്യത ലഭിച്ചിരുന്ന.
സമത്വത്തെയും സാഹോദര്യത്തെയും കുറിച്ചുള്ള അവരുടെ ആശയ
ങ്ങൾ ആ പ്രസ്ഥാനത്തിനു വലിയ ഊർജ്ജമാണ് നൽകിയത്.

കബീറിന്റെ നിർഭയസത്യം

ഹിന്ദു-മുസ്ലിം സങ്കര ജീവിതത്തിന്റെ രണ്ടു നൂറ്റാണ്ടുകൾ ഉത്തരേ
ന്ത്യയിൽ സംഭവിച്ച കഴിഞ്ഞതിനുശേഷമാണ് കബീറിനെപ്പോലെ
ഒരു സന്യാസകവി ആവിർഭവിക്കുന്നത്. ഒരു പക്ഷേ ഉത്തരേന്ത്യൻ
ജനതയെ ഏറ്റവുമധികം സ്വാധീനിച്ച വ്യക്തിയാണ് കബീർ. അതേ
സമയം അദ്ദേഹമൊരു വിവാദപുരുഷൻ കൂടിയാണ്. അദ്ദേഹത്തിന്റെ
ജീവിതത്തെക്കുറിച്ച് വ്യക്തമായ തെളിവുകളില്ല. അദ്ദേഹത്തിന്റെ
കവിതകളെക്കുറിച്ചും പ്രവൃത്തികളെക്കുറിച്ചും വേണ്ടത്ര അറിവുകളില്ല.
കബീറിന്റെ മരണാനന്തരം ആ കവിതകൾ എല്ലാവരുടേതുമായി
ത്തീർന്നു. അതിനാൽ അവയുടെ യഥാർത്ഥസ്വരൂപം കണ്ടെത്താൻ
സാധിച്ചിട്ടില്ല. കബീറിനെക്കുറിച്ചുള്ള ആദ്യകാല പഠനങ്ങളെല്ലാം
അദ്ദേഹത്തെ ബ്രാഹ്മണ പ്രത്യയശാസ്ത്രത്തിനകത്തേക്ക് പിടിച്ചുപറ്റാ
നാണ് ശ്രമിച്ചിട്ടുള്ളത്. കബീർ ജന്മം കൊണ്ട് ബ്രാഹ്മണനാണ് എന്ന
തെളിയിക്കാനുള്ള നിരവധി ശ്രമങ്ങൾ നടന്നിട്ടുണ്ട്. അതിനു കഴിയാതെ
വന്നപ്പോൾ അദ്ദേഹത്തെ ആത്മീയ ജീവിതത്തിലേക്ക് നയിച്ചത് ഒരു
ബ്രാഹ്മണഗുരുവാണ് എന്നു സ്ഥാപിക്കാൻ ചിലർ ശ്രമിച്ചു. മറ്റ ചിലർ
കബീറിന്റെ ആശയപ്രപഞ്ചം വേദപുരാണങ്ങളിലെ ആശയങ്ങളുടെ
നിഗൂഢമായ ഒരു ആവിഷ്കാരമാണെന്നു വാദിച്ചു. കബീർ ബ്രാഹ്മ
ണകുലത്തിൽ ജനിച്ച ആളല്ലെന്നും അദ്ദേഹം ഉൽപ്പാദിപ്പിച്ച ആശയ
പ്രപഞ്ചം ബ്രാഹ്മണപ്രത്യയശാസ്ത വിരുദ്ധമായിരുന്നുവെന്നുമുള്ള
ഒരു പൊതുധാരണയിൽ കബീറിനെ സംബന്ധിച്ച പുതിയ പഠിതാ
ക്കൾ എത്തിച്ചേർന്നിട്ടുണ്ട്. പക്ഷേ ഇതൊരു പുതിയ കണ്ടെത്തലല്ല.
നഭദാസ് എന്ന പഴയകാല കവി നിഷ്പക്ഷമായി കബീറിന്റെ ജീവിതം

വരച്ചിടാനുള്ള ശ്രമം നടത്തിയിട്ടുണ്ട്. 1600-ൽ ആണ് നഭദാസിന്റെ 'ഭക്തമാൽ' എന്ന കൃതി രചിക്കപ്പെട്ടത്. ഇതിൽ കബീറിന്റെ ബ്രാഹ്മ ണവിരുദ്ധമായ ആശയങ്ങൾ വ്യക്തമാകുന്നുണ്ട്.

"കബീർ ലോകത്തിന്റെ യാഥാസ്ഥിതികത്വത്തെ ആദരിച്ചിരുന്നില്ല. ജാതി, ജീവിതത്തിന്റെ നാല്ഘട്ടങ്ങൾ, ആറു ദർശന പദ്ധതികൾ ഇതനെയെല്ലാം കബീർ നിരാകരിച്ചു. യോഗ, അനുഷ്ഠാനപരമായ ബലി, ഉപവാസം മുതലായവയെല്ലാം ആത്മാർപ്പണത്തോടുകൂടിയ ഈശ്വരപ്രാർത്ഥനയുമായി താരതമ്യം ചെയ്താൽ അർത്ഥശൂന്യമാണ് എന്നദ്ദേഹം പറഞ്ഞു. കബീറിന്റെ രമൈണിസ്, ശബ്ദ്, സഖികൾ മുത ലായവയിലെല്ലാം ഹിന്ദുക്കളെയും മുസ്ലിങ്ങളെയും സംബന്ധിച്ച സത്യങ്ങ ളാണ് ആവിഷ്കരിക്കപ്പെട്ടത്. ഏതെങ്കിലും ഒരു വിഭാഗവുമായി മാത്രം ബന്ധപ്പെട്ടതല്ല കബീറിന്റെ വാക്കുകൾ. അദ്ദേഹം എല്ലാവരുടെയും നന്മ ലക്ഷ്യമാക്കി പ്രവർത്തിച്ച വ്യക്തിയാണ്. ആരെയെങ്കിലും തൃപ്തി പ്പെടുത്താനായി കബീർ ഒന്നും പറഞ്ഞിട്ടില്ല. ലോകത്തിന്റെ യാഥാസ്ഥി തികത്വത്തെ കബീർ ആദരിക്കുന്നില്ല."

ജാതിയെയും ബ്രാഹ്മണ പ്രത്യയശാസ്ത്രത്തെയും മുഖം നോക്കാതെ എതിർക്കുന്നതിനാലാണ് വരേണ്യപണ്ഡിതർ കബീറിനെ നിഷ്ഫലവ ൽക്കരിക്കാനും പിടിച്ച പറ്റാനും മിത്തുകൾ സൃഷ്ടിക്കാനും ശ്രമിക്ക ന്നത്. ആനന്ദദാസിന്റെ 'കബീർ പരിചയ്' (1925), പ്രിയദാസിന്റെ 'ഭക്തിരസബോധിനി' (1712) എന്നീ കൃതികളിൽ കബീറിനെ തെറ്റായി വ്യാഖ്യാനിക്കാനും പിടിച്ചപറ്റാനുമുള്ള ശ്രമങ്ങളുണ്ട്. ഇവർ രണ്ടുപേരും രാമാനന്ദന്റെ പാരമ്പര്യത്തിൽപ്പെട്ടവരാണ്. കബീർ വൈഷ്ണവഭക്ത നായ ബ്രാഹ്മണ സന്യാസി രാമാനന്ദന്റെ പിൻഗാമിയാണെന്ന വര ത്തിത്തീർക്കാനുള്ള ശ്രമമാണ് ഈ കൃതികളിൽ കാണുന്നത്. തന്നെ ശിഷ്യനായി സ്വീകരിക്കാൻ തയ്യാറാവാതിരുന്ന രാമാനന്ദനെത്തന്നെ ശിഷ്യനായി സ്വീകരിക്കാൻ പ്രേരിപ്പിക്കും വിധത്തിൽ സൂത്രപ്പണി ചെയ്ത ആളായാണ് കബീറിനെ ഇതിൽ ചിത്രീകരിക്കുന്നത്. രാമാനന്ദൻ ബനാറസിൽ ഗംഗയുടെ തീരത്തു സ്ഥിരമായി കുളിക്കാനെത്തിയിരു ന്ന കുളത്തിന്റെ കൽപ്പടവിൽ കബീർ ഒളിഞ്ഞുവന്ന് കിടന്നുവെന്നും, ഇരുട്ടിൽ കബീറിനെ ചവിട്ടി വീഴാൻ പോയ രാമാനന്ദൻ 'രാമ രാമ' എന്ന നിലവിളിച്ചുവെന്നും ഈ അവസരം മുതലാക്കി കബീർ രാമമന്ത്രം തന്റെയുള്ളിൽ എത്തിച്ചേർന്നെന്നു പറഞ്ഞ് രാമാനന്ദനെക്കൊണ്ട തന്നെ ശിഷ്യനായി സ്വീകരിപ്പിച്ചുവെന്നുമാണ് അവർ പറയുന്ന കഥ.

ബ്രാഹ്മണാഖ്യാനങ്ങളനുസരിച്ച് ഉത്തരേന്ത്യയിൽ എല്ലാ

ജാതികളിലേക്കും ഭക്തിപ്രസ്ഥാനത്തിന്റെ ആശയങ്ങളെത്തിച്ചത് രാമാനന്ദനാണ്. അബ്രഹ്മണരായ മുഴുവൻ സന്യാസകവികളുടെയും ഗുരുവായി അവർ രാമാനന്ദനെ പ്രതിഷ്ഠിക്കുന്നു. ബ്രാഹ്മണമതം വളരെ ഉദാരമായ, വിശാലമായ ആശയ ലോകമാണെന്ന് സ്ഥാപി ച്ചെടുക്കലാണ് ഇത്തരം മിത്തുകളുടെ സൃഷ്ടിയുടെ ഉദ്ദേശ്യം. മാത്രമല്ല, മൗലികമായ നിരവധി ആശയങ്ങൾ അവതരിപ്പിച്ച സന്യാസകവി കളുടെ മൗലികത മുഴുവൻ ഇല്ലാതാക്കുന്ന രീതിയിലാണ് അവരെ ചിത്രീകരിച്ചിരിക്കുന്നത്. അവരുടെ കവിതകളിൽനിന്നും പലയും മുറിച്ച മാറ്റുകയും പലയും കൂട്ടിച്ചേർക്കുകയുമുണ്ടായി. ഈ കവിതകൾ പൊരുത്തക്കേടുകൾ നിറഞ്ഞതാണെന്നോ, അവ വേദ-പുരാണങ്ങളെ പിൻപറ്റുന്നവയാണെന്നോ തോന്നിപ്പിക്കുന്ന തരത്തിലേക്ക് അവ പരി വർത്തിപ്പിക്കപ്പെട്ടു.

രാമാനന്ദന്റെ കഥ ഒരു തരത്തിലും വിശ്വസനീയമല്ല, ഒന്നാമത്തെ വസ്തുത കാലക്രമമാണ്. ഇന്ത്യയിലെ സന്യാസ കവികൾ പല കാല ങ്ങളിൽ പല ഇടങ്ങളിൽ ജീവിച്ചിരുന്നവരാണ്. അവരുടെ മുഴുവൻ ഗുരു നാഥനാകാൻ രാമാനന്ദനു സാധിക്കില്ല. ഈ കവികളിൽ ആരുടെയും രചനകളിൽ രാമാനന്ദന്റെ പേര് പരാമർശിക്കപ്പെട്ടിട്ടില്ല. ഇനി ഏറ്റവും പ്രധാനപ്പെട്ട വസ്തുതയെന്തെന്നാൽ നിർഗുണഭക്തിയെ പിന്തടർന്ന ഈ സന്യാസകവികളുടെയും സഗുണ ഭക്തനായ രാമാനന്ദന്റെയും ആശയങ്ങൾ തമ്മിൽ യാതൊരു പൊരുത്തവുമില്ല. ആത്യന്തികമായി ആലോചിച്ചാൽ കബീറിനെപ്പോലെയുള്ള ഒരു വിപ്ലവകാരി, ബ്രാ ഹ്മണ-വർണാശ്രമ പ്രത്യയശാസ്ത്രത്തോട് നിരന്തരം കലഹിക്കുന്ന ഒരാൾ എന്തിനാണ് ഒരു ശാസ്ത്ര ബ്രാഹ്മണനെ സൂത്രവിദ്യയില്ലൂടെ തന്റെ ഗുരുവാക്കിത്തീർക്കുന്നത്. ജാതിവിരുദ്ധതയെ സംബന്ധിച്ച മൗലികമായ ആശയങ്ങൾ അവതരിപ്പിച്ച കബീറിന്റെ സ്ഥാനത്തെ മായ്ച്ചുകളയാനും മിത്തുകൾ സൃഷ്ടിച്ച് അവ്യക്തത വരുത്താനുമുള്ള ശ്രമത്തിന്റെ ഭാഗമാണ് ഇത്തരം കഥകൾ. ഇതൊരർത്ഥത്തില്ലുള്ള അപഹരണമാണ്. ബൗദ്ധികമായി എതിരാളികളെ തങ്ങളിലേക്ക് സ്വാംശീകരിക്കുക എന്ന അപഹരണതന്ത്രമാണിത്. ഈ ബൗദ്ധിക ധാരയുമായി സംവാദത്തിലേർപ്പെടാനോ, പുതിയ ആശയങ്ങളെ അംഗീകരിക്കാനോ സാമൂഹികക്രമത്തിൽ മാറ്റം വരുത്താനോ തയ്യാ റാകുന്നതിനു പകരം ഇത്തരത്തില്ലുള്ള അപഹരണതന്ത്രങ്ങൾ പ്രയോ ഗിക്കുകയാണ് ബ്രാഹ്മണപ്രത്യയശാസ്ത്രം ചെയ്തത്. ഇത്തരത്തിൽ കബീറിനെ പിടിച്ചപറ്റാൻ ശ്രമിക്കുമ്പോഴും മറച്ച വെയ്ക്കുന്ന കബീർ വിരോധം അറിയാതെ പ്രത്യക്ഷമാവുന്നത് കാണാം. ഉദാഹരണത്തിനു

ആര്യസമാജസ്ഥാപകനായ ദയാനന്ദസരസ്വതിയുടെ വാക്കുകളിൽ കബീർ വിരോധം കടന്നുവരുന്നത് ഇങ്ങനെയാണ്.

"കബീർ സംസ്കൃതം പഠിക്കുന്നതിനായി ഒരു പണ്ഡിതനെ സമീപിച്ചു. എന്നാൽ ഒരു നെയ്തുകാരനെ സംസ്കൃതം പഠിപ്പിക്കാനാവില്ലെന്ന പറഞ്ഞ് അയാൾ കബീറിനെ അപമാനിച്ചു. ഇവ്വിധം കബീർ പല പണ്ഡിതരെയും സമീപിച്ചെങ്കിലും അവരാരും കബീറിനെ പഠിപ്പിക്കാൻ തയ്യാറായില്ല. പിന്നീട് അദ്ദേഹം തെറ്റുകളോട്ട കൂടിയ സംസ്കൃതഭാ ഷയിൽ ചില മന്ത്രങ്ങൾ കെട്ടിയുണ്ടാക്കാനും അത് മറ്റ നെയ്തുകാരെ പഠിപ്പിക്കാനും ഒരു തംബുരുവിന്റെ പിന്നണിയോടെ പാടാനും തുടങ്ങി. അദ്ദേഹം വേദ-ശാസ്ത്രങ്ങളെയും പണ്ഡിതരെയും പരിഹസിച്ചുകൊ ണ്ടാണ് സംസാരിച്ചത്. അജ്ഞാനികളായ ചിലർ അദ്ദേഹത്തിന്റെ വലയിൽ വീണുപോയി. അദ്ദേഹം മരണപ്പെട്ടതിനു ശേഷം അവർ അദ്ദേഹത്തെ വലിയ സന്യാസിയായി വാഴ്ത്താനും അദ്ദേഹം എഴുതിയ ചില മന്ത്രങ്ങൾ ചൊല്ലിനടക്കാനും ആരംഭിച്ചു" (ദയാനന്ദ സരസ്വതി (1875) 2002 : 442).

കബീർ മാത്രമല്ല, നിർഗുണഭക്തിയിൽ വിശ്വസിച്ച സന്യാസ കവികളാരും തന്നെ ബ്രാഹ്മണഗുരുക്കൻമാരുടെ ശിഷ്യന്മാരായിരു ന്നില്ല. മാത്രമല്ല, ഉത്തരേന്ത്യൻ ഭക്തിപ്രസ്ഥാനത്തിലെ ആദ്യപഥികൻ രാമാനന്ദനല്ല, സന്യാസകവിയായ നാമദേവനാണ് എന്ന് മറാഠിയി ലെഴുതപ്പെട്ട 'സാഹിത്യസേതു' (1270 - 1350 ഏകദേശ കാലം) എന്ന കൃതിയിൽ ശ്രീധർ കുൽക്കർണി പറയുന്നു. ദക്ഷിണേന്ത്യയിൽ വ്യാപിച്ച ഭക്തിപ്രസ്ഥാനത്തിനു ഉത്തരേന്ത്യയിലേക്ക് ഒരു പാലം പണിതുന ൽകിയത് മറാഠി സന്യാസ കവിയായ നാമദേവനാണ്. അദ്ദേഹം ഒടുവിൽ പഞ്ചാബിലാണ് തന്റെ ആസ്ഥാനം രൂപപ്പെടുത്തിയത്. നിർഗുണഭക്തിയുടെ ആദർശം സാധാരണ ജനങ്ങളിൽ പ്രചരിപ്പിച്ച നാമദേവൻ മുന്നൂറോളം കവിതകളെഴുതിയിരുന്നു. മാത്രമല്ല ഗുരുനാനാ ക്ക്, രവിദാസ്, ദാദു ദയാൽ തുടങ്ങി കബീറടക്കമുള്ള സന്യാസകവികളെ ല്ലാം തന്നെ ആദരവോടും ബഹുമാനത്തോടും കൂടി നാമദേവനെക്കുറിച്ച് പരാമർശിക്കുന്നുണ്ട്. ഭക്തിപ്രസ്ഥാനത്തെക്കുറിച്ച് വളരെ വിശദമായി പഠിച്ച വോദിവില്ലെ (Vaudiville) *Myth, Legends and saints in Bakthi movement'* എന്ന കൃതിയിൽ കബീർ ഒരു 'രാമാനന്ദി' യല്ലെന്ന് ഉറപ്പിച്ച പറയുന്നുണ്ട്. അങ്ങനെ ഒരു പ്രത്യേക ഗുരുവിനെ അദ്ദേഹം സ്വീകരിച്ചതിനു തെളിവില്ല. മാത്രമല്ല, സന്യാസകവികളുടെ 'സദ്ഗുരു' സങ്കല്പം ഏതെങ്കിലും മനുഷ്യഗുരുവിനെ ആധാരമാക്കിയുള്ളതല്ല.

"നാദപാരമ്പര്യത്തിലൂടെയാണ് തന്നിലേക്ക് ദിവ്യമായി ആത്മീയ ബോധം പകർന്നു വന്നതെന്നു കബീർ സൂചിപ്പിക്കുന്നുണ്ട്. 'പരച' (പരിചയം/പരമ്പര) എന്ന വാക്കാണ് കബീർ ഉപയോഗിക്കുന്നത്. നിഗൂഢമായ, അർത്ഥം മനസ്സിലാക്കാൻ പര്യാപ്തമല്ലാത്ത ഒന്നാണ് ഈ പരച. അതിനെപ്പറ്റി പറയുമ്പോൾ സദ്ഗുരുവിന്റെ ആത്മാവിന്റെ ആഴങ്ങളിൽനിന്നും ഉച്ചരിക്കപ്പെട്ട ഒരു നിഗൂഢ ശബ്ദം താൻ കേട്ടതാ യാണ് കബീർ പറയുന്നത്. ഗുരുവിന്റെ പേര് മൂടിവെയ്ക്ക എന്നതാണ് അന്നത്തെ സമ്പ്രദായം. പിന്നീട് വന്ന വൈഷ്ണവ എഴുത്തുകാർക്ക് ഇവരുടെ ഈ സമ്പ്രദായം പിടികിട്ടിയിരുന്നില്ല. അതിനാൽ തന്നെ ഗുരുവിന്റെ പേര് പറയാൻ സന്യാസകവികൾ മറന്നു പോയതാണെ ന്നായിരുന്നു വൈഷ്ണവ കവികൾ വിചാരിച്ചത്. എന്നാൽ പതിനേഴാം നൂറ്റാണ്ടിൽ നാദപാരമ്പര്യം ക്ഷയിച്ചതിനു ശേഷമാണ് ഏതൊരു സന്യാസകവിക്കും ഒരു ഗുരു ഉണ്ടാവണമെന്ന ആശയം ഉണ്ടായത്. ഇതിനെത്തുടർന്ന് ഓരോരുത്തർക്കും ഗുരുവിനെ കല്പിച്ച കൊടുക്കുക യായിരുന്നു. അങ്ങനെയാണ് രാമാനന്ദനെ കബീറിന്റെ ഗുരുവായി അധ്യാരോപിച്ചത്"(Vaudiville, 1993 : 92)

കബീറിന്റെ ജീവിതകാലത്തെ സംബന്ധിച്ച് അനേകം വാദങ്ങൾ ഉണ്ടെങ്കിലും 1398 നും 1448 നും ഇടയിലാണ് അദ്ദേഹത്തിന്റെ ജീവിതകാ ലമെന്ന ധാരണയിൽ ഇപ്പോൾ എത്തിച്ചേർന്നിട്ടുണ്ട്. ഉത്തർപ്രദേശിലെ വാരണാസിയിൽ ബനാറസ് മഹഗാർ പ്രദേശത്തെ ഒരു നെയ്ത്തുകുടുംബ ത്തിലാണ് അദ്ദേഹത്തിന്റെ ജനനമെന്നാണ് അനുമാനം. കബീറിന്റെ കുടുംബം പരമ്പരാഗത കൊറി വിഭാഗത്തിൽപ്പെട്ടവരായിരുന്നു. അദ്ദേ ഹത്തിന്റെ ജനനത്തിനും രണ്ടു തലമുറ മുമ്പേ അവർ ഇസ്ലാം മതം സ്വീകരിക്കുകയും ജുലാഹാ വിഭാഗക്കാരായി അറിയപ്പെടുകയും ചെയ്തു. ആദ്യകാലത്ത് നെയ്ത്തെരുവുകളിൽ താമസിച്ചിരുന്ന നെയ്ത്തുകാർക്ക് മാന്യത കല്പിക്കപ്പെടുകയും ആദരവ് ലഭിക്കുകം ചെയ്തിരുന്നു. നെയ്ത്തും അനുബന്ധ ജോലികളും ചെയ്തിരുന്ന വടക്ക-കിഴക്കൻ ഇന്ത്യയിലെ ആളുകൾ ധാരാളമായി ബുദ്ധമതം സ്വീകരിച്ചതിനു തെളിവുകളുണ്ട്. ബുദ്ധ മതത്തിന്റെ തകർച്ചയോടെ അവർ ഹൈന്ദവ വർണവ്യവസ്ഥയിലേക്ക് സ്വാംശീകരിക്കപ്പെടുകയും അതോടെ അവർ താഴ്ന്ന ജാതിക്കാരായി പരി ഗണിക്കപ്പെടുകയും ചെയ്തു. ഈ തരംതാഴ്ത്തലിനോട് ഒരിക്കലും പൊരു ത്തപ്പെടാതിരുന്ന നെയ്ത്തുകാർ കലാപകാരികളാവുകയും ഡൽഹി സുൽത്താൻ ഭരണകാലത്ത് ഇസ്ലാം മതം സ്വീകരിക്കുകയും ചെയ്തു. ഈ മതംമാറ്റം അവരുടെ സാമൂഹ്യപദവിയിൽ വ്യത്യാസമൊന്നും വരു ത്തിയില്ല. ഡൽഹിയിലെ ഉന്നതവർഗ്ഗമുസ്ലീംങ്ങൾ അവരെ തുല്യരായി

പരിഗണിച്ചിരുന്നില്ല. മതം മാറ്റത്തിന അവരെ പ്രേരിപ്പിച്ച സമത്വം, സാഹോദര്യം മുതലായ ആശയങ്ങൾ അവരുടെ ജീവിതത്തിൽ നടപ്പി ലായില്ല. ഈ ആശയങ്ങൾ എങ്ങനെയാണ് അവഹേളിക്കപ്പെടുന്നത് എന്ന് കബീറിന്റെ ചില കവിതകളിൽ പരാമർശിക്കുന്നുണ്ട്.

"എല്ലാവരും എന്റെ ജാതിയെ

പരിഹാസ പാത്രമാക്കുന്നു.

എന്നാൽ

ഞങ്ങളുടെ ജാതി ദൈവത്തിൽ അർപ്പിക്കപ്പെട്ടതാണ്

ഈ സമുദായത്തിന വേണ്ടി

രക്തസാക്ഷിയാകാൻ ഞാൻ മടിക്കില്ല"

ഇങ്ങനെയുള്ള സമൂഹത്തിൽ ജനിച്ച കബീറിനെ സംബന്ധിച്ചിട ത്തോളം ജാതി-വർണ വ്യവസ്ഥയ്ക്കെതിരെ കലാപം അഴിച്ചുവിടുക യെന്നത് അസ്വാഭാവികമായ ഒന്നല്ല. കബീറിന്റെ കുടുംബം ഇസ്ലാം മതം സ്വീകരിച്ചത് ഹിന്ദുമതത്തിൽ നിന്നാണോ ബുദ്ധമതത്തിൽ നിന്നാണോ എന്ന പറയാനാവില്ല. കാരണം അക്കാലമാവുമ്പോഴേക്കും ബ്രാഹ്മണ പ്രത്യയശാസ്ത്രം ബുദ്ധമതത്തെയാകമാനം വിഴുങ്ങിക്കളഞ്ഞിരുന്നു. ബുദ്ധമതത്തിന്റെ ശോഷിച്ച ധാരകളായി അവശേഷിച്ചവയാണ് മധ്യഘട്ടത്തിൽ ഇന്ത്യയിൽ കാണുന്ന സഹജ്യ-നാദ-യോഗി പാരമ്പ ര്യങ്ങൾ. സഹജ്യസിദ്ധന്മാരുടേയോ നാദയോഗികളുടേയോ പരമ്പര യിൽപ്പെട്ടവരെ അവധൂതന്മാർ, ഗോസായികൾ, സന്തക്കൾ, ഫക്കീറ കൾ, പീറുകൾ എന്നൊക്കെയാണ് വിളിച്ചിരുന്നത്. യോഗികൾ എന്ന വിളിക്കുന്നുവെന്നുവെച്ച് എല്ലാവരും സന്യാസികളാകണം എന്നില്ല. ബംഗാളിലെ നെയ്ത്തുകാർ, ജൂഗികൾ എന്നാണ് അറിയപ്പെട്ടിരുന്നത്. കെ.എം.സെൻ, എച്ച്.പി.ദ്വിവേദി എന്നിവരെ ആശ്രയിച്ച് വോദിവില്ലെ പറയുന്നത് ഇങ്ങനെയാണ്: 'നാദിസം എന്നതു ബ്രാഹ്മണ പ്രത്യയശാ സ്ത്രത്തെ ചെറുക്കുന്ന, ഭാഗികമായി ബൗദ്ധാശയങ്ങൾ കൊണ്ടു നടക്കുന്ന നെയ്ത്തുകാർക്കിടയിലും മറ്റ കൈത്തൊഴിലുകാർക്കിടയിലും പ്രചരിച്ചി രുന്ന പാരമ്പര്യമാണ്. ഇസ്ലാം ഭരണകാലത്തിന മുൻപുതന്നെ ഇവയ്ക്ക് പ്രചാരമുണ്ടായിരുന്നു. ഇസ്ലാം മതത്തിന്റെ കടന്നുവരവിന്റെ സമയത്ത് ബംഗാളിലെ ജൂഗികൾ ഏറെക്കുറെ ഹിന്ദുമതത്തിന പുറത്താണ്. ഇത്തരത്തിലുള്ള ഒരു സാഹചര്യത്തിൽനിന്നാണ് കബീർ വരുന്നത്. അദ്ദേഹത്തിന തന്റെ പാരമ്പര്യത്താൽ തന്നെ നാദയോഗി പാരമ്പ ര്യവുമായി അടുപ്പമുണ്ടായിരുന്നു എന്ന മനസ്സിലാക്കാം. ഈ അറിവ് സാമൂഹികവിമർശനം രൂപപ്പെടുത്തുന്നതിന അദ്ദേഹത്തെ സഹായിച്ചു.

കബീറിന ഔപചാരിക വിദ്യാഭ്യാസമുണ്ടായിരുന്നില്ല. പക്ഷേ ജീവിതമെ
ന്ന സർവ്വകലാശാലയിൽനിന്നും അദ്ദേഹത്തിന് വലിയ തോതിലുളള
അറിവു ലഭിച്ചുവെന്നും ഈ അറിവിനാണ് അദ്ദേഹം പ്രാധാന്യം നൽകി
യിരുന്നതെന്നും അദ്ദേഹത്തിന്റെ കവിതകളിൽ നിന്നും മനസ്സിലാക്കാം.
ജീവിതത്തിൽ നിന്നും ലഭിക്കുന്ന ഈ അറിവിനെയാണ് കബീർ 'സഹജ
സാധന' എന്നും 'പരഖ്പഥ്' എന്നും പറയുന്നത്. അനുഭവൈകപരമായ
ജ്ഞാനവും യുക്തിപരമായ ചിന്തയും കബീറിനെ അനുഭയ്സൻജ എന്ന
പദ്ധതിയിലേക്ക് നയിച്ച. വരേണ്യസമുദായവും വരേണ്യസാഹിത്യവും
മുന്നോട്ടു വെക്കുന്ന ആശയങ്ങളെ ധൈര്യപൂർവ്വം തള്ളിക്കളെയാൻ
കബീറിനായതും ഇതിനാലാണ്. അദ്ദേഹം തന്റെ അറിവിനെ 'സ്വച്ഛം
വേദ' എന്നാണ് (Suchchamveda - വിമർശനാത്മക ജ്ഞാനം)
വിളിച്ചിരുന്നത്. സ്ഥൂലവേദത്തിനേക്കാൾ സ്വച്ഛംവേദമാണ് നല്ലതെന്നും
അദ്ദേഹം പറയുന്നു. ബ്രാഹ്മണവ്യവസ്ഥയ്ക്കകത്തെ മന്ത്ര-തന്ത്ര-യന്ത്രാ
ദികളെ അദ്ദേഹം തള്ളിക്കളഞ്ഞു. തനിക്കു ലഭിക്കുന്ന ആശയങ്ങളെ
ശക്തവും മനോഹരവുമായി അവതരിപ്പിക്കാനുള്ള ശേഷിയും അദ്ദേ
ഹത്തിനുണ്ടായിരുന്നു. സ്വന്തം അനുഭവത്തെയും നിരീക്ഷണത്തെയും
ബുദ്ധിയെയും പ്രയോജനപ്പെടുത്തി വ്യവസ്ഥാപിത താൽപര്യങ്ങളെ
ചോദ്യം ചെയ്യാനാണ് കബീർ ശ്രമിച്ചത്. ബ്രാഹ്മണപ്രത്യയശാസ്ത്രത്തെ
ഉയർത്തിപ്പിടിക്കുന്നവരോട്, 'താൻ യാഥാർത്ഥ്യമെന്തെന്ന തീരുമാനി
ക്കുന്നത് ആഖിൻ കി ദേഖ്ലിയുടെ അടിസ്ഥാനത്തിലാണ്, എന്നാൽ
അനുഭവങ്ങളെ കാണാത്ത പണ്ഡിതന്മാർ യാഥാർത്ഥ്യത്തെപ്പറ്റി
കണ്ണുമൂടിക്കെട്ടിയാണ് സംസാരിക്കുന്നത്' എന്ന് കബീർ പറയുന്നുണ്ട്.

"എന്റെയും നിങ്ങളുടെയും മനസ്സുകൾ

എവിടെ വെച്ച് കണ്ടുമുട്ടാനാണ്

കണ്ടതാണ് ഞാൻ പറയുന്നത്.

വായിച്ചതെന്തോ അതാണ് നിങ്ങൾ പറയുന്നത്

ഞാൻ സത്യത്തിന്റെ സങ്കീർണ്ണതകളെ ഇല്ലാതാക്കാൻ ശ്രമിക്കുന്ന

നിങ്ങളോ?

നിങ്ങൾ സത്യത്തെ ആവരണങ്ങളാൽ

മൂടിവെച്ച് കൂടുതൽ സങ്കീർണമാക്കുന്നു"

കബീർ യുക്തിപരമായി ചിന്തിച്ച കവിയാണ് എന്നാണ് ഇതിൽനിന്നും
മനസ്സിലാകുന്നത്. തങ്ങളുടെയും സമൂഹത്തിന്റെയും വിമോചനത്തിനുത
കുന്ന ഒരു ബദൽ വ്യവസ്ഥയെ/ജ്ഞാനപദ്ധതിയെ അന്വേഷിച്ചവരാണ്

കബീർ അടക്കമുള്ള സന്ന്യാസകവികൾ. 'ഫഹമാഗെ, ഫഗമാ പാച്ചേ' (Fahamaaage, fahamapaachhe) എന്ന സഖിയിൽ അദ്ദേഹം പറയുന്നു.

"അറിവാണ് മുന്നിലും പിന്നിലും

അറിവാണ് ഇടവും വലവും

എന്നാൽ എന്താണറിവെന്നറിയുന്ന

അറിവാണ് എന്റെ അറിവ്"

അറിവുമായി ബന്ധപ്പെട്ട്, അറിവിനെ മൂടി നിൽക്കുന്ന മതപരവും സാമൂഹികവുമായ തെറ്റിദ്ധാരണകളെയും കൃത്രിമത്വങ്ങളെയും നീക്കം ചെയ്യണമെന്നാണ് കബീർ പറയുന്നത്. തന്റെ മനോഹരമായ കവിതക ളിലൂടെ അദ്ദേഹം ഈ ഒരു കാര്യം നിർവ്വഹിക്കാനാണ് ശ്രമിച്ചിട്ടുള്ളത്. അധീശ ആശയങ്ങളെ വെല്ലുവിളിച്ച കബീർ സംഘടിത മതങ്ങൾ നിർമ്മിച്ചുവെച്ച പ്രമാണങ്ങളെ വലിച്ചുകീറി. പ്രച്ഛന്നവേഷവുമായി കടന്ന വരുന്ന എല്ലാ ആശയങ്ങളെയും അനാവരണം ചെയ്യാനുള്ള അദ്ദേ ഹത്തിന്റെ ശ്രമം. ജീവിതത്തിന്റെ എല്ലാ തലങ്ങളിലുമുള്ള കളവിനെ പുറത്തുകൊണ്ടു വരികയും സത്യസന്ധതയെ പ്രോത്സാഹിപ്പിക്കുകയും ചെയ്തു. അദ്ദേഹത്തിന്റെ ആക്ഷേപഹാസ്യ പ്രധാനമായ കവിതകളും, മനഃശാസ്ത്രപരമായ അന്വേഷണങ്ങളും, പലപ്പോഴും വൈരുദ്ധ്യങ്ങൾ നിറഞ്ഞതും നിഷേധവും, ഉന്മാദപ്രധാനങ്ങളുമായ കവിതകളും വ്യത്യസ്ത ഗണങ്ങളല്ല. സത്യസന്ധത എന്ന ഏകാത്മകതയാൽ ഏകോപിപ്പി ക്കപ്പെട്ടവയാണ്. എല്ലായ്പ്പോഴും ആത്മവിമർശനം നടത്താൻ പ്രേ രിപ്പിച്ചുകൊണ്ട് എല്ലായിടത്തും വീശിയടിക്കുന്നവയാണ് കബീറിന്റെ കവിതകൾ, എന്ന് ലിൻഡ ഹെസ്സ് അഭിപ്രായപ്പെടുന്നു (1986: 21).

ശ്രേണീകൃതമായ സമൂഹത്തിനകത്ത് മനുഷ്യരുടെ സമത്വത്തെ ക്കുറിച്ചും ഐക്യത്തെക്കുറിച്ചും സംസാരിക്കുകയെന്നത് വിപ്ലവകര മായ പ്രവൃത്തിയാണ്. മനുഷ്യരെ മനുഷ്യരിൽനിന്നും വേർതിരിക്കുന്ന എല്ലാറ്റിനെയും അദ്ദേഹം തകർക്കാൻ ശ്രമിച്ചു. ചില സന്ദർഭങ്ങളിൽ ഹൈന്ദവ-ഇസ്ലാം ആശയങ്ങളെ ഒരുപോലെ തള്ളിക്കളയുന്ന കബീർ ചില സമയങ്ങളിൽ അവ ഒന്നാണെന്ന പഠിപ്പിക്കുകയും ചെയ്തു. 'ദൈവം ക്ഷേത്രങ്ങളിലോ പള്ളികളിലോ അല്ല ഉള്ളത്. എല്ലാ മനുഷ്യരുടെയും മനസ്സിലാണ് ദൈവമുള്ളത്' എന്നായിരുന്ന കബീറിന്റെ സങ്കല്പം. കബീറിനെ സംബന്ധിച്ച് ദൈവമെന്നത് ഒരു വസ്തുവല്ല; അത് സങ്ക ല്പിക്കാൻ കഴിയുന്നതോ വിശദീകരിക്കാൻ കഴിയുന്നതോ ആയ ഒരു യാഥാർത്ഥ്യമല്ല. അത് കാണാനും ആരാധിക്കാനും കഴിയുന്ന രൂപമല്ല.

 കണ്ണാടിയും കുമ്പസാരവും

ദൈവങ്ങൾക്കായി ബലികൾ നടത്തുന്നത് നീചപ്രവൃത്തിയാണെന്ന് അദ്ദേഹം പറഞ്ഞു. ദൈവത്തെ അവതാരങ്ങളായി കാണുന്നത് ചൂഷണത്തിനുള്ള വഴിയാണെന്നും അവയെല്ലാം ബ്രാഹ്മണ പ്രത്യയശാസ്ത്രത്തിന്റെ വ്യാഖ്യാനങ്ങളാണെന്നും കബീർ മനസ്സിലാക്കി. (Hawley & Juergens meger 1988 : 43). അതിനാൽ കബീറിന്റെ മതം ഖാസികൾക്കും പണ്ഡിതന്മാർക്കും പാല്യം വെണ്ണയും നൽകുന്നതിനുള്ള മതങ്ങളിൽനിന്നും വ്യത്യസ്തമാണ്.

പൗരോഹിത്യത്തിന്റെയോ മതപരമായ സ്ഥാപനങ്ങളുടെയോ ആവശ്യമില്ലാത്ത ഒരു ആത്മീയതയെയാണ് കബീർ ആവിഷ്കരിക്കാൻ ശ്രമിക്കുന്നത്. വരേണ്യമായ ആളുകൾ മതപരമായ അനുഷ്ഠാനങ്ങൾ സൃഷ്ടിച്ചതും പ്രമാണങ്ങൾക്ക് ആധികാരികത അവകാശപ്പെടുന്നതും ബഹുഭൂരിപക്ഷം വരുന്ന സാമാന്യജനങ്ങളെ അടക്കിഭരിക്കുന്നതിനു വേണ്ടിയാണെന്നു കബീർ പറയുന്നു.

"വേദവും ഖുർആനും പാവപ്പെട്ട ആത്മാക്കളെ

വലയിലാക്കുന്നതിനു വേണ്ടി സൃഷ്ടിച്ചുവെച്ച കെണികളാണ്."

അദ്ദേഹത്തിന്റെ വീക്ഷണത്തിൽ, അനുഷ്ഠാനങ്ങൾ മതങ്ങൾക്കിടയിൽ സ്പർധ സൃഷ്ടിക്കുന്നതിനുള്ള ഉപായമാണ്. ഈ കാഴ്ചപ്പാടിൽ നോക്കിയാൽ സംഘടിതമായ ഇസ്ലാം മതം രൂപാരാധനയ്ക്ക് എതിരും ഏകദൈവവിശ്വാസപരവുമാണ്. പക്ഷേ ഇവ രണ്ടും ഇന്ന് വ്യത്യസ്ത മായ രീതിയിലാണ് പ്രവർത്തിക്കുന്നത്. ഇതിനാലാണ് കബീർ തന്റെ കവിതകളിൽ മൊല്ലമാരെയും പണ്ഡിതന്മാരെയും ഒരുപോലെ വിമ ർശിക്കുന്നത്. ജനങ്ങൾക്ക് നിരന്തരം വാഗ്ദാനങ്ങൾ നൽകി, അവരെ ചതിക്കുന്ന മൊല്ലമാരെയും പണ്ഡിതന്മാരെയും വിമർശിക്കുന്നതിലൂടെ ജനങ്ങളുടെ കണ്ണുതുറപ്പിക്കാനും പൗരോഹിത്യത്തെ വെല്ലുവിളിക്കാനു മാണ് അദ്ദേഹം ശ്രമിച്ചത്.

കബീറിനെ സംബന്ധിച്ചിടത്തോളം ബ്രാഹ്മണൻ എന്നത് സൂത്ര ശാലിയും ഒട്ടും കനിവില്ലാത്തവനും സ്വന്തം പദവിയെക്കുറിച്ച് എപ്പോഴും ആധിപ്പെടുന്നവനും അന്തഃസാരശൂന്യനുമായ ഒരാളാണ്. അയാളുടെ ഭക്തി പോലും അഭിനയമാണ്. ദൈവത്തിന്റെ മറ്റ സൃഷ്ടികളോട് യാതൊരു കാരുണ്യവും കാണിക്കാത്ത ഭക്തിയാണ് അവരുടേത്. അതിനാൽ മാനവികതയെക്കുറിച്ച് ഏറ്റവുമാദ്യം പഠിപ്പിക്കേണ്ടത് ബ്രാഹ്മണരെയാണെന്നു കബീർ കരുതുന്നു. അതുകൊണ്ട് കബീർ തന്റെ ജീവിതത്തിലുടനീളം ബ്രാഹ്മണരെ തങ്ങളുടെ അജ്ഞതയെ ക്കുറിച്ച് ഓർമ്മിപ്പിക്കാനാണ് ശ്രമിച്ചത്. അവരോട് സത്യസന്ധരും

സഹജീവി സ്നേഹമുള്ളവരും ആയിരിക്കാനും, പ്രത്യേകിച്ച് അധഃസ്ഥിത ജനതയോട് കരുണാപൂർവ്വം പെരുമാറാനും കബീർ പറഞ്ഞുകൊണ്ടേയിരിക്കുന്നു. ഇതിനദ്ദേഹം തന്റെ കയ്യിലുള്ള ഏറ്റവും ശക്തമായ ആയുധമായ പരിഹാസം ഉപയോഗിച്ചു. ജന്മംകൊണ്ട് ലഭിച്ച ആഭിജാത്യത്തെ വലിച്ചുകീറിക്കൊണ്ടാണ് കബീർ, 'നിങ്ങളൊരു ബ്രാഹ്മണിയിൽ നിന്നു ജനിച്ച ബ്രാഹ്മണനാണെങ്കിൽ/ഈ ലോക ത്തേക്കു വരാൻ മറ്റൊരു വഴി കണ്ടെത്താത്തതെന്താണ്? എന്നു ചോദിച്ചത്"ഞങ്ങളുടെ സിരകളിലൊഴുകുന്നത് ചോരയാണ്/ നിങ്ങളുടെ സിരകളിൽ പാലാണോ?/ അങ്ങനെയല്ലെങ്കിൽ ഞങ്ങൾ ശൂദ്രരും നിങ്ങൾ ബ്രാഹ്മണരുമായതെങ്ങനെ?" എന്നദ്ദേഹം ഒരിടത്ത് ചോദി ക്കുന്നുണ്ട്. ജാതീയമായ എല്ലാ വിവേചനങ്ങളെയും നിരാകരിച്ചുകൊണ്ട്, "നമ്മുടെ ത്വക്കും എല്ലും ഒന്നാണ്, നമ്മുടെ മലമൂത്രങ്ങൾ ഒന്നാണ്, നമ്മുടെ രക്തവും മാംസവും ഒന്നാണ്" എന്നു കബീർ പറയുന്നു. "എല്ലാ മനുഷ്യരിലും തിളങ്ങുന്നത് ഒരേ ദൈവത്വമാണ്. മനുഷ്യത്വത്തിന്റെ ഈ ഏകാത്മകസത്ത തിരിച്ചറിയാത്തവരോട് എനിക്ക് വെറുപ്പാണ് തോന്നുന്നതെന്നും" അദ്ദേഹം പറയുന്നു.

എല്ലാ അറിവിന്റെയും ആകരം താനാണെന്നു കരുതുന്ന ബ്രാഹ്മണ നെക്കുറിച്ച് കബീർ പറയുന്നത് അയാൾ അജ്ഞാനികളിൽ ഒന്നാമനും, യാഥാർത്ഥ്യത്തെക്കുറിച്ചുള്ള ഉൾക്കാഴ്ചയില്ലാത്ത ഗർവ്വിതനായ വിഡ്ഢിയുമാണെന്നാണ്. ബ്രാഹ്മണരുടെ ജൽപ്പനങ്ങളെ അദ്ദേഹം പരിഹസിക്കുന്നു. അവർ വായിക്കുന്ന വിശുദ്ധ ഗ്രന്ഥങ്ങൾ വിഡ്ഢികളെ തടവിലിട്ടിരിക്കുന്ന ഒരു തടവറയാണ്" എന്നു കബീർ പറയുന്നു. "അവർ കാമാർത്തികളും മിഥ്യാമോഹികളുമാണ്, അവർ യഥാർത്ഥത്തിൽ ദൈവത്തെ സ്നേഹിക്കുന്നവരെ പരിഹസിക്കുന്ന അവിവേകിക ളാണ്. പണ്ഡിതരുടെ 'വിദ്യാഗർവ്വും ശൂണകളും' എന്ന കവിതയിൽ അദ്ദേഹം പരിഹാസത്തോടെ പറയുന്നു. "വായിച്ചോളൂ, വായിച്ചോളൂ, പണ്ഡിതരേ/അതു നിങ്ങളെ സൂത്രശാലികളാക്കും. അതു നിങ്ങൾക്കു സ്വാതന്ത്ര്യം കൊണ്ടുവരുമോ?" കബീറിനെ സംബന്ധിച്ച് കലിയുഗമെ ന്നത് 'നാട്യക്കാരായ ബ്രാഹ്മണരുടെ കാലമാണ്', വേദങ്ങളും പുരാ ണങ്ങളും അന്ധമാരുടെ കണ്ണാടികളും. പണ്ഡിതനെന്നു പറയുന്നത് ഒരു കോമാളിയാണ്, അയാൾ ആകാശത്തെ അന്വേഷിച്ചുകൊണ്ടിരിക്കും. എന്നാൽ തന്റെ അഹങ്കാരത്തെ നിയന്ത്രിക്കേണ്ടതെങ്ങനെയെന്ന് അയാൾക്കറിഞ്ഞുകൂടാ. പണ്ഡിതരുടെ അർത്ഥശൂന്യമായ അനുഷ്ഠാന ങ്ങളും പ്രാർത്ഥനകളും അഹന്തയും അയാളെ ഒരു പരിഹാസപാത്രമാ ക്കിത്തീർക്കുന്നു. അതിനേക്കാൾ താഴ്ന്ന ഒരു ജീവിയും ഈ ഭൂമിയിലില്ല.

"പണ്ഡിതർ വേദങ്ങളിൽ മുഴുകുന്നു

എന്നാൽ തന്റെ ആത്മാവിന്റെ രഹസ്യം

അവർക്കു നഷ്ടമാകുന്നു.

ആരാധനയും പ്രാർത്ഥനയും

ആറുവിശുദ്ധ കർമങ്ങളും

ഗായത്രിപഠനത്തിന്റെ നാല്വഘട്ടങ്ങളും

ഞാൻ നിങ്ങളോട് ചോദിക്കുന്നു.

"നിങ്ങളാരെയെങ്കിലും തൊട്ടാൽ നിങ്ങൾ

സ്വയം തീർത്ഥം തളിക്കില്ലേ.

എന്നോട് പറയൂ

ആരാണ് നിങ്ങളേക്കാൾ താഴ്ന്നവർ.

നിങ്ങൾ നിങ്ങളുടെ ഗുണത്തിൽ അഭിമാനിക്കുന്നു.

എല്ലാറ്റിനും അധികാരി നിങ്ങളാണ്.

ഈ അഹങ്കാരം ആർക്കും നന്മ കൊണ്ടുവന്നിട്ടില്ല."

ചില പണ്ഡിതർ കബീറിനെ ഹിന്ദു-ഇസ്ലാം മതങ്ങളുടെ പരിഷ്ക
ർത്താവായി കാണുന്നു. ചിലരാകട്ടെ അദ്ദേഹത്തെ ബ്രാഹ്മണ
ചട്ടക്കൂടിനകത്ത് കുടിയിരുത്താൻ ശ്രമിക്കുന്നു. വേദ - പുരാണങ്ങളെ
അനുവർത്തിച്ച ഒരാളാണ് കബീർ എന്നു ചിത്രീകരിക്കാനും ശ്രമങ്ങൾ
നടന്നിട്ടുണ്ട്. പലരും അദ്ദേഹം നടത്തിയ സാമൂഹിക വിമർശനത്തെ
അവഗണിച്ച് അദ്ദേഹത്തെ ഒരു മിസ്റ്റിക്/അവധൂതൻ ആയി അവതരി
പ്പിക്കാൻ ശ്രമിക്കുന്നു. എന്നാൽ കബീറിന്റെ കവിത അദ്ദേഹത്തിന്റെ
വിപ്ലവാത്മക ചിന്തകളെയാണ് പ്രതിനിധീകരിക്കുന്നത്. അധീശ
സംസ്കാരത്തിന്റെ ജഡിലോക്തികളെയും ക്രൂരതകളെയും കബീർ
ആക്രമിക്കുന്നുണ്ട്. ഈ നിഷേധത്തിന്റെ അഗ്നി തന്റെ പിൻഗാമികളിലും
ആളിക്കത്തിക്കാൻ അദ്ദേഹത്തിനു സാധിച്ചു.

"എന്റെ വീടിനു ഞാനാണ് തീവെച്ചത്

തീപ്പന്തമിതാ എന്റെ കയ്യില്ണ്ട്.

എന്നെ പിന്തുടരാൻ തയ്യാറുള്ള

ആരുടെ വീടും ഞാനിനി തീ വെക്കാം"

പതിവു പാതകൾ തള്ളിക്കളഞ്ഞു. പുതുവഴി വെട്ടിയ കവിയാണ്
കബീർ. 'അപ്പി രാഹ്തു ചലേ കബീർ' (നീ നിന്റെ വഴിയെ പോവുക
കബീറേ) എന്നത് അദ്ദേഹത്തിന്റെ കവിതകളിൽ ആവർത്തിക്കുന്ന

വരിയാണ്. അനുഭവങ്ങളാലും ചിന്തകളാലും നിരീക്ഷണങ്ങളാലും പ്ര
കാശപൂരിതമായവയായിരുന്ന കബീറിന്റെ വഴികൾ. സ്ഥാപിതമായ
മതനിയമങ്ങളോ, അനുഷ്ഠാനങ്ങളോ, ജാതിയോ ആ വഴിയിൽ തടസ്സം
തീർത്തിരുന്നില്ല. എത്ര വിലകൊടുത്തും സത്യത്തെ സംരക്ഷിക്കും
എന്ന നിഷ്ഠ പലപ്പോഴും അധികാരികളുമായുള്ള സംഘർഷത്തിലേക്ക്
കബീറിനെ നയിച്ചു. ജീവനു ഭീഷണിയുണ്ടായപ്പോഴും തന്റെ ചുറ്റുമുള്ള
സത്യം - സ്വന്തം ആത്മാവിനെ കൊന്നുകളഞ്ഞ് പാറയെ ആരാധിക്ക
ന്നവർ, മോശപ്പെട്ട രീതിയിൽ മനുഷ്യർ മതത്തിന്റെ പേരിൽ കൊല്ലുന്ന,
തന്നെ ആഴത്തിൽ അസ്വസ്ഥപ്പെടുത്തിയ ഈ സത്യം വിളിച്ചു പറയാൻ
അദ്ദേഹം മടിച്ചില്ല. ഈ ഭ്രാന്തമായ ലോകവുമായി പൊരുത്തപ്പെടാൻ
കബീറിനു സാധിച്ചില്ല.

"അല്ലയോ സന്യാസിവര്യന്മാരേ,

ഇത് ഭ്രാന്തുപിടിച്ചൊരു ലോകമാണ്.

ഞാൻ സത്യം പറയാനൊരുങ്ങുമ്പോൾ

അവരെന്നെ അടിക്കാനോങ്ങുന്നു

ഞാൻ കള്ളം പറയുമ്പോൾ

അവരെന്നെ വിശ്വസിക്കുന്നു"

കബീർ ഒരു പുതുസംസ്കൃതിയുടെ അഗ്രഗാമിയായിരുന്നു. സമത്വപൂ
രണമായ ഒരു സമൂഹത്തിന്റെ നിർമ്മിതിയിലാണദ്ദേഹം ഊന്നിയത്,
ജാതിയും മതാന്ധതയും എവിടെയുണ്ടോ, അവിടെയെല്ലാം അദ്ദേ
ഹമതിനെ എതിർത്തു. ജാതീയമല്ലാത്ത ഒരു കൂട്ടായ്മയിൽ ചേരുക
എന്നതാണ് ജാതിയുടെ അതിർത്തികളിൽനിന്നും പുറത്തു കടക്കാനുള്ള
വഴി എന്നു കരുതിയ നിരവധി സംഘങ്ങളാണ് അക്കാലത്തുണ്ടായത്.
കബീറും ശിഷ്യരും ചേർന്ന് 'കബീർപന്ഥ്' എന്ന മതവിഭാഗത്തെ
സൃഷ്ടിച്ചു. വലിയൊരു വിഭാഗം കർഷകരും കമ്മാളരും കബീറിന്റെ ഈ
സംഘത്തോട് ആഭിമുഖ്യമുള്ളവരായിത്തീർന്നു. കബീറിന്റെ പിൻഗാമിക
ളായ ലക്ഷക്കണക്കിനാളുകൾ ഉത്തരേന്ത്യയിൽ, പ്രത്യേകിച്ച് ഉത്തർപ്ര
ദേശ്, ബീഹാർ, മധ്യപ്രദേശ്, രാജസ്ഥാൻ തുടങ്ങിയ സംസ്ഥാനങ്ങളിൽ
പരന്നു കിടക്കുന്നുണ്ട്.

അധികാര ശക്തികൾക്കെതിരെ വിട്ടുവീഴ്ചയില്ലാതെ പോരാടിയ
കബീർ വ്യവസ്ഥാവിരുദ്ധതയുടെ പ്രതീകമാണ്. ആധുനിക ഇന്ത്യയിലെ
ഏറ്റവും പ്രധാനപ്പെട്ട വിപ്ലവകാരികളായ ഫുലേയ്ക്കും അംബേദ്കറിനും
മാതൃകയായത് കബീർ ആയിരുന്നു. ജ്ഞാനോഭാ, കൃഷ്ണജി, സസാനേ

 കണ്ണാടിയും കുമ്പസാരവും

എന്നിങ്ങനെ ഫുലേയുമായി ചേർന്നുപ്രവർത്തിച്ച നിരവധിപേർ കബീ രപന്ഥികളായിരുന്നു. 'സത്യശോധക് സമാജ്' രൂപപ്പെടുത്തുന്നതിൽ തങ്ങൾക്ക് പ്രചോദനമായത് കബീറിന്റെ വിപ്ലവാത്മകമായ കവിതക ളാണെന്ന ഫുലേയുടെ അടുത്ത അനുയായിയായ തൂക്കാറാം ഹനുമന്ത് പിൻജെ രേഖപ്പെടുത്തിയിട്ടുണ്ട്. അതുപോലെത്തന്നെ അംബേദ്ക്കറുടെ കുടുംബം കബീർപന്ഥികളായിരുന്നു. ബുദ്ധനേയും ഫുലേയേയുംപോലെ കബീറിനേയും തന്റെ ഗുരുവായാണ് അംബേദ്കർ കരുതിയത്. തങ്ങളുടെ ബ്രാഹ്മണിക ദൃഷ്ടിയിലൂടെയാണ് കബീറിനെ കണ്ടത് എങ്കി ൽപ്പോലും രവീന്ദ്രനാഥടാഗോറും ഗാന്ധിയും കബീറിനെ ആദരിച്ചിരുന്നു. ഇന്ത്യയിൽ ഹിന്ദി സാഹിത്യത്തിന്റെ പിതാവായി അറിയപ്പെടുന്നത് കബീറാണ്. ഇന്ത്യയിലുടനീളം വായിക്കപ്പെടുകയും ആദരിക്കപ്പെടുകയും ചെയ്യുന്ന കവികളിലൊരാൾ കബീറാണ് എന്നത് അദ്ദേഹത്തിന്റെ ജനപ്രിയതയ്ക്ക് ഒരു ഇടിവും സംഭവിച്ചിട്ടില്ല എന്നതിന്റെ തെളിവാണ്. വർണ്ണാഭമായ ഒരു വിപ്ലവപ്രതിഭയാണ് കബീർ. മറ്റാരിൽനിന്നും വ്യത്യ സ്ഥൻ. ആ ഊർജ്ജം ഇപ്പോഴും പ്രവഹിച്ചുകൊണ്ടിരിക്കുന്നു.

രവിദാസ്

ഉത്തരേന്ത്യയിൽ ജീവിച്ചിരുന്ന തുകൽപ്പണിക്കാരനായ ഭക്തകവി യാണ് രവിദാസ് (1450-1520). അദ്ദേഹം തന്റെ കവിതകളിലുടനീളം തന്റെ മുൻഗാമികളായ ആളുകളെക്കുറിച്ചും വിപുലമായ പാരമ്പര്യ ത്തെക്കുറിച്ചും സൂചിപ്പിക്കുന്നുണ്ട്. നാമദേവൻ, ത്രിലോചനൻ, കബീർ എന്നീ മൂന്നുപേരെയാണ് തന്റെ പ്രധാന മുൻഗാമികളായി രവിദാസ് പറയുന്നത്. പടിഞ്ഞാറൻ ഇന്ത്യയിൽ നിന്നുള്ളവരാണ് നാമദേവനും, ത്രിലോചനനും, കബീർ വാരണാസിക്കാരനാണ്. രവിദാസും വാരണാ സിയിലായിരുന്നു. തനിക്കും ഈ മൂന്നു പേരെയും പോലെ ദൈവികമായ അനുഗ്രഹം കിട്ടിയിട്ടുണ്ട് എന്നു പറയുന്ന രവിദാസ്, ഭക്തിയിലൂടെ കൈവരുന്ന ഐക്യബോധത്തെക്കുറിച്ചാണ് ഇതിലൂടെ സൂചിപ്പിക്ക ന്നത്. സമൂഹത്തിലെ അധഃസ്ഥിതർക്കിടയിൽ വേരുപിടിച്ച ഭക്തിപ്ര സ്ഥാനം അവർക്കിടയിൽ ഐക്യബോധം വളരുന്നതിനു കാരണമായി. മറ്റ സന്യാസകവികളെപ്പോലെ സമത്വം എന്ന ആശയത്തിലൂന്നിക്കൊ ണ്ടുള്ള ആത്മീയതയാണ് രവിദാസിലും കാണാനാവുക. അസ്പൃശ്യരാ യവരെ ശുദ്ധീകരിക്കുന്ന, കീഴാളരെ ഉയർത്തുന്ന, പാവപ്പെട്ടവർക്ക് അനുഗ്രഹം ചൊരിയുന്ന ഒരാളാണ് രവിദാസിന്റെ സങ്കല്പത്തിലെ ദൈവം.

സാമൂഹ്യമായ ശ്രേണീകരണത്തെക്കുറിച്ച് ധാരാളം ചോദ്യങ്ങള യർത്തുന്ന രവിദാസ്, ആരും രണ്ടാംതരവും മൂന്നാംതരവുമാകാത്ത,

എല്ലാവരും ഒന്നായിരിക്കുന്ന ഒരു ആദർശാത്മക സമൂഹത്തെക്കുറിച്ച് പറയുന്നു. ആളുകൾ ഇഷ്ടമുള്ള പ്രവൃത്തികൾ ചെയ്യുന്ന, ഇഷ്ടമുള്ളിടങ്ങ ളിൽ സഞ്ചരിക്കുന്ന, ദുഃഖങ്ങളില്ലാത്ത ഒരു നഗരമാണ് രവിദാസിന്റെ സ്വപ്നം. അതിനെ അദ്ദേഹം 'ബീഗംപുര' എന്നു വിളിക്കുന്നു.

"ദുഃഖങ്ങളില്ലാത്ത ഒരു രാജകീയമേഖല

അവരതിനെ ബീ-ഗംപുരയെന്നു വിളിച്ചു

വേദനകളില്ലാത്ത ഒരിടം,

നികുതികളില്ലാത്ത, കരുതലുകൾ വേണ്ടാത്ത,

സ്വകാര്യസ്വത്തില്ലാത്തിടം

അവിടെ തെറ്റുകളില്ല, വിഷമങ്ങളില്ല

ഭീകരതയോ പീഡനങ്ങളോ ഇല്ല.

അവിടെയാരും മൂന്നാമതോ രണ്ടാമതോ അല്ല

എല്ലാവരും ഒന്നാണ്

അവർ അവർക്കിഷ്ടമുള്ളത് ചെയ്യുന്നു

ഇഷ്ടമുള്ളിടങ്ങളിൽ സഞ്ചരിക്കുന്നു

അവർ വെല്ലുവിളിക്കപ്പെടാത്ത

കല്പിത കൊട്ടാരങ്ങൾക്കിടയില്ലൂടെ നടക്കുന്നു

രവിദാസ് പറയുന്നു; ഈ തോൽക്കൊല്ലൻ

ഇപ്പോൾ സ്വതന്ത്രനായി,

എന്റെ കൂടെ നടക്കുന്നവരെല്ലാം എന്റെ സുഹൃത്തുക്കൾ'

ശാസ്ത്രങ്ങളെ ഉയർത്തിപ്പിടിച്ച് അതിന്റെ അടിസ്ഥാനത്തിൽ മനുഷ്യരെ വേർതിരിക്കുന്നവരോടുള്ള വിമർശനം രവിദാസിന്റെ കവി തകളിൽ മുന്നിട്ട നിൽക്കുന്നു. ജാതിയിൽ താഴ്ന്നവനായാലും ഉന്നതമായ ഗുണങ്ങൾ ആർജ്ജിച്ച ഒരാൾക്ക് എത്രവേണമെങ്കിലും ഉയരാനാവും എന്ന വസ്തുതയ്ക്ക് അദ്ദേഹം ഊന്നൽ നൽകുന്നു. ഇങ്ങനെ സ്വന്തം ഗുണങ്ങളാൽ ഉയർന്നവരെ പുരോഹിതരേക്കാളും രാജാവിനേക്കാളും ഉയർന്നവരായി രവിദാസ് കാണുന്നു.

"ദൈവത്തെ പിന്തുടരുന്നവരുടെ കുടുംബം

ഉന്നത കുലജാതരുമല്ല, അധഃസ്ഥിതരുമല്ല

പ്രഭുക്കളുമല്ല, പാവപ്പെട്ടവരുമല്ല.

അവരുടെ സുഗന്ധത്താൽ ലോകമാകെ അറിയും

      കണ്ണാടിയും കുമ്പസാരവും

പുരോഹിതരും കച്ചവടക്കാരും
തൊഴിലാളികളും യോദ്ധാക്കളും
സങ്കരരും അവർണരും ചിതയെരിയിക്കുന്നവരും
എല്ലാവരുടേയും ഹൃദയമൊന്നാണ്.
ദൈവത്തോടുള്ള സ്നേഹത്താൽ സ്വയം ശുദ്ധീകരിക്കുന്നവരും
അവരുടെ കുടുംബവും ഉന്നതങ്ങളിലെത്തുന്നു.
അയാളുടെ ഗ്രാമത്തിന്, വീടിന്
കുടുംബത്തിന് എല്ലാം കടപ്പെട്ടവരാണ് നാം
ജീവിതത്തിന്റെ സത്ത മുഴുവൻ ഊറ്റിക്കുടിച്ച്
വിഷമെല്ലാം പുറംതള്ളിയവനാണയാൾ
പുരോഹിതരേക്കാൾ, ധീരന്മാരെക്കാൾ
രാജാക്കന്മാരെക്കാൾ മുകളിലാണയാൾ
ഭക്തിയാൽ സ്വയം ശുദ്ധനായവൻ
രവിദാസ് പറയുന്നു;-
ജലോപരിതലത്തിൽ വിടരുന്ന താമരപോലെ
ഇഹലോകത്തിനു മുകളിൽ വിടർന്ന പുഷ്പമാണയാൾ

താനൊരു തുകൽപ്പണിക്കാരന്റെ മകനായാണ് ജനിച്ചത് എന്ന
പറയുന്ന രവിദാസ് എല്ലാ തൊഴിലിനും എല്ലാജാതിക്കും മാന്യതയു
ണ്ടെന്ന് ഊന്നിപ്പറയുന്നു. മനുഷ്യരുടെ പാരമ്പര്യബോധത്തെ അദ്ദേഹം
പരിഹസിക്കുന്നു. ഒരാളുടെ തൊഴിൽ 'താഴ്ന്ന' താണ് എന്നു പറഞ്ഞ്
അയാളെ അധിക്ഷേപിക്കുന്നത് ശരിയല്ല. അയാൾ 'ഉയർന്ന' തെന്നു
പറയപ്പെടുന്ന ജോലി ചെയ്യുന്നവരിൽനിന്നും ഒട്ടും വ്യത്യസ്തനല്ല.

"ബനാറസിലെ ഉന്നതകുലജാതരേ ...
ഞാനും ഉന്നതകുലജാതൻ തന്നെ
എന്റെ ജോലി തുകൽപ്പണിയാകാം
പക്ഷേ, എന്റെ ഹൃദയം
ഏതു പ്രഭവിനോളവും ഉയർന്നതാണ്.
ബനാറസിനു ചുറ്റും വലംവയ്ക്കുന്ന
ശവവാഹകർക്കിടയിലാണ് ഞാൻ ജനിച്ചത്.
ആ അധഃകൃതനായ എന്റെ മുന്നിലാണ്
ഉന്നത ബ്രാഹ്മണൻ തലകുമ്പിടുന്നത്...."

കണ്ണാടിയും കുമ്പസാരവും

'എന്തുകൊണ്ട് എനിക്ക് ആരാധന നടത്താൻ സാധിക്കും' എന്ന പേരിൽ, ശ്രദ്ധാശ്രദ്ധങ്ങളെ പരിഹസിക്കുന്ന ഒരു കവിത രവിദാസ് എഴുതിയിട്ടുണ്ട്. നിഷ്കളങ്കയും ബുദ്ധിമതിയുമായ ഒരു പെൺകുട്ടി ചോദിക്കുന്ന ചോദ്യങ്ങളുടെ രൂപത്തിലാണിത്. ശുദ്ധമാണ് എന്ന നമ്മൾ കരുതുന്നതൊന്നും ശുദ്ധമല്ലെന്നും, ശുദ്ധമെന്ന സങ്കല്പം അസംബന്ധമാണെന്നും, ആരാധനയ്ക്ക് ഇതുമായി ബന്ധമൊന്നും ഇല്ലെന്നുമാണ് അദ്ദേഹം സമർത്ഥിക്കുന്നത്.

"അമ്മേ, എന്തുകൊണ്ടാണ് ഞാൻ ആരാധിക്കേണ്ടത്?

ശുദ്ധമായതെല്ലാം വാസ്തവത്തിൽ അശുദ്ധമല്ലോ!

പാല് കൊടുക്കാനാവുമോ ദൈവത്തിന്?

അമ്മപ്പശുവിന്റെ അകിട് കിടാവാദ്യമേ നക്കിക്കഴിഞ്ഞു.

വെള്ളം മത്സ്യങ്ങളാൽ മലിനമാക്കപ്പെട്ടു.

പൂക്കൾ വണ്ടുകളാലും.

അതല്ലാത്ത പൂക്കളൊന്നുമില്ലല്ലോ.

ചന്ദനമരം പാമ്പുകളാൽ ചുറ്റിവരിയപ്പെട്ടിരിക്കുന്നു

അമൃതമായാലും വിഷമായാലും

പാമ്പ് സ്പർശിച്ചതു തന്നെ.

വിളക്കുകളും ധൂപങ്ങളും അരിയും എല്ലാം അശുദ്ധമാണ്.

അനുഷ്ഠാനങ്ങളും അർച്ചനകളും

ചെയ്യാനെനിക്ക് സാധിക്കില്ല

പക്ഷേ, എന്റെ മനസ്സാലും ശരീരത്താലും

ആരാധിക്കാനെനിക്കാവും

അരൂപിയായ ദൈവത്തെ കാണുവാൻ

എന്റെ ഗുരുനാഥനെന്നെ പഠിപ്പിച്ചിട്ടുണ്ട്.

രവിദാസ് പറയുന്നു;-

നിങ്ങൾക്കെന്നെ എന്തുചെയ്യാനാകും?"

ദാദുദയാലും മറ്റ് സന്യാസകവികളും

കബീറിന്റെ പിൻഗാമികളിൽ പ്രധാനപ്പെട്ടയാളും രാജസ്ഥാനി ഭക്തകവിയുമാണ് ദാദുദയാൽ (1603). 'വിഭാഗീയതകളില്ലാത്ത മാർഗം' എന്ന അർത്ഥത്തിൽ 'നിപാംകോർ' എന്നാണ് ദാദു തന്റെ പാതയെ

വിശേഷിപ്പിക്കുന്നത്. മതസമുദായങ്ങൾക്കിടയിലെ തർക്കങ്ങൾക്ക പ്പുറം അവയ്ക്കിടയിലെ സൗഹൃദത്തിനായാണ് അദ്ദേഹം ആഗ്രഹിച്ചത്. മറ്റ പലരേയും പോലെ താൻ ഹിന്ദുവോ മുസ്ലിമോ അല്ല എന്നദ്ദേഹം അവകാശപ്പെട്ടന്നു. എല്ലാതരത്തിലുള്ള ലിഖിതരൂപങ്ങളേയും തള്ളി ക്കളഞ്ഞ ദാദു ദൈവത്തിനും മാനവികതയ്ക്കും വേണ്ടിയുള്ള വ്യക്തിപര മായ ആത്മാർപ്പണമാണ് പ്രധാനം എന്ന കരുതി. എല്ലാ മനുഷ്യരും സത്താപരമായി ഒന്നാണെന്നാണ് ദാദു തന്റെ കവിതകളിൽ ഊന്നി പ്പറയുന്നത്. വംശത്തിന്റേയും ജാതിയുടേയും നിറത്തിന്റേയും പേരിൽ മനുഷ്യനെ വർഗ്ഗീകരിക്കുന്നത് അർത്ഥശൂന്യമായ പ്രവൃത്തിയാണ്. ലോകം പല ഗണങ്ങളായിത്തിരിഞ്ഞ് ശത്രുത പുലർത്തുന്നയും അതിനെ ചോദ്യം ചെയ്യാൻ വളരെക്കുറച്ച പേർ മാത്രമേയുള്ള എന്നയും അദ്ദേഹ ത്തെ ആധിപ്പെടുത്തിയിരുന്നു.

പതിനേഴാം നൂറ്റാണ്ടിന്റെ അവസാനത്തിൽ ബീഹാറിൽ ജീവിച്ച ധർമ്മദാസ്, ദര്യ സാഹേബ്, യാരി സാഹേബ് മുതലായരും ഇതേ ആശയം വച്ച പുലർത്തുന്നവരാണ്. ജന്മത്തെ അടിസ്ഥാനമാക്കിയുള്ള ജാതിവിഭജനത്തിന്റെ അയുക്തികതയും അടിസ്ഥാനപരമായ മാനവിക ഐക്യവുമായിരുന്നു ധർമ്മദാസിന്റെ കവിതകളിലെ വിഷയം. എല്ലാ മനുഷ്യരുടേയും വിശപ്പും ദാഹവും വേദനയും ഒരുപോലെയാണ് എന്ന പറയുന്ന ദര്യ സാഹേബ് ആചാരാനുഷ്ഠാനങ്ങളിലുള്ള വ്യത്യാസം മനുഷ്യ രുടെ പദവിയിൽ വ്യത്യാസം വരുത്തുന്നതിനുള്ള മാനദണ്ഡമാക്കുന്നത് ശരിയല്ല' എന്ന പറയുന്നു. 'സ്വർണം ഉരുകിയ രൂപത്തിലായാലും ആഭര ണത്തിന്റെ രൂപത്തിലായാലും സ്വർണം തന്നെയാണ്. അതിലേതാണ് ഉയർന്നത്, ഏതാണ് താഴ്ന്നത് എന്ന് എങ്ങനെ പറയാനാകും' എന്ന് യാരി സാഹേബ് തന്റെ കവിതയിലൊരിടത്ത് പറയുന്നു.

ഗുരുനാനാക്ക്

ഒരു പുതിയ വിശ്വാസ സംഹിതയ്ക്ക് - സിഖ് മതത്തിന് അടിത്തറയിട്ട വ്യക്തിയാണ് ഗുരുനാനാക്ക് (1469-1546). മറ്റ പല ഭക്തകവികളെക്കാ ളും സ്വാധീനശക്തിയുണ്ടായിരുന്ന അദ്ദേഹത്തിന്. വളരെ ലളിതമായ, സാമാന്യമായ പഞ്ചാബിഭാഷയിൽ ദൈവവും മനുഷ്യനും തമ്മിലും മനുഷ്യനും മനുഷ്യനും തമ്മിലുമുള്ള ശരിയായ ബന്ധത്തെക്കുറിച്ച് അദ്ദേഹം സംസാരിച്ചത് ജനങ്ങളുടെ ശ്രദ്ധയാകർഷിച്ചു. പഞ്ചാബിലെ ജനങ്ങളിലധികവും താഴ്ന്ന ജാതിവിഭാഗങ്ങളിൽപ്പെട്ടവരായിരുന്നതി നാൽ ബ്രാഹ്മണസമൂഹം ഒരു അധഃകൃതദേശമായാണ് പഞ്ചാബിനെ വീക്ഷിച്ചിരുന്നത്. അവിടെ വിവിധ വംശങ്ങളും സ്വത്വസമൂഹങ്ങളും

കുടിക്കലർന്നാണ് ജീവിച്ചിരുന്നത്. ഈ വിവിധ സംസ്കാരങ്ങളെ ഇണക്കിച്ചേർക്കുന്നതിൽ ഗുരുനാനാക്കിന്റെ ഇടപെടൽ നിർണാ യകമായിരുന്നു. പഞ്ചാബി ജനതയുടെ മതപരവും സാമൂഹികവും രാഷ്ട്രീയവുമായ കാഴ്ചപ്പാടുകളെ വലിയൊരളവിൽ പരിവർത്തിപ്പിക്കാൻ ഗുരുനാനാക്കിന്റെ ചിന്തകൾക്കു കഴിഞ്ഞു.

സിഖ് മതത്തിന്റെ സ്ഥാപകൻ എന്ന നിലയിൽ ജാതിയുടെയും മതത്തിന്റെയും അനുഷ്ഠാനങ്ങളുടേയും പേരിലുള്ള വിഭാഗീയതകളെ ശക്തമായി ആക്രമിച്ച ഗുരുനാനാക്ക് സാർവ്വലൗകികമായ ഒരു മതത്തിനു വേണ്ടിയാണ് പ്രവർത്തിച്ചത്. യഥാർത്ഥ അറിവിനാണ് അദ്ദേഹം ഊന്നൽ നൽകിയത്. ആ അറിവാകട്ടെ തന്റെ സഹജീ വികളോടുള്ള സ്നേഹത്തിലൂടെയും കാരുണ്യത്തിലൂടെയും ആവി ഷ്ക്കരിക്കപ്പെടുന്നതാണ്. സഹജീവി സ്നേഹവും കരുണയുമാണ് യഥാർത്ഥത്തിലുള്ള ആത്മീയമായ ഉണർവ്വ് എന്നദ്ദേഹം ഓർമ്മിപ്പി ച്ചു. മതമെന്നാൽ ഉരുക്കഴിക്കുന്ന വാക്കുകളല്ല, അത് ചിന്തയുടെ ഔന്നത്യവും പെരുമാറ്റത്തിന്റെ മഹത്വവുമാണ്. എല്ലാ മനുഷ്യരേയും തുല്യരായി കാണുകയും പരിചരിക്കുകയും ചെയ്യുന്നവരാരോ അവരാണ് യഥാർത്ഥ മതവിശ്വാസികൾ എന്നാണ് ഗുരു നാനാക്ക് കരുതിയത്.

ഭരണവർഗ്ഗത്തോട്, അവർ ഹിന്ദുവായാലും മുസ്ലീമായാലും അദ്ദേഹം യാതൊരു കൂറും പ്രകടിപ്പിച്ചിരുന്നില്ല. പുരോഹിതവർഗ്ഗത്തോട്ടും അനുഭാവം പ്രകടിപ്പിച്ചില്ല. അദ്ദേഹം തന്നെ സാധാരണക്കാരുടെ പ്രതിനിധിയായി കണ്ടു. ജനങ്ങളുടെ നിസ്സഹായതയും അജ്ഞതയും ദുരിതങ്ങളും അദ്ദേഹത്തെ വളരെയധികം വേദനിപ്പിച്ചു. ആരുടേയും മോക്ഷത്തെ അഥവാ സ്വാതന്ത്ര്യത്തെ തടയാൻ ആർക്കുമാവില്ല എന്ന തായിരുന്നു നാനാക്ക് ലോകത്തിനു നൽകിയ സന്ദേശം.

എല്ലാവരേയും ഉൾക്കൊള്ളുക എന്ന ഗുരുനാനാക്കിന്റെ കാഴ്ചപ്പാട് വിഭാഗീയ പ്രത്യയശാസ്ത്രവുമായി എല്ലായ്പ്പോഴും ഇടഞ്ഞു. അദ്ദേഹം ബ്രാഹ്മണരുടെ പ്രമാണങ്ങളെ തള്ളിക്കളഞ്ഞു. ഇതിഹാസകഥകളെ പരിഹസിച്ചു. വിഗ്രഹാരാധനയെ എതിർത്തു. അന്ധവിശ്വാസവും തെറ്റായ പ്രതീക്ഷകളും നൽകി സാമാന്യ ജനതയെ പറ്റിക്കുന്ന പുരോ ഹിതവർഗത്തെ വിമർശിച്ചു. മതത്തിന്റെ വഴി മാനവികതയിൽനിന്നും വ്യത്യസ്തമായിരുന്നില്ല. ആത്യന്തികമായ യാഥാർത്ഥ്യത്തെ പ്രതിനി ധീകരിക്കുന്ന ഒന്നിനെയല്ല അദ്ദേഹം സത്യം എന്നു വിളിച്ചത്. സത്യം എന്നതിനു ബ്രഹ്മം എന്നല്ല അർത്ഥം. സാമൂഹികമായ പെരുമാറ്റരീ തികളുടെ അടിസ്ഥാനമായി പ്രവർത്തിക്കുന്ന പ്രായോഗിക തത്വങ്ങ ളാണ് സത്യം. ഈ ലോകം മിഥ്യയാണെന്നു പറഞ്ഞ് കുടുംബപരവും സാമൂഹികവുമായ ഉത്തരവാദിത്തങ്ങൾ ഉപേക്ഷിക്കുന്നത് ശരിയല്ല

എന്നായിരുന്നു ഗുരുനാനാക്കിന്റെ അഭിപ്രായം. നമ്മുടെ ജീവിതത്തിൽ നമുക്ക് ചില ഉത്തരവാദിത്തങ്ങളുണ്ട്. അത്ര നാം നിറവേറ്റണം. ചിന്ത യില്ലൂടെയും പ്രവൃത്തിയില്ലൂടെയും നമ്മുടെ കഴിവുകൾ ഉപയോഗിച്ച് നാം നമ്മെത്തന്നെ പുനർരചിക്കണം. ധാർമികമായ ജീവിതത്തിലാണ് അദ്ദേഹം ഊന്നിയത്. സത്യം ഉന്നതമാണ്, എന്നാൽ അതിനെക്കാൾ ഉന്നതിയിലാണ് സത്യാത്മകമായ ജീവിതം. തന്നെ പിന്തുടരുന്നവർക്ക് ആത്മസാക്ഷാത്കാരത്തിനായി അദ്ദേഹം നിർദ്ദേശിച്ച മാർഗ്ഗങ്ങൾ വളരെ ലളിതമാണ്. ഉൽപ്പാദനക്ഷമമായ പ്രവൃത്തികളിൽ പങ്കെടുക്കുക, ശരിയായ രീതിയിൽ പെരുമാറുക എന്നിവയാണവ. ആരാണോ സ്വന്തം വിയർപ്പുകൊണ്ട് അപ്പം നേടുകയും അത് മറ്റുള്ളവരുമായി പങ്കിടുകയും ചെയ്യുന്നത് അവരാണ് ശരിയായ വഴിയിൽ സഞ്ചരിക്കുന്നവർ. സ്വന്തം അഹങ്കാരത്തോട് അറുതിയില്ലാത്ത സമരത്തിൽ ഏർപ്പെടുകയും സാമൂഹിക ബന്ധങ്ങളിലെ തെറ്റിനെ എതിർക്കാൻ ധീരത പ്രകടിപ്പി ക്കുകയും വേണം.

സിഖ്മതത്തിന്റെ പ്രമാണഗ്രന്ഥമായ 'ആദിഗ്രന്ഥിൽ' ഗുരുനാനാക്കി ന്റെ കവിതകൾക്കും വചനങ്ങൾക്കുമൊപ്പം കബീറിൽനിന്നും രവിദാസി ൽനിന്നും സ്വീകരിച്ച കവിതകളും കാണാം. ഇതിൽ ജാതിയെ സിദ്ധാ ന്തപരമായും പ്രയോഗപരമായും എതിർക്കുന്നുണ്ട്. ഗുരുനാനാക്കിനെ സംബന്ധിച്ച് അനേകം കഥകളുണ്ട്. സയ്യിദ്പൂർ എന്ന സ്ഥലത്ത് ലാലോ എന്ന ആശാരിയുടെ വീട്ടിലാണ് നാനാക്ക് താമസിച്ചത്. മാലിക് ബാഗോ എന്ന സമ്പന്നന്റെ ക്ഷണം നിരസിച്ചായിരുന്നു ഇത്. ഈ നാരാസത്തിനു കാരണമായി അദ്ദേഹം പറഞ്ഞത് സമ്പന്നൻ പാവങ്ങളെ ചൂഷണം ചെയ്ത സമ്പന്നനായവനാണ്, എന്നാൽ ആശാരി അന്നന്നത്തെ അധ്വാനം കൊണ്ടു ജീവിക്കുന്നവനാണ് എന്നാണ്. തന്റെ അനുഗാമികളെല്ലാം ഒന്നിച്ചിരുന്ന ഭക്ഷണം കഴിക്കണം എന്നതും അദ്ദേഹത്തിന്റെ ആദർശമായിരുന്നു. ഇതിനെ 'ലാൻഗാർ' എന്നാണ് പറഞ്ഞിരുന്നത്.

പഞ്ചാബ് അധ്വാനവർഗ്ഗത്തിന്റെ ഇടമായിത്തീരാനുള്ള പ്രധാന കാരണം അധ്വാനത്തിന്റെ മാന്യതയ്ക്കും സമത്വത്തിനും ഗുരുനാനാക്ക് നൽകിയ പ്രാധാന്യമാണ്. ഇത് സിഖ്മതക്കാരെ കഠിനാധ്വാനികളാക്കി ത്തീർത്തു. നാനാക്കിന്റെ പിൻമുറക്കാരിൽ അവസാനത്തെ ഗുരുവായ ഗുരുഗോബിന്ദ് സിംഗിന്റെ നിർദ്ദേശപ്രകാരം സിഖ്മതക്കാരായ സ്ത്രീകൾ 'കൗർ' എന്നും പുരുഷന്മാർ 'സിംഗ്' എന്നും തങ്ങളുടെ പേരിന്റെ കൂടെ ചേർക്കണമെന്നു തീരുമാനിക്കുകയുണ്ടായി. ജാതി അസംബന്ധമാണെ ന്നു തെളിയിക്കുന്നതിനായിരുന്നു ഇത്. ഈ അർത്ഥത്തിൽ പരിശോ ധിച്ചാൽ ഇന്ത്യൻ സംസ്കാരത്തിന്റെ മാനവികമായ ഉള്ളടക്കത്തിനു

വളരെയധികം സംഭാവന നൽകിയവരാണ് സിഖ് ഗുരുക്കന്മാർ എന്നു കാണാം.

സാമാന്യമായി ഭക്തിപ്രസ്ഥാന കവികൾ എല്ലാത്തരം വിഭാഗീ യതകളേയും എതിർത്തവരാണ്. അവരിലധികംപേരും സ്ത്രീ-പുരുഷ സമത്വവാദികളായിരുന്നു. അതിനാൽ അവർ സ്ത്രീകളുടെ ഉന്നമനത്തിൽ താൽപര്യമെടുക്കുകയും സ്ത്രീകൾ പുരുഷന്മാർക്കൊപ്പംതന്നെ പരിഗണി ക്കപ്പെടുന്നുവെന്ന് ഉറപ്പുവരുത്തുകയും ചെയ്തു.

മീരാഭായ്

രാജസ്ഥാനിലെ രജപുത്രവംശത്തിൽ പിറന്ന, രാജകുമാരിയായ മീരാഭായ് ഹിന്ദിയിൽ ധാരാളം ഭക്തികവിതകളെഴുതിയിട്ടുണ്ട്. രാജ കീയമായ തടവറയിൽനിന്നു പുറത്തുവന്നു രവിദാസിന്റെ ശിഷ്യയാ യിത്തീർന്നവരാണവർ. ഉന്നതകുലജാതയായ ഒരു രാജകുമാരി, ഒരു അസ്പൃശ്യനെ തന്റെ ഗുരുവായി സ്വീകരിക്കുകയെന്നത് ജാതിക്കോയ്മയെ എതിർക്കുന്ന വിപ്ലവം തന്നെയായിരുന്നു. തന്റെ കൊട്ടാരം വിട്ടിറങ്ങിയ മീരാഭായ് രാജസ്ഥാനിലെ അധഃകൃതജനവിഭാഗങ്ങൾക്കിടയിൽ പുതിയൊരു സമുദായത്തെ കണ്ടെത്തുകയായിരുന്നു. അധ്വാനിക്കുന്ന മനുഷ്യരുമായി മീരാഭായ് ബന്ധം സ്ഥാപിച്ചു. അവർക്കുണ്ടായ ഭൗതിക നഷ്ടങ്ങളെ തന്റെ സൗഹൃദം കൊണ്ട് പൂരിപ്പിച്ചു. കായികാധ്വാനത്തിന്റെ മൂല്യമെന്താണ് എന്നവർ മനസ്സിലാക്കി. ഉകൽ ഊറയ്ക്കിട്ടുന്നതും വൃത്തി യാക്കുന്നതുമെല്ലാം മൂല്യമുള്ള പ്രവൃത്തിയാണെന്ന തിരിച്ചറിവ് അവർ കവിതയിൽ രേഖപ്പെടുത്തുന്നു.

'തന്റെ ഗുരുവായ രവിദാസിനെ കണ്ടെത്തി

കാൽക്കൽ നമസ്കരിച്ച്, അനുഗ്രഹത്തിനായി യാചിച്ചു.

എനിക്ക് ജാതി വിഭാഗീയതകളുമായി യാതൊരു ബന്ധവുമില്ല

ലോകം എന്തെങ്കിലും ചെയ്യട്ടെ

ഞാനെന്റെ മനസും ആത്മാവും ശരീരവും താങ്കൾക്കു സമർപ്പിക്കുന്നു.

മൃഗങ്ങളുടെ തൊലിയുരിഞ്ഞതിൽ

ചായം തേക്കലാണെന്റെ ജോലി

ഇതെന്റെ പ്രിയ ജോലി

അതിൽ ഞാനെന്റെ

ആത്മാവിനും നിറം ചാർത്തുന്നു.

വിപ്ലവകരമായ ജീവിതമായിരുന്നു മീരയുടേത്. ഉന്നതകുലജാതനായ ഭർത്താവിനെ ഉപേക്ഷിച്ചു. അസ്പൃശ്യനായ രവിദാസിനെ ഗുരുവായി സ്വീകരിച്ചു. സന്ന്യാസികളോടൊപ്പം ചേർന്ന്, അധഃകൃതജനതയെ സ്നേഹിച്ചു. അവരോടൊപ്പം ജീവിച്ചു. അതിനാൽ തന്നെ രജപുത്രർ തങ്ങളുടെ കുലത്തിന അപഖ്യാതി വരുത്തിയവളായാണ് മീരയെ കണ്ടത്. മീരയുടെ ഭർത്താവ് മീരയെ തിരികെ കൊണ്ടുവരാൻ ശ്രമങ്ങൾ നടത്തിയതായി കഥകളുണ്ട്. അതിനുശേഷം മീരയെക്കുറിച്ച് അറിവു കളൊന്നുമില്ല. അവർ ചരിത്രത്തിൽനിന്നും അപ്രത്യക്ഷയാവുന്നു. മീര ഭർത്താവിനാൽ കൊല്ലപ്പെട്ടതാകാം എന്നാണ് മീരയെക്കുറിച്ച പഠിച്ച പരിതമുക്ത രേഖപ്പെടുത്തുന്നത്.

ബ്രാഹ്മണികമായ പ്രതിതരംഗം

ഭക്തിപ്രസ്ഥാനത്തിന്റെ വിധ്വംസാത്മകതയിൽ പരിഭ്രാന്തരായ ജാതി-വർണാശ്രമ പ്രത്യയശാസ്ത്രവക്താക്കളായ സവർണർ, ('ജാതി ഹിന്ദുക്കൾ' എന്ന മതിയാകുമോ?) ഭക്തിപ്രസ്ഥാനത്തിന്റെ വിപ്ലവപര തയെ അതിനുള്ളിൽനിന്നുതന്നെ തകർക്കണം എന്ന ലക്ഷ്യത്തോടെ ഭക്തിപ്രസ്ഥാനത്തിനകത്തേക്ക് പ്രവേശിക്കാനാരംഭിച്ചു. ചൈതന്യ, സൂർദാസ്, തുളസിദാസ്, വല്ലഭാചാര്യ, വിദ്യാപതി മുതലായവർ സഗുണ ഭക്തി പ്രചരിപ്പിച്ചുകൊണ്ട് ഭക്തിപ്രസ്ഥാനത്തിന്റെ ഭാഗമായവരാണ്. രാമഭക്തനായ തുളസിദാസ് ഒഴികെ ബാക്കിയുള്ളവർ കൃഷ്ണഭക്തരാ യിരുന്നു. വർണാശ്രമധർമത്തിന്റെ സംരക്ഷകനായ നായകൻ എന്ന നിലയിലാണ് തുളസിദാസ് രാമനെ അവതരിപ്പിക്കുന്നത്. വർണാശ്രമ വ്യവസ്ഥയെ തകർക്കാതെ, അതിനകത്തു നിൽക്കുന്ന സൗഹൃദത്തേ യും സ്നേഹത്തേയും സദാചാരത്തേയും കുറിച്ചാണവർ പറഞ്ഞത്. തുളസിദാസിന്റെ 'രാമചരിതമാനസി' ൽ സീതയെ സന്ദർശിക്കുന്ന അനസൂയ സ്നേഹത്തേക്കാളും കരുണയെക്കാളും സത്യത്തേക്കാളും മുകളിലാണ് ജാതിമര്യാദകളെന്നു സീതയെ ഉപദേശിക്കുന്നുണ്ട്. നിർഗ ണഭക്തി പ്രചരിപ്പിച്ച ഭക്തിപ്രസ്ഥാന നായകരെ അട്ടിമറിച്ചുകൊണ്ട് ശാസ്ത്രത്തിന്റെ അപ്രമാദിത്തവും നല്ല ജീവിതത്തിന ജാതിമര്യാദകൾ നിലനിൽക്കേണ്ടതിന്റെ അനിവാര്യതയും പ്രചരിപ്പിക്കുകയാണ് ഇവർ ചെയ്തത്. അവരെ സംബന്ധിച്ച് സാമൂഹികമായ സ്ഥിരതയെന്നത് ജാതിയുടെ അനിവാര്യതയിലാണ്, ജാതിക്രമത്തിനകത്തുനിന്നുകൊ ണ്ടുള്ള മോക്ഷം എന്നതായിരുന്നു അവരുടെ സങ്കല്പം. സഗുണഭക്തിയെ ഉയർത്തിപ്പിടിച്ചവരെല്ലാം സവർണരായിരുന്നു എന്നതും പ്രസക്ത മാണ്.

ഈ സവർണ ഭക്തികവികൾ സഗുണഭക്തി തിരഞ്ഞെടുത്തതിന് പിന്നിൽ ചില വസ്തുതകളുണ്ട്. ഈശ്വരാരാധനയുടെ പേരിൽ വിഗ്രഹാരാധനയും രൂപാരാധനയും ആരംഭിക്കുന്നതിന് പിന്നാലെ അതുമായി ബന്ധപ്പെട്ട പുരാണകഥകളും അവതാര കഥകളും കയറിവരും. ഇവ ബ്രാഹ്മണ പ്രത്യയശാസ്ത്രത്തെ ഉറപ്പിക്കുന്ന ലിഖിതരൂപങ്ങളാണ്. സഗുണഭക്തിയുടെ പേരിൽ ബ്രാഹ്മണ പ്രത്യയശാസ്ത്രത്തെ പുനരുജ്ജീവിപ്പിക്കുകയായിരുന്നു ഇവരുടെ ലക്ഷ്യം. ദേവന്മാരും അവതാരങ്ങളും അവരുടെ ലീലകളും ബോധപൂർവ്വം തിരികെ കൊണ്ടുവരപ്പെട്ടവയാണ്. അതുകൊണ്ട് സഗുണ-നിർഗുണ സംഘർഷമെന്ന് സമൂഹത്തിലെ ജാതിവരേണ്യരും ഭൂരിപക്ഷം വരുന്ന കീഴാളജനതയും തമ്മിലുള്ള വൈരുധ്യത്തെ സൂചിപ്പിക്കുന്നതാണ്. 'രാമചരിതമാനസി'ൽ ഉത്തരകാണ്ഡത്തിൽ കലിയുഗം വരുന്നതിനെക്കുറിച്ച് വിലപിക്കുന്ന തുളസിദാസ് കലിയുഗത്തിന്റെ ലക്ഷണമായി പറയുന്നത് ശൂദ്രന്മാർ പൂജാരികളാകുന്നതിനെക്കുറിച്ചാണ്. അധഃസ്ഥിതജാതികളിൽ നിന്നും മതപുരോഹിതർ ഉണ്ടായിവരുന്നതിനോട് എത്ര അവജ്ഞയും പുച്ഛവുമായിരുന്ന തുളസിദാസിന് എന്നറിയാൻ ഈ വരികൾ മതിയാകും. "വർണാശ്രമധർമപ്രകാരം താഴ്ന്ന ജാതിയിൽപ്പെട്ടവരായ വാണിയർ, കുംഭാരൻ, നായാടികൾ, കിരാതന്മാർ, വാറ്റുകാർ മുതലായവർ മുടിമൊട്ടയടിച്ച്, ഭിക്ഷാദേഹികളായി മതാചാര്യരായി പ്രത്യക്ഷപ്പെടുന്ന കാലമാണിത്." കലിയുഗത്തിൽ ശൂദ്രന്മാർ വിജ്ഞാനികളായ ബ്രാഹ്മണർക്കു തുല്യരായി സ്വയം കരുതുകയും ബ്രാഹ്മണരുമായി സംവാദത്തിലേർപ്പെടുകയും സമൂഹത്തെയും വ്യവഹാരങ്ങളേയും കുറിച്ച് സംസാരിക്കാൻ തുടങ്ങുകയും ചെയ്യുന്നതിനെ തുളസിദാസ് അധിക്ഷേപിക്കുന്നുണ്ട്.

"ഞങ്ങളെന്താ മോശക്കാരാണോ എന്ന ചോദിച്ച് ശൂദ്ര് ബ്രാഹ്മണരുമായി സംവാദത്തിലേർപ്പെടുന്ന കാലം. ശൂദ്ര് ബ്രാഹ്മണർക്ക് മതം പഠിപ്പിക്കുന്ന കാലം" (ശൂദ്ര് ബ്രാഹ്മണനെ മതം പഠിപ്പിച്ചാൽ ബ്രാഹ്മണന്റെ അടുത്ത ജന്മം പോലും നാശമാകും. ശൂദ്ര് ഉയർന്ന സ്ഥാനത്തിരുന്ന് പുരാണങ്ങൾ വ്യാഖ്യാനിക്കുന്നയും സ്വന്തം ഇഷ്ടപ്രകാരം കാര്യങ്ങൾ ചെയ്യുന്നയും ധാർമ്മിക അധഃപതനത്തിലേക്ക് നയിക്കുന്നവെന്നും അദ്ദേഹം പറയുന്നു).

തുളസിദാസിന്റെ രാമൻ കബീറിന്റേയും നാനാക്കിന്റേയും രാമനെപ്പോലെ രൂപരഹിതനല്ല, ആ രാമൻ ഒരു രാജാവിന്റെ മകനായി ജനിച്ച്, വർണാശ്രമധർമ്മവ്യവസ്ഥ സംരക്ഷിക്കാനായി നിലകൊണ്ട ദൈവാവതാരമാണ്. വാൽമീകിയുടെ സംസ്കൃത രാമായണവും

ജാതിയുടെ ശക്തിയാണ് കാണിക്കാൻ ശ്രമിക്കുന്നത്. ബുദ്ധൻ കള്ള നാണെന്നം, ബുദ്ധന്റെ ഉപദേശങ്ങൾ സ്വീകരിച്ച് ദൈവങ്ങളിൽ വിശ്വ സിക്കാതിരിക്കാതിരിക്കുന്നവർ ശിക്ഷിക്കപ്പെട്ടും എന്നം വാൽമീകിയുടെ രാമൻ അയോദ്ധ്യാകാണ്ഡത്തിൽ പറയുന്നുണ്ട്. ഇതേ വസ്തുതകളുടെ പുനരാഖ്യാനം നടത്തി, ബ്രാഹ്മണപ്രത്യയശാസ്ത്രത്തെ പുനഃസ്ഥാ പിക്കുകയാണ് തുളസിദാസ് ചെയ്യുന്നത്. ബ്രാഹ്മണപ്രത്യയശാസ്ത്ര ത്തെ പവിത്രീകരിക്കുന്ന കഥ എന്ന നിലയിലാണ് ശംബുകന്റെ കഥ തുളസിദാസ് അവതിരിപ്പിക്കുന്നത്. തപസ്സിരിക്കാൻ അർഹനല്ലാത്ത ശൂദ്രനായ ശംബുകന്റെ തപസ്സ് മൂലം ബ്രാഹ്മണകുമാരൻ മരിച്ച എന്നാണ് കഥ. ബ്രാഹ്മണർ ഇത് രാമനെ അറിയിക്കുന്നു. ജാതിധ ർമ്മം ലംഘിച്ച് ശംബുകനെന്ന ശൂദ്രൻ തപസുചെയ്തതിനാലാണ് ഈ അനർത്ഥമുണ്ടായതെന്ന് രാമനെ ചിലർ ഉപദേശിച്ചു. ഇതുകേട്ട രാമൻ നേരേ വന്ന ശംബുകന്റെ തലയറുത്തുകൊന്നു. ഇതുകണ്ട് ദേവകൾ പുഷ്പവൃഷ്ടി നടത്തി. മരിച്ചപോയ ബ്രാഹ്മണകുമാരൻ പുനർജനിച്ചു. ഈ കഥ ബ്രാഹ്മണരുടെ സ്വാർത്ഥതാൽപര്യം സംരക്ഷിക്കുന്നതിനായി സൃഷ്ടിക്കപ്പെട്ടതാണ്. ഇത്തരം കഥകൾ മനുഷ്യത്വരഹിതമായ ക്രൂരക്യ ത്യത്തെ മഹത്വവൽക്കരിക്കുന്നു. അതു ചെയ്യുന്നതാകട്ടെ മര്യാദാപുര ഷോത്തമനായ രാമനും. അറിവ് ബ്രാഹ്മണരുടെ കുത്തകയാവുകയും, അതിനനുസരിച്ച് അവർ മേൽക്കോയ്മ നേടുകയും ചെയ്യു സമൂഹത്തിൽ ഈ കഥ സൃഷ്ടിക്കപ്പെട്ടതിൽ അത്ഭുതമില്ല. രാമൻ ജാതിവ്യവസ്ഥയുടെ സംരക്ഷകൻ മാത്രമല്ല, പുരുഷാധിപത്യത്തിന്റെ സംരക്ഷകൻ കൂടി യായിരുന്നു. പാതിവ്രത്യം തെളിയിക്കാൻ സീതയോട് അഗ്നിപരീക്ഷ നേരിടാൻ പറഞ്ഞവനാണ് രാമൻ. മാത്രമല്ല ഗർഭിണിയായ ഭാര്യയെ അയാൾ കാട്ടിലുപേക്ഷിക്കുന്നു.

എന്തുകൊണ്ടായിരിക്കും തുളസിദാസ് രാമനെത്തന്നെ തന്റെ ആഖ്യാനത്തിനു തിരഞ്ഞെടുത്തത്. ജാതിയുടെ സങ്കുചിതബോധത്തി ന്റെ പ്രകടനമാണ് വാസ്തവത്തിൽ രാമൻ നിർവ്വഹിച്ചത്. തുളസിദാസി നെപ്പോലെ ജാത്യാഭിമാനമുള്ളയാൾക്ക് ഇതിൽപ്പുറം ജനപ്രിയമായ, പ്രതികാരബുദ്ധിയോടെ ബ്രാഹ്മണപ്രത്യയശാസ്ത്രം പ്രചരിപ്പിക്കുവാ നുതകുന്ന മറ്റൊരു ആഖ്യാനം ഇല്ല എന്നതിനാലാണിത്. മനുവിനെ പിന്തുടർന്നുകൊണ്ട് തന്റെ ലക്ഷ്യങ്ങളെക്കുറിച്ച് ഇങ്ങനെ പറയുന്ന ; - "ഒരു ബ്രാഹ്മണൻ നിങ്ങളെ ശപിക്കുകയോ, അടിക്കുകയോ, നിങ്ങളോടു മോശമായി പെരുമാറുകയോ ചെയ്യാലും നിങ്ങളവരെ ആദരിക്കണം എന്നാണ് മഹത്തുക്കൾ പറയുന്നത്" എന്നൊരു വരി രാമചരിതമാനസത്തിലുണ്ട്. രാമന്റെ വാക്കുകളെന്ന നിലയിൽ ഇത്

നിരന്തരം ആവർത്തിക്കപ്പെടുന്നു.

ഒരു ശൂദ്രന എത്ര അറിവുണ്ടായാലും, ഉയർന്ന മൂല്യങ്ങളുണ്ടായാലും അയാൾ ആരാധിക്കപ്പെടേണ്ട ആളല്ല. ഒരു ബ്രാഹ്മണൻ എത്ര മോശപ്പെട്ടവനായാലും അയാൾ ആദരവിന് അർഹനാണ് എന്നു തുളസിദാസ് രാമനെക്കൊണ്ട് പറയിപ്പിക്കുന്നു. തന്റെ ലക്ഷ്യസാധ്യ ത്തിനുള്ള എളുപ്പമാർഗ്ഗമായാണ് തുളസിദാസ് രാമനെ കണ്ടെത്തിയത്. രവിദാസ് മുന്നോട്ടുവെച്ച യുക്തിപരമായ ജാതിവിമർശനത്തിനെതിരെ ബ്രാഹ്മണപക്ഷത്തുനിന്നു തിരിച്ചടിക്കുക എന്നതായിരുന്നു തുളസി ദാസിന്റെ ലക്ഷ്യം. തുളസിദാസ് നടത്തുന്ന ബ്രാഹ്മണപ്രശംസകൾ വാസ്തവത്തിൽ രവിദാസിനുള്ള മറുപടികളാണ്. "വിലകെട്ട ഒരു ബ്രാ ഹ്മണനെ പൂജിക്കാൻ പോകരുത്, എന്നാൽ അറിവും കഴിവുമുള്ള ഒരു ദലിതനെ ബഹുമാനിക്കണം" എന്നു രവിദാസ് പറഞ്ഞതിനുള്ള മറുപടിയാണ് രാമനെക്കൊണ്ട് തുളസീദാസ് പറയിപ്പിക്കുന്നത്.

ഏറ്റവും മോശപ്പെട്ട ഭാഷയിൽ, സ്ത്രീകൾക്കെതിരെ വിഷലിപ്തമായ സംസാരിക്കുന്നത് തുളസീദാസിന്റെ പതിവാണ്. സ്ത്രീകൾക്ക് കലി യുഗത്തിൽ സംഭവിക്കുന്ന തകർച്ചയെപ്പറ്റി ഉത്തരകാണ്ഡത്തിൽ തുളസീദാസ് പറയുന്നുണ്ട്.

"സ്ത്രീകൾക്ക് കലിയുഗത്തിൽ മുടിയല്ലാതെ മറ്റ് ആഭരണങ്ങളൊന്നുമു ണ്ടാവില്ല. അവരുടെ ആർത്തി എത്രയായാലും തീരില്ല."

"അവർക്ക് പണമില്ലെങ്കിലും അവർ പലതരം ആഗ്രഹങ്ങൾ കൊണ്ട് സമ്പന്നകളായിരിക്കും"

'അവർ വിഡ്ഢികളായിരിക്കും, ഒട്ടും നൈർമല്യമുണ്ടാവില്ല. എപ്പോഴും സന്തോഷത്തിന്റെ പിന്നാലെ പോയിക്കൊണ്ടിരിക്കും."

അവരുടെ മനസ് യാതൊരു മാർദ്ദവവുമില്ലാത്ത കല്ലായിരിക്കും."

ബ്രാഹ്മണ സമുദായത്തിനു വേണ്ടി പ്രതിരോധം തീർക്കാൻ സ്വയം കച്ചകെട്ടിയിറങ്ങിയ ആളാണ് തുളസീദാസ് എന്നു തീർച്ചയാണ്. അധഃസ്ഥിതവിഭാഗങ്ങളിൽനിന്നും സാംസ്കാരികനായകർ ഉണ്ടായി വരുന്നതില്ലുള്ള അസ്വസ്ഥതയാണ് തുളസിദാസ് പ്രകടിപ്പിക്കുന്നത്. അധഃസ്ഥിതജനത സ്വയംചിന്തിക്കാൻ ഇടങ്ങിയിരിക്കുന്നു. തന്റെ പട്ട ണമായ വാരാണസിയിൽ കബീറും രവിദാസുമെല്ലാം വലിയ അളവിൽ ആദരിക്കപ്പെടുന്നയും ബ്രാഹ്മണപ്രത്യയശാസ്ത്രത്തെ നിശിതമായി വിമ ർശിക്കുന്ന കവിതകൾക്ക ലഭിച്ച ജനപ്രിയതയും കണ്ടുള്ള അസ്വസ്ഥ തയിൽനിന്നാണ് തുളസീദാസിന്റെ പ്രവർത്തനങ്ങൾ ആരംഭിക്കുന്നത്.

	കണ്ണാടിയും കുമ്പസാരവും

ഉപസംഹാരം

ഭക്തിപ്രസ്ഥാനം കീഴാളരായ സന്യാസികവികളുടെ പ്രസ്ഥാന മാണ്. അവർ മധ്യകാല ഇന്ത്യയിൽ നിലനിന്ന സാമൂഹ്യക്രമത്തേയും മതാത്മകക്രമങ്ങളേയും വെല്ലുവിളിച്ചവരാണ്. സുൽത്താൻമാർ പഴയ ക്ഷത്രിയ രാജാക്കന്മാരെപ്പോലെ ബ്രാഹ്മണാധികാരത്തെ തൃപ്തിപ്പെ ടുത്തുന്നവരായിരുന്നില്ല എന്നത് ഭക്തിപ്രസ്ഥാനത്തിന്റെ വളർച്ചയ്ക്ക് പ്രചോദനം നല്കി. ബ്രാഹ്മണ ശക്തികൾ വെറുതെയിരുന്നില്ല. അവർ ഭക്തിപ്രസ്ഥാനത്തിലേക്ക് നുഴഞ്ഞുകയറുകയും അയോധ്യയിലെ രാജാവായ രാമന്റെ കഥയെ തിരികെ ആവാഹിക്കുകയും ചെയ്തു. ശംബൂകന്റെ ഘാതകൻ ബ്രാഹ്മണരുടെ സാമൂഹിക അധീശത്വം ഉറപ്പിക്കുന്നതിനു ഒരിക്കൽക്കൂടി അവരെ സഹായിച്ചു. ധാർമ്മികമായി വിമർശനം നടത്തേണ്ട രാമചരിതമാനസം ബ്രാഹ്മണപ്രത്യയശാസ്ത്ര ത്തേയും ജാതിവ്യവസ്ഥയേയും മഹത്വവൽക്കരിക്കുന്നതിനും അവയെ പുനരാനയിക്കുന്നതിനുമുള്ള ഒരു വാഹകമായിത്തീർന്നു. ഇങ്ങനെ ഭക്തിപ്രസ്ഥാനത്തിന്റെ മാനവിക മൂല്യങ്ങളും സമത്വമെന്ന ആദർശവും പതിയെ ഞെരിഞ്ഞു തകർന്നു. ഉത്തരേന്ത്യൻ ഭക്തിപ്രസ്ഥാനത്തിലെ അവസാന കവി തുളസീദാസാണ്. വർണാശ്രമധർമത്തെ ആഘോഷി ക്കുന്ന ഒരു കവിയോടുകൂടി ഭക്തിപ്രസ്ഥാനം അവസാനിച്ചു.

മതത്തിനകത്ത് രൂപപ്പെട്ട വിപ്ലവപ്രസ്ഥാനമാണ് ഭക്തിപ്രസ്ഥാനം എന്നതാണതിന്റെ സവിശേഷത. സാമൂഹിക-സാംസ്കാരിക മാറ്റത്തി നുള്ള പ്രചാരണമായിരുന്നു അവരുടെ മുഖ്യ പരിഗണന. മതം ഒരു ഉപശാഖമാത്രമായിരുന്നു. ഭക്തിപ്രസ്ഥാനനേതാക്കൾ മതത്തെ ബ്രാ ഹ്മണപ്രത്യയശാസ്ത്രത്തിനും ജാതീയതയ്ക്കമെതിരെയുള്ള ഒരായുധമാ യാണ് ഉപയോഗിച്ചത്. മതേതരമായ ആദർശങ്ങളോ സ്ഥാപനങ്ങളോ ഇല്ലാതിരുന്ന കാലത്ത് സാധാരണ ജനങ്ങൾക്കു മനസിലാകുന്ന മട്ടിൽ പ്രതിഷേധത്തിന്റെ ഭാഷ വികസിച്ചുവെന്നത് വളരെ പ്രധാനപ്പെട്ട വസ്തുതയാണ്. മതത്തിനകത്ത് സാമൂഹികവും രാഷ്ട്രീയവുമായ എല്ലാം ഉൾക്കൊള്ളും എന്നതിനാൽ മതമവർക്കൊരു ഉപാധിയായിരുന്നു. വരേണ്യരുടെ മിഥ്യകളെ നിരാകരിച്ച് കീഴാള സന്യാസകവികൾ പുതിയ അറിവുകൾ കൊണ്ടുവരാൻ ശ്രമിച്ചു. ജ്ഞാനത്തിന്റെ കൊട്ടങ്കാറ്റഴിച്ചുവി ട്ട് അടിമത്തത്തിന്റെ ഇരുട്ടകറ്റാനാണവർ ശ്രമിച്ചത്. ജാതി-നാട്ടുവാഴി പ്രമാണങ്ങളെ വെല്ലുവിളിച്ചവരാണ് ഭക്തികവികൾ. ലോകം അജ്ഞ തകൊണ്ടും ദാരിദ്ര്യം കൊണ്ടും ദുഃഖംകൊണ്ടും നിറഞ്ഞതാണെങ്കിലും സാമൂഹികസമത്വം, നിർമ്മാണാത്മകമായ പ്രവൃത്തി, ധാർമ്മികമായ ജീവിതം എന്നിവയില്ലൂടെ ഈ പരിമിതികളെ നമുക്ക് മറികടക്കാനാവും.

മതമെന്നത് ദീർഘകാലമായുള്ള രാഷ്ട്രീയമാണ്. റാം മനോഹർ ലോഹ്യ പറയുംപോലെ രാഷ്ട്രീയവും ഒരർത്ഥത്തിൽ മതമാണ്. ഈ സന്യാസ കവികളുടെ കാവ്യലോകത്തെ അവരുടെ സ്വാതന്ത്ര്യവാഞ്ഛയോടു കൂടിയ രാഷ്ട്രീയപ്രവർത്തനത്തിൽനിന്നും വേറിട്ട് കാണാൻ കഴിഞ്ഞില്ല. അതിനാലാണ് അവരുടെ കവിതകൾ ഇന്നും വായിക്കപ്പെടുകയും വിവർത്തനം ചെയ്യപ്പെടുകയും വ്യാപിക്കുകയും ചെയ്യുന്നത്. അവരുടെ പ്രസ്ഥാനം നശിച്ചുവെങ്കിലും വിധ്വംസകശേഷിയുള്ള അവരുടെ വാക്കുകൾ കാലത്തെ അതിജീവിച്ചു.

Bibliography

Barthwal, Pithambar Dutta. [1936] 1978. *Traditions of Indian Mysticism Based upon Nirguna School of Hindi Poetry.* Delhi: Heritage

Briggs, George W [1938] 1982. *Garakhnath and the Kanphata Yogis. Delhi:* Motilal Banarsidass.

Callewaert, Winand, with Peter Friedlander. 1992. *The Life and Works of Raidas.* Delhi: Manohar

Dalmia, Vasudha and Heinrich von Stietencron, eds. *The oxford India Hinduism Reader.* Delhi: Oxford University Press

Dharwardker, Vinay, tr. 2003. *Kabir: The Weaver"s Song.* Delhi: Penguin

Farquhar, J.N.1999. *Modern Religious Movement in India,* Delhi: Low Price Publications.

Franco, F and Sarvar V Sherry Chand. [1989] 2009. *Varna Ideology as Social Practice,* Delhi: Critical Quest.

Gramsci, Antonio. [1971] 1996. *Selection from the Prison Notebooks, tr. Quintin Hoare and Geoffery N Smith.* Chennai: Orient Longman.

Hamilton, Sue. 2006. *Indian Philosophy: A very Short Introduction. Delhi:* Oxford University Press.

Hawley, J S and Mark Juergensmeyar, eds. 1998.*Songs of the Saints of India.* New York: Oxford University Press.

യന്ത്രക്കിടാങ്ങളും എണ്ണപ്പഴുക്കളും

കഴിഞ്ഞ നൂറ്റാണ്ടിലുടനീളം നാം ഉയർത്തിപ്പിടിച്ച ആദർശമാണ് മനുഷ്യനെന്നത്. മതമേതായാലും മനുഷ്യൻ നന്നായാൽ മതി എന്ന് നാം ഉറപ്പിച്ചു. 'ഈജ് നല്ല മനുസ്യനാവാൻ നോക്ക്' എന്ന് നാം പലരേയും ഉപദേശിച്ചു. 'നമ്പൂതിരിയെ മനുഷ്യനാക്കാൻ' യത്നിച്ചു. ജാതി, മതം, ലിംഗപദവി, വംശം, ഭാഷ എന്നിവയുടെയെല്ലാം പേരിൽ നിലനിന്നി രുന്ന വിവേചനങ്ങൾ അകന്ന് നാമെല്ലാം മാനവരായിത്തീരുന്ന ഒരു കാലം വരുമെന്ന കനത്ത പ്രതീക്ഷയാണ് കഴിഞ്ഞ നൂറ്റാണ്ടിന്റെ സവിശേഷത. വിവേചനം അവസാനിപ്പിക്കേണ്ട മാർഗ്ഗത്തെപ്പറ്റി അഭിപ്രായവ്യത്യാസമുണ്ടായിരുന്നെങ്കിലും അവയുടെയെല്ലാം ലക്ഷ്യം സാർവലൗകിക മാനവികതയാണെന്ന കാര്യത്തിൽ നമുക്ക് തീർച്ച യുണ്ടായിരുന്നു. അതായത് മനുഷ്യർക്കിടയിൽ വിവേചനങ്ങൾ സൃഷ്ടി ക്കുന്ന ഘടകങ്ങൾ പ്രാചീനസമൂഹത്തിന്റെ അവശിഷ്ടങ്ങളാണെന്നും അത് ആധുനികതയുടെ ലക്ഷണമല്ലെന്നും നാം തീരുമാനിച്ചു. ആധുനി കലോകവീക്ഷണത്തിന്റെ തിളങ്ങുന്ന പ്രതീകമായി മനുഷ്യർ വിരാജിച്ചു. ജാതിമത ചിന്തകളും ലിംഗപരമായ വിവേചനങ്ങളും ഒരു യാഥാസ്ഥി തികസമൂഹത്തിന്റെ ലക്ഷണങ്ങളായി വിലയിരുത്തപ്പെട്ടു. ശാസ്ത്രം, ദേശരാഷ്ട്രം, പുരോഗതി, വികസനം, പൗരജീവിതം, സ്വാതന്ത്ര്യം, സമത്വം, സാഹോദര്യം എന്നിങ്ങനെ നിരവധിയായ ആശയങ്ങൾ പുരസ്ക്കരിക്കപ്പെട്ടു.

വേദനകൾ കഴിവെട്ടിമൂടി ശക്തിയിലേക്ക് കുതിക്കുന്ന മർത്യനെ യാണ് ഇരുപതാം നൂറ്റാണ്ടിന്റെ ഇടക്കത്തിൽ നാം കണ്ടത്. പ്രകൃതി യോടേറ്റുമുട്ടി വിജയശ്രീലാലിതനായ മനുഷ്യൻ മർത്യവീര്യംകൊണ്ട് ഏതദ്രിയേയും വെല്ലാൻ കഴിയുമെന്ന് തെളിയിച്ചു. പക്ഷെ അപ്പോഴും

ചില വൃദ്ധർക്ക് ആശങ്കയുണ്ടായിരുന്നു.

മർത്ത്യനാഗ്രഹം പർവ്വതം നീല

മുത്തുപോലെ ഉളച്ച ന്തൽ പാവാൻ;

നൽ പ്രകൃതിയെ യീശനെ നേർക്കും

നൽ പ്രയത്നമോ തൻ കുഴിവെട്ടൽ

വൈലോപ്പിള്ളി, 'മലതുരക്കൽ'

എന്നാൽ ആ വൃദ്ധരെപ്പോലും മനുഷ്യന്റെ കരുത്തെന്താണെന്ന് പുതുതലമുറ പഠിപ്പിച്ചു. 'എൻ മകനേ ഞാൻ വിശ്വസിക്കുന്നു' എന്ന് അവർക്ക് തിരുത്തേണ്ടിവന്നു. ശുഭാപ്തി ബോധത്തിന്റെ വെളിച്ചം ലോകമാകെ പരന്നു കിടന്ന കാലം. ദേശീയസ്വാതന്ത്ര്യം, സോഷ്യ ലിസ്റ്റ് രാഷ്ട്രങ്ങളുടെ ഉദയം, ശാസ്ത്രാന്വേഷണങ്ങളുടെ കുതിപ്പ് എന്നി ങ്ങനെ മാനവവിഭവങ്ങളുടെ പൂർണ്ണമായ വികാസമാണ് ഇക്കാലത്ത് നടന്നത്. മനുഷ്യസത്ത, മനുഷ്യാസ്തിത്വം എന്നീ പ്രമേയങ്ങളെല്ലാം തത്ത്വചിന്തയിൽ മേൽക്കൈനേടി. മനുഷ്യർ പാപികളായോ പുണ്യാ ത്മാക്കളായോ ജനിക്കുന്നില്ല എന്നും അവരെ അങ്ങിനെ മാറ്റുന്നത് സാമൂഹ്യസാഹചര്യങ്ങളാണെന്നും ആയതിനാൽ ബോധനത്തിലൂടേ യും സാമൂഹ്യവിപ്ലവത്തിലൂടേയും മനുഷ്യരെ പുതുക്കിപ്പണിയാമെന്നും സാമാന്യമായി അംഗീകരിക്കപ്പെട്ടു. കള്ളൻതന്നെ ദൈവദൂതനായി വരുന്ന 'ഒരു മനുഷ്യൻ' എന്ന ബഷീറിന്റെ കഥ നോക്കുക. മനുഷ്യൻ എന്ന പദത്തിന്റെ സൗന്ദര്യം എല്ലാ കലാകാരൻമാരും സാമാന്യമായി അംഗീകരിച്ചിരുന്നു. സാമൂഹ്യജീവിതത്തിൽ പലനിലക്ക് ഒറ്റപ്പെട്ട മനു ഷ്യരാണ് കലയിലെ നായികാനായകൻമാരായി പ്രത്യക്ഷപ്പെട്ടത്. അത്തരം മനുഷ്യർ വളരെ ഉദാരമായാണ് കലയിൽ പരിചരിക്കപ്പെട്ടത്.

ജീവിപരിണാമം മനുഷ്യനോട്ടുകൂടി അവസാനിച്ചുവെന്നും ഇനി സാമൂഹ്യപരിണാമത്തിന്റെ ഘട്ടമാണെന്നും ഏറെക്കുറെ തീരുമാനിക്ക പ്പെട്ടു. കെ.ദാമോദരന്റെ മനുഷ്യൻ എന്ന പുസ്തകം ഈ പരിണാമത്തെ വിവരിക്കുന്ന കൃതിയാണ്. പ്രസ്തുത കൃതി അവലോകനം ചെയ്തുകൊണ്ട് കുറ്റിപ്പുഴ എഴുതുന്നു: 'കാലഗണനയിൽ ഇന്നലെ തലപൊക്കിയ ഒരു ജീവിയാണ് മനുഷ്യൻ. ഭൗമദശയോട് താരതമ്യപ്പെടുത്തുമ്പോൾ അവൻ ഒരു 'അപ്സ്റ്റാർട്ട്' മാത്രമാണെന്ന് പറയുന്നു. അഞ്ചലക്ഷം വർഷങ്ങളേ ആയിട്ടുള്ള മർത്ത്യവർഗ്ഗം എന്നൊന്ന് പ്രത്യേകം തിരിഞ്ഞ് ജീവിക്കാൻ തുടങ്ങിയിട്ട്. ഭൂമിയുടെ വയസ്സായ ഇരുനൂറ് കോടിയിൽ ഈ കാലം എത്ര ഇച്ഛം. എന്നാലും ഈ ചുരുങ്ങിയ കാലയളവിനുള്ളിൽ അനന്യദ ൃഷ്ടവും അത്ഭുതാവഹവുമായൊരു പരിണാമചരിത്രം മനുഷ്യർ സൃഷ്ടിച്ച്

     കണ്ണാടിയും കുമ്പസാരവും

കഴിഞ്ഞിരിക്കുന്നു. അവർ എവിടെനിന്ന് എവിടംവരെ എത്തിയെന്നും ഇനിയെങ്ങോട്ടെന്നുമുള്ള വിചാരണ ശാസ്ത്രമാർഗ്ഗേണ വെളിപ്പെട്ട് തുടങ്ങിയിട്ട് അധികം കാലമായിട്ടില്ല. നരവംശശാസ്ത്രം, ജീവശാസ്ത്രം, മനഃശാസ്ത്രം, ധനതന്ത്രം, രാജ്യതന്ത്രം തുടങ്ങിയ വിവിധ വിജ്ഞാനശാഖ കൾ പ്രസ്തുത വിചാരണക്ക് മാർഗ്ഗദർശകങ്ങളാകുന്നു. ശാസ്ത്രാവലംബം കൂടാതെ കേവലം മതത്തിന്റെയും തത്ത്വജ്ഞാനത്തിന്റെയും വഴിക്ക് മർത്ത്യത്വം അന്വേഷിച്ച് പുറപ്പെട്ടവർ ഇരുട്ടിൽ തപ്പിത്തടയുകമാത്ര മാണ് ചെയ്തിട്ടുള്ളത്. അവരുടെ സിദ്ധാന്തങ്ങളിൽപ്പലതും ഇന്നത്തെ ശാസ്ത്രപ്രകാശത്തിൽ തിരസ്കൃതങ്ങളായിത്തീർന്നിരിക്കുന്നു.[1] മതങ്ങളേ യും തത്ത്വചിന്തയേയും പുറന്തള്ളി ശാസ്ത്രത്തെ തൽസ്ഥാനത്ത് പ്രതിഷ്ഠി ക്കാനും അതിന്റെ വെളിച്ചത്തിൽ മർത്ത്യതയെ അന്വേഷിക്കാനുമാണ് ദാമോദരൻ ശ്രമിക്കുന്നതെന്ന് കുറ്റിപ്പുഴ വിശദമാക്കുന്നു.

കലാവിമർശത്തിലും ഇപ്രകാരം മനുഷ്യകേന്ദ്രിതമായ ഒരു വീക്ഷണത്തിന്റെ അനിവാര്യത ചൂണ്ടിക്കാട്ടപ്പെട്ടു. കലയെ അതിന്റെ സന്ദർഭങ്ങളിൽനിന്ന് അടർത്തിമാറ്റി വസ്തുവൽക്കരിക്കുന്ന വീക്ഷണം മിഥ്യകളെ സൃഷ്ടിക്കുമെന്ന് കലാവിമർശകർ ചൂണ്ടിക്കാണിച്ചു. കലയെ മനുഷ്യാധ്വാനത്തിന്റെ രൂപമായിക്കാണണമെന്നും അധ്വാനത്തിന്റെ വിപ്ലവമായ സന്ദർഭത്തിലാണ് അത് വിലയിരുത്തപ്പെടേണ്ടതെന്ന മുള്ള കാഴ്ചപ്പാടാണ് പുരോഗമനപക്ഷമായി പരിഗണിക്കപ്പെട്ടത്. പ്രക്രിയയായും ഉൽപ്പന്നമായും മനുഷ്യാധ്വാനത്തിന്റെ ചരിത്രത്തെ മനസ്സിലാക്കുന്ന കാഴ്ചപ്പാട് കലയ്ക്കും ബാധകമാണ് എന്നതായിരുന്ന കലയെക്കുറിച്ചുണ്ടായ മൗലികദർശനം. ചരിത്രത്തെ അത് നിർമ്മിക്ക ന്നവരിൽനിന്ന് വേർപെടുത്തുന്നതുപോലെ കലാസൃഷ്ടിയെ അതിന്റെ അധ്വാനത്തിൽനിന്ന് വേർപെടുത്തുന്ന കാഴ്ചപ്പാട് അതിഭൗതികമായ മൂല്യം കലയ്ക്ക് കൽപ്പിച്ചുകൊടുക്കാൻ ഇടയാക്കുന്നു. കലയെ പൊതിഞ്ഞു നിന്ന അതിഭൗതികമായ പരിവേഷങ്ങൾ തകർത്ത് മർത്ത്യാധ്വാനത്തെ കേന്ദ്രീകരിച്ചുകൊണ്ടുള്ള വീക്ഷണം കലാവിമർശനത്തിൽ മേൽക്കൈ നേടിയതും കഴിഞ്ഞ നൂറ്റാണ്ടിലാണ്. മനുഷ്യന്റെ കൈകളെപ്പറ്റിയുള്ള ആത്മവിശ്വാസമാണ് കലാചിന്തയിൽ പുത്തനുണർവ്വുണ്ടാക്കിയത്. കേസരി ഇക്കാര്യത്തെക്കുറിച്ച് പറഞ്ഞത് നോക്കുക: 'കല വെറും സാധനനിർമ്മാണത്തിലുള്ള കൗശലമല്ല, പിന്നെയോ, ഉപയോഗ പ്രദമായ സാധനങ്ങളുടെ നിർമ്മാണത്തിലുള്ള കൗശലമാണെന്നും അത് സമുദായപ്രവർത്തനവും വ്യക്തിപ്രവർത്തനവും കൂടിക്കലർന്ന ഒന്നാണെന്നും ഓർത്തിരിക്കേണ്ടതാണ്.'[3] കല എന്നത് ഈശ്വരനെ തൃപ്തിപ്പെടുത്താനും അനുഗ്രഹങ്ങൾ തേടാനുമുള്ള മാർഗ്ഗമായിട്ടാണ്

ആധുനികപൂർവ്വസമൂഹങ്ങളിൽ പരിഗണിക്കപ്പെട്ടത്. എന്നാൽ ആധു
നികസമൂഹം മനുഷ്യപുരോഗതിയുടെ അവശ്യഘടകമായി കലയെ
കാണാൻ ആരംഭിച്ചു. മനുഷ്യരുടെ സുഖത്തിന് ഉതകുന്ന മട്ടിൽ
മാനുഷികചരിത്രം അനിവാര്യവും നിശ്ചിതവുമായ ഒരു രീതിയിൽ
പരിവർത്തിച്ചുകൊണ്ടിരുന്നിട്ടുണ്ടെന്നും മേലാലും അതങ്ങിനെത്ത
ന്നെ ചെയ്തുകൊണ്ടിരിക്കുമെന്നുമുള്ള വിശ്വാസമാണ് പുരോഗതി എന്ന
ആശയം. ഈ ആശയത്തിൽ വിശ്വസിക്കുന്നവർ എല്ലാവരുംതന്നെ
സുഖമാണ് പുരോഗതിയുടെ പ്രാപ്യസ്ഥാനമെന്ന് ഒന്നുപോലെ വിചാ
രിക്കുന്നില്ലെന്നും വിജ്ഞാനം, സന്മാർഗ്ഗം അഥവാ നീതി, സ്വാതന്ത്ര്യം,
സമുദായഘടകങ്ങൾ തമ്മിലുള്ള പൊരുത്തം, കല, സ്നേഹം എന്നിവ
ഓരോന്നുമാണ് പ്രാപ്യസ്ഥാനമെന്ന് വിചാരിക്കുന്നവർ ഇവരുടെ കൂട്ട
ത്തിലുണ്ടെന്നും മറ്റ് ചില ചിന്തകൾ ചൂണ്ടിക്കാണിച്ചിട്ടുമുണ്ട്. സുഖമെന്ന
സാമാന്യപദത്തിൽ ഈ പ്രാപ്യസ്ഥാനങ്ങളെല്ലാം ഉൾപ്പെട്ടുമെന്നാണ്
ഈ ലേഖകന് തോന്നുന്നത്.[4] കലയെ മതാത്മകതയിൽനിന്ന് വിമോ
ചിപ്പിച്ച് മനുഷ്യസമൂഹത്തിന്റെ പുരോഗതിയുമായി കണ്ണിചേർക്കേണ്ട
തിന്റെ പ്രാധാന്യമാണ് കേസരി ഇവിടെ എടുത്ത് പറയുന്നത്.

പ്രപഞ്ചത്തിലെ ഏറ്റവും ഉന്നതമായ വാസ്തുശിൽപ്പം മനുഷ്യലോക
മാണെന്ന് എം.ഗോവിന്ദൻ പറയുന്നുണ്ട്. മനുഷ്യലോകമെന്ന സമുന്നത
വാസ്തുശിൽപ്പത്തിന്റെ നിർമ്മാണത്തിനുപകരിച്ച കോൺക്രീറ്റം സിമന്റും
ഉരുക്കും മറ്റുമാണ് വസ്തുപ്രതിഭാസങ്ങൾ, മൂല്യങ്ങൾ അതിന്റെ സത്തയും
സൗന്ദര്യവും. ഉത്ഭവത്തിലും ഉദ്ദേശ്യത്തിലും മൂല്യങ്ങൾ മാനുഷികങ്ങള
ത്രേ. പ്രകൃതിപ്രതിഭാസങ്ങളിൽനിന്ന് മൂല്യങ്ങളെ മൂർത്തങ്ങളാക്കിയെട്ട
ക്കുന്നതിന് മനുഷ്യർ ചില മൂശകൾ സജ്ജീകരിച്ചിട്ടുണ്ടെന്ന് ഗോവിന്ദൻ
പറയുന്നു. ഗണിതശാസ്ത്രവും കലയുമാണ് സത്യാന്വേഷണത്തിനായി
മനുഷ്യർ വികസിപ്പിച്ച രണ്ട് മാർഗ്ഗങ്ങൾ. ഗണിതശാസ്ത്രം വിചാരമാത്രക
ളെയും, കല ഭാവനാബിംബങ്ങളെയും ഇതിനായി ഉപയോഗിക്കുന്നു. മനു
ഷ്യപ്രകൃതിയും പ്രകൃതിയും തമ്മിലുള്ള സമാഗമത്തിൽനിന്നാണ് സൗന്ദ
ര്യമുണ്ടാകുന്നത്. പ്രകൃതിപ്രതിഭാസങ്ങളായ സ്ഥലകാലങ്ങളെ മനുഷ്യർ
ഗുണപുഷ്ക്കലമാക്കി ഇണക്കിയെടുത്തിരിക്കുന്നു. ഇതാണ് മനുഷ്യമ
ഹത്വം. കാലത്തിന്റെ പാറ്റേണാണ് ഋതം. സ്ഥലത്തിന്റെ ഋതമാണ്
പാറ്റേൺ. 'പ്രകൃതിയിലെ ജീവരൂപങ്ങളിൽവെച്ച് 'ഋത' പാറ്റേണുകളുടെ
സമഞ്ജസസമ്മേളനം, സ്വയം ചലനാത്മകത്വം, പരിതോവസ്ഥകളെ
പുതിയ രൂപഭാവങ്ങളിലൂടെ കാണുാനും അവയ്ക്ക് ഗത്യന്തരഭാവരൂപ
ങ്ങൾ സങ്കൽപ്പിക്കുവാനും പ്രസ്തുത കൽപ്പനകളെ വിചാരമാത്രകളും
ഭാവനാബിംബങ്ങളുമായി സൂക്ഷിക്കുവാനും പ്രകാശിപ്പിക്കുവാനുമുള്ള

 കണ്ണാടിയും കുമ്പസാരവും

ഉപാധികളും സാധ്യതയും മനുഷ്യനേയുള്ളൂ. സ്ഥലകാലമേഖലകളിൽ സുസാധ്യവും സ്വയവുമായ ജീവിതം മനുഷ്യനേ സാധിക്കൂ.' മനുഷ്യൻ എന്ന ജീവിയുടെ സവിശേഷമായ പ്രത്യഭിജ്ഞാനശേഷിയാണ് ഇവിടെ ഗോവിന്ദൻ എടുത്തു കാണിക്കുന്നത്. എല്ലാതരത്തിലും മനുഷ്യന്റെ അനന്യതയിലാണ് വിവിധചിന്താപദ്ധതികൾ ഊന്നിയ തെന്ന് ഗോവിന്ദന്റേയും കേസരിയുടേയും വാദഗതികൾ താരതമ്യം ചെയ്താൽ ബോദ്ധ്യപ്പെടും. 'മനുഷ്യൻ മനുഷ്യനായത് അവനാർജ്ജിച്ച മൂല്യങ്ങളിലൂടെയാണ്. അവൻ ഏറ്റവും വലിയ മനുഷ്യനാകുന്നത് മൂല്യ സമ്പത്തിനെ ശാശ്വതമായി സമൃദ്ധമാക്കുമ്പോഴും.'[5] എന്ന് ഗോവിന്ദൻ ശാശ്വതമൂല്യത്തിൽ ഊന്നുന്നു. എന്നാൽ ശാശ്വതമൂല്യങ്ങളിലല്ല തൽക്കാല സാമുദായികപ്രശ്നങ്ങളിലാണ് ജീവൽസാഹിത്യം ശ്രദ്ധി ക്കുന്നതെന്നും അതിനനുസരിച്ച രൂപവും ആഖ്യാനസമ്പ്രദായവുമാണ് അവർ പിന്തുടരുന്നതെന്നും കേസരി പറയുന്നു. കേസരിയും ഗോവിന്ദനും കലയെക്കുറിച്ചും സാമൂഹ്യപുരോഗതിയെക്കുറിച്ചും വ്യത്യസ്ത നിലപാട്ട കൾ സൂക്ഷിച്ചവരായിരുന്നെങ്കിലും 'മനുഷ്യൻ' എന്ന പ്രമേയത്തിലാണ് ഇരുവരും ഉത്ഖനനം നിർവ്വഹിച്ചതെന്ന് കാണാൻ കഴിയും.

ചുരുക്കത്തിൽ കലയിലും സാഹിത്യത്തിലും ശാസ്ത്രത്തിലും തത്വചിന്ത യിലും മർത്യതയെ അന്വേഷിച്ച ഒരു കാലമുണ്ടായിരുന്നു. ചരിത്രമാണ് ഇക്കാലത്ത് ഏറ്റവും ഉയർന്നുനിന്ന വിജ്ഞാനരൂപം. മനുഷ്യരെ ഭാവി യിലേക്ക് 'കുതിക്കാൻ' സഹായിക്കുന്നതും ആപത്തിന്റെ കാലത്ത് കയ്യെത്തിപ്പിടിക്കാൻ ചിലത് ബാക്കിവെക്കുന്നതും ചരിത്രമാണെന്ന് ആ കാലം ഉറച്ചവിശ്വസിച്ചു. എല്ലാറ്റിനേയും ചരിത്രവൽക്കരിക്കാൻ അവർ യത്നിച്ചു. കാണുന്നതല്ല സത്യമെന്നും അതിനപ്പുറം ചില യാഥാർത്ഥ്യങ്ങളുണ്ടെന്നും വിശ്വസിച്ച ജ്ഞാനയുഗമാണ് ആധുനികത. കാണുന്ന സമൂഹത്തിനപ്പുറം അതിനെ നിയന്ത്രിക്കുന്ന ഒരു വർഗ്ഗഘടന നിലനിൽക്കുന്നുണ്ടെന്നും മാർക്സ് ലോകത്തെ പഠിപ്പിച്ചു. കാണുന്ന മനുഷ്യനല്ല യാഥാർത്ഥ്യമെന്നും അയാളെ നിയന്ത്രിച്ചുകൊണ്ടിരിക്ക ന്ന അബോധമനസ്സ് എന്നൊന്നുണ്ടെന്നും ഫ്രോയ്ഡ് സിദ്ധാന്തിച്ചു. ചുരുക്കത്തിൽ യാഥാർത്ഥ്യങ്ങൾക്കപ്പുറം അവയെ നിയന്ത്രിക്കുന്ന 'ഒരതിഭൗതിക കേന്ദ്ര'ത്തെ കണ്ടെത്താനുള്ള നിരവധി യത്നങ്ങൾ അക്കാലത്തുണ്ടായി. അവയുടെയെല്ലാം പ്രമേയം മനുഷ്യരായിരുന്നു. 'ഞാൻ ചിന്തിക്കുന്നു അതുകൊണ്ട് ഞാൻ' എന്ന് ജ്ഞാനോദയകാ ലത്ത് പ്രഖ്യാപിച്ച 'സ്വതന്ത്രവ്യക്തി' പിന്നീട് കർതൃത്വത്തിന്റെ പല വഴികളിലൂടെ നടന്നുനോക്കി. 'വെള്ളക്കാരനായ അധീശപുരുഷൻ' 'അന്യവൽക്കരിക്കപ്പെട്ട തൊഴിലാളി', 'ദേശീയ പൗരൻ' എന്നിങ്ങനെ

മനുഷ്യൻ പലതരത്തിൽ നിർവ്വചിക്കപ്പെട്ടു. 'പട്ടാപ്പകൽ ചൂട്ടും കത്തിച്ച് മനുഷ്യനെ തേടിനടന്നവർ' പല പേരുകളിൽ അവനെ കണ്ടെത്തി. പേരിലും സങ്കൽപ്പനങ്ങളിലും അവരെല്ലാം മനുഷ്യരായിരുന്നു. എന്നാൽ മർത്യതയെ ആഘോഷിച്ച ആ കാലം വലിയ ചില പ്രതിസന്ധികളെ നേരിട്ടന്നതാണ് നാം കാണുന്നത്. മർത്യതയുടെ കാലം പതിയെ കടന്നുപോയിരിക്കുന്നു. നാം മറ്റൊരു കാലത്തേക്ക് പ്രവേശിച്ചിരിക്കുന്നു.

അതേ സമയം മർത്യനെ നിർമ്മിക്കുന്നതിൽ നിർണ്ണായകസ്ഥാനം വഹിച്ച മുതലാളിത്ത ഉൽപ്പാദനം, കമ്പോളസമ്പദ്വ്യവസ്ഥ, യന്ത്രസം സ്കൃതി എന്നിവയെ വരാനിരിക്കുന്ന കാലത്തിന്റെ പ്രതിസന്ധികളായി അക്കാലത്തുതന്നെ ചിലർ കണ്ടു. മനുഷ്യന്റെ വിപരീതമായി യന്ത്രം സ്ഥാപിക്കപ്പെട്ടു. ജൈവികത ധനാത്മകമായും യാന്ത്രികത ഋണാത്മ കമായും വിലയിരുത്തപ്പെട്ടു. യന്ത്രയുഗം മനുഷ്യരെ അപമാനവീകരിക്ക മെന്ന ഭയം പല ചിന്തകരിലും പ്രവർത്തിച്ചു. മാർക്സ് വലിയയന്ത്രങ്ങൾ മനുഷ്യാധ്വാനത്തെ അന്യവൽക്കരിക്കുന്നതിനിടയാക്കുമെന്ന് പ്രവചി ച്ചു.6 ഇന്ത്യയുടെ വികാസം യൂറോപ്യൻ യന്ത്രസംസ്ക്കാരത്തിലൂടെയല്ല വേണ്ടതെന്ന് ഗാന്ധി ആവർത്തിച്ചുപറഞ്ഞു.7

ചുരുക്കത്തിൽ പുതിയ കാലത്തിലേക്ക് മനുഷ്യരെ എന്ന മഹാ സങ്കൽപ്പത്തിലേക്ക് ആവേശത്തോടെ കുതിക്കാനൊരുങ്ങുമ്പോൾത്ത ന്നെ ചില ആശങ്കകൾ നമ്മെ വേട്ടയാടിയിരുന്നുവെന്നതാണ് ചരിത്രം നൽകുന്ന പാഠം. മലയാളത്തിൽ ഈ സന്ദിശ്ധാവസ്ഥ ഏറ്റവും മനോഹ രമായി ചിത്രീകരിച്ചിരിക്കുന്ന കവിതയാണ് കുറ്റിപ്പുറം പാലം. മർത്ത്യവി ജയത്തിൽ കാലൂന്നി നിവർന്നുനിൽക്കുമ്പോഴും കവിയുടെ മനസ്സിലൂടെ അറിയാത്ത ഒരു വേദന കടന്നുപോകുന്നു. പുതുലോകത്തിന്റെ ഉമ്മറപ്പടി യാണ് പാലം. അവിടെനിന്ന് നോക്കുമ്പോൾ മാഞ്ഞുപോകുന്ന ഗ്രാമീണ സൗന്ദര്യം കവി കാണുന്നു. അതാണ് കവിയെ വേദനിപ്പിക്കുന്നത്. പ്രകൃതിസൗന്ദര്യത്തെ കീഴടക്കി കൃത്രിമമായ വസ്തുക്കളും അലറിവിളി ക്കുന്ന യന്ത്രങ്ങളും വരവായി. യന്ത്രസംസ്ക്കാരം പ്രകൃതിയെ മാത്രമല്ല, മനുഷ്യപ്രകൃതിയെയും മാറ്റിത്തീർക്കുന്നു. ഗ്രാമങ്ങൾ നഗരങ്ങൾക്ക് വഴി മാറുന്നതോടെ പരിചിതരേക്കാൾ അപരിചിതർ നമുക്കു ചുറ്റും നിരക്കുന്നു. സാമൂഹ്യജീവിതം സംഘർഷഭരിതമാകുന്നു. കളിയും ചിരിയും കരച്ചിലു മായിക്കഴിയുന്ന മനുഷ്യർ യന്ത്രങ്ങളായി മാറുന്നു. റോബോട്ട് എന്ന വാക്കിന് പകരം ജൃംഭിതയന്ത്രക്കിടാവ് എന്നാണ് ഇടശ്ശേരി പ്രയോഗി ച്ചിരിക്കുന്നത്. 1954 ലാണ് കവിത എഴുതിയിരിക്കുന്നത്. 65 വർഷം കഴി യുമ്പോൾ ആൻഡ്രോയ്ഡ് കുഞ്ഞപ്പൻ എന്ന സിനിമ മലയാളത്തിൽ സാക്ഷാൽക്കരിക്കപ്പെട്ടിരിക്കുന്നു. ജൃംഭിതയന്ത്രക്കിടാവിന്റെ അർത്ഥം

          കണ്ണാടിയും കുമ്പസാരവും

ഇപ്പോൾ നമുക്ക് പരിചിതമായിക്കഴിഞ്ഞിരിക്കുന്നു. മാനവാനന്തര സമൂ ഹത്തെക്കുറിച്ചുള്ള ചർച്ച സംഗതമായിരിക്കുന്നുവെന്നാണ് ഇതെല്ലാം നൽകുന്ന സൂചന. മാനവാനന്തരകാലത്തിരുന്ന് 'മർത്ത്യത'യുടെ സങ്ക ൽപ്പനങ്ങളിലേക്ക് നടത്തുന്ന ഒരു പുനഃസന്ദർഭമാണ് ഈ കുറിപ്പ്.

II

മനുഷ്യാനന്തരചിന്ത എന്നത് വിവരസാങ്കേതിക വിപ്ലവത്തിന്റേയും സൈബർനെറ്റിക്സിന്റേയും കാലത്ത് വികസിച്ച വന്നതാണ്. മനുഷ്യ ജീവിയെ കൃത്രിമമായി പുനഃസൃഷ്ടിക്കാനുള്ള കഴിവ് എങ്ങനെ നേടാം എന്ന അന്വേഷണത്തിലാണ് ഈ പുതിയ സാങ്കേതികലോകം. പ്ര സ്തുതസാഹചര്യത്തിൽ ആരാണ് മനുഷ്യൻ എന്ന ചോദ്യം ഉയരുന്നു. മനുഷ്യന്റെ ജീവശാസ്ത്രപരമായ നിർവ്വചനത്തിൽപ്പോലും മൗലികമായ മാറ്റങ്ങൾ വന്നുകൊണ്ടിരിക്കുന്നു. മനുഷ്യർ/മൃഗങ്ങൾ/ജീവികൾ/യന്ത്ര ങ്ങൾ, മനസ്സ്/ശരീരം, ആൺ/പെൺ, കഥ/യാഥാർത്ഥ്യം, പ്രകൃതി/ സംസ്കൃതി, ശാസ്ത്രം/സമൂഹം എന്നീ വൈരുദ്ധ്യങ്ങൾക്കൊന്നും അതേവിധം തുടരാനാവില്ലെന്ന് വന്നിരിക്കുന്നു. ഡോണ ഹാരവെ, 'സൈബോർഗ്' എന്ന സങ്കൽപ്പനം അവതരിപ്പിക്കുന്നത് ഈ സന്ദ ർഭത്തിലാണ്. ജൈവവും അജൈവവുമായ ഗുണങ്ങളുടെ ചേരുവയാണ് 'സൈബോർഗ്.' സൈബർ നെറ്റിക്സ് + ഓർഗാനിക് എന്നീ വാക്കുകൾ ചേർന്നുണ്ടായ ഒരു പുതുപദമാണ് സൈബോർഗ് എന്നത്. മനുഷ്യരെ സൈബോർഗുകളായി കാണാമെന്നതാണ് ഹാരവേയുടെ പക്ഷം. യന്ത്ര ത്തിന്റേയും ജീവിയുടേയും ഒരു കലർപ്പ്. സൈബോർഗാണ് നമ്മുടെ ഭവശാസ്ത്രം എന്ന് പറയാം. അതുതന്നെയാണ് നമ്മുടെ രാഷ്ട്രീയത്തിന്റെ ആധാരവും.[9]

ജ്ഞാനോദയത്തിന്റെ യുക്തി ചോദ്യം ചെയ്യപ്പെടുന്നതോടെ മനുഷ്യൻ എന്ന സങ്കൽപ്പവും പ്രശ്നവൽക്കരിക്കപ്പെട്ടു. ജ്ഞാനോ ദയത്തിന്റെ യുക്തിതന്നെയാണ് കൊളോണിയൽ ചൂഷണത്തിന് സാധ്യകരണമായത്. കോളണിവൽക്കരിക്കപ്പെട്ട ജനതക്ക് എല്ലാ യ്പ്പോഴും പ്രതിനിധാനം ചെയ്യപ്പെടാൻ മാത്രമേ കഴിയുമായിരുന്നുള്ള. ചുരുക്കത്തിൽ ജ്ഞാനോദയകാലത്ത് രൂപപ്പെട്ടതിയ മനുഷ്യസങ്ക ൽപ്പം 'യൂറോപ്യനായ വെള്ളക്കാരൻ' എന്നതിന്റെ പര്യായമായിരുന്നു. കോളണിവൽക്കരിക്കപ്പെട്ട ജനതയും കറുത്തവരും സ്ത്രീകളും മറ്റും ഈ മനുഷ്യന് പുറത്തായിരുന്നു. സ്വന്തം മേൽക്കോയ്മ സ്ഥാപിക്കാൻ ഈ വെള്ളക്കാരൻ പുരുഷൻ മറ്റ് സംസ്കാരങ്ങളെയും നാഗരികതകളേയും അധമമായിക്കാണുകയും അത്തരം ആഖ്യാനങ്ങൾ സൃഷ്ടിക്കുകയും

ചെയ്യു. ഈ രീതിയിൽ മനസ്സിലാക്കിയാൽ ഫെമിനിസം, ലിംഗപദവീ പഠനങ്ങൾ, കോളണിയനന്തര പഠനങ്ങൾ എന്നിവ പ്രധാനമായും പ്രശ്നവൽക്കരിച്ചത് ജ്ഞാനോദയകാലത്തെ മനുഷ്യ സങ്കൽപ്പത്തെ യാണെന്ന് പറയാം.

ജ്ഞാനോദയത്തിന്റെ ഏറ്റവും വലിയ സംഭാവനയാണല്ലോ ശാസ്ത്രം. എന്നാൽ ശാസ്ത്രവും സന്ദർഭനിഷ്ഠമായ അറിവാണെന്ന തിരി ച്ചറിവാണ് ജ്ഞാനോദയവിമർശനത്തിന്റെ ഘട്ടത്തിൽ കാണാൻ കഴിയുന്നത്. പ്രൈമറ്റോളജി[10]യിൽ നടക്കുന്ന പഠനങ്ങൾ മനുഷ്യരും കുരങ്ങുവർഗ്ഗത്തിൽപ്പെട്ട ജീവികളും തമ്മിലുള്ള കാലത്തുണ്ടാക്കിയ വിഭജനങ്ങളെ പ്രശ്നവൽക്കരിക്കുന്നുണ്ട്. പരിണാമസിദ്ധാന്തം മനുഷ്യരെ ജന്തുശ്രേണിയിൽ ഏറ്റവും ഉയർന്ന സ്ഥാനത്ത് പ്രതിഷ്ഠിച്ചു. പ്രൈമറ്റോളജിയിലുള്ള പുതിയ കണ്ടെത്തലുകൾ ഈ ശ്രേണിയെ അസ്ഥിരമാക്കുന്നുണ്ട്.[11] യൂറോപ്യൻ നാഗരികതയ്ക്ക് പുറത്തുള്ളവരെ ജന്തു പ്രകൃതികളായിക്കാണുന്ന പ്രവണത ആധുനികതയുടെ ഘട്ടത്തിൽ പ്ര ബലമായിരുന്നു. അതായത് സാമൂഹ്യശാസ്ത്രത്തിന്റെ ആഖ്യാനങ്ങൾക്ക് പ്രകൃതിശാസ്ത്രത്തിന്റെ നിഗമനങ്ങളെപ്പോലും സ്വാധീനിക്കാൻ ശേഷി യുണ്ടായിരുന്നുവെന്ന് പറയാം. പുരുഷപ്രകൃതി/സ്ത്രീപ്രകൃതി എന്നെ ല്ലാമുള്ള വിഭജനത്തിനും പ്രൈമറ്റോളജിയിൽനിന്നും സാധൂകരണം കണ്ടെത്തുന്ന രീതി ആധുനികജ്ഞാനവ്യവസ്ഥയിൽ പ്രബലമായിരുന്നു. ഇവയെല്ലാം ഉത്തരാധുനികജ്ഞാനവ്യവസ്ഥയിൽ വിമർശവിധേയ മായി. ജനിതകശാസ്ത്രം, പ്രൈമറ്റോളജി എന്നിവയിലെല്ലാം നടക്കുന്ന പുതിയ ഗവേഷണങ്ങൾ നാളിതുവരെയുള്ള പല ധാരണകളേയും അസാധുവാക്കുന്നു. ഈ സാഹചര്യത്തിൽ പ്രകൃതിശാസ്ത്രത്തിന്റേയും സാമൂഹ്യ ശാസ്ത്രത്തിന്റേയും ആഖ്യാനങ്ങൾക്കകത്ത് ആധുനികത സുഭദ്ര മായി പ്രതിഷ്ഠിച്ചിരുന്ന മനുഷ്യസങ്കൽപ്പം ഉത്തരാധുനിക സന്ദർഭത്തിൽ ഉലഞ്ഞു തുടങ്ങിയിരിക്കുന്നു.

മനുഷ്യൻ/പ്രകൃതി എന്ന ദ്വന്ദ്വത്തിനകത്താണ് ആധുനിക ശാസ്ത്രം അതിന്റെ മാതൃകകൾ വികസിപ്പിച്ചെടുത്തത്. മനുഷ്യന്റെ ഇന്ദ്രിയാനു ഭവങ്ങൾക്ക് പുറത്ത് വസ്തുനിഷ്ഠമായ വസ്തുപ്രപഞ്ചമുണ്ട് എന്ന പരിക ൽപ്പനയെ സാധൂകരിക്കുന്ന യഥാതഥവാദം അക്കാലത്ത് പ്രബലമായി രുന്നു. എന്നാൽ കാണുന്ന ശരീരവും കാണപ്പെടുന്ന ശരീരവും തമ്മിൽ വസ്തുനിഷ്ഠമായ ഒരകലം യഥാർത്ഥത്തിൽ നിലനിൽക്കുന്നില്ല എന്ന് ഇന്നേറെക്കുറേ ശാസ്ത്രീയമായിത്തന്നെ തെളിയിക്കപ്പെട്ടിരിക്കുന്നു. ചിലിയിലെ ന്യൂറോ ഫിസിയോളജിസ്റ്റായ ഹംബർട്ടോ മച്ചുറാന തവളകളിൽ നടത്തിയ ഒരു പരീക്ഷണത്തിൽ തവളകൾ അവക്ക്

ചുറ്റുമുള്ള എല്ലാറ്റിനേയും കാണുന്നില്ലെന്നും അവക്കാവശ്യമായ സൂക്ഷ്മ ജീവികളെ പെരുപ്പിച്ച് കാണുകയാണ് ചെയ്യുന്നതെന്നും കണ്ടെത്തി. ഇത് തവളകളുടെ കണ്ണിന്റെ സവിശേഷതയാണ്. തവളയുടെ നാഡീ വ്യൂഹത്തിന്റെ ഘടന തന്നെയാണ് അതിന്റെ കാഴ്ചയുടെ ഘടനയേയും നിർണ്ണയിക്കുന്നതെന്ന് ഇതിൽനിന്ന് മനസ്സിലാകുന്നു.[12] നിരീക്ഷിക്കുന്ന ശരീരവും ആ ശരീരത്തിലെ നാഡീവ്യവസ്ഥയും തമ്മിലുള്ള ബന്ധത്തെ വിശദീകരിക്കാൻ മച്ചുറാന ആട്ടോപോയിസിസ്[13] എന്ന ഒരു സങ്കൽപ്പം മുന്നോട്ട് വെക്കുന്നുണ്ട്. സ്വയം നിർമ്മിക്കുന്നത് എന്നാണ് ഇതിന്റെ അർത്ഥം. അതായത് നിരീക്ഷിക്കുന്ന ശരീരത്തിന്റെ ഘടനയനുസരിച്ച് കാഴ്ചയുടെ സ്വഭാവം മാറുന്നു എന്നാണെങ്കിൽ കാഴ്ചക്ക് എന്ത് വസ്തുനിഷ്ഠ തയാണുള്ളത്? ഭാഷയെക്കുറിച്ച് മച്ചുറാന സൂചിപ്പിക്കുന്ന കാര്യങ്ങളും പ്രസക്തമാണ്. ഭാഷ മനുഷ്യന്റെ ജന്തുവ്യവസ്ഥയുമായി ബന്ധപ്പെട്ട ശേഷിയാണ്. ഭാഷ ബാഹ്യലോകത്തെക്കുറിച്ച് ചിന്തിക്കാനല്ല തന്നേയും താൻകൂടി ഭാഗമായ ചുറ്റുപാടിനേയും കുറിച്ച് ചിന്തിക്കാൻ മനുഷ്യരെ സഹായിക്കുന്ന ഒരു ശേഷിയാണ്. ഭാഷക്ക് മുന്നേ വസ്തുപ്രപഞ്ചമില്ല. ഭാഷയിലൂടെയാണ് അത് നിർമ്മിക്കപ്പെടുന്നത്. വസ്തുപ്രപഞ്ചം പ്രത്യ ഭിജ്ഞാനപരമാണ്. അത് അടിസ്ഥാനപരമായി ജൈവഘടനയുമായി ബന്ധപ്പെട്ടിരിക്കുന്നു. ഭാഷ ആത്മപ്രതിഫലനാത്മകമായതുകൊണ്ട് അത് സാമൂഹികമാണ്. തന്റെ ചുറ്റുപാടുമുള്ള മനുഷ്യരുമായി ബന്ധങ്ങൾ തീർക്കാൻ ഭാഷയാണ് മനുഷ്യരെ സഹായിക്കുന്നത്.[14] ചുരുക്കത്തിൽ 'ഞാൻ ചിന്തിക്കുന്നു അതുകൊണ്ട് ഞാൻ' എന്ന് കരുതിയ കാർട്ടീസ്യൻ അഹത്തെ ആധുനികാനന്തര ശാസ്ത്രഗവേഷണം മനുഷ്യസങ്കൽപ്പത്തി ൽനിന്ന് ഉച്ചാടനം ചെയ്തിരിക്കുന്നു. ഭാഷയും നാഡീവ്യവസ്ഥയിലെ പ്ര തികരണങ്ങളും തമ്മിലുള്ള ബന്ധത്തെക്കുറിച്ച് പുതിയ ഉൾക്കാഴ്ചകൾ ഉണ്ടായി വന്നിരിക്കുന്നു. അത് ആത്യന്തികമായി മനുഷ്യസങ്കൽപ്പന ത്തെ അപനിർമ്മിച്ചിരിക്കുന്നു. ആത്മബോധം, നിരീക്ഷണം എന്നിവ യൊക്കെ ഭാഷക്കകത്താണ് നിർവ്വഹിക്കപ്പെടുന്നത്. ചുരുക്കത്തിൽ ഭാഷയും നാഡീവ്യവസ്ഥയും തമ്മിലുള്ള ബന്ധത്തെക്കുറിച്ചുള്ള പുതിയ കാഴ്ചപ്പാട്ടുകളും മനുഷ്യൻ എന്ന സങ്കൽപ്പത്തെ സന്ദിഗ്ധമാക്കുന്നുണ്ട്.

മാനവാനന്തരലോകത്തെക്കുറിച്ചുള്ള ചർച്ചയിൽ കഴിഞ്ഞ നാല്പതി റ്റാണ്ടിനിടയിലെ ലോകരാഷ്ട്രീയവും പ്രസക്തമാണ്. സോഷ്യലിസം/ മുതലാളിത്തം എന്ന വൈരുദ്ധ്യത്തെ ലോകം പതിയെ മറന്നു. മുത ലാളിത്തത്തിന്റെ വളർച്ചയെ പ്രതിരോധിച്ചുകൊണ്ട് മുന്നേറിയ റഷ്യ തകർന്നു. കിഴക്കൻ യൂറോപ്പിലെ സോഷ്യലിസ്റ്റ് ചേരിക്കും കനത്ത തിരിച്ചടി നേരിട്ടു. എന്നാൽ ചരിത്രത്തിന്റെ അന്ത്യം കുറിച്ചുകൊണ്ട്

മുതലാളിത്തത്തിന് അതിന്റെ വെന്നിക്കൊടി പാറിക്കാൻ കഴിഞ്ഞില്ല. മുതലാളിത്തത്തിനകത്ത് ആഭ്യന്തര വൈരുദ്ധ്യങ്ങൾ മൂർച്ഛിച്ചവരുന്നു. ലോകത്ത് ദരിദ്രരുടെ എണ്ണം പെരുകുന്നു. സമ്പത്ത് ഏതെങ്കിലും ചിലരുടെ കൈകളിൽ കുമിഞ്ഞുകൂടുന്നു. ഇത് സോഷ്യലിസ്റ്റ് സമൂഹ ത്തെക്കുറിച്ചുള്ള പുതിയ ഭാവനകൾക്ക് തിരികൊളുത്തിയിരിക്കുന്നു. ഇടതുപക്ഷത്തിന്റെ നേതൃത്വത്തിൽ മുതലാളിത്തത്തിനെതിരെയുള്ള സമരങ്ങൾ ലോകത്ത് പലയിടങ്ങളിലും അരങ്ങേറുന്നു. എന്നാൽ അവ താരതമ്യേന ദുർബലമാണ്. അതേസമയം മുതലാളിത്തത്തിനകത്ത് വളർന്നുവരുന്ന വൈരുദ്ധ്യങ്ങൾ അതിനെ ദുർബലപ്പെടുത്തുന്നുണ്ട്. എന്നാൽ മുതലാളിത്തത്തിന്റെ ആഭ്യന്തരജീർണ്ണതയും മുതലാളി ത്തത്തിനെതിരെയുള്ള സമരങ്ങളും തമ്മിൽ സന്ധിക്കുന്നില്ല.[15] ഇന്ന് സോഷ്യലിസ്റ്റ് വിപ്ലവത്തിനുള്ള അവസരങ്ങൾ കുറഞ്ഞിരിക്കുന്നു. പഴയതരത്തിലുള്ള തൊഴിലാളികളല്ല, പുത്തൻ മുതലാളിത്ത വികസ നത്തിന്റെ ഫലമായി തെരുവിലേക്ക് വലിച്ചെറിയപ്പെട്ടവരാണ് ഇന്ന് ലോകജനതയിൽ ഭൂരിഭാഗവും. അവരെ തൊഴിലാളികൾ എന്ന് വിളി ക്കാനാവില്ല. അതിനാൽ തൊഴിലാളികളെ സംഘടിപ്പിച്ച് അധികാരം പിടിച്ചെടുക്കുക എന്ന വിപ്ലവതന്ത്രം പുതിയ വെല്ലുവിളികൾ നേരിടുന്നു. ജീവിതത്തിന്റെ ആധാരങ്ങളെല്ലാം നഷ്ടപ്പെട്ടവരെയാണ് സംഘടിപ്പി ക്കാനുള്ളത്. അതെങ്ങനെ സാധിക്കുമെന്നത് വലിയ പ്രതിസന്ധിയു ണ്ടാക്കുന്നു.

ഉൽപ്പാദനത്തിൽ ഊന്നിയുള്ളതല്ല പുതിയ സമ്പദ്‌വ്യവസ്ഥ. ഊഹക്കച്ചവടമാണ് അതിന്റെ പ്രകൃതം. ഇത് ഒരു പുതിയ അധികാര രൂപമായി മാറിയിരിക്കുന്നു. വ്യാജമൂലധനമാണ് ഊഹക്കച്ചവടത്തിന്റെ അടിത്തറ. സോഫ്റ്റ് വെയർ പ്രോഗ്രാമുകളാണ് ഇന്ന് കമ്പോളത്തെ നിയന്ത്രിക്കുന്നത്. ഉൽപ്പാദനവും ഉപഭോഗവും വിതരണവുമല്ല. ചരക്ക കൾക്കിടയിലെ ബന്ധം മനുഷ്യർക്കിടയിലെ ബന്ധത്തിന്റെ പ്രതീക മാണെന്ന് മാർക്സ് കരുതിയിരുന്നു. എന്നാലിന്ന് ചരക്കുകൾക്കുമേൽ വ്യാജമൂലധനം അധീശത്വം പുലർത്താൻ തുടങ്ങിയതോടെ മനുഷ്യർക്കി ടയിലെ അധികാരബന്ധങ്ങൾ മറനീക്കി പുറത്തുവന്നിരിക്കുന്നു. അധി കാരബന്ധങ്ങളെ പിന്തുണക്കുക എന്നതുമാത്രമാണ് പണത്തിന്റെ ധർമ്മം. പണം അതിന്റെ ഭൗതികരൂപം പൂർണ്ണമായും കൈവെടിഞ്ഞി ട്ടുണ്ട്. ഖരരൂപത്തിലുള്ളതെല്ലാം അന്തരീക്ഷത്തിലേക്ക് ഉരുകിച്ചേരുന്നു എന്ന മാർക്സിന്റെ പ്രസ്താവന ഇന്ന് അക്ഷരാർത്ഥത്തിൽ ശരിയാ ണെന്ന് വന്നിരിക്കുന്നു. പണത്തിന്റെ പ്രതീതിവൽക്കരണത്തോടെ മുതലാളിത്തത്തിന്റെ ഭൂതാവിഷ്ടത ഏറെക്കുറെ പൂർണ്ണമായിരിക്കുന്നു.[16]

പാരിസ്ഥിതികമായ പ്രത്യാഘാതങ്ങളാണ് മറ്റൊരു ഘടകം. ആഗോളതാപനം ഒരു കാര്യം ബോധ്യപ്പെടുത്തിയിരിക്കുന്നു. ഭൂമിയിലെ മറ്റ് ജന്തുക്കളെപ്പോലെയുള്ള ഒരു ജന്തുപദവി മാത്രമേ അടിസ്ഥാനപര മായി മനുഷ്യനുള്ളൂ. പ്രകൃതി എന്നത് സാമൂഹികവും ചരിത്രപരവുമായ ഒരു സംവർഗ്ഗമായി മാറിയിരിക്കുന്നു. പ്രകൃതിയെക്കുറിച്ച് ആധുനികത സൃഷ്ടിച്ച സങ്കൽപ്പം പതിയെ തകരുകയാണ്. പ്രകൃതിക്ക് ഒരു താളമു ണ്ടെന്നും അത് നിയമാനുസൃതം ചലിച്ചുകൊണ്ടിരിക്കുകയാണെന്നുമാണ് സങ്കൽപ്പിച്ചിരുന്നത്. എന്നാൽ പൊട്ടന്നനെ പ്രകൃതി അതിന്റെ താളനി ബദ്ധതയിൽനിന്ന് പുറത്തുകടന്നു. അത് തീർത്തും അവ്യവസ്ഥിതമായി മാറി. മനുഷ്യന്റെ പ്രവചനങ്ങളെ അത് നിരന്തരം അട്ടിമറിക്കാൻ തുടങ്ങി. പ്രകൃതി ഒരു അവ്യവസ്ഥിതിയായാണ് ഇന്ന് നമുക്ക് അനുഭ വപ്പെടുന്നത്. മനുഷ്യർ പ്രകൃതിക്കുമേൽ ഏൽപ്പിക്കുന്ന പരിക്കുകളുടെ ഫലം നമുക്ക് നേരിടാനാവുന്നില്ല. ബയോടെക്നോളജിയുടെ വികാസം ബയോ എത്തിക്സിനെക്കുറിച്ചുള്ള ആലോചനകളെ ത്വരിതപ്പെടുത്തി യിട്ടുണ്ട്. ജ്ഞാനോദയശാസ്ത്രം പരീക്ഷണത്തിന്റെ ഫലങ്ങളിൽ ആശങ്ക പ്പെടാതെ പരീക്ഷണം തുടരാനാണ് ആവശ്യപ്പെട്ടത്. എന്നാൽ ബയോ എത്തിക്സ് ശാസ്ത്രത്തിന്റെ ധാർമ്മികതയെ പ്രതിക്കൂട്ടിലാക്കിയിരിക്ക ന്നു. സർവ്വതന്ത്രസ്വതന്ത്രമായി നിരുപാധികം നിർവ്വഹിക്കാൻ കഴിയുന്ന ഒന്നാണ് ശാസ്ത്രത്തിലെ കണ്ടുപിടുത്തമെന്ന് ബയോഎത്തിക്സ് കരുതുന്നില്ല.[17] ബയോ എത്തിക്സ് ചിലയിടങ്ങളിലെങ്കിലും മതധാ ർമ്മികതയുമായി അതിർത്തി പങ്കിടുന്നുണ്ട്. മതത്തേയും ശാസ്ത്രത്തേയും വിപരീതങ്ങളായിക്കണ്ടിരുന്ന ആധുനികതയുടെ യുഗം അവസാനിച്ച എന്നുവേണം കരുതാൻ. ചുരുക്കത്തിൽ ബാഹ്യപ്രപഞ്ചത്തിൽനിന്നും നമ്മെ പൊതിഞ്ഞുനിൽക്കുന്ന പ്രതീതിമണ്ഡലത്തിൽനിന്നും ഭീഷണി ഉയർന്നുകൊണ്ടിരിക്കുന്നു.

മനുഷ്യാസ്തിത്വം പൂർണ്ണമായും ഡിജിറ്റൽ ഭാഷയിലേക്ക് തർജ്ജമ ചെയ്യപ്പെട്ടിരിക്കുന്നു. ഇതുപയോഗിച്ച് ഏത് കേന്ദ്രത്തിൽനിന്നും വ്യക്തികളെ കങ്കാണിനോട്ടത്തിന് കീഴ്പ്പെടുത്താൻ കഴിയുന്നു. ഇത് അധികാരം-ശിക്ഷ-ശിക്ഷണം തുടങ്ങിയ സങ്കൽപ്പനങ്ങളെയെല്ലാം പുനർനിർവ്വചിച്ചിരിക്കുന്നു. ഇത് പുതിയ കാലത്തിന്റെ സമഗ്രാധിപത്യ രൂപമായി മാറുന്നു. വ്യക്തികൾക്ക് തങ്ങൾ സ്വതന്ത്രരാണെന്ന് വിശ്വ സിച്ചുകൊണ്ടുതന്നെ അടിമകളായിത്തീരാൻ കഴിയുന്നു എന്നതാണ് ഈ സാഹചര്യത്തിന്റെ സവിശേഷത. ജനങ്ങൾക്കുവേണ്ടി ചാരപ്പ ണിയെടുക്കാൻ ചിലർ തയ്യാറാകുന്നത് ഈ സാഹചര്യത്തിലാണ്. ജൂലിയൻ അസൻജെയുടെ അനുഭവം ഇതാണ് നമ്മോട് പറയുന്നത്.[18]

അസൻജെയാണ് വിക്കിലീക്സിലൂടെ അമേരിക്കയുടെ ചില രഹസ്യ പദ്ധതികളെക്കുറിച്ചുള്ള വിവരങ്ങൾ പുറത്തുവിട്ടത്. ഇതിന്റെ പേരിൽ അദ്ദേഹം തടവിൽ കഴിയുകയാണ്. ജനങ്ങൾക്കുവേണ്ടിയുള്ള ചാരപ്പ ണിയാണ് അസൻജെ നിർവ്വഹിച്ചത്.[19]

ഡിജിറ്റൽ ലോകത്തെ ആസ്പദിച്ചെഴുതിയ ശാസ്ത്രനോവലുകളിലെ ഭാവനാപ്രപഞ്ചം നിത്യജീവിതത്തിൽ പ്രവർത്തിക്കുന്ന ഘട്ടം സമാഗ തമായിരിക്കുന്നു. തലച്ചോറിൽ ഒരു ചിപ്പ് ഘടിപ്പിച്ച് എലികളെ നിയ ന്ത്രിക്കാമെങ്കിൽ അത് മനുഷ്യരിലും പ്രയോഗിക്കാൻ കഴിയുമല്ലോ. ഈ സന്നിഹിത യാഥാർത്ഥ്യം ഭരണകൂട ഭീകരതയുടെ പുതുരൂപങ്ങളായി പുനർജ്ജനിക്കുന്നു. നിയന്ത്രണം പുറത്തുനിന്നാണെന്ന് തിരിച്ചറിയാതി രിക്കുന്നു എന്ന സവിശേഷതക്കൂടിയുണ്ട് ഈ ശിക്ഷണത്തിന്. അതോടെ ഭരണകൂടം, പ്രത്യയശാസ്ത്രം തുടങ്ങിയ സങ്കൽപ്പനങ്ങൾ പുനർനി ർവ്വചിക്കപ്പെട്ടു. മർത്ത്യതയെ നിഷേധിക്കുന്ന നിരവധി ആശയങ്ങൾ ഫൂക്കോ, ലകാൻ, ബാദ്യ എന്നിവരുടെയെല്ലാം ചിന്തയിൽ കാണാം. മനഃശാസ്ത്രത്തിലെ പുതിയ കണ്ടെത്തലുകൾ മനുഷ്യനെന്ന ജീവിയുടെ അനന്യതയെ തള്ളിക്കളയുന്നവയാണ്.

ചുരുക്കത്തിൽ നമ്മുടെ ജീവിതം ഡിജിറ്റലൈസേഷന് വിധേയമാകു കയും മനുഷ്യന്റെ തലച്ചോറിനെ ഡിജിറ്റൽ യന്ത്രസംവിധാനവുമായി നേരിട്ട് ബന്ധപ്പെടുത്താനുള്ള സാധ്യതകൾ രൂപപ്പെട്ട് വരികയും ചെയ്യതോടെ നാം മാനവാനന്തരം എന്ന് വിളിക്കാവുന്ന ഒരു ഘട്ട ത്തിലേക്ക് പ്രവേശിച്ചിരിക്കുന്നു. അതോടെ മനുഷ്യന്റെ ആത്മധാരണ യിൽത്തന്നെ മൗലികമായ മാറ്റം വന്നിരിക്കുന്നു. ആധുനികതയുടെ സന്ദർഭത്തിൽ ഉത്തരവാദിത്വമുള്ള ഒരു സ്വതന്ത്രകർത്താവ് എന്ന് മനുഷ്യൻ സ്വയം വിലയിരുത്തിയിരുന്നു. ഈ വിലയിരുത്തലാണ് ഇപ്പോൾ പുനഃപരിശോധിക്കപ്പെടുന്നത്. അതോടെ മാനവാനന്തര സമൂഹം എന്നത് ഭ്രാന്തമായ ഭാവനയല്ലെന്നും നമ്മുടെ ദൈനംദിനത്തെ സ്വാധീനിക്കുന്ന ഒരാശയമാണെന്നും വന്നിരിക്കുന്നു. യഥാർത്ഥത്തിൽ നരവംശാധിപത്യത്തിന്റെ കാലത്തോടുള്ള പ്രതികരണം മാനവാനന്തര കർത്താവിനെ വിഭാവനം ചെയ്യാൻ പ്രേരണയാകുന്നു.

മർത്ത്യത ഭൂമിയുടെ സന്തുലിതാവസ്ഥ തകർക്കുന്ന ഒരു ഭൗമവിഷയ മായി മാറിയിരിക്കുന്നു. മർത്ത്യത ഇന്ന് മാനവാനന്തരം എന്ന് വിളിക്കുന്ന ഘട്ടത്തിലേക്ക് പ്രവേശിച്ചിരിക്കുന്നതായി വിലയിരുത്തപ്പെടുന്നു. മൃദു ലാളിത്തത്തിന്റെ വേഷപ്പകർച്ചകൾ മനുഷ്യരുടെ പ്രകൃതത്തിൽത്ത ന്നെ അഴിച്ചപണി നടത്തുന്നുണ്ട്. മാനവാനന്തരതയുടെ രൂപങ്ങൾ

 കണ്ണാടിയും കുമ്പസാരവും

വരാനിരിക്കുന്ന തലമുറയിലേക്ക് പ്രക്ഷേപിക്കപ്പെടുന്നവയാണെന്ന് ധരിക്കേണ്ടതില്ല. മുതലാളിത്തം അതിന്റെ പ്രതിസന്ധികളെ മാറ്റിവെ ക്കാൻ നടത്തുന്ന ശ്രമമായി അവയെക്കാണാം.

ആൻഡ്രോയ്ഡ് ഒരു വലിയ അപരമായി അവതരിപ്പിക്കപ്പെടുന്നു. അപരം എന്നത് ഒന്നിന്റെയും സാന്നിധ്യമല്ല. അത് അസന്നിഹിത മായ ഒന്നിനെക്കുറിച്ചുള്ള ഭയവും ഉത്ക്കണ്ഠയും പ്രതീക്ഷയും മറ്റുമാണ്. അതോടെ ഫ്രോയ്ഡിയൻ അബോധം അപ്രസക്തമാകാൻ തുടങ്ങി. ബോധമനസ്സിൽനിന്ന് അടിച്ചമർത്തപ്പെട്ടവയല്ല അബോധത്തിന്റെ ഉള്ളടക്കമായിത്തീരുന്നത്. മറിച്ച് അത് ബോധത്തിൽ ആരോപിച മായ അപരമാണ്. അബോധം എന്ന പരികൽപ്പനക്ക് വരുന്ന ഈ സങ്കൽപ്പനവ്യതിയാനം പ്രത്യയശാസ്ത്രം എന്ന സങ്കൽപ്പനത്തേയും സ്വാധീനിക്കുന്നുണ്ട്.

എല്ലാ ദുരന്തത്തിലും വിപരീതലക്ഷണയോടെയുള്ള ഹാസ്യത്തിന് മേൽക്കൈ ലഭിക്കുന്നത് കാണാം.[21] അതെന്താണെന്ന് അവർക്കറിയി ല്ല, എന്നാൽ അവർ അത് ചെയ്യുകൊണ്ടിരിക്കും എന്നാണ് മാർക്സ് പ്രത്യയശാസ്ത്രത്തെ വിശദീകരിക്കുന്നത്. പ്രത്യയശാസ്ത്രം എന്ന സങ്ക ൽപ്പത്തിൽത്തന്നെ തെറ്റിദ്ധാരണ എന്ന ആശയമുണ്ട്. യാഥാർത്ഥ്യ ത്തിന്റെ തെറ്റായ പ്രതിനിധാനമായും കപടാവബോധമായും പ്രത്യയ ശാസ്ത്രത്തെ മനസ്സിലാക്കാറുണ്ട്. വാസ്തവത്തിൽ യാഥാർത്ഥ്യത്തിന്റെ സത്തയിൽത്തന്നെ എഴുതിച്ചേർത്തതാണ്. പ്രത്യയശാസ്ത്രം എന്ന വസ്തുത ആദ്യമായി ചൂണ്ടിക്കാട്ടിയത് ഫ്രാങ്ക്ഫർട്ട് ചിന്തകരാണെന്ന് കാണാം. ഉണ്മയുടെ വൈരുദ്ധ്യമാണ് ഇവിടെ കാണുന്നത്. തെറ്റിദ്ധരി പ്പിച്ചുകൊണ്ടോ കണ്ടില്ലെന്ന് നടിച്ചുകൊണ്ടോ മാത്രമേ ഉണ്മക്ക് സ്വയം പുനരുൽപ്പാദിപ്പിക്കാൻ കഴിയൂ. യാഥാർത്ഥ്യത്തെ യാഥാർത്ഥ്യമായിക്ക ണ്ടാൽ പിന്നെ യാഥാർത്ഥ്യമില്ല. നമ്മുടെ മനസ്സിൽ ചില അധമമായ വികാരങ്ങളുണ്ട് എന്നത് ആർക്കും അറിയാത്ത കാര്യമല്ല. മനോവിശക ലനത്തിന്റെ നേട്ടമായി അതിനെ കാണാൻ കഴിയില്ല. ആയതിനാൽ 'അവർ ചെയ്യുന്നതെന്താണെന്ന് അവർക്കറിയില്ല' എന്നതല്ല പ്രത്യയ ശാസ്ത്രത്തെക്കുറിച്ചുള്ള പുതിയ ദർശനം. 'അവർ ചെയ്യുന്നതെന്താണെന്ന് അവർക്കറിയാം. എങ്കിലും അവർ അത് ചെയ്യുകൊണ്ടേയിരിക്കുന്ന' എന്നതാണ്. ഇവിടെ ഒരുതരം ദോഷൈകദർശനം പ്രവർത്തിക്കുന്ന ണ്ടെന്നാണ് പീറ്റർ സ്ലോട്ടർ ദിക്കിനെ ഉദ്ധരിച്ചുകൊണ്ട് സ്ലാവോയ് സിസെക്ക് പറയുന്നത്.[22] പ്രത്യയശാസ്ത്രത്തിന്റെ മുഖംമൂടി ധരിക്കാനുള്ള ന്യായം കണ്ടെത്തുന്നതിനെയാണ് ദോഷൈകദർശനം[23] എന്ന് പറയു ന്നത്. സത്യസന്ധത എന്നത് വഞ്ചനയുടെ ഉയർന്ന രൂപമാണെന്നും

ദുർവൃത്തിയുടെ ഉയർന്ന രൂപമാണ് സദാചാരമെന്നും നന്മയുടെ ഏറ്റവും ഫലപ്രദമായ രൂപമാണ് സത്യമെന്നുള്ളതാണ് ദോഷൈകദ ർശനത്തിന്റെ യുക്തി. ദോഷൈകദർശനത്തിന്റെ യുഗത്തെയാണ് നാം സത്യാനന്തരകാലം എന്ന് ഇപ്പോൾ പറഞ്ഞുതുടങ്ങിയിരിക്കുന്നത്. ശരി/ തെറ്റ് എന്നൊന്നുമില്ല. എല്ലാം തെറ്റാണ്. പക്ഷെ ചില തെറ്റുകൾക്ക് നിയമപരമായ സാധുതയുണ്ട്. ചിലതിന് അതില്ല. ബാങ്ക് കൊള്ളയടി ക്കുന്നതും ബാങ്ക് സ്ഥാപിക്കുന്നതും തമ്മിൽ വ്യത്യാസമൊന്നുമില്ലെന്ന് ബ്രഹ്ത് പറയുന്നതിതുകൊണ്ടാണല്ലോ. ഈ അർത്ഥത്തിൽ നാം സത്യാനന്തരകാലത്താണെന്ന് മാത്രമല്ല, പ്രത്യയശാസ്ത്രാനന്തര കാല ത്തുകൂടിയാണ് ജീവിക്കുന്നതെന്ന് പറയേണ്ടി വരും. എല്ലാ ദുരന്തത്തിലും വിപരീതലക്ഷണത്തോടെയുള്ള ഹാസ്യം ആസ്വദിക്കാൻ ഒരാളെ സഹായിക്കുന്നതാണ് മേൽപ്പറഞ്ഞ ദോഷൈകദർശനം. ആർക്കും ഒന്നിലും വിശ്വാസമില്ലാതായിക്കൊണ്ടിരിക്കുന്നു.

ചുരുക്കത്തിൽ മാനവാനന്തരത എന്നത് ഒരു പുത്തൻ പദമാണ്. പല സങ്കൽപ്പനങ്ങളേയും പ്രതിഭാസങ്ങളേയും വിശദീകരിക്കാൻ പര്യാപ്ത മായ ഒന്നാണത്. മാനവികത എന്നറിയപ്പെട്ട സാമൂഹ്യവികാസത്തിന്റെ ഘട്ടം അവസാനിച്ചിരിക്കുന്നു എന്നതാണ് അതിലേറ്റവും പ്രധാനപ്പെ ട്ടത്. ആയതിനാൽ ഈ ഘട്ടത്തെ സാമാന്യമായി മാനവാനന്തരഘ ട്ടം എന്ന് വിശേഷിപ്പിക്കുന്നുവെന്ന് മാത്രം. മറ്റൊന്ന് മനുഷ്യൻ എന്ന ജീവിയെ നിർമ്മിച്ച അടിസ്ഥാന ഘടകങ്ങളെക്കുറിച്ചുള്ള ധാരണകളെ ല്ലാം മൗലികമായ പരിണാമത്തിന് വിധേയമായിക്കൊണ്ടിരിക്കുന്നു. മനുഷ്യനെക്കുറിച്ച് നാം ഇതുവരെ മനസ്സിലാക്കിയതെല്ലാം പുനഃപ രിശോധനക്ക് വിധേയമാക്കേണ്ടതുണ്ട് എന്ന് വന്നിരിക്കുന്നു. ജീവ ശാസ്ത്രവും സാങ്കേതികവിദ്യയും വേർതിരിച്ചറിയാൻ കഴിയാത്തവിധം പരസ്പരം മേളിച്ചിരിക്കുന്നു. ആയതിനാൽ മാനവാനന്തരം എന്നതിന് ജീവശാസ്ത്രാനന്തരം എന്നും പറയാറുണ്ട്. ടെക്നോബയോളജിയുടെ[24] ഒരു ഉപഗണമാണ് മാനവാനന്തരത എന്ന് പറയാം.

III

മാനവാനന്തരതയോട് പല സമീപനങ്ങൾ രൂപപ്പെട്ടു വരുന്നുണ്ട്. എല്ലാം അവസാനിച്ചുവെന്ന ദോഷൈകദർശനമാണ് അതിലൊന്ന്. ഉത്തരാധുനികമായ ഒരുതരം ശൂന്യതാവാദമായി ഇതിനെ കണക്കാ ക്കാം. ശാസ്ത്രവിരുദ്ധവും പുനരുത്ഥാനപരവുമായ മതാത്മകത മുന്നോട്ട വെക്കുകയാണ് മറ്റൊരു വഴിയായി കണ്ടിട്ടുള്ളത്. എന്നാൽ മാനവാന ന്തരകാലത്ത് മാനവികതയിലേക്ക് പുനഃസന്ദർശനം നടത്തി അതിന്റെ

പരിമിതികൾ പരിഹരിച്ച് ഒരു നവമാനവത്വം-ആത്മപ്രതിഫലനാത്മ കവും സഹകരണാത്മകവുമായ മർത്യത-നിർമ്മിച്ചെടുക്കുകയാണ് വഴി എന്ന് വിചാരിക്കുന്നവരുമുണ്ട്.

ശാസ്ത്രത്തോടും മനുഷ്യപ്രകൃതത്തോടും നിഷേധാത്മകമായ സമീപനം സ്വീകരിക്കാൻ മാനവാനന്തര കാലം പലരെയും പ്രേരിപ്പിക്കുന്നുണ്ട്. ഇന്ത്യയെ സംബന്ധിച്ച് ഈ ശാസ്ത്രവിരോധം പലപ്പോഴും യൂറോപ്പിനോ ട്ടുള്ള വിരോധമായും ഇന്ത്യയുടെ ഭൂതകാലത്തോടുള്ള അഭിരതിയായും പ്ര ത്യക്ഷപ്പെടുന്നത് കാണാം. പ്രാചീന ഇന്ത്യയുടെ വൈജ്ഞാനികതയെ പുനരുദ്ധരിച്ച് ഒരു ബദൽ സൃഷ്ടിക്കാനാവുമെന്ന വാദം പ്രബലമാണ്. പ്രാദേശിക വിജ്ഞാനത്തിൽനിന്ന് ഒരു ഹൈന്ദവ ആധുനികത വിക സിപ്പിക്കുന്നതിനെക്കുറിച്ചുള്ള ചർച്ചകൾ വളരെ സജീവമായി നടക്കുന്നു. ഈ ആശയങ്ങൾക്ക് ചില ഉത്തരാധുനിക പരികൽപ്പനകൾ പിന്തുണ യേകുന്നുണ്ട്. മതനിരപേക്ഷത, ജനാധിപത്യം, സമത്വം എന്നീ ആശയ ങ്ങളെത്തന്നെ നിരാകരിക്കുന്നതിലേക്ക് ജ്ഞാനോദയവിമർശനം ചെന്നെത്തുന്ന സന്ദർഭങ്ങളുണ്ട്. സ്വത്വവാദത്തിന്റെ പേരിൽ എല്ലാ പ്രതിലോമാശയങ്ങൾക്കും പൊതുമധ്യത്തിലേക്ക് കടന്നുവരാനുള്ള സാഹചര്യം സൃഷ്ടിക്കപ്പെട്ടിരിക്കുന്നു. അന്ധവിശ്വാസങ്ങൾക്കും അനാചാ രങ്ങൾക്കും പുത്തൻ സ്വീകാര്യത ലഭിക്കുന്നു. കൊറോണ വൈറസിനെ നിർമ്മാർജ്ജനം ചെയ്യാൻ പുരപ്പുറത്ത് കയറി കിണ്ണം മുട്ടിയതും വിളക്ക കൊളുത്തിയതും ഭരണകൂട പുരസ്കരണത്തിന്റെ ഭാഗമായാണല്ലോ. ബദൽ ആധുനികതയെക്കുറിച്ചുള്ള ആശയങ്ങൾ പ്രതിലോമാധുനിക തയായി മാറുന്നതിനെക്കുറിച്ച് മീരാനന്ദ പറയുന്നുണ്ട്.[25] മതത്തിന്റെയും ആത്മീയതയുടെയും ജടിലോക്തികളളമായി പുത്തൻ സാങ്കേതികവിദ്യ ബാന്ധവം തീർക്കുകയും അത് ഒരു പ്രതിലോമശക്തിയായി വളർന്ന വരികയും ചെയ്യുന്നത് നാം കാണുന്നു. സാങ്കേതികമായ ആധുനികവ ൽക്കരണവും സാംസ്കാരികമായ പുനരുത്ഥാനവും കൈകോർക്കുന്നു. ആധുനികതയുടെ സാംസ്കാരികപരിസരത്തെ പാശ്ചാത്യം എന്ന പേരിൽ തിരസ്കരിക്കുന്നു. മാനവാനന്തര ഘട്ടത്തിലെ ചർച്ചകളുടെ പശ്ചാത്തലത്തിൽ ഇന്ത്യപോലുള്ള സമൂഹങ്ങളിൽ വളർന്നുവരുന്ന ഇത്തരം സമഗ്രാധിപത്യപ്രവണതകളെ കണ്ടില്ലെന്ന് നടിക്കാനാ വില്ല. യഥാർത്ഥത്തിൽ ഉപകരണാത്മകയുക്തിയെ സംസ്കാരത്തി ന്റെ മണ്ഡലത്തിലേക്ക് പ്രച്ഛന്നമായി കടത്തിക്കൊണ്ടുവരികയാണ് നവ ഹിന്ദുത്വവാദം ചെയ്യുന്നത്. ജ്ഞാനോദയത്തെ പലപ്പോഴും ഉപകരണാത്മകയുക്തിയുടെ പേരിലാണ് വിമർശിക്കാറുള്ളത്. എന്നാൽ അതേ ഉപകരണാത്മകയുക്തിയെത്തന്നെയാണ് ഹിന്ദുത്വം

ഞാനോദയവിമർശനം എന്ന നാട്യത്തിൽ സംസ്കാരത്തിലേക്ക് കടത്തിക്കൊണ്ടുവരുന്നത്. മാനവാനന്തരഘട്ടത്തിൽ ഇത്തരം കപടരൂ പങ്ങളെ തിരിച്ചറിയുക ശ്രമകരമാണ്. മർത്ത്യതയുടെ കയ്യേറ്റങ്ങളെ വിമ ർശിക്കുമ്പോൾത്തന്നെ അതിന്റെ സന്ദർഭം നിർണ്ണായകമാണെന്നാണ് ഇത് സൂചിപ്പിക്കുന്നത്. മനുഷ്യേതര പ്രകൃതിയെ പരിഗണിക്കുന്നതിന്റെ സൂചകമായി ഗോപൂജയെ അവതരിപ്പിക്കുന്നതിന്റെ അപകടത്തെ തിരിച്ചറിയണമെന്ന് ചുരുക്കം. തോമസ് കുനിന്റെ വാദങ്ങളെ ഏത് പ്രാചീനാചാരങ്ങളേയും സാധൂകരിക്കാനുള്ള യുക്തിയാക്കി മാറ്റുന്നതി ന്റെ അപകടം കാണാതിരുന്നുകൂടാ. അവ്യവസ്ഥിതി നിറഞ്ഞ ജീവിത പശ്ചാത്തലത്തെ 'കലികാല'[26] സങ്കൽപ്പവുമായി ബന്ധിപ്പിക്കുന്നതും മതാധിനിവേശത്തിനുള്ള കുറുക്കുവഴിയായി തിരഞ്ഞെടുക്കുന്നതും മാന വാനന്തര ദർശനത്തിന്റെ മൂന്നാംലോക പാഠമായി മനസ്സിലാക്കണം. ഫ്രിജോത്കാപ്രയുടെ 'വ്യവസ്ഥാസിദ്ധാന്ത' ത്തിന്[27] വർണ്ണാശ്രമത്തി ന്റെ ന്യായീകരണമായിത്തീരാനാകുമെന്നതു കൂടി മനസ്സിലാക്കിയാലേ മാനവാനന്തരഘട്ടത്തിന്റെ ചർച്ച പൂർണ്ണമാകൂ.

ശാസ്ത്രത്തിന്റെ രീതികളേയും ഞാനോദയദർശനങ്ങളേയും വിമ ർശനവിധേയമാക്കുന്ന അതേ വീറോടെ മുതലാളിത്തത്തെ വിമർശന വിധേയമാക്കാൻ ഉത്തരാധുനിക സിദ്ധാന്തപദ്ധതികൾ തയ്യാറാകുന്നി ല്ല എന്നതുകൂടി ഇവിടെ പരാമർശിക്കേണ്ടതുണ്ട്. വാസ്തവത്തിൽ മനുഷ്യ പ്രകൃതത്തിനും ഞാനാന്വേഷണരീതികൾക്കും 'മെറ്റമോർഫോസിസ്' സംഭവിക്കുകയല്ല ചെയ്തത്. മുതലാളിത്തം ഒരേസമയം മണ്ണിനേയും മനുഷ്യനേയും ഉൗറ്റുന്നു എന്ന മാർക്സിന്റെ നിരീക്ഷണത്തെ ഈ ഘട്ടത്തിൽ കയ്യൊഴിയാൻ കഴിയുമെന്ന് തോന്നുന്നില്ല. സോവിയറ്റ് യൂണിയന്റെ തകർച്ചയോടെ മാർക്സിസം കാലഹരണപ്പെട്ടു എന്ന് വാദിക്കുന്നവർ അവരുടെ വാദം സാധൂകരിക്കാനായി ഇപ്പോഴും മാർക്സിസത്തിന്റെ സോവിയറ്റ് വ്യാഖ്യാനങ്ങളെയാണ് പിന്തുടരു ന്നത് എന്നതാണ് വിരോധാഭാസം. വാസ്തവത്തിൽ രണ്ടാം ലോകയു ദ്ധത്തിനുശേഷം യൂറോപ്പിൽനിന്ന് വളരെ വ്യത്യസ്തമായ മാർക്സിസ്റ്റ് അന്വേഷണങ്ങൾ നടന്നിട്ടുണ്ട്. ഫ്രാങ്ക് ഫർട്ട് ചിന്താപദ്ധതിയിൽപ്പെട്ട വർ, എറിക് ഫ്രൊം, ബൊട്ടോമർ, റായ ദുനായെവ്സ്കായ, ഗ്രാംഷി, അന്റോണിയോ നെഗ്രി എന്നിങ്ങനെ എത്രയോ പേരുകൾ ഈ നിരയിൽ ചൂണ്ടിക്കാട്ടാനാകും. ആന്ത്രോപ്പോസീൻ ഘട്ടത്തിൽ ഉയരുന്ന പല ആശങ്കകളേയും ഇവരുടെ പഠനങ്ങൾ അഭിമുഖീകരിച്ചിട്ടുണ്ട്. ഈ പഠനങ്ങളെല്ലാം വ്യത്യസ്തമായ കാഴ്ചപ്പാടിന്റെ അടിസ്ഥാനത്തിൽ മാർക്സിനെ വായിക്കുന്നുണ്ട്. അതേസമയം സോവിയറ്റ് മാതൃകയെ

അവർ സാമാന്യമായി വിമർശനവിധേയമാക്കുന്നു.

പാരിസ്ഥിതികമായ പ്രത്യാഘാതങ്ങളെക്കുറിച്ച് അന്വേഷിച്ചവരിൽ പലരും മാർക്സിലേക്ക് പുനഃസന്ദർശനം നടത്തിയിട്ടുണ്ട്. അത്തരം ചില അന്വേഷണങ്ങളെ അവലോകനം ചെയ്തുകൊണ്ട് ഈ കുറിപ്പ് അവസാനിപ്പിക്കാം. മാർക്സിസത്തെ സാമ്പത്തികമാത്രവാദമായും ആധുനികതാവാദമായും കേവലശാസ്ത്രവാദമായും മറ്റും അവതരിപ്പിക്കുന്നതിനോട് കഠിനമായി വിയോജിക്കുന്നവരാണ് മേൽപ്പറഞ്ഞ ചിന്തകരിൽ പലരും.

പ്രകൃതിയിൽനിന്ന് ഭിന്നമായ ഉണ്മ മനുഷ്യശരീരത്തിനുണ്ടെന്ന് മാർക്സ് വിചാരിക്കുന്നില്ല. പ്രകൃതിയെ മനുഷ്യശരീരമായിത്തന്നെ യാണ് മാർക്സ് വിഭാവനം ചെയ്തിട്ടുള്ളത്.[28] മനുഷ്യശരീരം എന്ന് നാം സാമാന്യമായി മനസ്സിലാക്കുന്നതിനെ മാർക്സ് ജൈവശരീരമെന്നും അതിനുചുറ്റുമുള്ളതിനെ അജൈവശരീരമെന്നും വിളിക്കുന്നു. ജൈവവും അജൈവവുമായ ശരീരങ്ങളെ വേർപെടുത്താനാവില്ലെന്നാണ് അദ്ദേഹം പറയുന്നത്. അജൈവശരീരം പലപ്പോഴും ഉൽപ്പന്നങ്ങളുടേയും വിഭവങ്ങ ളുടേയും രൂപത്തിലാണ് മനുഷ്യന് പ്രാപിക്കാനാവുന്നത്. അജൈവശരീ രമാണ് മനുഷ്യരെ സാർവ്വലൗകികമാക്കുന്നത്. അതായത് മനുഷ്യന്റെ ജൈവശരീരത്തിന്റെ ആവശ്യങ്ങൾ നിറവേറ്റുന്ന അജൈവശരീരം എല്ലായിടത്തും ഒന്നു തന്നെയാണ്. ഇതാണ് സാർവ്വലൗകികതയുടെ ആധാരം. തൊഴിലാളിവർഗ്ഗത്തിന്റെ സാർവ്വദേശീയതയെക്കുറിച്ച് മാത്ര മല്ല 'മനുഷ്യജീവി' (ഒരു ജീവിവർഗ്ഗം എന്ന നിലയിലുള്ള)യുടെ സാർവ്വലൗ കികതയും മാർക്സിന്റെ പര്യാലോചനയിൽ വന്നിട്ടുണ്ടെന്നാണ് ഇത് നൽകുന്ന സൂചന. പ്രകൃതി എന്ന അജൈവശരീരത്തിലൂടെ ലോകത്തെ മനുഷ്യരെല്ലാം പരസ്പരം ബന്ധിക്കപ്പെട്ടിരിക്കുന്നു. മനുഷ്യർ പ്രകൃതിയെ ആശ്രയിക്കുന്നു എന്നതിനർത്ഥം പ്രകൃതി മനുഷ്യശരീരമാണെന്നാണ്. പ്രകൃതിയുമായി നിരന്തരവിനിമയത്തിലേർപ്പെടുന്നതുകൊണ്ടാണ് മനുഷ്യജീവിതം സാദ്ധ്യമാകുന്നത്. അതായത് മനുഷ്യശരീരത്തെ പ്ര കൃതിയിൽനിന്ന് വേർപെടുത്തിക്കാണാനാവില്ല.

ഗ്രുന്ത്രിസ്സേയുടെ പ്രസിദ്ധീകരണത്തിനുശേഷം മാർക്സിനെ മനസ്സിലാക്കുന്നതിൽ മൗലികമായ വ്യതിയാനം സംഭവിച്ചിരിക്കുന്നു. മാർക്സിന്റെ 'ക്രിട്ടീക്ക്' എന്ന പദ്ധതിയിലേക്ക് ദാർശനികമായി കൂടുതൽ വെളിച്ചം വീശാൻ ഗ്രുന്ത്രിസ്സേ സഹായിച്ചു. രീതിവിദ്യയെ പ്രശ്നവൽക്കരിക്കുന്നതിനാണ് ക്രിട്ടീക്ക് എന്ന് പറയുന്നത്. സ്വത ന്ത്രവ്യക്തിയെ പ്രാരംഭബിന്ദുവായി സ്വീകരിക്കുന്നതാണ് ക്ലാസ്സിക്കൽ

സമ്പദ്ശാസ്ത്രത്തിന്റെ രീതി. എന്നാൽ ഈ സ്വതന്ത്രവ്യക്തിയെത്തന്നെ പ്രശ്നവൽക്കരിക്കുന്നിടത്താണ് മാർക്സിന്റെ ക്രിട്ടീക്ക് വ്യത്യസ്തമാകുന്നത്. എല്ലാറ്റിന്റെയും തുടക്കത്തെ സംശയിക്കാനും പ്രശ്നവൽക്കരിക്കാനുമാണ് ക്രിട്ടീക്ക് എന്ന പദ്ധതി ശ്രമിക്കുന്നത്. പോസ്റ്റ് ഹ്യൂമൻ ഘട്ടത്തിൽ വിമർശിക്കപ്പെട്ട പ്രകൃതിശാസ്ത്രത്തിന്റെ രീതിയിൽനിന്ന് മാർക്സിസം സ്വയം അകലം പാലിച്ചിരുന്നു എന്നാണ് ഇത് വ്യക്തമാക്കുന്നത്. രാഷ്ട്രീയ സമ്പദ്വ്യവസ്ഥയെക്കുറിച്ചുള്ള ഒരു പ്രത്യക്ഷവാദവിമർശനമല്ല മാർക്സ് നിർവ്വഹിച്ചത്. ഒരർത്ഥത്തിൽ ജ്ഞാനോദയശാസ്ത്രത്തിന്റെ രീതിശാസ്ത്രത്തിൽ നടത്തുന്ന ഒരിടപെടലാണ് മാർക്സിന്റെ ക്രിട്ടീക്കിങ് എന്ന് പറയാം.

ഇതേവിധം പ്രത്യേകമായി പരിഗണിക്കപ്പെടേണ്ട സങ്കൽപ്പനമാണ് മാർക്സിന്റെ 'പ്രാക്സിസ്'[29] എന്ന ആശയം. പോസ്റ്റ്ഹ്യൂമൻ ഘട്ടത്തിൽ മാർക്സിന്റെ ചിന്തയിലേക്ക് കടക്കാനുള്ള ഒരു പഴുതായി ഈ സങ്കൽപ്പനത്തെ പരിഗണിക്കാം. ചെയ്യൽ എന്ന അർത്ഥത്തിലാണ് പ്രാക്സിസ് എന്ന സംജ്ഞ മാർക്സ് ഉപയോഗിക്കുന്നത്. അത് ഒരർത്ഥത്തിൽ മനുഷ്യരുടെ ആത്മാവിഷ്ക്കാരമാണ്. തന്റെ ചുറ്റുപാടുകളെ മാറ്റാനും അതുവഴി സ്വയം മാറാനും മനുഷ്യരെ സഹായിക്കുന്ന എല്ലാ ചെയ്തികളും പ്രാക്സിസാണ്. അതായത് മനുഷ്യർ അവരുടെ തന്നെ പ്രാക്സിസിന്റെ ഉൽപ്പന്നമാണ്. മനുഷ്യരുടെ സാമൂഹ്യമായ ഉണ്മ ഈ പ്രാക്സിസിൽ നിക്ഷിപ്തമാണ്. ഉപകരണാത്മകയുക്തിയെ പരാജയപ്പെടുത്തുന്നതാണ് മാർക്സിന്റെ പ്രാക്സിസ് എന്ന ആശയം. ഇതിനെ മനുഷ്യൻ എന്ന ജീവിവർഗ്ഗത്തിന്റെ സവിശേഷതയായാണ് മാർക്സ് കാണുന്നത്. പ്രാക്സിസ് എന്ന ആശയം മനുഷ്യനെക്കുറിച്ചുള്ള എല്ലാ സത്താവാദ സങ്കൽപ്പനങ്ങളേയും റദ്ദ് ചെയ്യുന്നു. സ്വതന്ത്ര വ്യക്തിക്ക് പുറത്തുനടക്കുന്ന സാമൂഹ്യചലനങ്ങളുടെ ക്രമപ്പെടുത്തിയ ആഖ്യാനമാണ് ചരിത്രം എന്നും മാർക്സ് കരുതിയില്ല. മാർക്സ് കാലത്തെ രേഖീയമായിക്കാണുന്നില്ല.[30] മനുഷ്യന്റെ ഉണ്മയാണ് ചരിത്രം എന്നാണ് അദ്ദേഹം കരുതുന്നത്. അതായത് മനുഷ്യന് താൻ ഉണ്ട് എന്ന് തോന്നുന്നത് ചരിത്രം അയാളുടെ ജൈവപ്രകൃതിയുടെ ഭാഗമായതുകൊണ്ടുകൂടിയാണ്. ജ്ഞാനോദയം മനുഷ്യനെ ചിന്തിക്കുന്ന ജീവിയായിക്കണ്ടു. മനുഷ്യരുടെ ചെയ്തികളുടെ പ്രാധാന്യത്തെ അത് ഏറെക്കുറെ അവഗണിച്ചു. ഈ സന്ദർഭത്തിലാണ് മാർക്സ് മനുഷ്യരുടെ പ്രാക്സിസിനെ വീണ്ടെടുക്കുന്നത്. അതുകൊണ്ടാണ് ജ്ഞാനോദയവിമർശനം ഉന്നയിക്കപ്പെടുന്ന പോസ്റ്റ്ഹ്യൂമൻ സാഹചര്യത്തിൽ മാർക്സിലേക്കുള്ള പുനഃസന്ദർഭം പ്രധാനമാകുന്നത്. അതായത്

 കണ്ണാടിയും കുമ്പസാരവും

പ്രവൃത്തിനിഷ്ഠമായതാണ് മനുഷ്യജീവിതം എന്ന കാര്യമാണ് മാർക്സ് ആവർത്തിച്ചത്. സ്വാതന്ത്ര്യത്തെക്കുറിച്ചുള്ള ആലോചനകൾ (ഇപ്പോൾ അത് മനുഷ്യന്റെ പ്രവൃത്തികളിൽനിന്ന് മനുഷ്യനും പ്രകൃതിക്കും സ്വാതന്ത്ര്യം ലഭിക്കേണ്ടതിനെക്കുറിച്ചാണ് നാം ആലോചിക്കുന്നത്) നിർവ്വഹിക്കപ്പെടുന്ന വേളയിൽ മനുഷ്യരുടെ ചെയ്തികളുമായി ബന്ധ പ്പെടുത്തിയാണ് ആലോചിക്കേണ്ടത്. ഹന്ന ആറന്റിന്റെയും ഹേബർമാ സിന്റെയും ചിന്തകൾ മാർക്സിന്റെ പ്രാക്സിസ് എന്ന ആശയത്തെ വികസിപ്പിക്കുകയുണ്ടായി.[31] മനുഷ്യരുടെ യുക്തിപൂർവ്വമായ പ്രവൃത്തി കൾ മാത്രമല്ല ഭാഷാപരവും സാംസ്കാരികവുമായ വിനിമയ വൃത്തിക ളേയും ഹെബർമാസ് പ്രാക്സിസിൽ ഉൾപ്പെടുത്തുന്നു. അദ്ദേഹത്തിന്റെ ജീവലോകം[32] എന്ന ആശയം പ്രസക്തമാകുന്നത് ഇവിടെയാണ്. യുക്തിബോധം മാത്രമല്ല ഭാവശക്തിയും[33] ജീവലോകത്തിൽ നിർണ്ണാ യകമാണ്. മനുഷ്യന്റെ യുക്തി ഭാവശക്തിയിൽ അധിഷ്ഠിതമാണെന്നും അത് സകല ജീവജാലങ്ങളുടെ ജീവിതവുമായിക്കൂടി ബന്ധിതമാണെ ന്നും പല പോസ്റ്റ് ഹ്യൂമൻ ചിന്തകരും വാദിക്കുന്നുണ്ട്.[34] മാർക്സിന്റെ പ്രാക്സിസ് യുക്തിയേയും ഭാവശക്തിയേയും യാന്ത്രികമായി വേർതി രിക്കുന്നില്ല. എന്നാൽ പ്രാക്സിസ് എന്ന ആശയത്തെ ഒരു ഘട്ടത്തിൽ മാർക്സ് തന്നെ പരിമിതപ്പെടുത്തിയെന്ന വിമർശനമാണ് നെഗ്രിയും മറ്റും ഉന്നയിച്ചത്. ഉൽപ്പാദനവ്യവസ്ഥ, ഉൽപ്പാദന ശക്തി എന്നീ സങ്കല്പനങ്ങൾ പ്രാക്സിസിനെ ഉപകരണാത്മക യുക്തിയിലേക്ക് ന്യൂനീകരിക്കുന്നു എന്നാണ് അവരുടെ നിരീക്ഷണം. മുതലാളിത്ത വിമർശനത്തിനായി മാർക്സ് വികസിപ്പിച്ച വിചാരകമാതൃക മുതലാ ളിത്തത്തെപ്പോലെ ഉപകരണാത്മകയുക്തിയെ പിൻപറ്റുന്നതായി മാറിയെന്നും അതോടെ നിർണ്ണയനവാദത്തിലേക്ക് മാർക്സിസം വഴുതിവീണുവെന്നും അവർ പറയുന്നു.[35] സോവിയറ്റ് യൂണിയനിൽനി ന്ന് പുറത്തുവന്ന മാർക്സിസ്റ്റ് വ്യാഖ്യാനങ്ങൾ ഈ ഉപകരണാത്മക പ്രത്യക്ഷവാദയുക്തികളെ കൂടുതൽ ബലപ്പെടുത്തുകയാണുണ്ടായത്. ഉൽപ്പാദനശക്തികളുടെ വികാസത്തിൽ മാർക്സ് പുലർത്തിയിരുന്ന ശുഭാപ്തി വിശ്വാസത്തെ തെറ്റായി വ്യാഖ്യാനിക്കുകയാണ് സോവിയറ്റ് സോഷ്യലിസം ചെയ്തതെന്ന് ഇന്ന് നാം തിരിച്ചറിയുന്ന (ഉൽപ്പാദനശ ക്തികളുടെ വികാസത്തെ നിയന്ത്രിക്കേണ്ട സാഹചര്യമാണ് ഇപ്പോൾ സംജാതമായിരിക്കുന്നത്).[36] ഈ പരിമിതിയെ മറികടക്കാനാണ് മാർക്സിസ്റ്റ് ചിന്തകരിൽ ചിലർ മാർക്സിന്റെ പ്രാക്സിസ് എന്ന ആശയത്തെ വീണ്ടെടുക്കുകയും വികസിപ്പിക്കുകയും ചെയ്തത്. അതിന്റെ ചില ദൃഷ്ടാന്തങ്ങളാണ് നടേ സൂചിപ്പിച്ചത്.

ക്ലാസ്സിക്കൽ സമ്പദ്ശാസ്ത്രത്തിനെതിരെ മാർക്സ് വികസിപ്പിച്ച ക്രി
ട്ടീക്കിലേക്ക് നമുക്ക് ഈ ഘട്ടത്തിൽ തിരിച്ച പോകേണ്ടി വരും. മനുഷ്യ
കേന്ദ്രിതമായ പ്രപഞ്ചവീക്ഷണത്തെ മുറിച്ചകടക്കാൻ സ്പിനോസയുടെ
ചിന്തകൾ ഏറെ സഹായിച്ചിട്ടുണ്ടെന്ന കാര്യം നിരീക്ഷിക്കപ്പെട്ടിട്ടുണ്ട്.
സ്പിനോസയുടേയും മാർക്സിന്റേയും ചിന്തകളെ താരതമ്യപ്പെടുത്തുന്ന
ആലോചനകളും ഈ ഘട്ടത്തിൽ നടക്കുന്നുണ്ട്. പ്രാക്സിസ് എന്ന
സങ്കൽപ്പനം ജ്ഞാനോദയ കർത്തൃത്വത്തെ പുറത്തുനിർത്തിയിരിക്കുന്ന
എന്നതാണ് പ്രത്യേകത. കാർട്ടീസ്യൻ ചിന്തയുടെ വിമർശനത്തിലൂടെ
സ്പിനോസ പതിനേഴാം നൂറ്റാണ്ടിൽ നിർവ്വഹിച്ചതും ഇതേ കാര്യമാണ്[37]
മാർക്സിന്റെ   ചിന്തയിലെ ഉപകരണാത്മകയുക്തിയെ കയ്യൊഴി
യുമ്പോഴും ജ്ഞാനോദയകർത്തൃത്വത്തെ മുറുകെപ്പിടിച്ച എന്നതാണ്
ഫ്രാങ്ഫർട്ട് ചിന്തകരുടെ മാനവവാദപരമായ മാർക്സ് വായനയുടെ
പരിമിതിയായി ചൂണ്ടിക്കാണിച്ചിട്ടുള്ളത്.[38] കാര്യം/കാരണം എന്ന മട്ടിൽ
വേർതിരിക്കാനാവാത്ത കർത്തൃകൃതി ബന്ധത്തെക്കുറിച്ച് സ്പിനോസ
സൂചിപ്പിക്കുന്നുണ്ട്. സ്പിനോസ പ്രപഞ്ചത്തെ ദൈവത്തിന് സമാനമായി
കാണുമ്പോഴും അതിന് സ്രഷ്ടാവിന്റെ പദവി കൽപ്പിക്കുന്നില്ല.[39]
കൃതിയിലൂടെ ആവിഷ്കൃതമാകുന്ന കർത്താവ്, കർത്താവിലൂടെ ആവി
ഷ്കൃതമാകുന്ന കൃതി എന്ന നൈരന്തര്യത്തിലൂടെയാണ് സ്പിനോസ ഈ
ബന്ധം വിശദീകരിക്കുന്നത്. മാർക്സിന്റെ പ്രാക്സിസ് എന്ന സങ്കൽപ്പ
നത്തിലും കർത്തൃ-കൃതി നൈരന്തര്യത്തിന്റെ സൂചന കാണാം. കർത്താവി
ന്റെ ആവിഷ്കാരമാണ് കൃതിയെങ്കിൽ കൃതിയിൽനിന്ന് കർത്താവിനെ
വേർപെടുത്താനാവില്ല. എന്നാൽ മുതലാളിത്തം കൃതിയും കർത്താവും
തമ്മിലുള്ള ബന്ധത്തെ പൂർണ്ണമായും വിച്ഛേദിക്കുന്നു. ഇതാണ് അന്യ
വൽക്കരണം എന്ന പ്രക്രിയ. മാർക്സ് ഏറെ ഗൗരവത്തോടെ
ആലോചിച്ച ഒരു പ്രമേയമാണല്ലോ ഇത്. മനുഷ്യജീവിയുടെ വംശപ
രമായ സവിശേഷതയാണ് അധ്വാനം. അധ്വാനത്തിലൂടെ മനുഷ്യർ
പ്രപഞ്ചത്തെ മനസ്സിലാക്കുകയും അതുവഴി തങ്ങളെക്കുറിച്ചതന്നെ
കൂടുതൽ അറിയുകയും ചെയ്യുന്നു. അദ്ധ്വാനത്തെ മനുഷ്യവംശത്തിന്റെ
ആവിഷ്കാരരൂപമായാണ് മാർക്സ് മനസ്സിലാക്കുന്നത്. എന്നാൽ
അധ്വാനം അന്യവൽകൃതമായിത്തീരുമ്പോൾ മനുഷ്യർക്ക് സ്വന്തം
ജീവിതംതന്നെ ജീവിതോപാധിയാക്കേണ്ടതായിവരും.[40] അധ്വാനം
ജീവനോപാധിയാകുന്നതോടെയാണ് തൊഴിലാളി എന്ന കർത്തൃത്വം
പിറവിയെടുക്കുന്നത്. ഈ കർത്തൃത്വരൂപീകരണം അന്യവൽക്കരണത്തി
ന്റെ ഫലമാണ്. പ്രാക്സിസിൽനിന്ന് ഇടങ്ങുന്നതിനുപകരം പാശ്ചാ
ത്യലോകത്തെ സോഷ്യലിസ്റ്റ് ചിന്തകൾ പലയും തൊഴിലാളി എന്ന

കർത്തൃത്വത്തിൽനിന്നോ അഥവാ അവരുടെ അധ്വാനത്തിന്റെ ഫലമായ കൃതിയിൽനിന്നോ (ചരക്കിൽനിന്നോ) ആണ് ആരംഭിച്ചത്. മാർക്സ് സ്മിത്തിനെ പിന്തുടർന്ന് അധ്വാനത്തെ ഉൽപ്പാദനക്ഷമമായ അധ്വാനം/ ഉൽപ്പാദനക്ഷമമല്ലാത്ത അധ്വാനം എന്ന് രണ്ടായി തിരിച്ചു. പിയാനോ ഉണ്ടാക്കുന്ന തൊഴിലാളിയുടെ അധ്വാനം ഉൽപ്പാദനക്ഷമമാണെങ്കിൽ അത് വായിക്കുന്ന തൊഴിലാളിയുടേത് ഉൽപ്പാദനക്ഷമമല്ലാത്ത അധ്വാ നമാണെന്ന് മാർക്സ് പറയുന്നു. ഇത്തരത്തിൽ നോക്കിയാൽ നവമു തലാളിത്തത്തിന്റെ കാലത്തെ സേവനസ്വഭാവമുള്ള അധ്വാനത്തെ മുഴുവൻ ഉൽപ്പാദനക്ഷമമല്ലാത്ത അധ്വാനമായി കാണേണ്ടിവരും. പ്രൊ ഡക്ടിവിസത്തെ മുൻനിർത്തിയുള്ള മാർക്സിന്റെ അധ്വാനസങ്കൽപ്പനം ചോദ്യം ചെയ്യപ്പെടുന്നത് ഈ അവസരത്തിലാണ്. ഉൽപ്പാദനപ്രവ ർത്തനത്തിൽ അധ്വാനം നിക്ഷേപിക്കുന്ന ഒരാൾ എന്നതിനേക്കാൾ ഉൽപ്പാദനത്തിനുള്ള ഉപാധികൾ കൈവശം ഇല്ലാത്ത ഒരാൾ എന്ന നിലക്ക് തൊഴിലാളിയെ കാണേണ്ടിവരും. അങ്ങിനെ നോക്കിയാൽ മാർക്സ് പറയുന്ന ലൈംഗിക തൊഴിലാളിവർഗ്ഗം എന്ന സങ്കൽപ്പന ത്തെ സങ്കീർണ്ണമാക്കും.

വസ്തുക്കളുടെ ഉൽപ്പാദനത്തേക്കാൾ കർതൃത്വങ്ങളുടെ ഉത്പ്പാദന ത്തിലാണ് നെഗ്രിയെപ്പോലുള്ള ചിന്തകർ ഊന്നുന്നത്. മുതലാളിത്ത ച്ചൂഷണം അനുഭവിക്കുന്നവരെ ഇന്ന് തൊഴിലാളി വർഗ്ഗം എന്ന ഒറ്റ സംവർഗ്ഗത്തിൽ (ഏക കർതൃത്വത്തിൽ) ഒതുക്കി നിർത്താനാവില്ല. പുത്തൻ സാങ്കേതിക വിദ്യയുടേയും മാധ്യമങ്ങളുടേയും സാഹചര്യത്തിൽ മുതലാളിത്തച്ചൂഷണം മനുഷ്യജീവിയുടെ ഉണ്മയെയും ആവാസവ്യവ സ്ഥകളേയും അതിസൂക്ഷമമായി കടന്നാക്രമിക്കാൻ തുടങ്ങിയിരിക്കുന്നു. ഇത് വൈവിദ്ധ്യമാർന്ന ച്ചൂഷിതവർഗ്ഗത്തെ സൃഷ്ടിച്ചിരിക്കുന്നു. പാരി സ്ഥിതികപ്രത്യാഘാതങ്ങൾ അനുഭവിക്കുന്നവർ, കുടിയേറ്റക്കാർ, അഭയാർത്ഥികൾ, ഭരണകൂടത്തിന്റെ ഭീകരതക്ക് വിധേയരാകുന്നവർ, വംശീയാതിക്രമങ്ങൾക്ക് വിധേയമാകുന്നവർ, ഭിന്നലിംഗക്കാർ തുടങ്ങി പലതരത്തിൽ നിർവ്വചിക്കപ്പെടാനിടയുള്ള മുഴുവൻ ജനവിഭാഗങ്ങളേ യും സമാഹരിച്ചുകൊണ്ടുള്ള പുത്തൻ മുന്നേറ്റത്തിനുമാത്രമേ മുതലാളി ത്തവ്യവസ്ഥക്കെതിരെയുള്ള സമരം ഇനിയും മുന്നോട്ടുകൊണ്ടുപോകാ നാകൂ. ഇതാണ് ജനസഞ്ചയത്തിന്റെ രാഷ്ട്രീയം മുന്നോട്ടവെക്കുന്നതെന്ന് നെഗ്രി പറയുന്നു.[41]

പ്രപഞ്ചത്തിലെ ചരാചരങ്ങളെല്ലാം അവയുടെ ഉണ്മയെ പരി രക്ഷിക്കാനും വികസിപ്പിക്കാനും ശ്രമിക്കുന്നു എന്ന ആശയം സ്പിനോസിയ ചിന്തയിലെ കേന്ദ്രപ്രമേയമാണ്. ഇത്തരമൊരു ശേഷി

മനുഷ്യപ്രകൃതത്തിന്റെയും ഭാഗമാണ്. ഈ ശേഷിയേയാണ് സ്പിനോസ 'കൊണാറ്റസ്' എന്ന ലാറ്റിൻ പദംകൊണ്ട് സൂചിപ്പിക്കുന്നത്.[42] മനുഷ്യ പ്രകൃതത്തെക്കുറിച്ച് പറയുമ്പോൾ മാർക്സും ഇതിന് സമാനമായ ചില നിരീക്ഷണങ്ങൾ നടത്തുന്നുണ്ട്. മനുഷ്യരിൽ ചില സ്ഥിരചോദനങ്ങളും ചില ആപേക്ഷിതചോദനങ്ങളും പ്രവർത്തിക്കുന്നുണ്ടെന്ന് മാർക്സ് പറയുന്നു.[43] സാമൂഹ്യസാഹചര്യങ്ങൾക്കനുസരിച്ച് മാറാത്ത ജന്തുസഹ ജമായ ശരീരചോദനകളാണ് സ്ഥിരചോദനകൾ. ആപേക്ഷികചോദന കൾ സ്ഥാപനപരമാണ്. അവയെ സ്വാധീനിക്കാൻ സാഹചര്യങ്ങൾക്ക് കഴിയും. 'ആർത്തി' എന്നത് ആപേക്ഷികചോദനയാണ്. അത് സ്ഥാപ നങ്ങളിലൂടെ സൃഷ്ടിക്കപ്പെടുന്നതാണ്.

എന്നാൽ ഇച്ഛ[44] എന്നത് സ്ഥിരചോദനയാണ്. ഭാവശക്തിപര മായ വികാരപരമായ കൊണാറ്റസിനെയാണ് ഇച്ഛ എന്ന് പറയു ന്നത്. അത് വ്യക്തികൾക്കനുസരിച്ച് മാറിക്കൊണ്ടിരിക്കും. ഇച്ഛകൾ പൂർത്തീകരിക്കപ്പെടുന്നതിനെയാണ് സന്തോഷം എന്ന് വിളിക്കുന്നത്. അതായത് മനുഷ്യരുടെ ഉണ്മയെ പൂർണ്ണതയിലേക്ക് നയിക്കുന്ന ഭാവശക്തിയാണ് ഇച്ഛ. ഈ ദിശയിലുള്ള ഇച്ഛയുടെ ഗമനം മനുഷ്യ ർക്ക് സന്തോഷം പ്രദാനം ചെയ്യും. എന്നാൽ പൂർണ്ണതയിലേക്കുള്ള ഇച്ഛയുടെ സഞ്ചാരത്തെ തടയുന്നത് വേദന നൽകും. ഇച്ഛയുടെ ഈ സഞ്ചാരത്തിലാണ്, പരിണാമത്തിലാണ് - സന്തോഷവും വേദനയും അനുഭവവേദ്യമാകുന്നത്. വേദന എന്നത് ഉണ്മയുടെ അപൂർണ്ണമായ ഒരവസ്ഥയിൽ അനുഭവപ്പെടുന്നതല്ല. നിലനിൽക്കുന്ന അവസ്ഥയി ൽനിന്ന് പരിണമിക്കുമ്പോഴാണ്. അതിന്റെ സ്വഭാവമനുസരിച്ചാണ് - വേദനയും സന്തോഷവും അനുഭവപ്പെടുന്നത്. 'കൊണാറ്റസി' നെ ഉണക്കുമ്പോൾ അത് സന്തോഷത്തിനും അതിനെ തടയുമ്പോൾ അത് വേദനക്കും കാരണമായിത്തീരുന്നു. മനുഷ്യരുടെ ഇച്ഛ ഘടനാ പരമാണെന്നും അത് ബന്ധങ്ങൾക്കകത്ത് നിലനിൽക്കുന്നതല്ലെന്നും സ്പിനോസ പറയുന്നുണ്ട്.[45] മനുഷ്യരെ പരസ്പരം ബന്ധിപ്പിക്കുന്നത് ഈ ഇച്ഛയാണ്. അതായത് മനുഷ്യരുടെ സാമൂഹികത സൃഷ്ടിക്കപ്പെടുന്നത് ഈ ഇച്ഛയിലൂടെയാണ്. സ്നേഹമാണ് ഇതിന്റെ അടിസ്ഥാനപ്രകൃതം. വെറുപ്പ്, പക, നിരാശ എന്നിവയെല്ലാം ഇച്ഛയുടെ ഗതി നിരോധിക്ക പ്പെടുന്നതിലൂടെ സൃഷ്ടിക്കപ്പെടുന്നതാണ്. ഉണ്മയുടെ പൂർണ്ണതയിലേക്ക് ഇച്ഛയെ നയിക്കുന്ന ഭാവശക്തി സ്നേഹമാണ്. പ്രപഞ്ചവും മനുഷ്യരും തമ്മിലുള്ള ബന്ധത്തിന്റെ അടിസ്ഥാനഭാവം ശത്രുതാപരമല്ല, സഹക രണാത്മകമാണ്.

പ്രകൃതിയെ മനുഷ്യന്റെ അജൈവശരീരമായി അവതരിപ്പിക്കുമ്പോഴും

മാർക്സ് ഈ നൈരന്തര്യത്തെ വീണ്ടെടുക്കുന്നുണ്ട്. സ്പിനോസയുടെ വിശ്വദേവതാദർശനവുമായി മാർക്സിന്റെ മനുഷ്യ/പ്രകൃതി ബന്ധ ത്തെപ്പറ്റിയുള്ള പ്രമാണത്തിന് നേരിട്ട് ബന്ധമൊന്നുമില്ലെങ്കിലും മനുഷ്യനുമേൽ ആരോപിക്കപ്പെട്ട ജ്ഞാനോദയകർത്തൃത്വത്തെ ഇരു വീക്ഷണങ്ങളും തള്ളിക്കളയുന്നുണ്ട്. മനുഷ്യനും പ്രകൃതിയും തമ്മിലുള്ള ബന്ധത്തിന്റെ - അത് മനുഷ്യരുടെ വ്യത്യസ്തമായ ചെയ്തികളില്ലൂടെ ഉണ്ടായിവരുന്നതാണെന്ന കാര്യം നേരത്തെ സൂചിപ്പിച്ച - ഏറ്റവും നൈസർഗ്ഗികമായ രൂപമാണ് സ്ത്രീപുരുഷ പ്രണയത്തിൽ നിലനിൽക്കു ന്നതെന്ന് മാർക്സ് നിരീക്ഷിക്കുന്നുണ്ട്.[46] മനുഷ്യർക്കിടയിൽ നിലനി ൽക്കുന്ന പരസ്പരബന്ധം മനുഷ്യനും പ്രകൃതിയും തമ്മിലുള്ള ബന്ധം തന്നെയാണ്. അതിലേറ്റവും നൈസർഗ്ഗികമായ ഒന്നാണ് സ്ത്രീപുരുഷ ബന്ധം (ഇണകൾക്കിടയിലെ ബന്ധം -No sexplease, We are Post human എന്ന പേരിൽ സ്ലാവോയ് സിസെക്ക് എഴുതിയ പ്രബന്ധം ഇതോട് ചേർത്ത് വായിക്കാവുന്നതാണ്). അതായത് മനുഷ്യപ്രകൃതം എന്നതുതന്നെയാണ് മനുഷ്യനെ സംബന്ധിച്ച് താനുമായി നേരിട്ട് ബന്ധ പ്പെടുന്ന പ്രകൃതി. ഈ വസ്തുതയുടെ അടിസ്ഥാനത്തിലാണ് വികസനം എന്നതിനെ കാണേണ്ടത്. തന്റെ പ്രകൃതത്തെ ശരിയായ രീതിയിൽ മനസ്സിലാക്കുന്ന മനുഷ്യൻ പ്രകൃതിയേയും ശരിയായി മനസ്സിലാക്കുന്നു എന്ന് പറയാം. അതായത് മനുഷ്യരെ സംബന്ധിച്ച് അപരം എന്നത് മറ്റ് മനുഷ്യർ മാത്രമല്ല, പ്രപഞ്ചത്തിലുള്ള സകലചരാചരങ്ങളുമാണ്. മനുഷ്യരെ അവരുടെ പ്രകൃതത്തിൽനിന്നും അതുവഴി പ്രകൃതിയിൽനി ന്നുതന്നേയും അന്യവൽക്കരിക്കുകയാണ് മുതലാളിത്തം ചെയ്യുന്നത്.

അധ്വാനത്തെ പ്രശ്നവൽക്കരിച്ചതോടെ മാർക്സ് മനുഷ്യന്റെ പ്ര കൃതത്തിൽനിന്നുതന്നെയാണ് തുടങ്ങിയത് എന്ന് പറയാം. തീർത്തും ഭൗതികമായ ശരീരത്തിലാണ് മാർക്സിന്റെ നോട്ടം പതിഞ്ഞത്. മനുഷ്യന്റെ എല്ലാത്തരം ചെയ്തികളിലും അധ്വാനമുണ്ട്. അധ്വാനമാണ് മനുഷ്യബന്ധങ്ങളെ സാദ്ധ്യമാക്കുന്നത്. അതായത് മനുഷ്യരുടെ ഭാവാ ത്മകമായ ഇച്ഛയാണ് അദ്ധ്വാനത്തിലൂടെ സാക്ഷാൽക്കരിക്കപ്പെടുന്നത് എന്ന് പറയാം. ഇതിലൂടെയാണ് ശരീരത്തെ ഒരാൾ അനുഭവിക്ക നത്. ഈ അനുഭവങ്ങളാണ് ബോധത്തിന്റെയും സ്വത്വത്തിന്റെയും വിഷയിത്വത്തിന്റെയും ആധാരം. ഭാവാത്മക ഇച്ഛയുടെ സ്വച്ഛമായ ഗതിയെ ബാഹ്യമായ വ്യവസ്ഥകൾ തടയുന്നിടത്ത് ശരീരത്തിൽ സംഭവിക്കുന്ന പിളർപ്പാണ് അന്യവൽകൃതമായ ശരീരത്തിനും അന്യ വൽകൃതമായ അധ്വാനത്തിനും കാരണമാകുന്നത്. ഇത് ശരീരത്തെ കർത്തൃത്വത്തിന് കീഴ്പ്പെടുത്തുകയും അതിനെ ഉപകരണപദവിയിലേക്ക്

അധഃപതിപ്പിക്കുകയും ചെയ്യുന്നു. ശരീരത്തെ വിമോചിപ്പിക്കലാണ് നവമാനവികതയിൽ പ്രധാനം. അവബോധത്തെ പ്രത്യയശാസ്ത്രത്തിന്റെ മറയിൽനിന്ന് ച്ഷിതരുടെ അവബോധത്തെ പുറത്തുകടത്തലല്ല. ശരീരത്തെ അതിന്റെ ഭാവാത്മകമായ ഇച്ഛകളിലേക്ക് തുറന്നിടലും അതിന് തടയിടുന്ന ശക്തികളോട് എതിരിടലുമാണ്.

തന്റെ രചനയുടെ ഇടക്കം മുതലേ മാർക്സ് വിഷയ-വിഷയിബന്ധത്തെ തലകീഴായ് നിർത്തുന്നതിനേയും വ്യക്തികളുടെ ഉൽപ്പന്നങ്ങൾ) അധീശത്വം പുലർത്തുന്നതിനേയും വിമർശിക്കാൻ ശ്രമിച്ചിട്ടുണ്ട്.[47] ചരക്കുൽപ്പാദനത്തെ മാത്രമല്ല, അതിനാധാരമായ മൂല്യോൽപ്പാദനത്തേയും മാർക്സ് വിമർശനവിധേയമാക്കുന്നത് കാണാം. ആയതിനാൽ മാർക്സിന്റെ മൂലധനവിമർശത്തെ കൂടുതൽ വിപുലമായ സാമൂഹ്യവിമർശമായി പരിഗണിക്കാം. അദ്ദേഹത്തിന്റെ മൂലധനവിമർശനവും ബദൽസാമൂഹ്യരൂപീകരണത്തെക്കുറിച്ചുള്ള ചിന്തകളും സ്വാതന്ത്ര്യം എന്ന ആശയത്തെ ആധാരമാക്കിയുള്ളതായിരുന്നു. ഈ സ്വാതന്ത്ര്യം ആത്മസാക്ഷാത്ക്കാരവുമായി ബന്ധപ്പെട്ടതത്രേ. ആത്മം എന്നത് സാമൂഹ്യബന്ധങ്ങൾ കെട്ടുപിണയുന്നതും കെട്ടഴിയുന്നതുമാണ്. ഇതിനെയെല്ലാം തടയുന്നതാണ് മുതലാളിത്തം എന്നതു കൊണ്ടാണ് മാർക്സ് മുതലാളിത്ത വിമർശനത്തിലേക്ക് കടന്നത്. അതായത് കേവലം സ്വകാര്യസ്വത്തും കമ്പോളവുമല്ല മാർക്സിനെ മുതലാളിത്ത വിമർശകനാക്കിയതെന്നർത്ഥം. മനുഷ്യബന്ധങ്ങളെ ചരക്കുകൾക്കിടയിലെ ബന്ധമാക്കി മാറ്റുന്നു എന്നതിനാലാണ് മാർക്സ് സ്വകാര്യസ്വത്തിനേയും കമ്പോളത്തേയും എതിർത്തത്. വർഗ്ഗ വിഭജനത്തിന്റെ കേവല വിമർശകനായിരുന്നില്ല മാർക്സ്. അദ്ദേഹം അന്യവൽകൃതമായ മനുഷ്യബന്ധങ്ങളുടെ വിമർശകനായിരുന്നു. ഇക്കൂട്ടത്തിൽ അദ്ദേഹം സ്ത്രീപുരുഷ ബന്ധത്തെപ്പോലും ഉൾപ്പെടുത്തി. വാസ്തവത്തിൽ മൂല്യങ്ങളുടെ (വിലയുടെ) ഉൽപ്പാദനം മനുഷ്യരുടെ എല്ലാ വിനിമയങ്ങളേയും നിഗ്രഹമാക്കും എന്നാണ് മാർക്സ് പറയാൻ ശ്രമിച്ചത്. ഇന്നത്തെ ലോകം മനുഷ്യന്റെ ശരീരം, വികാരം, വിചാരം, സ്വപ്നം എന്നിങ്ങനെ എല്ലാറ്റിനേയും മൂല്യങ്ങളുടെ ഉൽപ്പാദനത്തിനായി ഇരുന്നെടുത്തിരിക്കുകയാണ്. വസ്തുക്കൾ ഉൽപ്പാദിപ്പിക്കുകയും വിതരണം ചെയ്യുകയും ചെയ്യുമ്പോഴും മൂല്യത്തിന്റെ ഇടനിലയില്ലാത്ത ഒരു സാമൂഹ്യ വ്യവസ്ഥയെയാണ് മാർക്സ് സോഷ്യലിസ്റ്റ് സമൂഹം എന്ന് വിളിച്ചത്.[48] അത് കേവലം സ്വകാര്യസ്വത്തില്ലാതായിത്തീരുന്ന ഒന്നല്ല. മാറിയ മനുഷ്യരാണ് ആ സമൂഹത്തിന്റെ സവിശേഷത.[49] മാർക്സിന്റെ സംവർഗ്ഗങ്ങളെ സാമ്പത്തികശാസ്ത്രത്തിന്റെ ഗണത്തിലേക്ക് ന്യൂനീകരിച്ച

സോഷ്യലിസ്റ്റ് പരീക്ഷണങ്ങളെല്ലാം ലോകത്ത് പരാജയപ്പെടുകയാ ണുണ്ടായതെന്ന പാഠം ഈ മാനവാനന്തരലോകത്ത് നാം ഉൾക്കൊ ള്ളേണ്ടതായി വരും.

മാനവാനന്തരലോകത്തെക്കുറിച്ചുള്ള ആലോചനയിൽ പുതിയ സിദ്ധാന്തങ്ങൾക്കുവേണ്ടി കാത്തിരിക്കേണ്ടതില്ലെന്ന് പറയാനാണ് ഇവിടെ ശ്രമിച്ചത്. ഇത്തരമൊരു ഘട്ടത്തെപ്പറ്റി മുതലാളിത്ത വിമർശ കരും ജ്ഞാനോദയയുക്തിയെ വിമർശിച്ചവരും മുൻകൂട്ടി കണ്ടിട്ടുണ്ട്. എന്നാൽ അവരുടെ വിശകലനങ്ങൾക്ക് സങ്കൽപ്പനപരമായ പരിമി തികളുണ്ട്. പല ചിന്താപദ്ധതികളേയും താരതമ്യം ചെയ്ത് അവരിലെ പരിമിതികളെ പരസ്പരം പരിഹരിച്ച് സംഭാഷണാത്മകതയിലൂടെ ചില പുതുവഴികൾ കണ്ടെത്തിക്കൊണ്ടായിരിക്കാം ഈ സാഹചര്യത്തെ നാം നേരിടേണ്ടതെന്ന് തോന്നുന്നു. പഴയ ദ്വന്ദ്വവൈരുദ്ധ്യങ്ങളൊന്നും അതേപടി ഇനി പ്രവർത്തിക്കുമെന്ന് തോന്നുന്നില്ല. പാരസ്പര്യം, തുടർച്ച, സംഭാഷണാത്മകത, ജാലികത എന്നൊക്കെ വിശേഷിപ്പിക്കാവുന്ന ബന്ധങ്ങളാണ് ചിന്താരൂപങ്ങൾക്കിടയിൽ വികസിപ്പിക്കേണ്ടത്.

മുതലാളിത്തം മുന്നോട്ടുവെക്കുന്ന മിഥ്യകൾ നമ്മുടെ സഹനങ്ങൾക്ക് പരിഹാരമല്ല എന്ന് വന്നതുകൊണ്ടാണ് നാം നമ്മുടെ വിമർശനാത്മക പാരമ്പര്യങ്ങളിലേക്ക് പുനഃസന്ദർശനം നടത്തുന്നത്. ലകാനിയൻ പ്രതീകക്രമവുമായുള്ള വിഷയിയുടെ സംഘർഷം 'അസഹനീയത' യുടെ ഒരു ഘട്ടത്തിലെത്തിയിരിക്കുന്നു എന്ന് കരുതാം. ഒരുപക്ഷേ ഒരു പുതുസമൂഹത്തിന്റെ പിറവിക്ക് മുന്നോടിയായി അനുഭവിക്കാനുള്ള വേദനയായിരിക്കാം ഇത് എന്നും വരാം. എന്നാൽ മുതലാളിത്തത്തിന ബദലായ ഒരു സമൂഹത്തെ ജനങ്ങൾക്കുമേൽ അടിച്ചേൽപ്പിക്കരുതെ ന്നുള്ള പാഠം കഴിഞ്ഞ നൂറ്റാണ്ടിൽ നാം പഠിച്ചതാണ്. ജനാധിപത്യ ത്തിന്റെ ആദർശങ്ങൾക്ക് എന്തെല്ലാം പരിമിതികളുണ്ടെങ്കിലും അതി നേക്കാൾ ശരിയായ ഒരു രാഷ്ട്രീയദർശനം ഈ അപായഘട്ടത്തിൽ നമ്മെ ഇണക്കാനില്ല. പ്രത്യേകിച്ചും മൂലധനശക്തികൾ പുറന്തള്ളിയ മനുഷ്യർ ഭിന്നാത്മകസമൂഹത്തെയാണ് നിർമ്മിക്കുന്നത് എന്നതുകൊ ണ്ട്. മുതലാളിത്ത ചൂഷണത്തിന്റെ ഇരകളുടെ സ്വയംസന്നദ്ധമായ സംഘാടനത്തിനായി നാം കാത്തിരിക്കുകതന്നെ വേണം. ജനാധിപ ത്യം തങ്ങളുടെ താൽപ്പര്യങ്ങൾക്ക് എതിരാണെന്ന് മൂലധനശക്തികൾ തിരിച്ചറിയുമ്പോൾ അവർ അതിനെ അട്ടിമറിക്കാൻ നടത്തുന്ന യത്നം തന്നെയാണ് യഥാർത്ഥ പ്രതിരോധമെന്നും റോസാ ലക്സംബർഗ് ചൂണ്ടിക്കാണിച്ചത് ഈ സന്ദർഭത്തിൽ നമുക്ക് വെളിച്ചമാകേണ്ടതാണ്.[50] ഇന്ത്യ പോലുള്ള രാജ്യങ്ങളിൽ ഇന്ന് ജനാധിപത്യം ഏറ്റവും വലിയ

'വസ്തുനിഷ്ഠഹാസ' മായി മാറിയിരിക്കുന്നു.[51] സാധാരണയായി എന്തി
നെയെങ്കിലും അനുകരിക്കുമ്പോഴാണല്ലോ ഹാസ്യം ഉണ്ടാകുന്നത്.
എന്നാൽ അനുകരണം ആവശ്യമില്ലാതെതന്നെ സ്വയം ഹാസ്യം
ചമക്കുന്ന ഒന്നിനെയാണ് സിസെക്ക് വസ്തുനിഷ്ഠഹാസം എന്ന് വിളി
ക്കുന്നത്. പത്ത് വർഷം മുമ്പായിരുന്നെങ്കിൽ ഇന്നത്തെ പ്രധാനമന്ത്രി
പറയുന്നതും ചെയ്യുന്നതും മറ്റും ട്രോളാണെന്ന് കരുതാൻ സാദ്ധ്യതയുള്ള
കാര്യങ്ങളാണ്. ഒരു രാഷ്ട്രീയ നേതാവ് ഗവർണ്ണർ പദവിയിലേക്ക് തെര
ഞ്ഞെടുക്കപ്പെട്ടപ്പോൾ ആ വാർത്ത കൊടുത്ത ചാനൽ ഇത് ട്രോളല്ല
എന്ന് പ്രത്യേകം എഴുതിക്കാണിച്ചത് ഓർക്കുക. ഗൗരവത്തിൽചെയ്യുന്ന
കാര്യങ്ങൾ സ്വയം ഹാസ്യം ഉൽപ്പാദിപ്പിക്കുന്നവയായി മാറിയിരിക്കു
ന്നു. അവയൊന്നിന്റെയും അനുകരണങ്ങളല്ല. ജനാധിപത്യം തന്നെ
ഒരു ഹാസ്യനാടകമായിത്തീരുമ്പോൾ ചൂഷിതജനതയുടെ കയ്യിലെ
അവസാനത്തെ ഉപാധി കൂടിയാണ് കൈമോശം വരുന്നത് എന്നോ
ർക്കണം. ഇന്ത്യയിലെ നവമുതലാളിത്തം രാഷ്ട്രീയത്തെ ഭ്രമാത്മകമാക്കി
ക്കൊണ്ടിരിക്കുന്നു. ആയതിനാൽ ജനാധിപത്യത്തെ തിരിച്ച പിടിക്കുക
എന്നത് പ്രഥമവും പ്രധാനവുമായിത്തീരുന്നു. ചൂഷിത ജനതയെ
പ്രത്യയശാസ്ത്രവിമുക്തമാക്കാൻ സ്വയം സന്നദ്ധമായ ഏജൻസിയുടെ
നേതൃത്വത്തിൽ നടക്കുന്ന സായുധവിപ്ലവം എന്ന സങ്കൽപ്പത്തിന്
കഴിഞ്ഞ നൂറ്റാണ്ടിൽ വിജയിക്കാൻ കഴിഞ്ഞിട്ടില്ല. പ്രത്യയശാസ്ത്രത്തെ
ക്കുറിച്ചുള്ള പ്രസ്തുത സമീപനം തന്നെ പുനഃപരിശോധനക്ക് വിധേയമാ
ക്കേണ്ടതുണ്ടെന്ന് സൂചിപ്പിച്ചല്ലോ. പാരിസ്ഥിതിക പ്രത്യാഘാതങ്ങളുടെ
സന്ദർഭത്തിൽ 'എല്ലാം അവൻ ശരീരത്തിൽ സഹിക്കുന്നു' എന്ന
അവസ്ഥ സംജാതമായിട്ടുണ്ട്. മഹാമാരികൾ ശരീരത്തേയും രാഷ്ട്ര
ശരീരത്തേയും ഒന്നാക്കി മാറ്റിയിരിക്കുന്നു. ഇത് വികസനരാഷ്ട്രീയത്തേയും
പാരിസ്ഥിതിക രാഷ്ട്രീയത്തേയും മുഖാമുഖം നിർത്തുന്നു. സിസെക്കിന്റെ
'പാന്റുമിക്കി'നെക്കുറിച്ചുള്ള പുസ്തകം ഇതിനകം വ്യാപകമായി ചർച്ചചെ
യ്യപ്പെട്ടിട്ടുണ്ട്. മറ്റൊരു പോംവഴിയുമില്ലാത്തവണ്ണം മനുഷ്യർ അവരുടെ
യാഥാർത്ഥ്യത്തിനുമുന്നിൽ നിൽക്കുന്ന സാഹചര്യമുണ്ടായിരിക്കുന്നു.
ശരീരം/പ്രകൃതി, ശരീരം/ഭരണകൂടം എന്നിങ്ങനെ അകത്തും പുറത്തും
മനുഷ്യരുടെ 'കഴിഞ്ഞുപോകലിനെ' അസാദ്ധ്യമാക്കുന്ന കുരുക്കുകൾ
ശക്തമാകുമ്പോൾ സാമൂഹ്യവിപ്ലവത്തിന്റെ പുതിയ മുഖം ഉറക്കാനാ
വുമോ എന്ന അന്വേഷണം പ്രസക്തമാകുന്നു. അതാണ് നവമാനവിക
തയുടെ ദൈഷണിക പരിസരം.

VI

1934-ൽ ബീഹാറിലുണ്ടായ ഭൂമികുലുക്കം, അവിടെയുള്ളവർ ഹരി ജനങ്ങളോട് കാണിക്കുന്ന ക്രൂരതയുടെ ഫലമാണെന്ന് ഗാന്ധിജി പറഞ്ഞത് വലിയ വിവാദങ്ങൾക്കിടയാക്കി. ഗാന്ധിയെ 'മഹാത്മാവ്' എന്ന് വിളിച്ച ടാഗോർ തന്നെ ഗാന്ധിക്കെതിരെ രംഗത്തു വന്നു. ഗാന്ധി അശാസ്ത്രീയമായ ആശയങ്ങൾ പ്രചരിപ്പിക്കുകയാണെന്ന് ടാഗോർ വിമർശിച്ചു. ടാഗോർ ഒരു കത്തിലൂടെ തന്റെ വിമർശനം ഹരിജൻ പത്രത്തിന് അയച്ചു കൊടുത്തു. ഗാന്ധി ആ കത്ത് പ്രസിദ്ധീ കരിച്ചു. അതിന് മറുപടിയും എഴുതി. 'പ്രകൃതിദുരന്തങ്ങളുടെ ഭൗതികമായ കാരണം വിശദീകരിക്കാൻ എനിക്ക് അറിയില്ല. ഇക്കാര്യത്തിൽ ഞാൻ തീർത്തും അജ്ഞനാണ്. എന്നാൽ അവറ്റ് മനുഷ്യരുടെ അധാർമ്മിക മായ ജീവിതവുമായി പരോക്ഷബന്ധമുണ്ടെന്ന് എനിക്ക് തീർച്ചയായും തോന്നുന്നു. ഇത് എനിക്കുള്ളിൽ ഉണർന്നുവന്ന ഒരു ചോദനമാത്ര മാണ്. ദൈവത്തിൽ വിശ്വസിക്കുന്ന എനിക്ക് അത് തെളിയിക്കാൻ കഴിയാത്തതു പോലെയാണിത്. ജനങ്ങൾക്ക് അവരുടെ ചെയ്തിയിൽ കുറ്റബോധമുണ്ടാക്കുക എന്നതു മാത്രമാണ് എന്റെ ലക്ഷ്യം.' ധാരാളം അപകടങ്ങൾ പതിയിരിക്കുന്നതാണ് ഗാന്ധിയുടെ നിലപാടെങ്കിലും അതിനുപിന്നിൽ പ്രവർത്തിക്കുന്ന ഭാവശക്തിയെ കാണാതിരിക്കാൻ കഴിയില്ല. ശാസ്ത്രബോധത്തേക്കാൾ സൗന്ദര്യബോധത്തോടാണ് ഇത് ചേർന്ന് നിൽക്കുന്നത്. മനുഷ്യരെ പരസ്പരം സ്നേഹിക്കാനും ഒന്നിക്കാനും പ്രേരിപ്പിക്കുകയാണെങ്കിൽ ഈ നിലപാട് സ്വീകാര്യമാ കും. അല്ലെങ്കിൽ അത് തള്ളിക്കളയേണ്ടി വരും. ലക്ഷ്യം മാർഗ്ഗത്തെ സാധൂകരിക്കും. ഒരുപക്ഷെ അത് ഗാന്ധിയെത്തന്നെ തിരുത്തുന്ന നിലപാടാണ്. സമാനമായ ഒരു സന്ദർഭം മലയാളകവിതയിലുണ്ട്. വൈലോപ്പിള്ളിയുടെ *എണ്ണപ്പുഴുക്കൾ* അന്ധവിശ്വാസത്തെ പ്രോത്സ സാഹിപ്പിക്കുന്ന കവിതയാണെന്ന് പരാതിപ്പെടാം. കുട്ടിക്കാലത്ത് എണ്ണപ്പുഴുക്കളെ കൊല്ലാൻ ഭാവിച്ചപ്പോൾ അമ്മ വിലക്കി. 'അപ്പ, നീ പുഴവിനെക്കൊല്ലരുത്, അത് ചിറ്റരപ്പന് ആടുവാനുള്ള എണ്ണ കൊണ്ടു പോകുകയാണ്.' കാലമേറെ ചെന്നപ്പോൾ അമ്മ പറഞ്ഞതിൽ ശാസ്ത്രീ യതയൊന്നുമില്ലെന്ന് കവിക്ക് ബോദ്ധ്യപ്പെട്ടു.

എങ്കിലും പുഴുവിലല്ലേയ്ക്കു ജീവിയില്ലുമി

ന്നെൻകരം പരുഷമായ്ക്കുതിയാൻ ഭാവിക്കുകിൽ

'അപ്പ, നീ ദ്രോഹിയ്ക്കരു' തമ്മ ചൊല്ലുന്നു, ചിറ്റ

രപ്പ,നാട്ടവാനെണ്ണകൊണ്ടുപോം പുഴവല്ലോ'

(വൈലോപ്പിള്ളി 'എണ്ണപ്പുഴക്കൾ')

എണ്ണപ്പുഴക്കൾ ഏതോ നിസ്സാര ശലഭത്തിന്റെ ചെറുകുഞ്ഞാണ് എന്ന ശാസ്ത്രതത്വം അറിഞ്ഞതിനുശേഷവും അമ്മയോടുള്ള വാത്സല്യത്തിന്റെ തുടർച്ചയിൽ അത് ഒരു ധാർമ്മികമൂല്യമായി കവിയിൽ അവശേഷിക്കു ന്നു. ധർമ്മബോധം ആപേക്ഷികമാണ്. അത് സൗന്ദര്യാത്മകമായ തെരഞ്ഞെടുപ്പാണ്. അതുകൊണ്ടാണ് ഭ്രമികലുക്കവും അധർമ്മവും തമ്മിലുള്ള ബന്ധം വിവരിക്കാനാവാത്ത ഒരു തോന്നലാണെന്ന് ഗാന്ധി പറഞ്ഞത്. ഇതിൽ പ്രവർത്തിക്കുന്നത് കാരുണ്യത്തിന്റെ രാഷ്ട്രീയമാണ്. എണ്ണപ്പുഴക്കളുടെ കാര്യത്തിൽ കവി എത്തിച്ചേരുന്നതും ഇതേ രാഷ്ട്രീയ ത്തിൽത്തന്നെ. ഇവിടെ സാർവ്വലൗകികമായ ഒരു തത്വം നിർദ്ധരിച്ചെ ടുക്കാനാവില്ല. ഭാവശക്തിയെ ക്രിയാത്മകമായി ഉപയോഗിക്കാനുള്ള ശ്രമം യുക്തിബോധത്തോടൊപ്പം നിർവ്വഹിക്കപ്പെടണം. രാഷ്ട്രീയ ത്തെ സൗന്ദര്യവൽക്കരിച്ചാണ് ഫാസിസം പ്രവർത്തിക്കുന്നതെങ്കിൽ സൗന്ദര്യത്തെ രാഷ്ട്രീയവൽക്കരിച്ച് നമുക്ക് ബദൽ തീർക്കേണ്ടതുണ്ട്. ആയതിനാൽ നവമാനവികതയുടെ രാഷ്ട്രീയത്തിൽ സൗന്ദര്യബോധ ത്തിനുകൂടി ഇടമുണ്ടായിരിക്കും.

            കണ്ണാടിയും കുമ്പസാരവും

കുറിപ്പുകൾ

1. കാണ്ക കുറ്റിപ്പുഴ 76.

2. നന്ദകുമാർ 217.

3, കേസരി 271.

4. കേസരി 271.

5. ഗോവിന്ദൻ 350.

"In the 19th century, when analysing the prospects of the further development of the productive forces, Marx showed that the development of machines to the system of machines and, in future, would move on to the creation of automatic production in which people would be excluded from the direct process of material production and retain only the task of controlling, adjusting and repairing machines and designing new ones" (Lorimer 89).

7.   "We find that Gandhi's approach to technology derives from his concept of nature   as   value   and technology as an apocalyptic machine-for him technology is a function of the distance from value as given in nature. Gandhi's   criticism of technology is rooted in modernity" (Mohan et al 6).

8 ഹാരവേയുടെ 'സൈബോർഗ്' സങ്കൽപ്പത്തിൽ ജ്ഞാനപദ്ധതി കളെ വേർതിരിക്കുന്ന ഒരു സുഷിരസ്തരത്തിന്റെ സൂചനയുണ്ട്. സാമൂ ഹ്യശാസ്ത്രവും പ്രകൃതിശാസ്ത്രവും വെള്ളം കടക്കാത്ത അറകളല്ലെന്നും പ്രകൃതിശാസ്ത്രം പോലും സാന്ദർഭികമാണെന്നും ഹാരവേ പറയുന്നു. അതായത് പ്രകൃതി ശാസ്ത്രത്തിന്റെ നിഗമനങ്ങളെ അവ രൂപപ്പെട്ട ന്ന ചരിത്രസന്ദർഭത്തിൽനിന്ന് വേർപെടുത്തിക്കാണാനാവില്ലെന്ന് ച്രുക്കം. അതായത് സൈബോർഗ് എന്നത് സാങ്കേതികവിദ്യ യുടെ ഒരു സങ്കൽപ്പം മാത്രമല്ല. അത് ആഖ്യാനാത്മകം കൂടിയാണ്. ശാസ്ത്ര

നോവല്യകളിലെ റോബോട്ടിക് ഭാവന മനുഷ്യര്‍ക്ക് സവിശേഷമായ ഒരു ദൃഷ്ടി നല്‍കിയിട്ടുണ്ട്. ആ ദൃഷ്ടിയിലൂടെയുള്ള കാഴ്ചയാണ് സൈബോര്‍ഗ് (Lechte 224).

9.Lechte 333.

10. കുരങ്ങുകളെക്കുറിച്ചുള്ള പഠനശാഖ.

11. 11. Lechte 335.

12. 11. Lechte 336.

13. പ്രത്യക്ഷവാദയുക്തിയെ വെല്ലുവിളിക്കുന്ന സങ്കല്‍പ്പനമാണ് ആട്ടോപോയിസിസ് എന്നത്. മനുഷ്യരെ മനസ്സിലാക്കുന്നതില്‍ ഭാഷക്കുള്ള പങ്ക് മച്ചുരാന എടുത്ത് പറയുന്നുണ്ട്. ചിലിയിലെ ജീവശാ സ്ത്രജ്ഞനും ദാര്‍ശനികനുമാണ് മച്ചുരാന. ബാഹ്യലോകം ഒരു പ്രേര കശക്തിമാത്രമായിരിക്കുകയും ഒരിക്കല്‍ പ്രവര്‍ത്തനം തുടങ്ങിയാല്‍ സ്വയം പ്രവര്‍ത്തിക്കുകയും ചെയ്യുന്ന ഒരു വ്യൂഹത്തെയാണ് മച്ചുരാന ആട്ടോപോയിസസ് എന്ന് വിളിക്കുന്നത് (Lechte 343).

14. Lechte 342.

15. Zizek, Like a Thief 11.

16. Zizek, Like a Thief 18.

17. 2010-ല്‍ സെല്ലറാ ജിനോമിക്സ് എന്ന സ്വകാര്യകമ്പനിയുടെ തലവനായിരുന്ന ജെ.ക്രെയ്ഗ് ഒരു ബാക്ടീരിയത്തെ കൃത്രിമമായി നിര്‍മ്മിച്ചത് വലിയ വാര്‍ത്തയായിരുന്നു. 2003-ല്‍ അദ്ദേഹവും കൂട്ടരും ഫി എക്സ് 174 എന്ന വൈറസിനെ നിര്‍മ്മിച്ച് അന്താരാഷ്ട്ര പ്രശസ്തി ആര്‍ജ്ജിച്ചിരുന്നു. ഓളിഗോന്യൂക്ലിയോ റ്റൈഡുകള്‍ എന്ന് വിളിക്കുന്ന രാസവസ്തുവില്‍നിന്നാണ് ഫ എക്സിന്റെ ജനിതകശൃംഖലയുണ്ടാക്കി യത്. യഥാര്‍ത്ഥത്തില്‍ പുതുജീവന്‍ സൃഷ്ടിച്ചു എന്ന് പറയാനാവില്ലെ ങ്കിലും ഏതാണ്ട് അതിനടുത്താണ് ഇന്ന് ജീനോം പ്രോജക്ടുകള്‍. ഇനി കോശങ്ങള്‍ കൃത്രിമമായി സൃഷ്ടിക്കുക എന്ന വെല്ലുവിളി ബാക്കിയുണ്ട്. വ്യാവസായികമേഖലയിലും വൈദ്യുതമേഖലയിലും വലിയ സാദ്ധ്യ തകളുണ്ട് എന്നതുകൊണ്ട് ഈ മേഖലയിലെ ഗവേഷണത്തിനായി മൂലധനശക്തികള്‍ വലിയതോതില്‍ മുതല്‍ മുടക്കുന്നുണ്ട്. അതുകൊ ണ്ടുതന്നെ ഇന്ന് ജീനോംപ്രോജക്ടുകള്‍ ധാര്‍മ്മികമായ വെല്ലുവിളികള്‍ കൂടി ഉയര്‍ത്തിയിരിക്കുന്നു (ബാബു ജോസഫ് 70-76).

18. ജൂലിയന്‍ അസൈന്‍ജെ ഒരു ആസ്ട്രേലിയന്‍ എഡിറ്ററും പ്ര സാധകനും ആക്ടി വിസ്റ്റുമാണ്. 2006-ല്‍ വികിലീക്സ് സ്ഥാപിച്ചത്

ഇദ്ദേഹമാണ്. വിക്കിലീക്സിന്റെ വെളിപ്പെടുത്തൽ നാം ജീവിക്കുന്ന ലോകത്തെക്കുറിച്ച് ചില പുതിയ ഉൾക്കാഴ്ചകൾ നൽകുന്നുണ്ടെന്ന് സിസെക്ക് പറയുന്നു. സ്വകാര്യകോർപ്പറേറ്റുകളും ഭരണകൂട രഹസ്യ ഏജൻസികളും ചേർന്ന് സാധാരണക്കാരുടെ ജീവിതത്തെ നിയന്ത്രി ക്കുന്നതെങ്ങനെയെന്നത് വിക്കിലീക്സ് ബോധ്യപ്പെടുത്തി. അമേരിക്ക യുടെ രഹസ്യനീക്കങ്ങൾ വെളിപ്പെടുത്തിയതിന്റെ പേരിൽ ഇക്വഡോ റിലെ ലണ്ടൻ എംബസിയിൽ അസെൻജെ തടവിൽക്കഴിയുകയാണ്. ബാഹ്യലോകവുമായുള്ള എല്ലാ ബന്ധങ്ങളും വിച്ഛേദിക്കപ്പെട്ട് സാമൂഹ്യ മരണം സംഭവിച്ചുകൊണ്ടിരിക്കുന്ന ഒരു ആക്ടിവിസ്റ്റാണ് അസെൻജെ. അമേരിക്കയിലെ തെരഞ്ഞെടുപ്പ് അട്ടിമറിക്കാൻ ഇടപെട്ട, ഉടങ്ങിയ കുറ്റങ്ങളാണ് അസെൻജെയുടെ മേൽ ചുമത്തിയിട്ടുള്ളത്. എന്നാൽ അതൊന്നും വസ്തുതകൾക്ക് നിരക്കുന്ന തല്ല എന്ന് തെളിഞ്ഞ് കഴിഞ്ഞി രിക്കുന്നു. അമേരിക്കൻ ജനാധിപത്യത്തെ അട്ടിമറിക്കുന്ന ശക്തികൾ രാജ്യത്തിനകത്തു തന്നെയാണെന്ന് ബോധ്യപ്പെട്ട് കഴി ഞ്ഞിരിക്കുന്നു. കോർപ്പറേറ്റുകളും ഗൂഗിൾ, ഫേസ്ബുക്ക് ഉടങ്ങിയ ഡാറ്റാ പ്രോസ സിങ് കമ്പനികളും ചേർന്ന് തയ്യാറാക്കുന്ന തിരക്കഥക്കനുസരിച്ചാണ് അമേരിക്കയിൽ കാര്യങ്ങൾ നടക്കുന്നതെന്ന് ഇന്ന് ബോധ്യമായിട്ടുണ്ട്. 'കേംബ്രിഡ്ജ് അനാലിറ്റിക്ക' എന്ന പൊളിറ്റിക്കൽ കൺസൾട്ടൻസി ഫേസ്ബുക്ക് വഴി പല രാജ്യങ്ങളിലേയും വോട്ടർമാരുടെ രഹസ്യവിവര ങ്ങൾ ചോർത്തിയതും അത് അമേരിക്കയുൾപ്പെടെയുള്ള രാജ്യങ്ങളിലെ തെരഞ്ഞെടുപ്പുകളെ അട്ടിമറിച്ചതുമാണ് ഇപ്പോൾ പുറത്തുവന്നിരി ക്കുന്ന വിവരം. കോർപ്പറേറ്റുകളുടെ സഹായത്തോടെയാണ് ഇത് നടന്നിട്ടുള്ളത്. ഇതാണ് വർഷങ്ങൾക്കുമുമ്പ് അസെൻജെ പറഞ്ഞത്. അസെൻജെ ജനങ്ങൾക്കുവേണ്ടി ചെയ്തതെന്തോ, കേംബ്രിഡ്ജ് അനാ ലിറ്റിക്ക അത് മൂലധനശക്തികൾക്കായി നടത്തുന്നു എന്ന് മാത്രം. പക്ഷേ ഫേസ്ബുക്ക് ലീക്കിന്റെ ഗുണഭോക്താവായ ട്രംപ് അമേരിക്ക ഭരിക്കുമ്പോൾ അസെൻജെ പതിയെ മരണത്തിന് കീഴടങ്ങുകയാണ്. ഇത് യഥാർത്ഥത്തിൽ ജനങ്ങൾക്കുള്ള ഒരു മുന്നറിയിപ്പാണ് (Zizek, Like a Thief 22).

19.   Zizek, Like a Thief 22.

20. പ്രസാദ് പന്ന്യൻ 77.

21. സിസെക്ക് 'എങ്ങനെയാണ് മാർക്സ് ലക്ഷണം കണ്ടെത്തിയത് (488-91).

22. അതേ പുസ്തകം 489.

23. ജനങ്ങൾക്ക് ഭരണകൂടത്തോടുള്ള ബന്ധം എന്നത് പ്രകടനാ ത്മകമാണ്. അത് തെറ്റിദ്ധാരണയിൽനിന്ന് ഉണ്ടായി വരുന്നതല്ല. രാഷ്ട്രീയം ഒരു നാടകമാണെന്ന് എല്ലാവർക്കും അറിയാം. അത് തങ്ങളെ ഏതെങ്കിലും തരത്തിൽ ഉണക്കുമെന്ന് അവർ കരുതുന്നില്ല. ഒരുതരം ദോഷൈകദർശനമാണ് അവരെ നയിക്കുന്നത്. അൽത്തൂസ റിന്റെ പ്രത്യശാസ്ത്രദർശനങ്ങളെ വിമർശനാത്മകമായിക്കാണുകയാണ് ചെയ്യുന്നത്. സ്ലോവോയ് സിസെക്കിന്റെ 'How Did Marx Invent the System?' എന്ന പ്രബന്ധം കാണുക.

24. അമേരിക്കയിലെ യൂണിവേഴ്സിറ്റി ഓഫ് ഒറിഗണിലെ റീജിനൽ പ്രൈവറ്റ് റിസർച്ച് സെന്ററിൽ നടന്ന ഒരു പരീക്ഷണം ശ്രദ്ധേയ മായിരുന്നു. ആന്റി എന്ന ഒരു റിസസ് കുരങ്ങിന്റെ മാതാവിന്റെ അണ്ഡകോശത്തിൽ ജെല്ലിഫിഷിന്റെ തിളക്കത്തിന് കാര ണമായ ജീൻ കുത്തിവെച്ചു. (മനുഷ്യരിൽക്കാണുന്ന അൽഷിമേഴ്സ് പോലുള്ള രോഗങ്ങളെ ഫലപ്രദമായി നിയന്ത്രിക്കാനുള്ള മരുന്നുകൾ വികസിപ്പി ക്കാനും മറ്റുമാണ് ഇത്തരം പരീക്ഷണങ്ങൾ നടത്തുന്നത്). ആന്റിയിൽ ഈ ജീനിന്റെ സാന്നിധ്യം കണ്ടെങ്കിലും അത് കാര്യക്ഷമമായില്ല. ആന്റി വളരുമ്പോൾ ജെല്ലി ഫിഷും കുരങ്ങനുമല്ലാത്ത ഒരു ജീവിയു ണ്ടായിവരുമെന്നാണ് പ്രതീക്ഷിക്കുന്നത്. ആന്റിക്കൊപ്പമുണ്ടായിരുന്ന കുരങ്ങൻമാരിൽ ചിലവയിൽ ഫ്ളൂറസന്റ് വെളി ച്ചത്തിൽ തിളങ്ങുന്ന നഖവും മുടിയുമുണ്ടായിരുന്നു. പക്ഷെ അവ അകാലത്തിൽ ചത്തുപോയി. ഇക്കാര്യങ്ങളൊന്നും വിശദീകരിക്കാൻ തൽക്കാലം ശാസ്ത്രത്തിന് കഴി യുന്നില്ലെങ്കിലും അതിനു കഴിയുന്ന ഭാവി വിദൂരത്തല്ല. 'പ്പച്ചക്കണ്ണുള്ള കുട്ടികൾ, വെളുത്ത കുഞ്ഞിനെ ആഗ്രഹിക്കുന്നവർക്ക് അത്, ഒത്ത തടിയും നീളവുമുള്ള അസംഖ്യം പട്ടാളക്കാർ, സൗന്ദര്യധാമങ്ങൾ, ഓരി യിടുന്ന പശുവും എരുമയെപ്പോലെ കരയുന്ന നായ്ക്കളും എന്നിങ്ങനെ ജനിതക വിസ്ഫോടനത്തിന്റെ സാധ്യതകൾ അനന്തമാണ്. പ്രകൃതി യുടെ സന്തുലിതാവസ്ഥയെ താളം തെറ്റിക്കുന്നതിനുതകുന്നവയാണ് ഈ പരീക്ഷണങ്ങൾ' (കമ്മത്ത് 94). കൃത്രിമ ബുദ്ധിയും ജീൻ എഡി റ്റിങ്ങിനുള്ള സാധ്യതയും മനുഷ്യരുടെ ഉണ്മയെ വലിയ അളവിൽ ഭീഷണിയിലാക്കുന്നുണ്ടെന്ന് പലരും കരുതുന്നു.

25. Nanda 312

26. ആർ.എസ്.ശർമ്മയുടെ നിരീക്ഷണത്തിൽനിന്ന് വ്യക്തമാകുന്ന കാര്യമിതാണ്. 'ക്രിസ്തവർഷാരംഭത്തിൽ ജാതിവ്യവസ്ഥക്കെതിരെ വൈശ്യശൂദ്രജാതികളിൽനിന്ന് വലിയതോതിലുള്ള ചെറുത്ത് നിൽപ്പ്

ഉണ്ടായിട്ടുണ്ടാകണം. അത് സൃഷ്ടിച്ച അങ്കലാപ്പിന്റെ ഫലമാണ് സാമൂ
ഹ്യമായ അവ്യവസ്ഥിതിയായി അവ തരിപ്പിച്ച കലിയുഗം.' വർണ്ണാശ്രു
മധർമ്മത്തിനേറ്റ തിരിച്ചടിയെയാണ് സാമാന്യമായി കലിയുഗത്തിലെ
ധർമ്മച്യുതി എന്ന് വിളിച്ചത്. വർണ്ണാശ്രമവ്യവസ്ഥയുടെ അതിരുകൾ
ലംഘിച്ച് നിരവധി വൈശ്യശൂദ്ര വിഭാഗങ്ങൾ ക്ഷത്രിയവംശ മായി
സ്വയം അവരോധിക്കുന്നത് ഈ ഘട്ടത്തിലാണ്. ആർ.എസ്.ശർമ്മ
യുടെ നിരീക്ഷണങ്ങളെ പിന്തുണച്ചുകൊണ്ടാണ് ബി.എൻ.എസ് യാദവ്
കൂടുതൽ തെളിവുകൾ ഹാജരാക്കിയത് ('The Accounts of the
Kali Age and the Social Transition' എന്ന പ്രബന്ധം കാണുക).
വർണ്ണാശ്രമവ്യവസ്ഥയും ബ്രാഹ്മണാധിപത്യവും പ്രബലമാകുന്നതിന്
തൊട്ടുമുമ്പുള്ള ഘട്ടത്തിലാണ് മേൽപ്പറഞ്ഞ മുന്നേറ്റം നടന്നതെന്ന്
ഊഹിക്കാം. അക്കാലത്തെ ആര്യവർത്തത്തിന്റെ ഭീതിയാണ് കലിയുഗ
സങ്കൽപ്പമായി വികസിച്ചത്.

27.   The central concept of new theory (system theory)
is that of self-organization. A living system is defined
as a self-organizing system, which means that its order
is not imposed by the environment but is established by
the system itself. In other words, self-organizing system
exihibit a certain degree of autonomy. This does not mean
that living systems are isolated from their environment;
onthe contrary, they interact with it continually, but
this interaction does not determine their porganization
(Merchent, Carolyn, Key Concepts in Critical Theory: 338-39).

28.   Merchant 30.

29. അരിസ്റ്റോട്ടിൽ 'ഡൂയിങ്' എന്ന അർത്ഥത്തിൽ ഉപയോഗിച്ച
വാക്കാണ് പ്രാക്സിസ് എന്നത്. ചെയ്യുക എന്നാണ് മലയാളത്തിൽ
അതിന്റെ വിവക്ഷ.   ഡൂയിങും മെയ്ക്കിങും തമ്മിൽ വൃത്യാസമുണ്ട്.
മെയ്ക്കിങ് (ഉണ്ടാക്കുക എന്ന അർത്ഥത്തിൽ) എന്ന അർത്ഥത്തിൽ
അരിസ്റ്റോട്ടിൽ ഉപയോഗിച്ചത് പോയിസിസ്   എന്ന വാക്കാണ്.
മനുഷ്യന്റെ ഉണ്മയെ, ഉണ്ടായിരിക്കലിനെ പ്രവൃത്തികളിലൂടെ അടയാ
ളപ്പെടുത്താനും സസൂക്ഷ്മം വിശകലനം ചെയ്യാനുമുള്ള ശ്രമം അരി
സ്റ്റോട്ടിലിന്റെ ചിന്തയിൽ ഉണ്ട്. പ്രാക്സിസ് എന്നും പോയിസിസ്
എന്നും അരിസ്റ്റോട്ടിൽ നടത്തിയ വേർതിരിവിനെ നിരാകരിക്കുക
യാണ് മാർക്സ് ചെയ്തത്. മാത്രമല്ല അവ തമ്മിലുള്ള പാരസ്പര്യത്തെ

അടയാളപ്പെടുത്താൻ കഴിയുന്ന മട്ടിൽ അദ്ദേഹം പ്രാക്സിസിനെ പുനർനിർവ്വചിച്ച (നിസാർ അഹമ്മദ്/ടി.വി. മധ്യ 26-27).

30. സമയത്തെക്കുറിച്ചുള്ള മാർക്സിന്റെ സങ്കൽപ്പം സൂക്ഷ്മമായ അന്വേ ഷണത്തിന് വിധേയമാക്കേണ്ടതാണ്. മുതലാളിത്തം അധ്വാനത്തെ ഉൽപ്പാദനവുമായി ബന്ധിപ്പിച്ചതോടെ സമയം എന്നത് സൂക്ഷ്മമായി വിഭജിക്കപ്പെട്ടതും രേഖീയവുമായി ത്തീർന്നതായി മാർക്സ് സൂചിപ്പി ക്കുന്നുണ്ട്. ആ അർത്ഥത്തിൽ മനുഷ്യവിമോചനം എന്നത് നിലവിലുള്ള കാലബോധത്തിൽനിന്ന് പുറത്തുകടക്കലാണ്. ഒരർത്ഥത്തിൽ അത് ചരിത്രത്തിൽനിന്ന് പുറത്തുകടക്കലാണ്. എല്ലാ പ്രവൃത്തി കളും സർഗ്ഗാ ത്മകമാകുന്ന ഒരു സന്ദർഭത്തെ നിർമ്മിക്കലാണ് വിമോചനം എന്ന് മാർക്സ് വിചാരിക്കുന്നു.'The saving of labor time is equal to an increase of free time. i.e. time for the full development of the individual, which in turn reacts back upon the productive power of labor as itself the greatest productive power... It goes without saying .... that direct labour time itself can not remain in the abstract antithesis to free time in which it appears from the perspective of the bourgeois economy. Labour cannot become play as Fourier would like, although it remains his great contribution to have ex pressed the suspension not of distribution, but of the mode of production itself, in a higher form, as the ultimate object. Free time which is both leisure time (Mussezeit) and time for higher activity/has naturally transformed its possessor into a different subject, and he then enters into the direct production process as this different subject. This process is then both discipline, as regards the human being in the process of becoming; and, at the same time, practice, experimental science, materially creative a n d objectifying science, as regards the human being who has become, in whose head exists the accumulated knowledge of society (Marx 711-712). 'ചരിത്രം നിർണ്ണയിക്കപ്പെടുന്നത് പ്രാ ക്സിസിലൂടെയാണ്. മനുഷ്യാസ്തിത്വത്തിന്റെ ഉറവിടവും സത്തയും ഈ മൂർത്തമായ പ്രവൃത്തിയാണ്. മനുഷ്യൻ അവന്റെ ഉദ്ഭവവും സ്വസത്തയും സ്ഥാപിക്കുന്നത് പ്രാക്സിസിലൂടെയാണ്. അതിനാൽ പ്രാക്സിസാണ് മനുഷ്യന്റെ ഏറ്റവും ആദ്യത്തെ ചരിത്രപരമായ പ്രവൃത്തി ചരിത്രത്തിന്റെ

പ്രാരംഭ പ്രവൃത്തി. മനുഷ്യസത്ത മനുഷ്യന്റെ പ്രകൃതിയായി മാറ്റുന്നതും പ്രകൃതി തിരിച്ച് മനുഷ്യനായി മാറ്റുന്നതും പ്രാക്സിസിലൂടെയാണ്' (അഗംബൻ 540).

31. നിസാർ അഹമ്മദ്, മധു 31.

32. ഒരാളുടെ ശേഷികൾ, പ്രയോഗങ്ങൾ, സമീപനങ്ങൾ എന്നിവക്ക് പശ്ചാത്തലമായി നിൽക്കുന്നതും പ്രത്യഭിജ്ഞാപരമായി പ്രതിനിധാനം ചെയ്യപ്പെടാവുന്നതുമായ പരിതോവസ്ഥയെയാണ് ഹെബർമാസ് ജീവലോകം എന്ന് വിളിക്കുന്നത്.

33. 'മനുഷ്യന്റെ യുക്തി ഭാവശക്തിയിൽ (affect) അധിഷ്ഠിതമാണെ ന്നും അത് സകല ജീവജാലങ്ങളുടെ ജീവിതവുമായിക്കൂടി ബന്ധിതമാ ണെന്നും പോസ്റ്റ്ഹ്യൂമനിസം വാദിക്കുന്നു. ഒരേസമയം സത്താവാദപ രവും ഭാവശക്തിയില്ലെന്നിയതും (affective) പരസ്പരബന്ധിതമായതും ശരീരസന്നിഹിതവുമായ(embodied) കർതൃത്വത്തിന്റെ സാദ്ധ്യതകളി ലാണ് പോസ്റ്റ്ഹ്യൂമൻ ചിന്ത ഊന്നൽ നൽകുന്നത്. തന്നിൽത്തന്നെ നോക്കിയിരിക്കുന്ന സ്വത്വചിന്തകളിൽനിന്നും വ്യത്യസ്തമായി, സ്വത്വം എന്നത് നിരന്തരമായി ആയിത്തീർന്നുകൊണ്ടിരിക്കുന്ന പ്രക്രി യയായി പോസ്റ്റ്ഹ്യൂമൻ ചിന്ത അടയാളപ്പെടുത്തുന്നു' (പന്ന്യൻ 74). സ്പിനോ സയുടെ ചിന്തയിൽ ഭാവശക്തി ഒരു പ്രമേയമായി വരുന്നതിനെക്കുറിച്ച് എറിക് ഫ്രോം ചൂണ്ടിക്കാണിക്കുന്നുണ്ട്. 'For Spinoza, all affects were to be diveided into passive affects (passions), through which man suffers and does not have an adequate idea of reality, and into active affects (actions) (generostiy and fortitude) in which man is free and productive" (Fromm 22).

34. പ്രസാദ് പന്ന്യൻ, 74.

35. എന്നാൽ മാർക്സിന്റെ ചിന്തകൾ പ്രൊഡക്ടിവിസത്തെ മുൻനിർത്തിയാണെന്ന ആറന്റ്, ഹാർട്ട്, നെഗ്രി എന്നിവരുടെ വില യിരുത്തലിൽ ജാഗ്രതക്കുറവുണ്ടെന്ന് ടി.വി.മധു നിരീക്ഷിക്കുന്നുണ്ട്. വർക്ക് (work) എന്ന അർത്ഥത്തിലുള്ള പ്രവൃത്തിയും അദ്ധ്വാനം എന്ന അർത്ഥത്തിലുള്ള പ്രവൃത്തിയും തമ്മിലെ വ്യത്യാസത്തെ മാർക്സ് ശ്രദ്ധിക്കുന്നില്ലെന്നും ആദ്യത്തെ സംവർഗ്ഗത്തിന്റെ അർത്ഥസാദ്ധ്യത കളെ രണ്ടാമത്തേതിലേക്ക് വെട്ടിച്ചുരുക്കുകയാണ് അദ്ദേഹം ചെയ്യ തെന്നുമുള്ള ഹന്ന ആറന്റിന്റെ വാദത്തെ ഹാർട്ടും നെഗ്രിയും തങ്ങളുടെ നില പാടിന് ഉപോൽബലമായി അവതരിപ്പിക്കുന്നുണ്ട്. എന്നാൽ

പ്രവൃത്തിയെ സംബന്ധിച്ചുള്ള അരിസ്റ്റോട്ടിലീയൻ കാഴ്ചപ്പാടിനെ ഉടച്ച വാർത്തുകൊണ്ട് ഡ്രയിങ്, മേക്കിങ് എന്നീ ക്രിയാപദങ്ങളിൽ വിവക്ഷിതമായ പ്രവൃത്തികൾ തമ്മിലെ വേർതിരിവിനെ മറികടക്കുന്നതിൽ മാർക്സ് പുലർത്തിയ ജാഗ്രത ഹാർട്ടം നെഗ്രിയും പരിഗണിച്ചുകാണ നില്ല. എല്ലാ പ്രവൃത്തികളും വിശാലമായ അർത്ഥത്തിൽ ഭൗതികമാണ്. എന്നുവെച്ചാൽ പ്രവൃത്തികളുടെയെല്ലാം അടിസ്ഥാനമാതൃക ഭൗതിക ഉൽപ്പാദനമാണ് എന്നല്ല. ഭൗതികമായ ഫലസിദ്ധികളുണ്ട് ഓരോ പ്രവൃ ത്തികൾക്കും. സേവനമേഖലയിലെ പ്രവൃത്തികളും വസ്തുവൽക്കരിക്ക പ്പെട്ട നുണ്ട്. അവ പൊട്ടന്നനെ അപ്രത്യക്ഷമാകുകയല്ല ചെയ്യുന്നത്. അഭൗതികം എന്ന് വിശേഷിപ്പിക്കപ്പെട്ടുന്ന ഉൽപ്പാദനങ്ങളെല്ലാം സാമൂഹ്യബന്ധങ്ങളെ ഉൽപ്പാദിപ്പിക്കുകയും പുനരുൽപ്പാദിപ്പിക്കുകയും ചെയ്യുന്ന ഭൗതികപ്രയോഗങ്ങൾ തന്നെയാണ്. ഈ അർത്ഥത്തിൽ അവയെല്ലാം മനുഷ്യജീവികളുടെ സ്വയം നിർമ്മാപ്രക്രിയകളുടെ രൂപങ്ങൾ തന്നെയാണ്. ആത്യന്തികമായി അവയുടെയെല്ലാം ഫലം സമൂഹം തന്നെ. ഏതുതരം അധ്വാനത്തിന്റെയും സ്ഥിതി ഇതുതന്നെ. ഗ്രുന്ത്രിസെയിൽ മാർക്സ് അർത്ഥശങ്കക്കിടയില്ലാത്തവിധം വ്യക്തമാ ക്കുന്ന ഒരു കാര്യം കൂടിയാണിത് (നിസാർ അഹമ്മദ്/ടി.വി.മധു 38-39).

36. സോവിയറ്റ് യൂണിയന്റെ തകർച്ചയെക്കുറിച്ച് ശാസ്ത്രീയമായി അപഗ്രഥിക്കുന്ന കൃതിയാണ് 'മുകളിൽനിന്നുള്ള വിപ്ലവം: സോവിയറ്റ് തകർച്ചയുടെ അന്തർനാടകങ്ങൾ' എന്നത്. സോവിയറ്റ് യൂണിയനിലെ ഉൽപ്പാദനവ്യവസ്ഥയെക്കുറിച്ചുള്ള വിശദമായ അപഗ്രഥനം ഈ കൃതിയില്ലുണ്ട്. 'ഏറ്റവും പ്രഥമമായ ലക്ഷ്യം ഉൽപ്പാദന വർദ്ധനവ് ആയിരുന്നതിനാൽ പാരിസ്ഥിതിക പരിഗണനകൾക്ക് ഒട്ടും പ്രാധാന്യം ലഭിച്ചിരുന്നില്ല. സോവിയറ്റ് പരിസ്ഥിതി സംരക്ഷണ നിയമങ്ങൾ കടലാസിൽ ഗംഭീരമായിരുന്നു. എന്നാൽ ഉൽപ്പാദനവർദ്ധനവിൽ മാത്രം ശ്രദ്ധ ഊന്നിയിരുന്ന അതിശക്തരായ വ്യവസായവകുപ്പ് അവയ്ക്ക് പുല്ലുവിലപോലും കൽപ്പിച്ചില്ല. പാരിസ്ഥിതിക മൂല്യം(environmental costs)വർദ്ധിച്ചുകൊണ്ടിരുന്നു. എന്നാൽ പ്രശ്നബാധിതരായ പൗര ൻമാർക്ക് ഇതിനെതിരായി പാശ്ചാത്യരാജ്യങ്ങളിലേതിനു സമാനമായി ശക്തമായ പരിസ്ഥിതിസംരക്ഷണ പ്രസ്ഥാനങ്ങൾ രൂപീകരിക്കാനോ സമരം നയിക്കാനോ വേണ്ട രാഷ്ട്രീയ സ്വാതന്ത്ര്യം ഉണ്ടായിരുന്നില്ല.' (കോട്സ്, ഡേവിഡ് എം, ഫ്രെഡ്രിയർ 85).

37. രാജീവൻ 142.

38. ഉൽപ്പാദനത്തെ ഉപകരണനിഷ്ഠമായ പ്രവൃത്തി വിശേഷമായി

 കണ്ണാടിയും കുമ്പസാരവും

എണ്ണന്ന സമീപനത്തിൽനിന്ന് അതിദൂരം വഴിമാറിയാണ് മാർക്സിന്റെ ചിന്ത സഞ്ചരിച്ചതെന്ന കാര്യം മാർക്യൂസ് അടക്കമുള്ള ഫ്രാങ്ക്ഫർട്ട് സ്കൂൾ ചിന്തകരുടെ മാനവവാദപരമായ മാർക്സ് വായനകളിൽ തിരിച്ചറിയപ്പെട്ടില്ലെന്ന് ടി.വി.മധു നിരീക്ഷിക്കുന്നു. (നിസാർ അഹമ്മദ്/ ടി.വി.മധു 36).

39.George Sessions in (Merchent 145).

40. നിസാർ അഹമ്മദ്, മധു 9799.

"To reintroduce the idea of totality does not mean that we place all discourse on communism at the level of totality, it does not mean that we reduce the whole of development to the unfolding of strategy. In fact, it means the contrary. The refusal of work shows - with the totality of the project which characterizes it, and in a way that is happily contradictory with this project a great multiplicity of aspects, a great wealth and liberty of movements of a complex autonomy. Each step toward communism is a moment of extension and of expansion of the whole wealth of differences. Differences and ruptures. I would like, at this point, to suggest the consideration of the explosive metaphors of Marx (the capitalist world must "explode" etc.) It is a theme which comes back continually, not as a mark of a certain catastrophism, but rather as the growth of the movement of liberation of the subject toward communism. The rebellion, the subversion which is rooted in the necessity of the antagonism, forms a process. How else can we understand a revolutionary mechanism whose method is the sup-pression of work, unless it is as a process of liberation? How can we imag-ine the totality of communism if it is not as a risk which is continually assumed and repeated in all its plenitude? Communism in the form of the transition is a process of which we know the origin, with which we share the path. No one can tell us, outside of the way that we proceed and fight, what will be the conclusion. No homology in objective terms can

hold: the communist future can only be constructed. All
of its quality resides in the solidity of its foundations, in
the power of the project which animates it (Negri, Marx
Beyond Marx 167-68).

42.   (Negri, Spinoza for Our Time 94)

43.   (Fromm 12).

44.   Desire (Cupiditas) is the very essence of man, in so
far as it is conceived,as determined to a particular activity
by some given modification of itself. Explanation:.. By
the term desire, then, I here mean all man's endeavours,
impulses, appetites, and volitions, which vary according to
each man's disposition, and are, therefore, often so opposed
one to another that a man is drawn in different directions,
and knows not where to turn. (Negri, Spinoza for Our Time
94).

45.   Negri, Spinoza for Our Time 94.

46.   Fromm 24.

47.   Hudis 207.

48.   Hudis 208.

49. സോവിയറ്റ് യൂണിയനിൽ സ്റ്റാലിന്റെ ഭരണശേഷം കമ്മ്യൂണിസ്റ്റ്
പാർട്ടിയുടെ ജനറൽ സെക്രട്ടറി, പോളിറ്റ് ബ്യൂറോ അംഗങ്ങൾ, കേന്ദ്ര
സെക്രട്ടറിയേറ്റ്, മന്ത്രിസഭ, കേന്ദ്രക്കമ്മേറ്റി എന്നിവയിലെ അംഗങ്ങൾ
എന്നിവരെല്ലാം ചേർന്ന ഒരു മേലാളവിഭാഗം രൂപപ്പെട്ടതും അത്
സോവിയറ്റ് യൂണിയന്റെ തകർച്ചക്ക് വഴിവെച്ചതായും കോട്സും
വെയറും സൂചിപ്പിക്കുന്നുണ്ട്. വിപ്ലവം സാമ്പത്തിക പരിഷ്ക്കാരങ്ങളിൽ
ഒതുങ്ങി എന്നും അത് പുതിയ മനുഷ്യരെ സൃഷ്ടിക്കുന്നതിൽ തീർത്തും
പരാജയപ്പെട്ടു എന്നുമാണ് ഇത് സൂചിപ്പിക്കുന്നത്.

50.   Hudis et al 25.

51.   Zizek, Like a Thief 80.

പരാമർശിത കൃതികൾ

Choat, *Simon. Marx's Grundrisse.* London: Penguin Books,
1993.

Fromm. Erich S. *Marx's Concept of Man.* New Delhi : Critical Quest, 2019.

Hudis, Peter. *Marx's Concept of the Alternative to Capitalism,* New Delhi: Aakar Books, 2016.

------------- & Kevin B Anderson. *The Rose Luxemburg Reader.* Kharagpur : Cornerstone Publications, 2005.

Lechte, John. Fitfy Key *Contemporary Thinkers: From Structuralism to Post-humanism.* New York: Routledge, 2008.

Lorimer, *Doug. Fundamentals of Historical Materialism: The Marxist View of History and Politics.* New Delhi: Aakar Books, 2006.

Magun, Artemy., *"Marx's Theory of Time and the Present Historical Moment'* (http://www.tandf online.com/loi/ rrmx20dt.25/10/20).

Marx, Karl. *Grundrisse.* London: Penguin Books, 1993.

Merchant, Carolyn. *Key Concept in Critical Theory: Ecology,* New Delhi: Rawat   Publications, 1996.

Mohan, Shaj and Divya Dwivedi, *Gandhi and Philosophy: On Theological Anti-Politics,* New Delhi: Bloomsbury, 2019.

Nanda, Meera, *Prophets Facing Backward: Postmodern Critiques of Science   and Hindu Nationalism in India.* London: Rutgers University Press, 2003.

Zizek, Slavoj., *Like a thief in Broad Daylight: Power in the Era of Post Humanity.* London: Penguin, 2018.

അഗംബൻ, ജോർജിയോ. 'കാലവും ചരിത്രവും : നിമിഷം, അനുസ്മൃതി എന്നീ സങ്കൽപ്പങ്ങളെക്കുറിച്ചുള്ള വിമർശി.' വിവ: സി.എസ്. ശ്രീകാന്ത്, മാർക്സ് വായനകൾ എഡി.ടി.വി.മധു, കോഴിക്കോട്: റാസ്ബറി ബുക്സ്, 2015.

ഇടശ്ശേരി ഗോവിന്ദൻ നായർ, **ഇടശ്ശേരിക്കവിതകൾ.** കോഴിക്കോട് : മാതൃഭൂമി ബുക്സ്, 2012.

കമ്മത്ത്, രാജഗോപാൽ എം., ശാസ്ത്രലോകത്തെ പുതിയ മുന്നേറ്റ ങ്ങൾ (കോഴിക്കോട്: പ്രോഗ്രസ് പബ്ലിക്കേഷൻ, 2015).

കുറ്റിപ്പുഴ കൃഷ്ണപ്പിള്ള, ഗ്രന്ഥാവലോകനം. തൃശ്ശൂർ: കേരളസാഹിത്യ അക്കാദമി, 2004.

കേസരി ബാലകൃഷ്ണപ്പിള്ള, **കേസരിയുടെ സാഹിത്യവിമർശനങ്ങൾ** (കോട്ടയം: സാഹി ത്യപ്രവർത്തക സഹകരണസംഘം., 2011).

കോട്സ്, ഡേവിഡ് എം., ഫ്രെഡ് വെയർ, **മുകളിൽനിന്നുള്ള വിപ്ലവം: സോവിയറ്റ് തകർച്ചയുടെ അന്തർനാടകങ്ങൾ** വിവ: ഡോ.കെ.പ്രദീപ് കുമാർ, തൃശ്ശൂർ: കേരള സാഹിത്യ പരിഷത്ത്, 2019.

ഗോവിന്ദൻ, എം,എം. **ഗോവിന്ദന്റെ ഉപന്യാസങ്ങൾ** (കോട്ടയം: സാഹിത്യ പ്രവർത്തക സഹകരണസംഘം, 1986).

പ്രസാദ് പന്ന്യൻ. 'ആർ യു ഹ്യൂമൻ?' സാഹിത്യലോകം. കേരള സാഹിത്യ അക്കാദമി, മെയ്, ജൂൺ 2020.

നന്ദകുമാർ, ആർ., **'ആധുനിക ഇന്ത്യൻ ചിത്രകല: ചരിത്രപര വും സാമൂഹികശാസ്ത്രപരവ്വുമായ ഒരു സമീപനം'** കലാവിമർശം: മാർക്സിസ്റ്റ് മാനദണ്ഡം എഡി. രവീന്ദ്രൻ, തിരുവനന്തപുരം: ചിന്ത പബ്ലിഷേഴ്സ്, 2012.

നിസാർ അഹമ്മദ്/ടി.വി.മധു, **മാർക്സിനൊപ്പം മാർക്സിന ശേഷം: സംഭാഷണങ്ങൾ,** കോഴിക്കോട്: റാസ്ബറി ബുക്സ്, 2018.

ബാബു ജോസഫ്, കെ.**യുക്തിയുടെ മരണം വിശ്വാസത്തിന്റെ പ്രഖ്യാപനം,** തിരുവനന്തപുരം: ചിന്ത പബ്ലിഷേഴ്സ്, 2015.

രാജീവൻ, ബി. **പ്രളയാനന്തര മാനവികത: ശബരിമലയുടെ പശ്ചാത്തലത്തിൽ.** കോട്ടയം: ഡി.സി.ബുക്സ് 2018.

വൈലോപ്പിള്ളി ശ്രീധരമേനോൻ. **സമ്പൂർണ്ണകൃതികൾ വാല്യം ഒന്ന്.** തൃശ്ശൂർ: കറന്റ് ബുക്സ്, 2001.

സിസെക്ക്, സ്ലാവോയ്. **'എങ്ങിനെയാണ് മാർക്സ് ലക്ഷണം കണ്ടെത്തിയത്?'** വിവ: കെ.എം.അനിൽ. മാർക്സ് വായനകൾ എഡി: ടി.വി.മധു. കോഴിക്കോട്: റാസ്ബറി ബുക്സ്, 2015.